विनोदी, हळुवार, खोडकर... एक निर्भय, अग्रेसर लेखिका.

– इंडिपेन्डन्ट

एक महत्त्वाचा आवाज, जो आता ऐकलाच पाहिजे.

– द टाइम्स

लेखिकेच्या जन्मापूर्वी तिची आई जे आयुष्य जगली, ते पूर्ण सहानुभूतीने स्वीकारणं, त्यात सहजपणे वावरणे ही कुठल्याही लेखकासाठी एक असामान्य शौर्य दाखविणारी कृती आहे. विशेषतः जेव्हा लेखिकेची आई, पत्नीमध्ये असाव्या लागणाऱ्या सद्गुणांची पुतळी नव्हती.

– जे. एम. कोईट्झी

'द लोकस्ट ॲन्ड द बर्ड' अरब जगत आणि त्यातील स्त्रियांबद्दलच्या चाकोरीबद्ध कल्पना बदलून टाकते.

– ॲन नहार न्यूजपेपर, बैरुत

एक ताकदीची आणि हाडाची लेखिका.

– इंटरनॅशनल हेरॉल्ड ट्रिब्यून

अल्-शेख एका अशा पेनाने लिहितात, जे पूर्वेचं आहे ना पश्चिमेचं; तर संपूर्णतः त्यांचं स्वतःचं आहे.

– लॉस एन्जेलिस टाइम्स

आपल्या स्नेहीजनांना पुस्तके भेट द्या

'द लोकस्ट अ‍ॅन्ड द बर्ड' या इंग्रजी पुस्तकाचा मराठी अनुवाद

माझ्या अम्मीची गोष्ट

अरबी लेखक

हॅनन अल-शेख

अनुवाद

रॉजर ॲलन

अनुवाद

वंदना अनुप कुंडेटकर

मेहता पब्लिशिंग हाऊस

Email : production@mehtapublishinghouse.com

Website : www.mehtapublishinghouse.com

THE LOCUST AND THE BIRD by HANAN AL- SHAYKH

Copyright © Hanan Al Shaykh 2008

Translated into Marathi Language by Vandana Kundetkar

माझ्या अम्मीची गोष्ट / अनुवादित कादंबरी

अनुवाद : वंदना अनुप कुंडेटकर

Email : author@mehtapublishinghouse.com

मराठी अनुवादाचे व प्रकाशनाचे हक्क मेहता पब्लिशिंग हाऊस, पुणे.

प्रकाशक : सुनील अनिल मेहता, मेहता पब्लिशिंग हाऊस,
१९४१, सदाशिव पेठ, माडीवाले कॉलनी, पुणे - ४११०३०.

मुखपृष्ठ : सतिश भावसार

प्रथमावृत्ती : मार्च, २०१६

P Book ISBN 9788184989946

माझ्या बहिणींना आणि भावांना...

कोणे एकेकाळी एक राजा असाच त्याच्या बागेत फेरफटका मारत असताना एक टोळ त्याच्या अंगरख्याच्या रुंद बाहीमध्ये शिरला. जोमाने त्याचा पाठलाग करीत एक पक्षीही टोळामागोमाग त्या बाहीत शिरला. त्या राजाने ती बाही तशीच शिवून टाकली, दरबारात त्याच्या सिंहासनावर बसला आणि त्याने दरबाराला विचारलं, "माझ्या बाहीमध्ये काय आहे, सांगा पाहू?"

कोणालाच उत्तर माहीत नव्हतं. पण त्या वेळी असं झालं की, एक माणूस – ज्याचं नाव होतं, 'बर्ड' आणि जो 'लोकस्ट' नावाच्या स्त्रीच्या प्रेमात पुरता पागल झाला होता, तो त्या गर्दीत उभा होता. तो पुढे आला, तेव्हा त्याच्या मनात फक्त त्याच्या प्रेयसीचा चेहरा होता. तो राजाला म्हणाला, "विलाप आणि विलापाच्या गोष्टी ही माझ्या आयुष्याची कहाणी अगदी उघड आहे. फक्त टोळच पक्ष्याला पकडू शकतो."

पात्र परिचय

कमिला	: माझी आई
कमील	: कमिलाचा भाऊ
हसन	: कमिलाचा सावत्र भाऊ (वीणाप्रेमी)
इब्राहिम	: कमिलाचा सावत्र भाऊ
खदिजा	: इब्राहिमची बायको
मनिफा	: कमिलाची सावत्र बहीण आणि अबू-हुसेनची पहिली बायको, हुसेन या कट्टर अनुयायाची, हसन आणि अलीची आई जे आधी कमिलाचे भाचे आणि नंतर सावत्र मुलगे झाले.
रौफा	: कमिलाची सावत्र बहीण (जुगाऱ्याशी लग्न झालेली.)
अबू-हुसेन	: कमिलाचा मेव्हणा (आधी मनिफाचा नवरा) नंतर तिचा नवरा (हाजी)
मरियम व इनाम	: कमिलाच्या भाच्या (रौफाच्या मुली)
फातमे	: शिंपीकाम करणारी / शिंपीण
फातिमा व हॅनन	: कमिलाच्या अबू-हुसेनपासून झालेल्या मुली
फादिला	: कमिलाची मैत्रीण
मोहम्मद	: कमिलाचा दुसरा नवरा
मिस्किह	: मोहम्मदची बहीण
अली	: मोहम्मदच्या भावांपैकी एक
अहलाम, माजिदा व कद्सुमा	: कमिलाच्या मोहम्मदपासूनच्या मुली
तौफिक व मोहम्मद कमाल	: कमिलाचे मोहम्मदपासूनचे मुलगे

हॅनन

प्रस्तावना

न्यू यॉर्क शहरातील रस्त्यावरून झिंगलेल्या बॅराकुडाच्या वेगाने रोरावत जाणाऱ्या तीन लिमोसिनपैकी एका काळ्या लिमोसिनमध्ये मी आहे. मला दिवे दिसत आहेत, कलकलाट ऐकू येतो आहे. माझ्या मुलीच्या काळ्याभोर केसांमध्ये पांढरेशुभ्र गुलाब आहेत अन् तिच्या नियोजित वराने घातलेल्या कोटाच्या बटनहोलमध्ये हस्तिदंती रंगाचा गुलाब आहे. त्याचे केस विंचरलेले मी आज पहिल्यांदा पाहाते आहे. आज त्यांचं लग्न आहे.

शेकडो पाहुण्यांच्या उपस्थितीतील लग्नाची मी कधीच कल्पना केली नव्हती. असंही काही नव्हतं की, माझी मुलं अशा प्रसंगासाठी एखाद्या कल्पनेची (थीमची) निवड करतील, जी आजकाल बऱ्याच अरब लोकांच्या लग्नसमारंभात एक फॅशन झाली होती. बोट्टीसेलीचं 'व्हीनसचा जन्म' हे एक उदाहरण मला आठवतं आहे, जिथे वधू एका भलामोठ्या विजेच्या साहाय्याने उघडणाऱ्या शिंपल्यातून बाहेर आली होती. पण त्याच वेळेस माझी मुलगी पण त्याच पद्धतीने लग्न करेल, जसं बत्तीस वर्षांपूर्वी मी केलं होतं – ना लग्नाची मेजवानी, ना पांढरा ड्रेस – अशीही कल्पना मी केली नव्हती.

माझी मुलगी त्या पांढऱ्या चामड्याच्या ड्रेसमध्ये नाहीये, जो तिने स्वतःच्या लग्नासाठी बनवायचा ठरवलं होतं – प्रेमात पडायच्या आणि लग्नाचा विचार गंभीरपणे करायच्या खूप-खूप आधी. तिने तो पांढऱ्या लेसचा बुरखाही घातला नव्हता, जो काही वर्षांपूर्वी तिने 'हॅलोविन'साठी तिच्या बाबांना आणायला लावला होता. तो बुरखा पुढे तिने आमच्या मोरोक्कन मोलकरणीला, जिचं थोड्याच दिवसांत लग्न होणार होतं, तिला देऊन टाकला. (तो कदाचित अजूनही मोरोक्कोमध्ये एका वधूकडून दुसरीकडे असा फिरत असेल.) त्या बुरख्याची आठवण झाली की, मला हसू यायचं. कारण कदाचित तो एकमेव इंग्लिश बुरखा असेल, जो त्या लाजाळू बर्बर (एक आफ्रिकन आदिवासी जमात) वधूचा चेहरा झाकणार असेल, जी

अधीरतेने वाट पाहात असेल तिच्या वराची, जो बुरखा उचलून तिचा चेहरा पहिल्यांदाच पाहाणार आहे.

त्याऐवजी माझ्या मुलीने तिच्या लग्नासाठी सूट निवडला होता. आखूड जॅकेट, गुडघ्यापर्यंत पोहोचणारा निळा स्कर्ट, ज्याच्यावर गुलाबी आणि बदामी रंगाच्या रेघा होत्या. माझा स्वत:चा लग्नाचा पोशाख – एक साधा, निळा, छोटा आणि साठ सालातला होता. मला एकदम आठवलं की, माझ्या ममाने तिच्या लग्नाच्या दिवशी पांढरा गाउन घातला होता. माझ्या ममाच्या लग्नाचा दिवस! हे मी तसं म्हणू शकत नाही. हा तो दिवस होता, ज्या दिवशी तिची कुर्बानी दिली गेली.

मी ममाबद्दल विचार न करण्याचा प्रयत्न करते. तरीही मला आता न्यू यॉर्कमधले दिवे दिसत नाहीत. मी कसलेही गडबडाटाचे, गोंधळाचे आवाज ऐकत नाही. मी इतर जण माझ्या ममाला त्या पांढऱ्या पोशाखात कोंबताना, डोक्यावर कृत्रिम फुलांचा मुकुट (टियारा) घालताना पाहाते. तो ती तिच्या केसांसकट उपसून काढते. ती तो पोशाख फाडते, फरशी पुसण्यासाठी वापरायचं पोतं अंगाभोवती लपेटते. स्टोव्हच्या दिशेने धावते. त्याच्या काजळीने आपला चेहरा माखून घेते. किंचाळून, आकांत करून ती तिला विळखा घालणारे हात झिडकारून टाकते. ती जाळ्यात अडकलेला एक छोटासा मासा आहे.

माझी लेक माझ्या दिशेने हवेत एक चुंबन उडवते. माझा जावई एक चुंबन घेऊन मला या आनंदाच्या दिवशी परत आणतो. मी अचानक अपराधी भावनेतून माझ्या ममाच्या यातना मनातून काढून टाकते. मी स्वत: जेव्हा लग्न केलं तेव्हा मी तिला का सांगितलं नाही?

पण तेव्हा मी खरं तर ममाबरोबर राहत नव्हते. मी लहान असताना तिला हाताच्या बोटावर मोजण्याइतक्या वेळाच भेटले होते. जेव्हा कधी मी तिला भेटले तेव्हा ती एखाद्या असंस्कृत, अव्यवस्थित शेजारणीसारखी परकी वाटायची. तिचा माझ्यावर काहीच अधिकार नव्हता. माझ्या तिच्याशी झालेल्या तुरळक भेटींत, माझ्या वागण्यामुळे जेव्हा ती निराश होत असे – जसं माझ्या पोर्टेबल ग्रामोफोनवर मी 'ला पॉपी क्वी फेट नन' हे गाणं सलग दहा वेळा वाजवलं – अशा वेळी हतबल होणं एवढीच गोष्ट ती करू शकत असे.

तसंही मुलांनी गुपचूपपणे लग्न करावं, त्यांच्या जन्मदात्यांच्या अनुपस्थितीत, हे बरोबर आहे का? मी चोरून लग्न केलं – मेजवानी न देता. माझ्या बाबांना, एका मित्राने त्यांचं अभिनंदन केल्यावर माझ्या लग्नाबद्दल कळलं. त्यांच्या चेहऱ्यावरचे भाव लाजिरवाणेपणाचे, संशयाचे, मग गोंधळलेले आणि हवालदिल झालेले असे बदलत गेले. मी ज्या वर्तमानपत्रासाठी काम करायची त्या वर्तमानपत्रातली ती बातमी त्यांच्या मित्राने वाचून दाखवली. माझ्या बाबांनी स्वत:च्या दोन्ही हातांनी थोबाडीत

मारून घेतल्या आणि मग ते रडू लागले. त्यांनी त्यांची छाती बडवून घेतली अन् परत रडायला लागले. ते जेव्हा घरी पोहोचले, त्यांना दारात अडकवलेली तार सापडली. घाईघाईने ते शेजाऱ्यांकडे गेले आणि त्यांना त्यामध्ये काय लिहिलं आहे हे विचारलं, कारण ते कुराणाव्यतिरिक्त दुसरं काही वाचत नसत. 'प्रिय बाबा 'स्टॉप' लग्न केलं... 'स्टॉप' खूप प्रेम... 'स्टॉप' हॅनन....

एक श्रद्धाळू, भाविक, शिया मुस्लीम असणाऱ्या माझ्या बाबांनी, मी मुस्लीम धर्माच्या माणसाशी शादी करणार नाही, या सत्याशी जुळवून घेतलं होतं. कधीकाळी त्यांना तशी आशा होती, जोपर्यंत मी त्यांना माझे खरे बंडखोर रंग दाखवले नव्हते. असं असतानाही लग्नासाठी दुसऱ्या धर्माच्या, ख्रिश्चन धर्माच्या, माणसाची मी केलेली निवड ही त्यांच्यासाठी चंद्रावर सहल करण्याइतकी अकल्पित गोष्ट होती.

याच्या अगदी विरुद्ध गोष्ट म्हणजे, जेव्हा माझ्या मोठ्या बहिणीने माझ्या ममाला मी पळून गेल्याचं सांगितलं, तिला परमानंद झाला. जरी मी फक्त तेवीसच वर्षांची होते, तरी काळजी करण्याऐवजी ती आनंदाने किंचाळली आणि नाचली. एक सुटकेचा नि:श्वास टाकला. माझ्या लग्नानंतर दोन महिन्यांनी जेव्हा आम्ही भेटलो, तिने मला मिठीत घेतलं अन् मला उचलण्याचा प्रयत्न केला. तिचा आनंद इतका मोठा होता की, तिने माझ्या नवऱ्याचंच नाव असलेल्या एका कवीच्या पुतळ्यासमोर हात पसरून पैसे मागितले. "आता आपण नातेवाईक आहोत!" ती पुतळ्याला म्हणाली.

माझं लग्न हा माझ्या ममाचा विजय होता. मला आणि माझ्या मोठ्या बहिणीला कधीच चांगले नवरे मिळणार नाहीत, असं वारंवार म्हणणाऱ्या लोकांवरचा हा विजय होता. आमच्या घरच्या साधारण परिस्थितीमुळे नव्हे, तर आमच्या ममाने जे केलं होतं त्यामुळे. जशी आई, तशाच मुली... अरबी भाषेतल्या म्हणीनुसार, 'एखादी बरणी तोंडाकडे कलंडते तशीच आईमागे मुलगीही वाया जाते.'

माझी ममा अशा माणसाच्या प्रेमात पडली होती, जो तिचा नवरा नव्हता. माझ्या ममाने घर सोडलं होतं.

मी पण काही संसारी बाई नव्हते. खूप स्वतंत्र, खूप मुक्त विचारांची होते. अठरा वर्षांची असताना मी एकटी शिक्षणासाठी कैरोला गेले. मी तिथे आणि लेबनानमध्येही निंदेला पात्र ठरले होते. माझं एक प्रेमप्रकरण झालं होतं. अर्थातच एका सुप्रसिद्ध, सुखी वैवाहिक जीवन असणाऱ्या इजिप्तच्या कादंबरीकाराशी, जो वयाने माझ्या दुप्पट होता.

मी ख्रिश्चन माणसाशी लग्न केल्याचं ममाला काहीच वाईट वाटलं नसतं. खरं तर माझ्या या प्रसिद्धीमुळे तिचीही पत वाढली, असा तिला विश्वास वाटला असता. मी एका माणसाशी लग्न केलं होतं – जो अजूनही माझा नवरा आहे – इतिहासकारांनी दखल घ्यावी, अशा प्रसिद्ध कुटुंबाचा तो सदस्य होता.

मग मी तिला काही का नाही सांगितलं? तर सत्य म्हणजे मला हे उमगलंच नाही की, तिला माझ्या आनंदात सहभागी व्हायचं असेल. ममा आता माझ्या विचारात आल्यालासुद्धा बरीच वर्षं झाली. जेव्हा तिने घर सोडलं, माझ्या मनातल्या कप्प्यातून मी तिला काढून टाकलं. मी सात वर्षांची होते. मी ठरवून टाकलं की, एका आवाजाने मला जन्म दिला होता.

त्या आवाजाने माझी सोबत केली. तो आवाज माझ्याशी कुजबुज करायचा. गोष्टींचं आणि भावनांचं वर्णन करायचा, प्रश्न विचारायचा. त्या आवाजाने मला स्वत:ची काळजी कशी घ्यावी ते शिकवलं. माझ्या स्वत:च्या हातांनीच माझे कपडे मला चढवले, माझे बूट घालून दिले, माझ्या वेण्या घातल्या. माझ्या नकळत मी माझ्या बाबांपासूनही दूर गेले. ते खूपच प्रेमळ होते. पण माझ्या बहिणीपेक्षा किंवा माझ्यापेक्षा ते अल्लाच्या जास्त जवळ होते. ते सतत प्रार्थना करीत. त्यांचे अश्रूभरले, लाल निखाऱ्यासारखे डोळे. नमाजासाठी डोकं टेकून बसल्यामुळे रेषा उमटलेलं त्यांचं कपाळ, त्यांचे हात आणि मान अल्लाच्या दिशेने उंचावलेले. माझे बाबा जितके जास्त अल्लासमोर दीन झाले, मी तितकीच खंबीर झाले.

त्या आवाजाला मात्र माझ्या ममाची अनुपस्थिती चांगलीच जाणवत होती. त्याने मला त्या कपाटाकडे रोखून बघायला लावलं, जे बेडरूममध्ये ठेवलेलं होतं आणि माझी मोठी बहीण ते माझ्या बाबांबरोबर आणि त्यांच्या बायकोबरोबर मिळून वापरत होती. मी माझ्या सावत्र आईच्या वस्तूंकडे पाहात असे. हसऱ्या जपानी चेहऱ्याचं चित्र असणाऱ्या फरशीकडे पाहून माझ्या मनात विचार येत असे की, माझ्या ममाच्या शूजच्या ऐवजी तिथे माझ्या सावत्र आईचे शूज असताना तो चेहरा अजूनही कसा काय हसू शकतो?

त्याच आवाजाने माझ्या हातात पेन दिलं. जेणेकरून ती, माझी ममा आणि तिचं ज्याच्यावर प्रेम होतं तो माणूस माझ्या, माझ्या बाबांच्या, मामाच्या, आजीच्या आणि मामाच्या परिवाराच्या विरुद्ध होते; पण माझ्या बाहिणीच्या विरोधात मात्र कधीच नव्हते, हे मी लिहू शकले. कशी कोणास ठाऊक, पण ती त्यांच्याशी जोडलेली; कायमच आनंदित, ते पुन्हा कधी आणि कोठे भेटतील, याची वाट बघत.

माझ्या ममाच्या अनुपस्थितीचा वापर मी लोकांचा माझ्यातला रस वाढवण्यासाठी करून घेतला. माझे संगीताचे शिक्षक होते, जे मला 'नेव्हर से गुडबाय' सिनेमा बघायला घेऊन गेले. तो सिनेमा, एक आई आपल्या मुलीला कशी सोडून जाते याबद्दलचा होता. मला या गोष्टीचा अतोनात अभिमान वाटला की, माझ्या शेजारपाजारच्या मुलांच्या तुलनेत माझं आयुष्य किती फिल्मी मसाला भरलेलं होतं!

त्या वेळी लेबनानच्या नाण्यांना मध्यभागी एक भोक असायचं. त्यातील काही

नाणी ओवून मी ब्रेसलेट करून घेतलं. दरवेळी माझा हात टेबलावर आपटायचा तेव्हा त्या नाण्यांचा किणकिणाट मला परिपक्वतेचं, संयमाचं, स्वातंत्र्याचं वचन देत असे. तो मला वचन देत असे की, शेजाऱ्यांच्या मुलांनी माझ्या ममाच्या अनुपस्थितीवरून मारलेल्या टोमण्यांना मी व्यवस्थित तोंड देऊ शकेन. त्या आवाजाने मला, त्यांना माझ्या नादी लावायला मदत केली. मी एखाद्या जादूगारासारखी होते. मी त्यांना गोष्टी आणि मजेशीर कल्पना सांगितल्या. मी त्यांना हसवू शकायची. आमची ममा आम्हाला सोडून गेली याचा आम्हाला फार फरक पडत नाही, हे मी त्यांना दाखवू शकायची. पण तरीही तिचं नसणं, हा असण्याचाच प्रकार होता; जसा एखाद्या फोटोचे खाली पडून असंख्य तुकडे होतात, पण ज्या भिंतीवर तो फोटो लटकवलेला असतो, त्या जागी धुळीने त्या फोटोची आखलेली बाह्यरेखा तशीच कायम राहून जाते.

बाहेर पडण्यासाठी माझी खूप तडफड होत होती. शेवटी जेव्हा माझ्या बाबांच्या तस्बीह (प्रार्थनेची माळ)मधील मण्यांनी मी शिकण्यासाठी बाहेर जाऊ शकते, असा कौल दिला, तेव्हा मग मी सिडॉनच्या शाळेत दाखल झाले. तिथे मी लैला खालेद या पॅलेस्टाईनच्या मुलीला भेटले अन् पुढे आम्ही एकाच रूममध्ये राहू लागलो. नंतर काही वर्षांनी १९६९मध्ये ती विमानाचं अपहरण करणारी पहिली स्त्री बनले होते. आम्ही खूपच जवळ आलो, आम्ही आमचे पलंग साठवणीच्या खोलीत, बाकीच्या मुलींपासून दूर हलवले. आता मी विचार करते की, आम्हा दोघी मुलींना नक्की कोणत्या गोष्टींनी एकमेकींशी बांधून ठेवलं होतं. त्या दमट साठवणीच्या खोलीत जे गोगलगायींचं घर होतं, तेथेही आनंदाने राहता आलं होतं. माझ्या लक्षात आलं की, ती इतरांपेक्षा वेगळे असण्याची, आपण कोणाचेही नाही ही भावना होती. लैला एका निर्वासितांच्या कॅम्पमध्ये लहानाची मोठी झाली होती अन् मी माझ्या कुटुंबीयांपासून दूर पळत होते.

दोन वर्षांनंतर, मी अठरा वर्षांची असताना त्या आवाजाने मला इजिप्तला जाण्याचं आव्हान दिलं. मी ते गाणं ऐकलं, 'टेक मी बॅक टू कैरो... बिसाइड द रिव्हर नाईल...' आणि मला एक लेबनान विद्यार्थी भेटला, ज्याने मला कैरोमधील त्या शाळेबद्दल सांगितलं, जिथे भूमिती आणि बीजगणित अभ्यासण्याची सक्ती नव्हती. मी ते गाणं परत-परत ऐकू लागले.

पैसे जमवण्यासाठी मी वाङ्मयीन मासिकांच्या आणि वर्तमानपत्रांच्या संपादकांना भेटले. त्यांना वर्तमानपत्रामधील विद्यार्थ्यांसाठीच्या पानावर मी लिहिलेले लेख दाखवून त्यांनी मला राजकारणी लोकांची, त्यांच्या पहिल्या प्रेमाबाबत मुलाखत घेण्याची संधी द्यावी म्हणून त्यांचं मन वळवलं. दोन महिन्यांनी मी बऱ्याच मुलाखती घेतल्या होत्या आणि थोडेफार पैसेही जमवले होते. माझ्या बाबांनी या वेळेस त्यांच्या तस्बीहचा सल्ला घेतला नाही. मी त्यांना पैसे दाखवले आणि प्रेषित हादितमधील

वचन सांगितलं, "पाळण्यापासून कबरीत जाईपर्यंत ज्ञान मिळवा, ज्ञान मिळवत राहा; अगदी मग तुम्हाला त्यासाठी चीनला जरी जावं लागलं तरीही." इजिप्त चीनपेक्षा खूपच जवळ होतं.

माझ्या बाबांनी मला पटवून देण्याचा प्रयत्न केला की, माझं सामान पुठ्ठ्याच्या खोक्यातून कैरोला नेण्याने मला कसलाही बट्टा लागणार नव्हता. पण जोपर्यंत मला सुटकेस मिळाली नाही, तोपर्यंत मी एकामागोमाग एक शेजाऱ्यांची दारं ठोठावत राहिले.

चार वर्षांनी बैरुतला परत आल्यावर त्या आवाजाने मला माझ्या गुदमरल्याच्या भावनेवर नियंत्रण ठेवायला आणि आयुष्याकडे वेगळ्या दृष्टीने पाहायला मदत केली. माझं घर म्हणजे एक फुकटचं निवासस्थान. माझी सावत्र आई म्हणजे एक तुसडी कामगार. माझे प्रेमळ बाबा म्हणजे स्वतःच्याच दर्ग्यामध्ये राहणारा सूफी. त्यांचे अश्रू हे प्रेमाचे अश्रू होते. त्यांना मी जहन्नममध्ये सडत राहण्याचा विचार सहन होत नव्हता; कारण मी प्रार्थना करायला, माझे केस झाकायला किंवा लांब बाह्यांचे कपडे घालायला नकार दिला होता.

ज्या क्षणी मला परवडू शकेल असं वाटलं, त्या क्षणी मी घर सोडलं. मी त्या शहराच्या समुद्राजवळ असणाऱ्या स्त्रियांच्या हॉस्टेलमध्ये राहिले. माझं आयुष्य आता पूर्णपणे स्वतंत्र आयुष्य होतं. घरातल्यांपासून, शेजाऱ्या-पाजाऱ्यांपासून दूर आणि पत्रकार व कार्यक्रमांची प्रसारक म्हणून भरपूर वेळ खाणाऱ्या कामाची साथ. मी तेवीस वर्षांची झाले. प्रेमात पडले आणि लग्न करण्याचा निर्णय घेतला, तोपर्यंत तो आवाज माझ्याबरोबर होता.

त्या आवाजाने, ना माझ्या बाबांचा होता ना माझ्या ममाचा, मला त्या क्षणी सोडून दिलं; ज्या क्षणी मी प्रेम करत होते. त्या माणसाने माझ्या आई-वडिलांबद्दल विचारलं आणि मी उत्तर दिलं, 'त्यांची काळजी तू करू नकोस' आणि त्याचा हात धरला.

तेव्हा मला माहीत नव्हतं की, काही वर्षांनंतर माझी ममा, मी माझ्या डोक्यातला राग काढून टाकावा, भूतकाळाला पूर्णपणे शरण जाण्यासाठी, जणू मी आयुष्यात पहिल्यांदाच भेटते आहे, असं तिला भेटावं यासाठी माझं मन वळवेल. माझ्या लेबनानच्या वार्षिक ट्रीपपैकी एका ट्रीपला, मी आणि ममा तिच्या बाल्कनीत बसून नौखायरी रस्ता बघत होतो. टॅक्सीज पायी चालणाऱ्यांसाठी हॉर्न वाजवत होत्या. कार टॅक्सीवर हॉर्न वाजवत होत्या. छोट्या ट्रकमधील विक्रेते लाउडस्पीकरवरून ओरडून जगाला सांगत होते, "सगळ्यात उत्तम कांदे, सगळ्यात उत्तम बटाटे."

ममाने तिच्या बाल्कनीत सगळीकडे कुंड्यांमध्ये झाडं लावून एक छोटी बाग तयार केली होती. त्याच्यातच चाळीस वर्षांत वरकरणी कोणतेही बदल न झालेली फ्रांजीपानी पण होती, जिची वाढ अजूनही पूर्ण झाली नव्हती. घरोब्याचे संबंध असणारा एक मित्र, त्याच्या सोळा वर्षांच्या मुलीसह आला. त्यांच्या येण्याने

आश्चर्यचकित झाल्यासारखं दाखवत ममाने त्यांचं स्वागत केलं. पण माझ्या हे लक्षात आलं होतं की, हे पूर्ण सत्य नाहीये. माझ्या ममाला माहीत होतं की, दिवाणखान्यात शेजारी, नातेवाईक, मित्र-मैत्रिणी, त्यांचे मित्र-मैत्रिणी यांच्याबरोबर बसलेल्या तिला भेटण्यापेक्षा, ती तिची एकटी असताना भेटणं मी पसंत करत असे.

तो पाहुणा सरळ मुद्यावर आला – मी त्यांच्या मुलीशी बोलून लेखिका बनण्यासाठी तिला काही चार गोष्टी सांगू शकेन का? तिला लेखिका व्हायचं होतं. त्यांनी, तिने हातात गॉगलबरोबर घट्ट धरून ठेवलेली वही हिसकावली आणि एकदाची आपली मोहीम फत्ते झाली, या विश्वासाने माझ्या हातात सुपूर्द केली. नंतर मग ते ममाबरोबर हसून काही बोलले, माझ्याशी हस्तांदोलन केलं आणि निघून गेले. मी माझ्या ममाकडे बघून डोळे मिचकवले. तिची युक्ती माझ्या लक्षात आली होती. आम्ही दोघीही हसलो.

मी त्या मुलीला, तिने लिहायला कधी सुरुवात केली होती, असं विचारलं. ती तोंडातल्या तोंडात काहीतरी पुटपुटली आणि मग मला, मी पहिल्यांदा काय लिहिलं होतं ते आठवतं का, असं विचारून आश्चर्यचकित केलं होतं.

मी हसले आणि म्हटलं, ''हो, आठवतं ना. मी एका फळावरच्या माशीबद्दल लिहिलं होतं, जी मोहम्मदच्या नाकावर बसली आणि त्याला वेडं करून सोडलं.''

ममाकडे वळत मी विचारलं, ''तुला आठवतं का ममा, जसा तो तुझ्या वडिलांच्या तंबूत आला – त्या तेवढ्या उकडून काढणाऱ्या उन्हातही त्याचा सर्वोत्तम सूट घालून – ती माशी सरळ मोहम्मदच्या नाकपुडीच्या दिशेने गेली. तो एकामागून एक अशा शिंकाच देत राहिला!''

ममा हसली. मी पण हसले.

''मोहम्मदसारखा माणूस, जो स्वत:ला खूप शक्तिवान, सामर्थ्यशाली, खूप महत्त्वाचा समजत असे, त्याला एका मोहरीच्या दाण्याएवढ्या माशीने पार सळो की पळो करून सोडलं.'' असं ती मिश्किलपणे म्हणाली.

मी त्या मुलीची वही उचलली. तिने गोष्टीचं नाव लाल शाईने, मग मजकूर निळ्या आणि शेवटी खाली तिची सही जांभळ्या शाईत ठळकपणे केली होती. मी ४-५ वाक्यांपेक्षा जास्त पुढे जाऊ शकले नाही. मी पानं उलटली आणि मला तिने काढलेलं गायिकेचं, मॅडोनाचं चित्र दिसलं.

तुला चित्र काढायला पण आवडतं?

ती मुलगी भेदरल्यामुळे गुलाबी झाली.

''मला लिहायला, चित्रं काढायला, अभिनय करायला, गाणं म्हणायला, नाचायला आवडतं. पण लेखन मला सगळ्यात जास्त आवडतं.''

मी तिची वही तिला परत केली.

"लेखन तुझा सगळ्यात उत्तम दोस्त असेल."

मला माहीत होतं की, मी त्या मुलीची स्तुती केलेली ममाला हवी होती. पण मी नाही करू शकले. ममाने तिची दृष्टी वळवली. आता ती माझ्याकडे पाहात होती.

"तू मोहम्मद आणि त्या माशीबद्दल तुझ्या एका वहीत लिहिलं आहेस का?"

"हं, असेल कुठेतरी कदाचित... विसरले मी आता."

ती मुलगी उठली, माझ्या ममाच्या अन् मग माझ्या दोन्ही गालांचं चुंबन घेतलं आणि वही हातात घट्ट पकडून निघून गेली.

अजूनही उभ्याच असलेल्या ममाने माझ्याकडे पुन्हा हेतुपूर्वक पाहिलं.

"माझ्या आयुष्याच्या कहाणीचं काय? ती तू कधी लिहिणार आहेस?"

मी जेव्हा पत्रकार झाले तेव्हा ममा आमच्या घरातील किंवा तिच्या मित्र-मैत्रिणींपैकी कोणाला तरी, मी काय लिहिलं आहे, ते मोठ्याने वाचून दाखवायला सांगायची. अशीच एकदा प्रभावी स्त्रियांवरील लेखमाला तिच्या ऐकण्यात आली. त्या लेखांमध्ये लेबनानमधील समाजातील गटांच्या प्रमुख असणाऱ्या महत्त्वाकांक्षी स्त्रियांबद्दल, ज्या उघडपणे किंवा पडद्याच्या मागून राजकारणात सक्रिय होत्या, अशांबद्दल लिहिलं होतं. त्या लेखांनी सगळ्यांचं लक्ष वेधून घेतलं होतं आणि माझी ममा त्यावर टीका करणारी पहिली व्यक्ती होती.

त्या स्त्रियांना काही विशेष अधिकार मिळाले होते. कदाचित त्यांना, त्यांनी जे काही केलं त्यासाठी प्रोत्साहन दिलं गेलं नसेल, पण निदान त्यांना कोणी दडपून तरी टाकलं नव्हतं. पण त्या स्त्रियांचं काय, ज्यांना अमानुष वागणूक दिली गेली, केवळ त्या स्त्री म्हणून जन्माला आल्याबद्दल? तुला अशा स्त्रिया शोधायला बाहेर जायची गरज नाही. मी इथे आहे तुझ्यासमोर! तू माझी मुलाखत का घेत नाहीस? मी तुला सांगू शकेन की, कसं फक्त सोन्याच्या दहा नाण्यांसाठी माझ्या वडिलांनी मला विकलं. मी तुला सांगू शकेन की, कशी वयाच्या चौदाव्या वर्षी सक्तीने माझी शादी करण्यात आली. कशी मी फक्त अकरा वर्षांची असताना तुझ्या वडिलांना मला देण्याचं कबूल केलं गेलं होतं.

एका तरुण पत्रकाराशी ती बोलत होती (जी मी होते.). तिचे ते उत्कट शब्द माझ्यावर असे आदळत होते, जसे एखाद्या मेणकापडावर पावसाचे थेंब, जे मागे कसलीही खूण न ठेवता ओघळून जात होते.

माझ्या ममाच्या विनंत्यांची मला सवय होऊन गेली होती. दरवेळेस एखादी नवीन कादंबरी किंवा एखादी छान छोटी गोष्ट माझ्याकडून लिहिली गेली की, "तू माझ्या आयुष्याची कहाणी का लिहीत नाहीस?" असे ती विचारीत असे. तू ते नुकत्याच प्रकाशित केलेल्यापेक्षा जास्त सुंदर किंवा जास्त जादूई असेल.

मी बहिरी झाले होते. मला ठाम विश्वास होता की, मला माझ्या ममाबद्दल

सगळं माहीत आहे. तिची शादी जबरदस्तीने माझ्या बाबांशी करण्यात आली. ती दुसऱ्या एका माणसाच्या प्रेमात पडली आणि तिने घर सोडलं. बस! इतकंच काय ते!

२००१ साली 'ओन्ली इन लंडन' या माझ्या कादंबरीच्या अरबी भाषेतील आवृत्तीचं बैरुतमध्ये प्रकाशन झालं. मी त्या पुस्तक प्रकाशन समारंभाला माझ्या ममाला बोलावलं होतं. तिने मला ती कादंबरी कोणत्या विषयावर आहे, असं विचारलं. जेव्हा मी तिला माझ्या कथेची कल्पना सांगितली की, एक अरब स्त्री सध्याच्या काळातील लंडनमधून आणि तेथील गोष्टींमधून कशी वाट काढते... तिने माझं बोलणं मध्येच थांबवलं.

"अजूनही तू दुसऱ्या लोकांच्या ताटातून खाते आहेस?"

मी घाईघाईने बचावाचा पवित्रा घेतला.

"तू मला कशी प्रेरित करतेस हे मी तुला बऱ्याचदा सांगत नाही का? मी तुझ्याकडे म्हणी आठवायला येत नाही का? माझ्या पुस्तकातील पात्रांबद्दल मी तुझा सल्ला घेत नाही का?"

तिने पुन्हा एकदा मला मध्येच थांबवलं.

"तू मला प्रेरित झालेली नको आहेस. त्याचा अर्थ एवढाच होतो की, तू तुझ्या दृष्टिकोनातून त्या गोष्टींकडे पाहातेस, माझ्या नाही. तुझी 'द पर्शियन कार्पेट'ची गोष्ट घे ना. त्यातील आई तू चोर दाखवली आहेस. 'इल्यावर, त्या आंधळ्या, केनच्या खुर्च्या दुरुस्त करणाऱ्यावर संशय घेतला जाईल, याची जराही पर्वा न करता ती तो गालिचा चोरते. मला इल्या आवडायचा. मी त्याला खायला द्यायची आणि त्याच्यासाठी गाणंही म्हणायची. नाही, तू त्यात त्या आईबद्दल हे काहीही सांगितलं नाहीस की, जी तिचं सर्वस्व देऊन टाकते, त्या निरिच्छ, कफल्लक माणसापासून दूर जाण्यासाठी, जो वयाने तिच्यापेक्षा दुप्पट होता, ज्या माणसाशी तिची जबरदस्तीने शादी लावून देण्यात आली होती. तू ते काही बोलत नाहीस की, तो शौहर त्याचं दुकान वाचवण्यासाठी त्याच्या बीबीचे दागिने विकून टाकतो...."

"ममा..." मी सुरुवात केली, "ती गोष्ट एका मुलीची आणि तिला इल्याबद्दल वाटत असणाऱ्या आकर्षणाची आहे, कारण तो दिसत नसतानाही खुर्च्या दुरुस्त करू शकतो." मी थांबले. मी पुढे बोलूच शकले नाही. माझ्या गोष्टींमध्ये ती लहान मुलगी संतापाने थरथरत असते, जेव्हा ती तिच्या आई-वडिलांचा तलाक झाल्यावर पहिल्यांदाच तिच्या आईच्या घरी जाते आणि तिला हरवलेला पर्शियन गालिचा तिच्या आईच्या नवीन घरात दिसतो. तिला फक्त तिच्या आईने तिच्याभोवती घातलेला हातांचा विळखाच झिडकारून टाकावासा वाटत नाही, तर तिच्या आईच्या गोऱ्या शुभ्र मांसामध्ये तिचे दातही रुतवावेसे वाटतात. तिने तो गालिचा

का नेला असेल आणि त्याचा आळ त्या बिचाऱ्या आंधळ्या माणसावर का येऊ दिला असेल?

माझ्या ममाने प्रतिकार करण्याचा प्रयत्न केला, "तलाक झालेल्या त्या आईचा जीव त्या छोट्या गालिच्यात गुंतलेला असण्यात काय गैर आहे? तो गालिचा तिच्यापण मालकीचा नव्हता का?"

मी माझ्या मनाशी विचार केला. खरं तर प्रश्न असा असायला नको का की, तलाक झालेल्या त्या आईचा तिच्या दोन मुलींसाठी का जीव अडकला नाही? त्या पण तिच्याच नव्हत्या का? मला माझी ममा हे सांगू शकेल का की, तिने तिच्या दोन्ही मुलींचा ताबा मिळवण्यासाठी लढण्याचा प्रयत्न का केला नाही, तो कितीही निरर्थक होता तरीही....

मी जवळजवळ बोलणारच होते, पण अचानक गप्प बसले. त्याऐवजी मग मी काल्पनिक लिखाणाबाबत वापरून गुळगुळीत झालेलं वाक्य ऐकवलं की, ज्या क्षणी आम्ही ही पात्रं पानावर लिहितो, ती जरी अगदी आम्हाला माहीत असणाऱ्या लोकांवरून घेतलेली असली तरीही ती काल्पनिक होतात. कलाच ती!

ममाने ते काळजीपूर्वक ऐकलं. तिने सिगारेट पेटवली. ती झुरक्यांवर झुरके मारत गेली. मला वाटलं की, तिची फुप्फुसं धुराने भरून जाताहेत, कोणत्याही क्षणाला ती फुटतील.

"पण मग जर पात्रं वेगळी होतात, तर मग मोहम्मद आणि मी-तू स्वत: कसे काय 'द स्टोरी ऑफ झारा'मध्ये बदललो नाहीत? तू त्या घटना, प्रसंग आणि जागा अगदी हुबेहूब उतरवल्या आहेस हे तर उघडच आहे. तुझ्या मामाचं, इब्राहिमचं पात्र तू तुझ्या अब्बूंसारखं घेतलं आहेस, इतकाच काय तो फरक आहे. जाऊ देत आता, आपण त्या पुस्तकावर अजून जास्त बोलायला नको. ते जेव्हा वाचून दाखवलं होतं, तेव्हा मला आधीच खूप त्रास झाला आहे. मला तर असं वाटत होतं की, माझं हृदय तुकडे करणाऱ्या यंत्रामध्ये घातलंय."

मी काही बोलण्याआधी ममाने एक उसासा टाकला आणि आमच्या दोघींच्यामध्ये गूं-गूं करत उडणाऱ्या किड्याला हाकलण्यासाठी हात उचलला.

"तुझ्यासाठी इथे काही नाहीये." ती त्या किड्याला म्हणाली, "तिकडे स्वयंपाकघरात जा. तुला हवे असणारे अन्नाचे कण तिथे मिळतील."

तिच्या या बोलण्याने मला हसू आलं आणि मी एक सुटकेचा मोठा नि:श्वास टाकला.

"ममा, तू तुझ्या माळ्यावरच्या त्या छोट्या उंदरांना चीझ टाकलं नाहीस का?"

ती खिदळली आणि टाळी वाजवून म्हणाली, "मला कोणीतरी सांगितलं की, ते उंदीर गलेलठ्ठ होतील म्हणून, तेव्हा मी ते थांबवलं."

पण मग ती म्हणाली, " 'द स्टोरी ऑफ झारा'मध्ये मोहम्मदने आणि मी तुला

रडायला लावलं. तू लिहिलं होतंस की, तू इतक्या मोठ्याने आक्रोश केलास की, अख्ख्या दुनियेने तुझं रडणं आणि हुंदके ऐकले, फक्त आम्ही सोडून. आपण फारसे दूर नव्हतो. तू आम्हाला स्वार्थी आणि हृदयशून्य दाखवलंस. स्वत:च्याच मुलीकडून किती कडवटपणा हा!''

मी उठले, निघायच्या घाईत होते, पण ममाची निराशा मला एकदम जाणवली. मला माहीत होतं की, तिला त्रास होणार आहे, या भावनेने की तिने मला अस्वस्थ केलं आहे.

मी परत खाली बसले आणि मग तिने विषय बदलून त्या मुलीचा, जिने मला तिचं लिखाण दाखवलं होतं, तिचा विषय काढला.

''तू तिचे शूज बघितलेस का, एखाद्या विजेच्या दिव्याच्या खांबासारखे अवाढव्य आणि उंच?''

मी तिला मिठी मारली.

''तू खूप चाणाक्ष आणि बुद्धिमान आहेस.''

पण तिने माझ्या डोक्यातील विचारचक्र सुरू करून दिलं होतं. मी खरंच तसं काही लिहिलं होतं का? माझा प्रश्न विरून गेला – रस्त्यावरच्या आवाजात, गोंगाटात, माझ्या ममाकडे, त्या पुस्तकातही गेला. वीसपेक्षाही जास्त वर्षांपूर्वी. तेव्हा मी कोण होते? काय विचार करत होते आणि मला काय म्हणायचं होतं?

१९७६च्या थंडीत मी लंडनमधील एका छोट्या सुसज्ज फ्लॅटमध्ये बसून कादंबरी लिहिली, जी 'द स्टोरी ऑफ झारा' झाली. दोन सुटकेसेस आणि माझा दोन वर्षांचा मुलगा, जो आताशी जेमतेम लुटुलुटु चालायला लागला होता आणि माझी सहा महिन्यांची मुलगी घेऊन मी लेबनानच्या युद्धातून निसटून आले होते. माझा नवरा सौदी अरेबियात कामाची संधी शोधत होता. या आशेवर की, आम्ही सगळे लेबनानला घरी जाऊ शकू. मी माझं सामान दोन महिने बाहेर काढलंच नाही.

आम्ही परत गेलो – रोज संध्याकाळी काही सेकंदांकरिता, ब्रिटिश टेलिव्हिजनवरच्या कॉमेंट्रीमुळे. मी बैरुत काळ्या ढगांमध्ये लपेटलेलं पाहिलं, जे आगीच्या गोळ्यांनी बदलून गेलं होतं, लढवय्यांनी व्यापलेलं होतं. लेबनीज लोक दहशतीपायी निसटून जाण्याच्या प्रयत्नात होते. आसऱ्याला कोपऱ्यांमध्ये लपत होते. लपून-छपून गोळीबार करणाऱ्यांमुळे रस्त्यावर मरून पडत होते. ते सगळीकडून बाहेर येत होते. जेव्हा त्यांच्या शत्रू असलेल्या व्यक्ती जमिनीवर पडल्या, तेव्हा त्यांनी श्वास घेतला. मला तर तेव्हा खात्री वाटू लागली होती की, मी कोठेही लपले तरी त्यांच्यापैकी एक जण मला नक्कीच मारणार आहे. त्यातच माझ्या मुलांसाठी वाटणाऱ्या भीतीने पण भर घातली, ज्यामुळे मला बैरुतच नाहीतर लेबनान सोडूनही पळ काढावा लागला.

नवीन देशात, नवीन संस्कृती आणि नवीन भाषेमुळे पहिल्यांदाच, मी कोठून

आले आहे याबद्दल, मी ज्या संस्कृतीत वाढले त्याबद्दल, मी मागे काय सोडलं आहे याबद्दल विचार करायला लागले. हिंसाचाराबद्दल आणि बैरुत असं राक्षसी खेळाचं मैदान का झालं, याबद्दल समजून घेण्यासाठी मला लिहिणं आवश्यक होतं. तरीही माझ्यासाठी हे फारच भयानक, गोंधळात टाकणारं होतं. मी लिहायला बसले की, दरवेळेस मला पाच वर्षांची मी दिसायची. माझ्या ममाबरोबर अंधारात लपलेली, भीतीने थरथरत. एक चेहरा सतत आमच्यावर नजर ठेवून होता. त्यामुळे ममाने माझ्या तोंडावर हात ठेवलेला होता. हे दृश्य पुन्हा-पुन्हा नजरेसमोर येत राहिलं.

मी जुन्या जखमा पुन्हा उघड्या करत होते. अख्ख्या दुनियेत, लंडनमध्येच का माझ्या आतलं युद्ध सुरू झालं होतं? मला पूर्ण खात्री पटली होती की, आता ममाला मी माझ्या मनातील पिंजऱ्यातून मुक्त केलं होतं आणि लग्नानंतर माझी स्वत:ची मुलं झाल्यानंतर, आमच्या दोघींमध्ये जे तुटलेलं होतं, ते सांधलं गेलं आहे. आता माझ्या फाउंटन पेनाने मला लंडनच्या थंडीमधून बैरुतच्या धूसर खोलीत नेलं होतं, जिथे आम्ही दाराआड लपलो होतो. माझ्या मनात परत तोच गोंधळ उसळत होता, जो आम्ही डॉक्टरांकडे जायचा रस्ता सोडून वेगळा आणि अनोळखी रस्ता घेतल्यावर उसळत असे. अर्थात मी ममाला घरात हे सांगताना ऐकलं होतं की, ती माझा बाक आलेला पाय सरळ व्हायला मदत व्हावी म्हणून डॉक्टरकडे कॅल्शियम इंजेक्शन घ्यायला चालली होती. तरीही दवाखान्याचं अपारदर्शक दारासमोरचं घडीव लोखंडाचं ग्रिल आणि दारामागच्या रंगीबेरंगी सावल्या न दिसता, मला दिसली एक अंधारात लपेटलेली खोली, ज्यात तपकिरी रंगाचं फर्निचर होतं आणि डॉक्टरांच्या गोल चपट्या चेहऱ्याऐवजी आणि त्यांच्या तपकिरी शेवयांच्या रंगांसारख्या विंचरलेल्या केसांऐवजी मला दिसला एक उंच माणूस, घनदाट तपकिरी रंगाचे सरळ केस असणारा, काळ्या-पांढऱ्या रंगांच्या मोठ्या चौकडीचं जाड लोकरीचं जाकीट घातलेला माणूस, ज्याने मला रबराची, टकलू गुलाबी बाहुली दिली, जी जेमतेम माझ्या अंगठ्याएवढी होती.

कालांतराने अशी वेळ आली, जेव्हा मला हे जाणवलं की, माझ्या ममाला, आम्ही तिच्यापासून वेगळ्या व्हायला नको असायचो, पण हे फक्त तेवढ्यापुरतंच, जेव्हा ती त्या दाट, तपकिरी केसांच्या माणसाला भेटायची. मला तिची गुपितं ठाऊक होती. तिच्या असत्यांचं आणि तिनं रचलेल्या गोष्टींचं मला साक्षीदार व्हावं लागायचं. पण या गोष्टींपासून माझ्यासाठी अनभिज्ञ होतं, ते म्हणजे गोंधळात टाकणारे चेहरे... जागा... डॉक्टर... आणि प्रेमी.

अक्रोडाच्या झाडाखाली सुरू झालेल्या आठवणींचीच गोष्ट घ्या. पार्श्वभूमीवर मी पाहते उजाड पर्वत, दऱ्या-डोंगर, लाल दगड आणि भामदाऊची (गौरीफळाचं झाड) काटेरी, रानटी झुडपं. छोटीशी मी, माझ्या मोठ्या बहिणीबरोबर आणि ममाबरोबर;

जी आमच्या दोघींपेक्षा फार मोठी नव्हती आणि माझी मावसबहीण मरियमबरोबर पळत असते. मग मला एक उंच माणूस दिसतो. तपकिरी, सरळ केस असणारा, माझ्या ममाशी 'असफौरी' (Asfouri) मध्ये बोलत असलेला आणि त्यातला एकही शब्द मला कळत नाही. आम्ही त्याला पक्ष्यांची भाषा म्हणतो. मग ते शब्दांनी का बोलतात, त्या छोट्या पिवळ्या पक्ष्यांप्रमाणे चिवचिवाट, किलबिलाट का करत नाहीत? मला तो ममाच्या मांडीवर डोकं ठेवून झोपलेला दिसतो. त्याचे डोळे 'क्वीन्स' (Quince) च्या जॅमच्या रंगाचे होते. ते अर्धवट उघडे आहेत. तो झोपला आहे की झोपायचा प्रयत्न करतो आहे? त्या वेळी मला हे माहीत नव्हतं की, त्याच्या डोळ्यांसारख्या डोळ्यांना स्वप्नाळू, उत्कट डोळे म्हणतात. माझी ममा त्याच्यासाठी गाणं म्हणते आहे, 'माझ्या निजणाऱ्या प्रेमा!' मी स्वत:लाच विचारते, ती एवढ्या मोठ्या माणसाला झोपवण्यासाठी अंगाई का म्हणते आहे? त्याला भेटायला म्हणून आम्हाला का एवढ्या जोरात पळावं लागलं? ती तिचं गाणं म्हणणं थोडा वेळ थांबवू शकत नाही का?

त्या दिवसाचा एक फोटो काढला होता. मी तो इतर फोटोंबरोबर पाहिला, जेव्हा ममाने तो, आमच्याबरोबर राहत असणाऱ्या मरियमला दाखवायला, स्वत:च्या 'ब्रा'मधून काढला होता. त्या फोटोत माझी बहीण आणि मी शेजारी-शेजारी उभ्या आहोत. माझ्या ममाकडे आणि त्या दिवशी पांढरा कोट घातलेल्या त्या माणसाकडे पाहत. काय खेळ चालला आहे, ते समजून घेण्याचा मी प्रयत्न करते. आता तो उभा आहे. ती एखादं बाळ असल्यासारखं त्यानं तिला उचललं आहे. त्या दोघांपैकी प्रत्येक जण आळीपाळीने लहान बाळ होतात. खूप वर्षांनंतर या वेळेस यातनेच्या सुऱ्यासकट मी तो फोटो पुन्हा पाहिला. ते खडक, आक्रोडाचं झाड, ते उन्हाळ्यातील आकाश, माझ्या ममाचं हसू आणि तिचा नाजूक बूट, जो पायातून जवळ-जवळ निसटलेला होता. हे सगळं काही तिथे होतं, पण ज्या जागी माझी बहीण आणि मी उभ्या होतो, ती जागा रिकामी होती.

मी खरोखरीच माझ्या बहिणीबरोबर तिथे होते का? मी माझ्या ममाला त्या माणसासाठी 'माझ्या निजणाऱ्या प्रेमा' म्हणताना खरंच ऐकलं होतं का? मी दुसरा फोटो घेतला. त्यामध्ये माझं स्वत:चं कुटुंब आणि माझ्या मामांचं कुटुंब आमच्या घराच्या गच्चीत, माझ्या मामेभावाच्या भोवती गराडा घालून उभे होतो. तो अमेरिकेला जाणारी बोट पकडणार होता. माझ्या मनात माझ्या ममाचा चेहरा त्या फोटोमधून खरवडून काढून टाकावा असा विचार आला, जसा तिने माझ्या बहिणीचा आणि माझा काढून टाकला होता. अर्थात, मी तसं केलं नाही. असं करण्यापासून मला नक्की कशाने अडवलं हे कळायला काही खूप वेळ जावा लागला नाही. त्याचं कारण होतं की, जरी ती कॅमेऱ्याकडे बघत होती, ती तिला जणू तो दिसतच नव्हता.

ती आमच्यापासून खूप दूर होती. तिच्या कुटुंबीयांच्या बरोबर असताना तिची नजर दूर भविष्यात लागलेली होती.

"हं, तर!" माझ्या ममाने पुन्हा एकदा विचारलं, "तू माझ्या प्रश्नाचं उत्तर दिलं नाहीस अजून. तू माझ्या आयुष्याची कहाणी का लिहीत नाहीस? कदाचित माझ्या बालपणाविषयी आणि मी तुम्हाला का सोडून गेले, हे जाणून घेण्याची तुला उत्सुकता नाहीये."

आम्ही अजूनही तिच्या त्या कमालीच्या वर्दळीने वेढलेल्या बाल्कनीत बसलो होतो. त्या ॲश-ट्रेमध्ये सिगारेटची बरीच थोटकं पडलेली होती. नाही, मला तिची कहाणी कधीच ऐकायची नव्हती. दया वाटण्याच्या किंवा दु:ख होण्याच्या भीतीपेक्षाही मला तो भूतकाळ परत स्पष्ट बघायचा नव्हता. तो घडून गेला होता आणि ती मागची वर्षंही धूसर होऊन गेली होती.

"ऐक हॅनन, माझं ऐक. हबीब्ती (डार्लिंग), मला नाही वाटत की, मी माझी कहाणी आता जास्त वेळ माझ्याजवळ ठेवू शकेन म्हणून. मी हे तुला निक्षून सांगते आहे की, तू जर माझं ऐकणार नसशील तर मी ती आता भिंतींना सांगेन – किंवा कदाचित त्या मुलीला, जी पायात विजेच्या खांबासारखे शूज घालते."

मी तयार नव्हते. मला भीती वाटत होती की, ती मला मोहात पाडेल. तशाच प्रभावीपणाने; जसा समुद्र एखाद्या प्रचंड उकाड्याच्या दिवशी, कोणालाही त्याच्या शीतलतेत शिरण्यासाठी मोहात पाडतो. साखरेचं जाळं तयार करून, ती ते माझ्याभोवती मोहकपणे विणेल, अशी मला भीती वाटत होती. मी पण बळी पडेन, जसे माझ्यासमोर इतर जण – म्हातारे, तरुण, स्त्रिया आणि पुरुष बळी पडले होते. तिच्या प्रत्येक शब्दावर विश्वास ठेवतानाही मला सतत तिच्याबद्दल शंका येत होती. तिला तिची कहाणी मला का सांगायची होती, हे मला चांगलंच माहीत होतं. ती माफीच्या शोधात होती. पण मी माझ्या लहानपणीच्या त्या जाणिवेशी कशी प्रतारणा करू शकणार होते की, अशा 'जागा' असतात ज्या आपल्या प्रिय व्यक्ती आपल्यापासून हिरावून घेतात. तो डॉक्टरांचा दवाखाना खोटा होता, ज्याने माझी ममा माझ्यापासून हिरावून घेतली.

मी ते प्रसंग कसे विसरू, जेव्हा मी विजांचा कडकडाट ऐकायचे आणि मनाशी विचार करायचे की, माझी ममा पण हा ऐकत असेल का? किंवा जेव्हा विजा चमकताना पाहिल्या तेव्हा विचार केला की, तिने पण तेव्हाच वीज चमकताना पाहिली असेल का? किंवा जेव्हा मी मोठ्यांदा 'हे, हा, हो!' अशी ओरडले आणि मला हे माहीत नव्हतं की, वाऱ्याच्या झुळुकीने माझा आवाज कसा गप्प करणार होते, जेव्हा तिने माझी बाहुली तिच्या छातीशी धरली होती, ती रडत होती आणि ती बाहुली म्हणजे जणूकाही तिचं लाडकं मूल असल्यासारखं गाणं म्हणत होती.

नीज आता माझ्या सानुल्या बाहुली,
मग उद्या चिमकुल्या पक्ष्याला येता येईल,
तुला पहाटे-पहाटे उठवायला

आणि त्या क्षणांबद्दल काय, ज्या वेळी मला माझ्या ममाचा चावा घ्यायचा नव्हता; तर ती माझी ममाच होती, जी मला चावत होती. माझ्या हातावर दातांच्या गोल खुणा, अगदी परिपूर्ण चित्रासारख्या मागे ठेवून – कारण त्या दिवसांत ती स्वतःच लहान मूल होती आणि राग आल्यावर ती चावायची. मुलांना मारणं वयाने मोठ्या असणाऱ्या 'ममां'साठी होतं.

पण आता आमच्या दोघींपैकी कोणीही लहान मूल नव्हतं. माझ्या ममाने मला सिगारेट देऊ केली. मी सिगारेट ओढत नाही, हे तिला माहीत असतानाही. आणि वास्तविक म्हणजे तिने सिगारेट ओढणं बंद करावी, यासाठी मी तिला खूप विनंत्या-आर्जवं केली होती.

तिला 'समुद्रावरच्या कॅफेत जायचं आहे का?' असं मी विचारलं.

तिचं उत्तर होतं, "लिहायला आणि वाचायला आत्ता मी जेवढी उतावीळ आहे तशी मी कधीच नव्हते. बाकी काही नाही, माझी कहाणी लिहायला तरी. जेव्हा लाकडाचा तुकडा आणि शिशाचा एवढासा तुकडा माझा पराभव करतो, तेव्हा काय दुःख होतं, हे तुला सांगू देत."

तिला काय म्हणायचं आहे, असं जेव्हा मी तिला विचारलं, ती म्हणाली, "पेन्सिल लाकडाची आणि शिशाची बनलेली नसते का?"

मी माझ्या हाताकडे पाहिलं. दातांच्या खुणा नव्हत्या.

माझे हात पेन उचलण्यासाठी तयार होते. पहिल्यांदाच मी आमचा भूतकाळ उजेडात बघायला तयार झाले होते.

अखेरीस मी ते म्हटलं, "चल, सुरुवात करूयात."

अलंकारिक अरबी भाषेत, जणूकाही पुन्हा-पुन्हा पाठ केले असल्यासारखे माझ्या ममाने पहिले शब्द सांगितले.

"आक्रोश आणि कथा. माझ्या आयुष्याची कहाणी हे एक उघड गुपित आहे. फक्त टोळच पक्ष्याला पकडू शकतो."

❖

कमिला

१९३२ : मला आठवतंय तेव्हापासून

या सगळ्याची सुरुवात त्या दिवशी झाली, ज्या दिवशी अम्मीचे शाप आमच्या कानात घुमत असताना मी आणि माझा भाऊ कमील आमच्या अब्बूंचा

पाठलाग करत होतो. अल्लाने नक्कीच त्यांच्यावर सूड उगवला असता. ते एका दुसऱ्या स्त्रीच्या प्रेमात पडले होते. त्यांनी आम्हाला वाऱ्यावर सोडून दिलं होतं आणि तिच्याशी शादी केली होती.

मुलांच्या पालनपोषणाचे पैसे त्यांच्याकडून मिळण्यासाठी अम्मी नैबिताह[१]च्या कोर्टात जाऊन आली होती; पण त्याचा काही फायदा झाला नाही. आमच्यासाठी त्यांनी काहीतरी खायला घेऊन द्यावं म्हणून कमील आणि मी त्यांना शोधत होतो. खडकाळ रस्त्यावरून धावत-पळत आम्ही ते राहत असलेलं खेडं गाठलं होतं. ते कोठे भेटू शकतील, हे लोकांना विचारत आम्ही त्यांना नैबिताहच्या बाजारामध्ये शोधत होतो. त्यांचा आवाज आणि त्यांच्या मोठ्याने हसण्याने एकदाचं आम्हाला त्यांच्यापर्यंत पोहोचवलं. गर्दीत लक्षात न येण्याइतके ते बुटके होते. अम्मीपेक्षाही खूपच बुटके. अम्मीने दिलेल्या सूचनांप्रमाणे आम्ही त्यांना आमच्यासाठी मांस आणि साखर घेऊन द्यायला सांगितलं. त्यांनी ते ताबडतोब मान्य केलं आणि आम्हाला त्यांच्या पाठोपाठ यायला सांगितलं. आम्ही लागलीच त्यांच्या मागे-मागे चालू लागलो. आमचे डोळे त्यांच्या पाठीला चिकटलेले होते. पोत्यांच्या राशींत मसूर आणि बर्गल्व्या[२] भरून घेऊन उंट, गाढव, मेंढ्या, कोंबड्या यांच्या गर्दीत हिंडणाऱ्या बाजारातील विक्रेत्यांच्या आणि शिपायांच्या गर्दीत ते हरवून जातील, या भीतीने

---

१. **नैबिताह :** उत्तर लेबाननमधील एक शहर, जेथे शिया खूप मोठ्या संख्येने राहतात. त्यांची अप्पर डिस्ट्रिक्ट आणि लोअर डिस्ट्रिक्ट अशी विभागणी केली आहे.

२. **बर्गल्व्या :** भिजवून 'सडलेला' गहू (दलिया).

आम्ही धास्तावलेलो होतो. कधी-कधी जेव्हा ते दिसेनासे होत, तेव्हा आपण त्यांना कायमचे हरवून बसलो या भावनेने आम्ही घाबरून जात होतो आणि पुन्हा ते दृष्टीस पडल्यावर आमच्या जिवात जीव येत होता. सरतेशेवटी आम्हाला गुंगारा देण्याचा प्रयत्न त्यांनी एकदाचा थांबवला. त्यांनी सांगितलं की, त्यांच्याजवळ काहीच पैसे नाहीत आणि आम्हाला ते काहीही घेऊन देऊ शकत नाहीत. चांभारकाम करणाऱ्या आमच्या मामाचं जवळच असणारं दुकान कसं शोधता येईल, हे आम्हाला समजावून देऊन ते दिसेनासे झाले.

बाजारातील विक्रेत्यांचे आवाज आणि जनावरांच्या हंबरण्याचे आवाज यांना भेदून टाकणाऱ्या आवाजात कमीलने अब्बूंना हाक मारली.

''हे बघ बाळा,'' मेंढीचं कातडं विकणारा एक माणूस म्हणाला, ''तुझा हा आवाज म्हणजे एखाद्या धातूच्या कारखान्यामध्ये पादणं.''

आम्ही परतीचा मार्ग शोधून अम्मीकडे पोहोचलो. ती तिच्या चांभारकाम करणाऱ्या भावाबरोबर त्याच्या दुकानात आमची वाट पाहात थांबलेली होती. तिने जेव्हा आम्हाला रिकाम्या हातांनी आलेलं पाहिलं, तिने कपाळाला आठ्या घातल्या आणि पुन्हा कोर्टात जाण्याचा निश्चय केला. मांस, तांदूळ, साखर न घेताच आम्ही घरी परतलो. आईने आमच्यासाठी मांस न घालताच टोमॅटोचं 'किबेह'[३] केलं. तिने जेव्हा टोमॅटो हातात धरून पिळले, तिच्या बोटांमधून लाल रस वाहिला. माझ्या मनात आलं की, त्या टोमॅटोच्या बियांना वेदना जाणवत होत्या का? आणि म्हणून त्या निसटून जाण्याचा प्रयत्न करत होत्या का?

अम्मीने 'किबेह' मळून ठेवलं.

''कसं लाल दिसतं आहे नाही? शिवाय त्यात बर्गलही घातलं आहे, जे आपण अस्सल किबेहमध्येही घालतो.'' आई अत्यंत उत्तेजित स्वरात म्हणाली.

अस्सल किबेहसारखं? ती नक्की कोणाला मूर्ख बनवीत होती? कुटून मऊ करावं लागणारं मांस कुठे होतं? आमचा लाकडी खलबत्ता कुठे होता, जो हजारो खलबत्त्यांमधूनही मी ओळखत होते. अस्सल किबेह? मग अम्मी ते पांढरट रंगाचं मांस सोललेल्या अंजिरासारखं दिसण्यासाठी त्यावरचे पांढरट रंगाचे दोऱ्यासारखे तुकडे बाजूला काढून त्यांचा ढीग का बनवत नव्हती?

दुसऱ्या दिवशी अम्मी आम्हाला घेऊन कोर्टात गेली आणि तेथील डोक्याला कलिंगडाच्या आकाराचा फेटा गुंडाळलेल्या शेख नावाच्या इसमाशी बोलू लागली.

''माझा शौहर त्यांना आधार द्यायला नाकारतो आहे.'' आम्हाला पुढे करत ती

---

३. **किबेह :** लेबाननमधील एक अतिशय लोकप्रिय असा पदार्थ, जो कुटलेलं मांस, किसलेले कांदे आणि गव्हाच्या दलियापासून तयार केला जातो.

त्याला म्हणाली, ''मी माझ्या मुलांचं पोट कसं भरायचं? स्वत:च्याच हाताचे तुकडे करून? त्यांच्या अंगात कपडे कसे घालायचे? स्वत:ची कातडी पांघरून? तो डोक्याला फेटा बांधलेला माणूस अम्मीशी बोलत असताना आम्ही त्याचं बोलणं ऐकत राहिलो. त्याने वापरलेला एक वाक्प्रचार माझ्या डोक्यात घर करून गेला, ''तुला असलेलं देणं इथेच सापडेल – तुझ्या घराच्या मध्यभागी.'' तो जे काही म्हणत होता, ते शब्दश: होईल असंच मला वाटलं. ती एक बोलायची पद्धत होती हे मला कळलंच नाही. आम्ही ज्या क्षणी घरात शिरलो, मी जमीन मोजायला सुरुवात केली होती. मोठ्या लोकांना वस्तू, अगदी कबरीसुद्धा मोजताना पाहिलं होतं, त्याच पद्धतीत. जेव्हा मी आमच्या घराचा अचूक मध्यबिंदू मोजला, मी त्याच जागेवर बसून लिरा प्रकट होण्याची वाट पाहात राहिले.

एक शेजारीण अम्मीला उपदेश करायला आली.

''त्याला मुलांना त्याच्याकडेच ठेवून घेऊ देत.'' ती म्हणाली, ''तू स्वत:ला त्रास करून घ्यायचं थांबव.''

''दूर हो माझ्या नजरेसमोरून – मी तुला त्या काटेरी पेअरच्या झुडुपांत फेकण्याआधी.'' किंचाळत अम्मीने तिला हाताला धरून दाराबाहेर काढलं.

घराच्या मध्यभागीच काय पण इतरही कुठून पैसे प्रकट झाले नाहीत, हे सांगायची गरजच नाहीये. एक दिवस कमील आणि मी आमच्या घरासमोर काही मुलांबरोबर खेळत होतो. अम्मी तिने लावलेल्या भाज्यांच्या वाफ्यांमधून पावटे वेचत होती आणि कसलीशी रानटी पालेभाजी शोधत होती. अब्बू आले आणि त्यांनी आम्हाला त्यांच्याबरोबर बाजारात चलण्यास सांगितलं, म्हणजे मग ते आम्हाला कपडे, मांस, साखर, काकवी आणि गोळ्या घेऊन देऊ शकले असते. आम्ही इतके उत्तेजित आणि भुकेलेले होतो की, आम्ही अम्मीला सांगायलाच विसरलो. पायात चपलाही न घालता आम्ही त्यांच्या पाठोपाठ निघालो.

आम्ही चालत असताना ते त्यांच्या यादीत आणखी काहीबाही गोष्टींची भर घालीत होते.

''मला तुमच्यासाठी असे नवीन चकाकणारे बूट घ्यायचे आहेत की, ज्यामध्ये तुम्ही तुमचे चेहरेही पाहू शकाल.'' ते म्हणाले.

खडकांमधून, काट्यांमधून, झाडा-झुडपांतून त्यांनी आम्हाला नेलं, पण आम्हाला माहीत होतं की, तो रस्ता बाजारात जाणारा नव्हता. तो रस्ता शेजारच्या खेड्यामध्ये जाणारा होता, जिथे ते त्यांच्या नव्या बीबीबरोबर राहत होते.

''हं, तर तिला काय वाटलं की, ती माझ्यापेक्षा जास्त हुशार आहे?'' आम्ही त्यांच्या घरी पोहोचल्यावर त्यांनी त्यांच्या नव्या बायकोला विचारलं, ''ते आता इथे राहू शकतात, म्हणजे मग काही खर्चही नसतील आणि नसती डोकेदुखीही नसेल.''

ती रात्र खूपच मोठी होती. अम्मीसाठी तळमळत आम्ही ती रात्र या कुशीवरून त्या कुशीवर करत राहिलो. मला काळजी वाटत होती की, अम्मीला असं वाटेल की, तरसाने आमच्या पायावर लघवी केली असेल. आम्हाला भुरळ घालून तो आम्हाला त्याच्या गुहेत घेऊन गेला असेल, जिथे तो आमचं मांस आमच्या हाडांपासून फाडून काढेल किंवा कदाचित तिला असंही वाटलं असेल की, जमीन दुभंगून तिने आम्हाला गिळलं असेल. पण मग मला माझ्या भावाने समजावलं की, आम्ही ज्या मुलांबरोबर खेळत होतो, ती मुलं अम्मीला नक्कीच सांगतील की, आम्ही आमच्या अब्बूंबरोबर गेलो आहोत. एकमेकांना घट्ट धरून, एकमेकांच्या हृदयाचे ठोके ऐकत आणि आमच्या गायींच्या हंबरण्याची आठवण काढत आम्ही झोपी गेलो.

सकाळी माझ्या लक्षात आलं की, मला माझ्या अब्बूंच्या बीबीच्या चेहऱ्यावरचे भाव वाचता येत नाहीये. पण घरी तर मला अम्मीच्या बाबतीत अशी अडचण कधीच जाणवली नाही. मला माहीत होतं की, माझं तिच्यावर प्रेम होतं. मला हे पण माहीत होतं की, अम्मीला अब्बूंची ही नवीन बीबी आवडत नव्हती म्हणून मलाही ती आवडलीच पाहिजे, असं काही बंधन नव्हतं. तिच्या हिरव्या डोळ्यांमधलं गुपित शोधण्याचा प्रयत्न करत मी तिच्या डोळ्यांत रोखून पाहिलं. ते मी आजवर पाहिलेले पहिले डोळे होते, जे काळे नव्हते. तिने कधी त्या डोळ्यांत सुरमा रेखला होता का? अम्मीचे डोळे काळे होते. ती काळे दगड कुटून, त्या कुटलेल्या दगडाचा उपयोग तिचे डोळे रेखण्यासाठी करायची. आम्हाला अम्मीची एवढी आठवण येत होती की, काकवीचा नाश्ताही आमच्या घशाखाली उतरत नव्हता. चहाच्या एकेका घोटाबरोबर आम्ही एकेक घास गिळत होतो.

माझा भाऊ आणि मी आकाशात बघत, जांभया देत, संध्याकाळ होण्याची वाट बघत एकमेकांना चिकटून बसलो होतो. वेळ खूप हळूहळू सरकत होता. ते उन्हाळ्याचे दिवस होते आणि अब्बू त्यांच्या दुसऱ्या खोलीत शिकवतही नव्हते. त्यामुळे आम्हाला तिथे बसून ते शिकवत असताना बघताही येत नव्हतं. आम्ही अम्मीला कधीच विचारलं नाही की, ती आम्हाला नैबिताहच्या शिक्षकांकडे पाठवेल का? कारण आम्हाला ठाऊक होतं की, ते तिला परवडत नव्हतं.

सूर्यास्त होण्यापूर्वी तिथून पळून जाण्याचा आम्ही निश्चय केला. त्यामागे कोणतंही कारण नव्हतं. एकच गोष्ट होती, ती म्हणजे रात्री अंथरुणावर आम्हा दोघांच्या मध्ये झोपून आमच्या अंगावर हात टाकून झोपणाऱ्या अम्मीशिवाय आणखी एक रात्र काढायची? या विचारानेच आम्हाला तेथून पळून जायला प्रवृत्त केलं. जोपर्यंत आमच्या अब्बूंच्या बीबीने मसुराची ताटली तेथील चुलीपाशी ठेवली नाही, तोपर्यंत आम्ही व्हरांड्यातच बसून राहिलो. ती जशी कणीक भिजवायला आतमध्ये गेली, माझ्या भावाने त्या मसुराच्या थाळीवर झडप घातली. ते चटके

देणारे मसूर आपल्या अंगरख्याच्या खिशात ओतले आणि मग आम्ही त्या तपकिरी लाल रंगाच्या दगडांवरून, विरळ झाडीमधून पायात घुसणाऱ्या काट्या-कुट्यांची किंवा चटके देणाऱ्या मसुरांची पर्वा न करता अनवाणीच धावत सुटलो. 'कोणालाही, अगदी फरिश्त्यालासुद्धा तुमचे हात सोडवू देऊ नका,' असं अम्मी नेहमीच सांगत असे. पण आज धावताना आमचे हात हातात नव्हते. तिथल्या खडकांमधून टोमॅटोच्या रंगाचे ॲनिमोनस (चांदणीच्या आकाराची फुलं असणारं एक झुडूप) नजरेला पडल्यावरही मी मध्ये थांबले नाही. जेव्हा अंजिराची झाडं आणि मोठं डबकं नजरेसमोर आलं, तेव्हा कुठे आमचा वेग कमी झाला आणि आम्ही थोडे शांत झालो. आम्हाला जेव्हा राखाडी रंगाचा खडक दिसला, ज्याला आम्ही उंट (कारण तो उंटासारखा दिसत असे.) म्हणत असू, तेव्हा आम्ही आमच्या घराच्या वाटेवर आहोत याची आम्हाला खात्री पटली. माझ्या कपड्यांमध्ये काटे घुसले होते आणि ते गांधीलमाशीच्या डंखासारखे टोचत होते. पण मला आता लवकरात लवकर अम्मीला भेटायचं होतं आणि थोडेसे मसूर खायचे होते; त्यामुळे मी आणखी जोरात धावू लागले. जणूकाही मी ती जमीनच गिळत होते.

अचानक अंधार दाटून आला, जणूकाही उंटाने सूर्याची वाट अडवली होती. आता अली अट्रॉश आमच्यावर झडप घालेल या विचाराने आम्ही चांगलेच घाबरून गेलो. 'अली अट्रॉश' हा गावातला एक वेडा होता; त्याच्या छातीवर लाकडी पेटी इतकी घट्ट बांधलेली असायची की, ती त्याच्या शरीराचाच भाग वाटायची. तो जेव्हा श्वास घेई किंवा किंचाळत असे, ती पेटी हिसक्याने वर-खाली होत असे. लोक सांगत की, त्याच्याकडे खूप सोन्याची नाणी होती; पण त्याने ज्या पेटीमध्ये ती ठेवली होती, तिच्यातून एका सकाळी ती नाहीशी झालेली त्याला दिसली. जेव्हा संशयाची सुई स्वत:च्याच भावाकडे वळली, अली अट्रॉश अक्षरश: वेडापिसा झाला. त्या दिवसापासून त्याला दगड मारणाऱ्या लहान मुलांची भीती वाटत असे. त्याच्या वेडेपणाच्या भीतीपोटी लहान मुलं तसं करत असत. 'जमिनीतलं सोनं, जमिनीतीलं सोनं,' असं काहीतरी निरर्थक बडबडत तो त्यांच्यावर ओरडत असे.

अली अट्रॉश आपल्याला काहीही इजा करणार नाही, कारण सगळा गाव ज्या स्त्रीला 'छोटीशी लाजाळू' स्त्री म्हणून ओळखतो, अशा स्त्रीची आपण मुलं आहोत हे अली अट्रॉशला माहीत आहे, असं सांगून मी माझ्या भावाला समजावत होते. अम्मीने त्याला नेहमीच प्रेमाने वागवलं आहे, जेव्हा कधी तो भेटला तेव्हा त्याला हाताला धरून आपल्या घरी नेलं आहे, उंबऱ्यावर बसवून भुवयांचे केस उपटण्याच्या चिमट्याने वाकून त्याच्या पायातील काटे उपसून काढले आहेत आणि त्याला खाऊ-पिऊ घातलं आहे.

"तो आम्हाला अंधारात पाहू शकतो का?" आम्ही मनाशी विचार करत होतो.

आमचं घर अगदी हातच्या अंतरावर येईपर्यंत आणि आता आपण आपल्या घरी आलो आहोत, याची खात्री पटेपर्यंत आम्ही दोघांनीही आपापला श्वास रोखून धरला होता. आमच्या आनंदाची परिसीमा होण्यापूर्वीच आम्हाला एक आकृती येरझारा घालताना आढळली. तो अली अट्रॉश आहे असं मला ठामपणे वाटत होतं, पण ती तर आमची वाट पाहणारी आमची अम्मी होती. ज्या क्षणी तिने आम्हाला पाहिलं, त्या क्षणी ती मोठ्याने ओरडली आणि तिच्या अश्रूंचा बांध फुटला. आम्ही आनंदाने चीत्कारलो.

"अम्मी! आम्ही घरी पोहोचलो!" कमील आनंदाने ओरडला, "आम्ही थोडे मसूर आणले आहेत आणि ते तू खावेस अशी माझी इच्छा आहे." हवेत हात नाचवत अम्मीने मोठमोठ्याने गायला सुरुवात केली. आम्ही एकमेकांच्या दिशेने झेपावलो. तिने आम्हाला आपल्या बाहुपाशात कवटाळलं, ती आमचे मुके घेत होती. आमचं मस्तक हुंगत होती.

"त्या हरामखोराने तुम्हाला पळवून नेलं होतं!" ती म्हणत होती. "त्या मेल्यालाही खुदाने असंच उचलून न्यावं."

ती आम्हाला आत घेऊन गेली. आत गेल्यावर माझ्या भावाने एका ताटलीत मसूर काढून ठेवले. अम्मीनेही थोडे हिरवे बीन्स शिजवले होते. आम्ही ते सगळं अधाश्यासारखं संपवलं. नंतर आम्ही तिघंही अंथरुणावर विसावलो. माझ्या भावाच्या पोळलेल्या मांडीवर आणि माझ्या रक्ताळलेल्या पावलांवर फुंकर घालत अम्मी बसली होती.

"अम्मी!" मी विचारलं, "आम्ही तिथून परत पळून येऊ हे तुला कसं कळलं?"

"मी तुमची अम्मी आहे. हो की नाही?"

मी तशीच पाठीमागच्या बाजूने ऐकू येणारं गाईचं हंबरणं ऐकत पडून राहिले. त्या गायी फुस्करू देत किंवा नको, पण आता मी घरी आले आहे, हे मी स्वत:ला वारंवार बजावत राहिले.

रात्र झाल्यावर खाली बसलेल्या गुरांचे मोठमोठे डोळे त्या अंधारात मी निरखत होते. आत्ता या क्षणी मी माझ्या अब्बूंच्या आणि त्यांच्या बीबीबरोबर नव्हे, तर अम्मीबरोबर आहे, याची स्वत:ला खात्री पटवून देण्यासाठी त्या अंधारातही डोळे फाडफाडून बघत होते. हे घर जिथे जसं होतं, ते तसंच तिथे राहणार होतं... तो ब्यूरो, तो आरसा... ती बैठकीची खोली आणि ती खिडकी!

जेव्हा अम्मी माझ्या भावाच्या आणि माझ्यामध्ये आडवी झाली तेव्हा कुठे मला झोप आल्याचं जाणवलं. बाहेर वारा शीळ घालत झाडांमधून फिरत होता. गायींच्या हंबरण्याने मला अलगद झोप लागली, जणूकाही ते माझ्यासाठी अंगाईगीतच होतं.

गुपितांचं दार

सकाळी उठल्या-उठल्या माझ्या लक्षात आलेली पहिली गोष्ट होती – खिडकीची चौकट! त्या खिडकीच्या बाहेरील बाजूने आत वाढण्याचा प्रयत्न

करणारी अंजिराची एक फांदी आत आलेली मला दिसत होती. नैबिताहमध्ये खिडक्यांना बाब-अल्-सरर (गुपितांचं दार) असं म्हणत असत. कदाचित त्यांच्यामागे काय चालतं, हे आम्हाला कधीच माहीत नसायचं म्हणून तसं असेल. अम्मी बाहेर गेली आणि तिने काही अंजिरं उचलली. किंचित ओल्या केलेल्या पावाच्या चुऱ्यावर तिने ती घोळली आणि आमच्या हातात देण्यापूर्वी त्यांच्यावर साखरेचे काही दाणे भुरभुरले. तिने गादी उचलून भिंतीशी उभी करून ठेवली आणि मग आम्ही निलगिरीच्या झाडांच्या बाजूने शेतांकडे निघालो.

तिने आम्हाला घाई करायला सांगितलं.

"कोणी आपल्याला पाहाण्यापूर्वीच ते घ्या." ती म्हणाली.

आम्ही असं गव्हाच्या शेतातून लपत-छपत का जायचं? मी मनाशी नवल करत होते. गव्हाच्या पिकांची कापणी झाली होती आणि शेतं रिकामी होती. आई त्या लाल मातीवर वाकली आणि आदल्या दिवशी दुपारी पिकांची कापणी करताना त्या लोकांकडून काही दाणे सांडले होते, ते मातीत विखरून पडलेले गव्हाचे दाणे वेचायला तिने सुरुवात केली. मी तिच्या हालचालींची हुबेहूब नक्कल करत होते. मी लेहेंगा पसरून मातीतील दाणे गोळा केले. ते गव्हाचे दाणे सोन्याच्या चिमुकल्या तुकड्यांप्रमाणे चमकत होते; पण त्याचवेळी मला त्या गव्हाच्या पेंढ्यांखाली आराम करणाऱ्या सापांची भीती वाटत होती.

पिकाची कापणी करणाऱ्यांनी ते दाणे आमच्यासाठी ठेवले आहेत का, असं मी आईला विचारलं; पण तिने काहीच उत्तर दिलं नाही. ते दाणे तिथे तसे का ठेवले होते, हे मला कळायला काही दिवस जावे लागले. गव्हाच्या लोंब्या तोडून, त्यांनी

गव्हाची पोती तटतटून भरली की, बाकीचं सगळं मातीमोल समजून शेतकरी ते तसेच टाकून निघून जात.

आम्ही जेव्हा घरी परतलो तेव्हा आमचाही रंग मातीसारखाच झाला होता. आम्ही गोळा करून आणलेले ते दाणे सुपामध्ये ओतले. त्या सुपातून पाल-बिल फिरली असेल तर काय, या आशंकेने तिने ते सूप आधी ओल्या आणि मग कोरड्या फडक्याने पुसून घेतलं होतं. मला तिने काटेरी झुडुपांमधून काटक्या गोळा करून आणायला बाहेर पिटाळलं. अंघोळीनंतर मी माझ्या केसांना तेल लावू दिलं नाहीतर माझे कुरळे केसही त्या काटेरी झुडुपांसारखे दिसतात असं अम्मी म्हणायची. मी परतेपर्यंत आईने ते गहू छोट्या जात्यावर दळून, त्याच्या छोट्या-छोट्या लाट्या केल्या होत्या. काटेरी काटक्यांचा जाळ करून अम्मीने त्या लाट्या त्याच्या आचेवर भाजल्या. त्या छान खरपूस भाजून झाल्यावर आम्ही त्या एकामागून एक अशा बकाबका खाऊन संपवल्या.

सूर्यास्त होण्याच्या काही वेळ आधी ती आम्हाला दुसऱ्या एका शेतामध्ये तिथल्या गवताच्या आणि गव्हाच्या पेंढ्यांमधून उगवलेले मशरूम वेचायला घेऊन गेली. आम्ही गात होतो, "या मशरूमांनो...! स्वत:ला थोडं वर काढा. एकमेकांवर स्वार व्हा!" आईने काही अंड्यांबरोबर आमच्यासाठी ते मशरूमही तळले.

अब्बूंच्या घरून आम्ही मसूर घेऊन पळून आलो होतो, त्याला काही महिने होऊन गेले होते. त्यानंतर आम्ही त्यांना पाहिलं नव्हतं, पण गावात कुजबुज ऐकली होती. अम्मी हे मनाशी धरून चालली होती की, त्यांनाही हे कळलंच असेल की, कसे आम्ही पक्ष्यांसाठी सोडलेल्या गव्हावर गुजराण करत होतो आणि फारच क्वचित गावातल्या दुकानात जात होतो. अशा काही वेळा सोडून ज्या वेळी मी दुकानात जात असे, मला रडू फुटत असे आणि उधारीवर घेतलेली थोडी काकवीतील बरीचशी काकवी चाटून झाल्यावर हातातल्या ॲल्युमिनियमच्या थाळीसकट मी परतत असे. मुलांच्या भरण-पोषणाचे जे काही न्याय्य पैसे होते, ते अब्बूंकडूनच मिळवण्याच्या बाबतीत अम्मी तिच्या मतांवर ठाम होती.

एक दिवस अम्मीने कमीलला नवीन नेव्ही ब्ल्यू रंगाची पँट चढवली आणि मला पण एक स्वच्छ ड्रेस घालायला दिला, जो माझ्या सावत्र बहिणीने, म्हणजे माझ्या अम्मीच्या पहिल्या शौहरच्या मुलीने बैरुतहून पाठवला होता. आनंदाने, गर्वाने छाती फुगवून बाहेर वाट पाहात थांबली, कारण आम्ही बाजारात मांस, मटण आणि काकवी आणायला निघालो होतो. आम्ही आमच्या अब्बूंना शोधणार होतो. दुधासारख्या पांढऱ्या रंगाचं गाढव घेऊन एक शेतकरी चालला होता. त्या गाढवाचे कान पकडून कमील त्या गाढवावर चिकटून बसला. कमीलच्या पँटच्या बदल्यात ते गाढव त्याला देण्याचं त्या शेतकऱ्याने कबूल केलं. कमीलने तिथल्या तिथे तो व्यवहार

मान्य करून टाकला. त्याने त्याची पँट उतरवून त्या शेतकऱ्याच्या हातात दिली आणि त्या गाढवाला मिठी मारून त्याचे मुके घ्यायला तो परत त्या गाढवाकडे गेला. जणूकाही त्याच्या पांघरुणात त्याच्या शेजारी झोपणारं एक भटकं कुत्रं पुरेसं नव्हतं. अम्मी संतापली होती, पण तरीही चड्डी घालून गाढवावर बसलेल्या कमीलला आणि मला घेऊन ती तशीच बाजारात गेली. आम्ही नैबिताहच्या बाजारात पोहोचेपर्यंत आता माझ्या डोक्यात 'मांस' नव्हतं. तर मला हवी होती, प्लॅस्टिकची रंगीबेरंगी ब्रेसलेट्स आणि डोक्याला बांधायचे रुमाल, जे पक्ष्यांचे पाय म्हणून ओळखले जात. कारण त्या रुमालाला निमुळत्या आकाराचे रंगीबेरंगी दोरे असत, जे पक्ष्यांच्या छोट्या-छोट्या पायांप्रमाणे भासत.

आम्ही आमच्या अब्बूंना सगळीकडे शोधलं. हातात जपमाळ असणाऱ्या एका माणसाला आमची दया आली –

"ज्या क्षणी तुम्ही येताना दिसलात, त्याच क्षणी जणूकाही एखादा मिठाचा खडा विरघळावा तसा तो इथून निघून गेला." असं त्याने आईला सांगितलं.

"खुदा करो आणि तोसुद्धा तसाच विरघळून जावो." अम्मी पुटपुटली.

आम्ही रिकाम्या हातांनी घरी परतताना आता गाढवावर बसायची माझी पाळी होती. प्रत्येक वेळी अम्मीला थांबवून कोणी तिला विचारलं की, "या मुलांच्या अब्बूंकडून पैसे घ्यायला जमलं का?" ती उत्तरायची, "या खुदा! नाही ना! त्याचं मन दगडाचं बनलं आहे. त्यापेक्षा आता मी तो मेला असे समजून खुदावर भरोसा ठेवला आहे."

त्या रात्री मला चिकटून झोपलेला कमील आणि त्याच्या कुत्र्याबरोबर अंथरुणावर पडलेली असताना मी मनाशी विचार करत होते की, त्या गायींना त्यांच्याबरोबर आता एक गाढव आहे, हे कळलं असेल का? त्यांना ते चाललं असेल का? मी कुत्र्याचा कान पकडला आणि गव्हाची रिकामी शेतं पाहून माझ्या डोक्यात आलेल्या ओळी म्हणायला सुरुवात केली –

"नको आनंदू असा... ए लांब केसांच्या गव्हा
उद्या येईल कोयता –
आनंदाने नाचायला अन् तुझ्या पायाला गुदगुल्या करायला
ते लांबलचक तुरे छाटायला
शेताचं गाणं जाईल मंदावत... जातील जेव्हा या बटा"

उलटणाऱ्या दिवसांगणिक आमचे अब्बू आम्हाला मदत करतील, ही आशा आम्ही सोडून दिली. आमच्याकडच्या गायी विकण्यास अम्मीचं मन राजी नव्हतं, म्हणून त्याऐवजी तिने फळझाडांच्या बागांमधून संत्री आणि लिंबं वेचण्याचं काम शोधलं. भावाला शेजाऱ्यांकडे ठेवून ती मला बऱ्याचदा तिच्याबरोबर घेऊन जात

असे. बऱ्याच वेळेस मी थांबायची... खूप दमलेली असायची. माझी पावलं इतकी दुखत असायची की तिथेच आडवं पडून विश्रांती घ्यावी, असं मला वाटायचं... पण अम्मी पुढे-पुढे चालतच राहायची आणि मला हे ठाऊक होतं की, मला तिच्याबरोबर जावं लागणारच आहे. तिथे पोहोचल्यावर अम्मी माझ्यासाठी एखाद्या झाडाखाली जागा शोधून काढायची. तिथली ओल, किडे वगैरे साफ करून मला बसण्यासाठी पोतं घालून द्यायची. तिथल्या आजूबाजूच्या झाडांवरची फळं वेचून झाली की, ती तिच्या नजरेसमोर ठेवण्यासाठी म्हणून मला घेऊन पुढे जायची. मला वेळा-काळाचं काहीही भान नसायचं... मी आपली रिकामटेकडेपणानं गाणी म्हणत, संत्री खात असायची. तिथे काम करणाऱ्यांची गाणी आणि झाडांवरून फळं तोडताना होणारी मंद सळसळ ऐकत असायची. गांधीलमाश्यांच्या वाटेला न जाता मी हातातल्या काटकीने मुंग्यांना ढोसायची.

कधी-कधी सरळ घरी न जाता अम्मी मला अंघोळीसाठी लिटानी नदीवर घेऊन जात असे. खडकांच्या वळणदार रांगांमधून आणि विरळ झाडांमधून वाहणारी नदी नजरेला पडेपर्यंत आम्ही डोंगर-दऱ्यांतून, वाट तुडवत जात असू. गोळीसारख्या गुलाबी रंगाची आणि जणू फांद्यांनी बनलेल्या घरासारख्या दिसणाऱ्या ऑलिन्डरच्या झाडापर्यंत पोहोचल्यावर आम्ही थांबत असू. मी लागलीच नदीत सूर मारून खडकांमधील काठावर येऊन उभी राहत असे. तेव्हा अम्मी माझं अंग घासण्यासाठी दगड शोधत असायची. मग अम्मी माझा हात धरायची आणि आम्ही माझ्या गुडघ्यापर्यंत येईल इतक्या पाण्यात जायचो. तिथल्या झाडांसमोर आणि खडकांसमोर माझी त्वचा गोरीपान दिसायची. मी पाय घसरून पडेन, वाहून जाईन अशी अम्मीला कायम भीती वाटत असे. तिची भीती संसर्गजन्य होती. तिच्या कपड्यांमधून ती तिचं उंच शरीर घासत असताना मी एखाद्या दगडासारखी स्तब्ध उभी राहत असे.

अम्मी फार क्वचित स्मित करायची. तिला हसताना तर मी फारच कमी वेळा पाहिलं होतं. पण आम्ही लिटानी नदीवर जेव्हा शेवटचे गेलो होतो, तेव्हा तिथल्या गार पाण्यात उभं राहून तिला गाताना पाहून मी आश्चर्यचकित झाले होते. ती गात होती –

ए दयाळू मित्रा....
ये आणि गा माझ्यासवे,
एकमेकांना सांभाळू आपण दोघे

मला आठवतं, त्या दिवशी तिने माझ्या अंगावर कसं पाणी घातलं होतं. पाणी घालताना 'अल्ला के नाम!' आणि 'अल्लाचा शुक्रिया!' असं ती पुटपुटत होती. मग ती हसली आणि तिने स्वत:च्या अंगावर पाणी घेतलं. तिचे काळेभोर केस जवळजवळ तिच्या कमरेपर्यंत पोहोचत होते आणि जेव्हा तिने डोळे उघडले, तिचे

डोळे टपोरे आणि चमकदार दिसले. जणूकाही त्या पाण्याने तिच्या सगळ्या काळज्या आणि आमच्यावर पडलेली आमच्या अब्बूंची भयानक सावली धुवून टाकली होती. आम्ही पाण्यातून बाहेर आलो आणि काट्यांवरून चालताना गवती चहाची पाती खुडली. ती चिमूटभर मीठ घातलेल्या पानामध्ये दुमडून घातली आणि अधाशासारखी खाल्ली. अम्मीने पुन्हा एकदा अल्लाचा शुक्रिया अदा केला.

आम्ही आमचं घरदार, गायी, कुत्री, गाढवं, शेतं, लिटानी नदी, माझी मैत्रीण ॲपल हे सगळं... सगळं सोडून बैरुतला जाण्यापूर्वी खुदाचे आभार मानताना मी तिला शेवटचं ऐकलं.

त्या नदीवर शेवटचे जाऊन आल्यावर थोड्याच दिवसांत तिने मला आणि माझ्या भावाला जवळ बसवलं आणि म्हणाली, "लिटानी सोडून जाण्याची वेळ आता आली आहे. मी तुम्हाला बैरुतला घेऊन जाणार आहे, कारण तुम्ही असं गवत, रानटी पालेभाज्या खाऊन आयुष्य काढू शकत नाही. हे सगळं आपण आपल्याबरोबर घेऊन जाऊ शकणार नाही, त्यामुळे त्याला शेवटचा निरोप द्या."

मी काय विचार करावा, हेच मला समजेना. ज्या शहराने अम्मीला रडवलं होतं, ते शहर पाहाण्यासाठी मी उत्सुक होते. पण त्याच वेळेस मला नैबिताहपण सोडायचं नव्हतं. तिचे शब्द खरे करणारा दिवस अखेर उजाडला. ज्या दिवशी गायी विकल्या, रडत-रडत त्यांना निरोप दिला आणि मग तिने आमचं गाढव आमच्या बदाऊनी शेजाऱ्यांना देऊन टाकलं. तिच्या नावाचा अर्थ होता – 'जेता.' ती नेहमीच सगळ्या अडचणींवर मात करून शिखरावर पोहोचते, या तिच्या नावाची खात्री तिने आम्हाला पटवून दिली. आमच्याबरोबरचे आपले दिवस आता संपले, याची आमच्या कुत्र्याला जाणीव झाली, त्यामुळे त्याने स्वत:साठी दुसरं घर शोधलं.

जिच्याबरोबर मी खेळले होते, त्या माझ्या मैत्रिणीला, ॲपलला 'अलविदा' म्हणायची वेळ आली होती. कधी-कधी आमच्या नाकाखाली टेकवलेल्या काठ्या आपटत आम्ही ओरडत असू, "करकमाह... करकमाह – हे परवदिगार माझं रक्त वाहू दे!" आणि आम्हाला माहीत होतं की, आम्ही नक्कीच जन्नतमध्ये जाणार होतो. मी जास्त वेळ दूर राहणार नाही, असं ॲपलला सांगितलं तरीही ती रडायला लागली.

"ठीक आहे." मी म्हटलं. म्हातारी माणसं बोलताना मी जे ऐकलं होतं त्याप्रमाणे मी तिला म्हटलं, "जोपर्यंत माझे दात शाबूत आहेत, तोपर्यंतच मी दूर राहीन. त्यापेक्षा एकही दिवस जास्त राहणार नाही."

मी तिला सगळं 'दा' (सगळ्या सुंदर गोष्टींचं वर्णन करण्यासाठी वापरण्यात येणारा शब्द.) देऊन टाकलं होतं... जवळजवळ सगळे दात तुटलेला एक लाल कंगवा, एक शिटी... मोडकी बाहुली आणि भातुकली खेळायला म्हणून गावातून गोळा केलेल्या एका बशीचे तुकडे....!

"लक्षात ठेव," मी ॲपलला बजावलं, "तू माझ्याशिवाय इतर कोणाबरोबर खेळलीस तर... इमाम अली आणि इमाम-अल्-हुसैन[४] हे पवित्र हुतात्मे तुझे शत्रू होतील!"

"अल्लाकसम, मला तुझी खूप आठवण येईल कमिला." ती स्फुंदत म्हणाली, "मला कधीही विसरून जाऊ नकोस."

"मला पण तुझी आठवण येईल ॲपल," मी रडत-रडत उत्तरले, "मी परत येईपर्यंत तुला कोणाला खाऊन टाकू देऊ नकोस."

बैरुतमध्येपण अशी निलगिरीची झाडं असतील का? त्या झाडांना एका हातानं कवटाळून दुसऱ्या हाताने मी माझे केस धरून अल्लाकडे, माझेपण केस त्या झाडांसारखे लांबसडक आणि त्यांच्या पानांसारखे मऊ होण्यासाठी दुवा मागत असे. इथल्या मोठ्या मुलींप्रमाणे मलाही बैरुतमध्ये दमास्कस गुलाब तोडायला मिळतील का, असा मी मनाशी विचार करत होते. त्या मुलींप्रमाणेच मी पण त्या गुलाबाच्या पाकळ्या एका ताटलीत पाण्यात घालून दाराबाहेर रात्रभर ठेवल्या असत्या, त्यांच्यावर सकाळचं दव पडलं असतं. मग मी ते पाणी माझा चेहरा धुवायला वापरलं असतं आणि आरशासमोर उभी राहिले असते. "या अल्लाह!" मी स्वत:लाच सांगितलं असतं. "मी किती सुंदर आहे!"

आमच्या तेथील शेवटच्या रात्री आमच्या गायी परत घरी आल्या आहेत का, हे बघायला आमच्या परसदारी गेले, त्या दिवशी सकाळी मी गायींना शेवटचा अलविदा करायला त्यांचं नवीन घर शोधत होते... ॲपल मला म्हणाली की, तिच्या आईने तिला सांगितलं होतं की, गायी या कबुतरासारख्या असतात. त्या कोठेही गेल्या तरी आपल्या मूळ ठिकाणी परत येतात. पण आमच्या गायी आमच्या परसदारी नव्हत्या.

---

४. **इमाम-अल्-हुसैन :** अली हे प्रेषित मोहम्मदांचे चुलत भाऊ, ज्यांचा विवाह प्रेषितांच्या मुलीशी, फातिमाशी झाला. चौथे खलिफा अली यांचा वध झाल्यानंतर त्यांचे दोन्ही मुलगे अल्-हसन आणि अल्-हुसेन 'शियत अली (अलींचा पक्ष)मध्ये उच्चस्थानावर गेले, जो पुढे इस्लामधर्मातील 'शिया पंथ' बनला. अल्-हुसेन यांना करबला येथील युद्धात वीरगती प्राप्त झाली.

१९३४, बैरुत

आम्ही बैरुतला पायी नव्हे, तर फोर्डमध्ये बसून गेलो. अम्मीला तिच्या शहरात राहणाऱ्या इतर चार मुलांना भेटायची इच्छा झाल्यावर ती पायी जात असे, त्याप्रमाणे पायी नव्हे, तर या वेळी फोर्ड गाडीतून आम्ही बैरुतला गेलो. एरवी बैरुतला जाताना आम्हाला ती नैबिताहमध्ये राहणाऱ्या तिच्या एकुलत्या एक बहिणीकडे ठेवायची आणि मग चार दिवस चालून तिकडे पोहोचायची. ती जेव्हा परत यायची तेव्हा तिचे तळपाय फोडांनी भरलेले असत. ते फोड एखाद्या फुग्यासारखे दिसत; पण आवाज न करता फुटत असत.

मला हे माहीत होतं की, मला दोन सावत्र बहिणी आणि दोन सावत्र भाऊ आहेत. जी मुलं अम्मीला तिच्या आधीच्या शौहरपासून झाली होती, जो मारला गेला होता. कोणीही 'बैरुत' या शब्दाचा उल्लेख जरी केला, तरी अम्मी तिच्या गालांना हात लावून म्हणायची, ''बैरुत... तू माझी मुलं माझ्यापासून हिरावून घेतलीस!''

याने मी आणि कमील गोंधळून जायचो.

''पण त्यांना तर कोणीही पळवलं नाहीये. ते शादी करून तिकडे गेले आहेत. हो ना?'' कमील तिला विचारीत असे.

मी माझ्या सावत्र भावंडांना फार वेळा भेटलेली नव्हते, पण त्या चौघांचेही चेहरे माझ्या चांगले लक्षात होते. त्यांच्या ऑलिव्ह-तपकिरी रंगाच्या त्वचेमुळे ते माझ्या आणि कमीलच्यापेक्षा खूप वेगळे होते. माझ्या अम्मीचा रंगसुद्धा त्यांच्यापुढे कणभर फिकाच होता. जेव्हा कधी मी त्यांच्यापैकी कोणालाही तिला 'अम्मी' म्हणून हाक मारताना ऐकलं तेव्हा तेव्हा माझ्या काळजाचा एक ठोका चुकला होता. आमच्याआधी तिने त्यांना जन्म दिला आहे, हे मी कसं स्वीकारावं?

अम्मीची कहाणी माझ्यासमोर तुकड्या-तुकड्यात आली होती. नैबिताहमधील एका विख्यात घराण्यातील, ज्या खानदानातील पूर्वज धर्मयोद्धे होते, लेबनान

ज्यांच्या अधिपत्याखाली होता, अशा खानदानातील पुरुषाशी तिची शादी झाली होती. या खानदानातील लोक त्यांच्या शौर्यासाठी आणि सोन्याचे हातमोजे घालण्यासाठी प्रसिद्ध होते. अम्मीचा शौहर एक खेचरं वाहणारा व्यापारी होता, ज्याला त्याच्या वस्तूंच्या व्यापारासाठी दक्षिणेतील खेडी ते बैरुत शहर अशी ये-जा करावी लागत असे. त्यांनी मिळून एक घर बांधलं होतं आणि त्यांना चार मुलं झाली. पहिलं महायुद्ध सुरू होईपर्यंत ते सर्व जण अगदी सुखाने राहत होते. नंतर ऑटोमन अधिकाऱ्यांनी रसद तोडली, पिकं पळवून नेली आणि लोकांची उपासमार होऊ लागली. टोळधाडीने शेतांमधील आणि झाडांवरील हिरव्या रंगाचं सर्व काही अधाशीपणाने संपवून टाकलं. तुर्कांनी सक्ती केल्यामुळे, त्या उपासमारीच्या प्रदेशातील एकूण एक पुरुषाला सैन्यात भरती व्हावं लागलं. अम्मीने आणि तिच्या शौहरने तेथून निसटून जाण्याचा बेत आखला. अम्मीने जाण्यापूर्वी तिच्या चीजवस्तू – तिचा अम्बरचा हार आणि ती तिच्या वेण्यांमध्ये अडकवीत असे ते सोन्याचे आकडे अशा सगळ्या चीजवस्तू – तिच्या शौहरच्या घरातील लोकांकडे ठेवायला दिल्या. सुनसान, एकाकी रस्त्यावरून जाताना जर चोरांकडून किंवा लुटारू टोळ्यांकडून काही त्रास झाला तर अडीनडीला उपयोगी पडावेत म्हणून त्यांनी त्यांच्याकडील, ब्रिटनमधील सोन्याच्या ऑटोमन गिन्न्या, त्यांच्याबरोबर असणाऱ्या खेचरांना बांधलेल्या पेट्यांमध्ये एकदम तळाशी लपवून ठेवल्या होत्या.

जॉर्डनमधील मॅॲनला जाणारा नेहमीचा मार्ग टाळण्यासाठी त्यांनी डोंगर-दऱ्यांमधून जाणारा सर्वांत खडकाळ मार्ग घेतला, पण ते कुटुंब सुरक्षित स्थळी पोहोचण्यापूर्वीच त्यांच्यावर एका टोळीने हल्ला केला. त्यांनी त्यांचं सोनं लपवून ठेवलेली पेटी ज्या खेचराच्या पाठीवर होती, ते खेचर पळवलं. त्यांनी अधिकाऱ्यांकडे लगेचच तक्रार नोंदवली नाही, पण जेव्हा त्यांनी तक्रार नोंदवली तेव्हा अधिकाऱ्यांनी परेड करवलेल्या लोकांमधून माझ्या संकोची स्वभावाच्या अम्मीला त्यांच्याकडे पाहण्याचीही हिंमत झाली नाही आणि तिच्या शौहरलाही त्यांच्यामधून गुन्हेगार ओळखता आला नाही.

रात्रीच्या अंधारात त्या टोळीतील एकाने परत येऊन अम्मीच्या शौहरला ठार मारलं. दोषी कोण हे जरी कळलं असलं, तरीही त्या क्षणापासून अम्मीच्या दरिद्री आयुष्याची सुरुवात झाली. तिच्या मुलांसकट आणि उरलेल्या दोन खेचरांसकट ती लेबनानला जाणाऱ्या एका काफिल्यामध्ये सामील झाली. आल्या-आल्या लगेचच आपल्या चीजवस्तू आणण्यासाठी ती तिच्या नवऱ्याच्या रिश्तेदारांकडे गेली, तेव्हा त्यांनी त्या चीजवस्तू तिच्या नवऱ्याचं लागत असलेलं देणं फेडण्यासाठी दिल्या होत्या असं सांगून तिच्या तोंडावर दार बंद केलं. पण अम्मीनेही सहजासहजी हार मानली नाही. ती पुन:पुन्हा त्यांच्या दाराशी जात राहिली, त्यांच्याकडे मदतीची

याचना करत राहिली. त्यांनी जेव्हा तिला मारहाण करून हाकलून लावलं, तेव्हा कुठे तिने आशा सोडली आणि प्रयत्न थांबवले. नशिबाला बोल लावत ती तिच्या घरी परतली, पण त्याच वेळी घराच्या रूपाने असलेल्या नशिबाचे तिने आभारही मानले की, तिच्या मुलांसाठी आणि तिच्यासाठी काही आसरा शिल्लक होता. त्यातल्या वस्तूंची सगळी नासधूस झाली होती. शेवटी या जगात तिला करता येण्यासारखं एकच काम होतं – ते म्हणजे शेतात काम करणं. ते तिने करायला सुरुवात केली. कितीही काबाडकष्ट केले, तरीही तिच्या कुटुंबाचं पालनपोषण करणं तिला शक्य होत नव्हतं. तिने तेथील सरंजामदारांच्या आणि नेत्यांच्या घरांची दारं ठोठावून त्यांना आपली कर्मकहाणी ऐकवायला सुरुवात केली. त्यांपैकी एकाने सिडॉन शहरामध्ये असणाऱ्या एका धर्मार्थ चालवण्यात येणाऱ्या बोर्डिंग स्कूलमध्ये तिच्या मुलांना प्रवेश मिळवून देण्याची तयारी दाखवली.

अम्मीने ते मान्य केलं, पण त्यांना महिन्यातून फक्त एकदाच भेटण्याची परवानगी होती आणि त्यासाठी तिला दोन-तीन तास पायपीट करून तिथे जावं लागत होतं. अम्मी तिथल्या मुलींच्या वसतिगृहाच्या खाली उभी राहून त्यांना हाका मारीत असे. त्या खिडकीत आल्या की, तिला रडू फुटत असे. मग ती मुलांच्या वसतिगृहाकडे जाऊन तिच्या मुलांना हाका मारीत असे. हाका ऐकून जर ते आले नाहीत, तर मग ती त्यांच्या बाल्कनीत खडे मारीत असे. ज्या क्षणी ती मुलांना पाही, त्या क्षणी अश्रूंचा पूर लोटत असे.

काळाच्या ओघात अम्मीच्या बाबतीतल्या बऱ्याच गोष्टी बदलल्या. कैरोमधील 'अझर' या जगातील सर्वांत जुन्या धर्मशास्त्राच्या इस्लामिक युनिव्हर्सिटीमधून पदवी घेतलेला एक 'शेख' दक्षिण लेबनानमधील त्याच्या जन्मगावी परतला आणि त्याने तिथे एक शाळा सुरू केली. त्याने अम्मीच्या घरातील दोन खोल्या भाड्याने घेतल्या आणि हनिम गावाच्या आपल्या तुर्की सौंदर्यवती पत्नीसोबत तो तिथे राहायला आला. हनिम जेव्हा नैबिताहमध्ये आली, आसपासच्या सर्व धर्मांच्या बायका, तिच्या सुंदर गोऱ्या रंगाची, तिच्या घनदाट काळ्या केशसंभाराची एक झलक घ्यायला, तिची तुर्की बोलण्याची ढब ऐकायला तिथे लोटल्या. लवकरच त्या शेखचा उंचीने खुजा असलेला मुलगा आपल्या अब्बूंची शाळा चालवायला तिथे येऊन पोहोचला.

लवकरच अम्मीची उंची, तिचे तेजस्वी डोळे आणि तिचे काळेभोर केस याची भुरळ पडून त्याने तिच्याशी सलगी वाढवायला सुरुवात केली. अम्मीही त्याच्याकडे आकर्षित झाली. कारण तिला माहीत असलेल्या पुरुषांपेक्षा तो खूपच वेगळा होता. तो सुशिक्षित, चतुर होता आणि तो शीघ्र कविता करत असे. जुन्या अरबी भाषेतील दीर्घ कविता साभिनय म्हणू शकत असे. खरं तर ती त्याच्यापेक्षा दहा वर्षांनी

मोठी असूनही तो तिच्या चार मुलांची काळजी घेण्यामध्ये मदत करू शकेल, अशी तिला खात्री होती. त्याने तिला 'खदिजा-बिन्त-खुवलिद'[५] असं म्हणण्यास सुरुवात केली होती.

त्यांचं लग्न झाल्यावर अम्मीने तिच्या चारही मुलांना आपल्याबरोबर राहायला आणायचं ठरवलं. एके रात्री ती त्यांच्या सिडॉनमधील शाळेत गेली. एकामागून एकाला हाका मारावयास सुरुवात केली. शाळेच्या भिंतीवरून उडी मारून घरी येण्याविषयी त्यांना विनवलं, पण त्यांना अम्मीच्या या नव्या लहानखुऱ्या शौहरचा स्वीकार करणं अशक्य वाटलं. आपण उंच दिसावं, यासाठी लाल रंगाची शंखाकृती टोपी घालणाऱ्या विदुषकाबरोबर अम्मीने शादी केल्यानंतर त्यांच्यासाठी काय आशा उरणार होती? त्यांच्या मृत अब्बूंसाठी आणि त्यांची शाळा सुटल्याबद्दल त्यांनी शोक केला. लवकरच त्यांच्यापैकी प्रत्येक जण घर सोडून गेला.

तिच्या शांत स्वभावाच्या मोठ्या मुलाने – हसनने बैरुतमध्ये काम शोधण्यासाठी सर्वांच्या आधी घर सोडलं. गंभीर स्वभावाचा इब्राहिम अम्मीच्या नव्या शौहरला, जो उन्हाळ्याच्या दिवसांत शाळांना सुट्टी लागल्यावर गावोगावी चांभारकाम करत हिंडत असे, त्याला मदत करत बराच काळ तिथे टिकला. एके रात्री अम्मीच्या शौहरने त्याची चेष्टा करावयाची ठरवली. त्याने बुरखा चढवला आणि इब्राहिमच्या पुढ्यात उडी मारली आणि 'तुझ्याकडे जे काही आहे ते मला देऊन टाक, नाहीतर मी तुला मारून टाकेन,' असं त्याला धमकावलं. त्याच्या अब्बूंच्या हत्येची आठवण मनात अजूनही ताजी असणारा इब्राहिम एकदम घाबरून गेला आणि त्याच्या सावत्र अब्बूंनी आपलं खरं रूप दाखविल्यानंतरही त्याला हसू आलं नाही. संतापलेल्या, दुःखीकष्टी झालेल्या अवस्थेत, त्यानेही हसनच्या पाठोपाठ बैरुतचा रस्ता धरला.

नैबिताहमधलं घर अम्मीसाठी, तिच्या नव्या शौहरसाठी, माझा भाऊ कमीलसाठी सोडून काही महिन्यांनंतर दोन्ही मुलीही त्यांच्या भावाबरोबर राहण्यास निघून गेल्या. त्यानंतर तीन वर्षांनी माझा जन्म झाला.

आम्ही कारमधून जात असताना मी विचार करत होते की, बैरुत नक्कीच त्या डोंगराच्या, दरीच्या निळ्या रेषेच्या पलीकडे असेल. माझ्या पाठीमागे अदृश्य होत जाणाऱ्या त्या सगळ्या गोष्टी मी निरखीत होते. मी पहिल्यांदाच निळा समुद्र पाहिला आणि ठरवून टाकलं की, हा नक्कीच आकाशाचा भाऊ असणार!

सगळ्या गोष्टी दूरवर जात धूसर होत अदृश्य होताना मी पाहिल्या. समुद्र त्याच्या वाटेने पुढे जात होता आणि नंतर तो एकदम क्षितिजाला जाऊन भिडला

---

५. **खदिजा-बिन्त-खुवलिद :** प्रेषित मोहमदांची पहिली पत्नी, जी त्यांच्यापेक्षा दहा वर्षांनी मोठी होती.

होता. मी मनाशी विचार करत होते की, बाहेर काढलेल्या माझ्या हातावर आदळणारा वारा तोच, तसाच राहणार होता की, आम्ही जसजसे बैरुतच्या दिशेने जात होतो, तसतसा तो पण बदलणार होता?

शेवटी एकदाचे आम्ही बैरुतला पोहोचलो. नैबिताहच्या बाजारापेक्षाही बैरुत खूपच मोठं होतं... मला तर ते जगाएवढं मोठं वाटलं! पण मी कल्पना केली होती, त्याप्रमाणे तांदूळ आणि साखरेने भरभरून वाहाणारी पोती मला दिसली नाहीत किंवा बॅरलमधून गळणाऱ्या काकवीसाठी धडपडणारे लोकही माझ्या नजरेला पडले नाहीत. त्याऐवजी ते सगळे इकडे-तिकडे जाताना-येताना दिसत होते. नैबिताहमधल्या लोकांप्रमाणे इथले लोक एकमेकांची विचारपूस करायला थांबत नव्हते. मला ते सगळंच खूप विचित्र वाटत होतं, अगदी तिथले सज्जेसुद्धा! ते सज्जे घराला जोडून आहेत, हे मला पहिल्यांदा कळलंच नाही. मला वाटलं की, ती वेगळी स्वतंत्र घरं आहेत. छप्पर नसणाऱ्या घरात लोक कसे राहत असतील असा मी मनात विचारच करत होते. लाल रंगाच्या फरश्यांची छपरं असणारी, एकावर एक असणारी ती घरं डाळिंबातील दाण्यांसारखी दिसत होती.

मोठ्या, उंच छिद्रांना 'खिडक्या' असं संबोधलं जात होतं. दक्षिणेत आम्ही म्हणत असू त्याप्रमाणे 'गुपितांचं घर' किंवा 'बाब-अल्-सरर' असं म्हटलं जात नव्हतं. बैरुतमधील झाडं ही आमच्या घराजवळ असणाऱ्या झाडांसारखी नव्हती. अर्थात मी तिथल्या झाडांची नावं फारच कमी वेळात शिकले. जसे अझेडराच, खजूर, मलबेरी आणि लोकस्ट.

आम्ही माझी सावत्र बहीण मनिफा आणि तिचा नवरा अबू-हुसेनच्या घरी गेलो. आमच्या अम्मीच्या लाकडी पेटीमध्ये, जिला आतून मखमल, पितळ आणि पत्रा लावलेला होता. आमच्या सगळ्या वस्तू, आमचे कपडे, औषधोपयोगी सुवासिक वनस्पती, फुलांचा बहर आणि माजोरम (स्वयंपाकात वापरण्यात येणारी एक वनस्पती.) त्यात घालून आमच्याबरोबर घेऊन आलो होतो. थोड्या वेळाने माझा सावत्र भाऊ इब्राहिम आणि त्याची बायको, एका छोट्याशा बगिच्याने अलग केलेल्या घरामधून बाहेर येऊन आमच्यात येऊन मिसळले.

आता बैरुतला आल्यापासून आमच्या रात्रीच्या जेवणाची सोय करण्यासाठी अम्मीला जंगली वनस्पती आणि कंदमुळांच्या शोधात रात्री-अपरात्री हिंडावं लागत नव्हतं. आता आम्ही बटाट्याचं स्ट्यू आणि मटण वाढलेली थाळी समोर घेऊन बसत होतो. दक्षिणेत असताना आमच्याकडे असणाऱ्या अन्नापेक्षा कितीतरी जास्त अन्न असूनही अम्मी आम्हाला तिघांना वाढून घेताना साशंक असे.

माझ्या मेव्हण्याने आम्हाला जेवणाच्या रीती-भाती समजविल्या आणि कसं खायचं ते दाखवलं.

“तुझं तोंड थाळीवर वाकव! केवढा लहान तुकडा घेतला आहेस हा पावाचा? काहीतरी जरा लाज बाळग.” (मी पावाचा शक्य होईल, तितका लहानात लहान तुकडा घेतला होता.)

‘काय विचित्र तऱ्हा आहे ही बोलण्याची?’ माझ्या मनात आलं. आणि माझा मेव्हणाही आमच्या अब्बूंसारखाच बुटका पण सडपातळ आहे, हेही ध्यानात आल्याशिवाय राहिलं नाही. माझा सावत्र भाऊ हसत आला आणि त्याने अम्मीच्या हाताचं चुंबन घेतलं. त्याने येताना स्वत:बरोबर पावाची एक मोठी लादी आणली होती, जी एखाद्या लाटण्यासारखी दिसत होती. तिला ‘फ्रेंच स्टिक’ म्हणत. त्यानंतर माझी दुसरी सावत्र बहीण रौफा आत आली. अम्मीला पाहाताक्षणीच तिने अम्मीला मिठी मारली आणि रडू लागली. तिने तिच्या शौहरबद्दल – ज्याला जुगाराचं आणि घोड्यांच्या रेसचं व्यसन जडलं होतं – सगळ्यांना सांगितलं. तिची मुलं बेघर झाली होती. उपाशी राहत होती. बैरुतमध्ये असं कसं घडू शकतं, हे मला समजत नव्हतं.

जसजसे दिवस उलटले तसं मी माझ्या या विस्तारलेल्या कुटुंबाची काही दखल घेतली नाही, त्याऐवजी मी माझं सगळं लक्ष गोळ्या, मिठायांवर केंद्रित केलं. त्या मिठायांच्या विविधतेने, त्यांच्या सुंदर रूपामुळे आणि त्यांच्या ‘व्हाइट कॅन्डीफ्लॉस’, ‘हेझल’, ‘सिसम’ अशा आल्हाददायक नावांमध्ये गुंगून गेले होते. काचेचं आच्छादन असणाऱ्या हातगाडीवर ती मिठाई मांडून तो विक्रेता गल्ली-बोळांतून ‘छान छान हेझल घ्या, छान छान हेझल’ असं ओरडत हिंडत होता. मी अम्मीकडून अर्धा ‘पिएस्ट्रे’ मिळवण्याचा व्यर्थ प्रयत्न केला. मनिफाकडे रडत गेले, मग पलीकडे उभ्या असणाऱ्या त्या विक्रेत्याकडे लगबगीने गेले आणि माझे लाकडी बूट घालून त्याच्यासमोर उभी राहिले. पायात शूज घालून आलेल्या, मिठाई, गोळ्या विकत घेऊन, चाखत-माखत चोखणाऱ्या त्या मुलांना न्याहाळत राहिले. माझ्या चेहऱ्यावर भुकेलेले, अजिजीचे भाव होते. तोंडातून कुत्र्याप्रमाणे लाळ टपकत होती.

मी मनाशी विचार केला की, आम्हाला नैबिताहमध्ये खायला मटण मिळत नव्हतं म्हणून आम्ही नैबिताह सोडलं, खरं तर मी ते थांबवू शकले असते. खाटकाचं लक्ष दुसरीकडे वेधून त्याचा सुरा घेऊन तिथल्या हुकवर अडकवलेल्या मेंढीचा तुकडा मी छाटून घेतला असता, म्हणजे मग आम्ही अजूनही आमच्या त्या दक्षिणेतल्या घरातच राहिलो असतो आणि अम्मी आमचीच राहिली असती.

माझ्या वयाच्या इतर मुलींना मी खेळताना पाहात होते आणि मलाही त्यांच्याबरोबर खेळायची खूप इच्छा होत होती. त्या मुलींपैकी एक मुलगी मला नेहमी तुच्छतापूर्ण नजरेने न्याहाळत असे; जे कदाचित मी वापरत असलेल्या लाकडी बुटांमुळे आणि माझ्या पोशाखामुळे असेल, जो बैरुतमधील मुली घालत त्याप्रमाणे मुळीच नव्हता.

मी तिची सहानुभूती मिळवण्याचा प्रयत्न केला.

"मी बैरुतमधील नाहीये," मी तिला म्हटलं, "माझे अब्बू अल्लाला प्यारे झाले आहेत. मला कोणीही पिएस्ट्रे देत नाहीत."

"तुम्ही गरीब आहात." ती उत्तरली आणि तिने माझ्याकडे पाठ फिरवली.

घरातील प्रत्येकाने स्वत:चं अन्न मिळवण्यासाठी काम करणं अपेक्षित होतं. अम्मी मनिफाला तिची मुलं सांभाळण्यासाठी मदत करत असे आणि घरातलीही कामं सांभाळत असे. मनिफा सगळा दिवस शिवणयंत्रावर शिवत असे किंवा तिचा शौहर डोक्याला बांधायच्या ज्या रुमालांची बाजारात विक्री करत असे, त्यांच्यावर पक्ष्यांच्या पायाच्या नक्षीचं भरतकाम करत असे.

पिएस्ट्रेसाठी लोकांकडे भीक मागण्याची माझी गोष्ट जेव्हा माझ्या मेव्हण्याच्या, अबू-हुसेनच्या कानावर पडली तेव्हा त्याने जाहीर करून टाकलं की, आता मीसुद्धा कामाला लागण्याची वेळ आली आहे. आसपासच्या रस्त्यांवर फिरून मी लहान बाळांसाठी रबरी लाळेरी विकणं अपेक्षित होतं. कमील आधीपासूनच अबू हुसेनच्या, गावातल्या खालच्या बाजूला असणाऱ्या दोरे, पिना, कापड इत्यादी वस्तू विकण्याच्या ठेल्यावर त्याला मदत करत होता. अम्मीने मला माझ्या अपराधाची जाणीव करून दिल्यावर खूप नाइलाजाने मी माझ्या मेव्हण्याने दिलेल्या सूचना ऐकल्या.

"तुझ्या बहिणीला आणि तिच्या शौहरला आपली काळजी घेण्याचं काहीच कारण नाहीये. ते आपल्याला खाऊ-पिऊ घालतात आणि आपल्याला त्यांच्याबरोबर राहू देत आहेत, हा त्यांचा मोठेपणा आहे." अम्मी म्हणाली. त्यामुळे मग मी शेजार-पाजारी चकरा मारायला सुरुवात केली. घरांच्या पायऱ्या चढले, बगीच्यांमध्ये शिरले, दारं ठोठावून माझ्याकडची रबरी लाळेरी देऊ केली. लोकांना ते विकत घेण्याची सक्ती केली, गरिबीचा हवाला दिला. लोकांनी एखादं लाळेरं विकत घेईपर्यंत किंवा मग माझ्या तोंडावर दार बंद करेपर्यंत मी तेथून हलायचीच नाही. घशात दाटलेला आवंढा घेऊन मी दारोदारी फिरायची आणि जेव्हा मला पाण्याचं कारंजं असणारं डबकं दिसलं तेव्हा, नैबिताहमधल्या रानामध्ये लघवी करताना, लघवीने तिथल्या धुळीत नक्षी काढताना मी किती आनंदात असायची त्याची आठवण झाली.

एके दिवशी एका स्त्रीने दार उघडलं आणि माझ्याकडे पाहून ती हसली. मी जेव्हा तिला लाळेरं विकत घेण्याबद्दल सांगितलं तेव्हा तिला धक्काच बसला.

"कोणी पाठवलं तुला?" तिने विचारलं. मी जेव्हा तिला सांगितलं, तेव्हा तिने कपाळाला हात लावला. "हाय! हाय!" यापूर्वी मी कधीही न ऐकलेल्या ढंगामध्ये ती म्हणाली, "माझा तर विश्वासच बसत नाहीये! तुझ्या घरच्यांना तुझी काहीच काळजी वाटत नाही का? इतकी खुबसूरत मुलगी! काय वय आहे गं तुझं?"

"नऊ." मी सांगितलं.

तिने दुसऱ्या एका स्त्रीला हाक मारली आणि तिलाही माझी कहाणी सांगितली आणि परत एकदा आपल्या कपाळाला हात लावला.

"हाय... हाय!" ती परत म्हणाली, "माझा तर विश्वासच बसत नाहीये. या खुदा, तुझ्या या बंद्यांवर रहम कर. मुलींना असं वस्तू विकायला जाताना मी माझ्या आयुष्यात कधीच पाहिलं नव्हतं! नक्की कसल्या घरातून आली आहे ही? तुला शाळेत नाही का जावंसं वाटत?"

एवढं सगळं बोलून तिने मग माझ्याकडच्या विकायला असलेल्या सगळ्या वस्तू विकत घेतल्या आणि प्रेमाने माझा गालगुच्चा घेतला आणि मला स्वतःची काळजी घेण्यास सांगितलं.

"माझ्या खुबसूरत मुली, ऐक –" ती म्हणाली, "स्वतःची काळजी घे. कळतंय का तुला मी काय म्हणते आहे ते? तुला कोणालाही मूर्ख बनवू देऊ नकोस... जर एखाद्या पुरुषाने दार उघडलं, तर तेथून पटकन पळून जा."

मी घाईघाईने घरी येऊन अम्मीला ती स्त्री काय म्हणाली ते सांगितलं. मी तिला विचारलं की, मला कोणीच माझी काळजी घेण्याविषयी का सांगितलं नाही? किंवा एखाद्या पुरुषाने दार उघडलं तर पळून जाण्याविषयी कोणी का समजावलं नाही? मी तिला सांगितलं की, मला शाळेत जायचं आहे. पण यावर अम्मीने फक्त एक उसासा सोडला.

मी गळा काढून रडायला लागले. मोठ्या माणसांसारखी स्वतःची छाती बडवली.

"मला शाळेत जायचं आहेऽऽऽ मला शाळेत जायचं आहेऽऽऽ" मी किंचाळले.

पण अम्मी आणि मनिफा घाईघाईने माझ्याजवळ येऊन मला गप्प करू लागल्या.

"गप्प बैस!" अबू हसनची भीती घालत त्या म्हणाल्या, "नाहीतर तो तुला घेऊन जाईल."

हे सर्व आम्ही नैबिताहमध्ये एकमेकांना घाबरवण्यासाठी म्हणायचो तसंच होतं.

"गप्प बैस! नाहीतर भूत, हाईना किंवा सैतान तुला घेऊन जाईल."

कबुतरंदेखील शाळेत जातात...

"**खु**दाची कसम! प्रेषितांची आणि इमाम अलींची कसम! मी जे सांगते आहे, ते एक प्रामाणिक सत्य आहे की –" मी अम्मीला म्हटलं, "बैरुतमधील कबुतरंदेखील शाळेत जातात."

आम्ही बैरुतमध्ये आल्यापासून मी पाहात होते... कबुतरांचे थवे आकाशात घिरट्या घालताना विखरत होते. पुन्हा एकत्र येत होते. कधी खालच्या दिशेला सूर मारत होते, तर कधी वरच्या दिशेला. आणि हे सगळं ते करत होते, त्यांच्या मालकाच्या आज्ञेचे पालन करण्यासाठी, जो तिथल्या लादीवर त्याचा चाबूक आपटत होता, त्याची शिटी वाजवत होता आणि एका काठीला गुंडाळलेल्या काळ्या फडक्याच्या साहाय्याने खुणा करत होता. त्या कबुतरांना शिकवणारा, ज्याला 'कबुतरवेडा' म्हणत, तो मला तुच्छतेने वागविणाऱ्या त्या मुलीचा नातेवाईक होता.

शेवटी एकदाची माझ्यावर मेहेरबानी दाखवून ती माझ्याशी बोलायला तयार झाली. ती मला म्हणाली की, मी जर लाकडी बूट घालायचं सोडून तिच्यासारखे बूट घालायला लागले, तरच ती माझ्याशी बोलेल.

व्यवस्थित बूट आणि कपडे घालायला, शाळेतील विद्यार्थिनी व्हायला, माझ्या वयाच्या मुलींच्या बरोबरीने हातात खरीखुरी पेन्सिल आणि वह्या घेऊन बसायला मी खूपच आसुसले होते. मी माझ्या सगळ्यात मोठ्या भावाची, हसनची खूप याचना केली की, त्याने माझ्या वतीने घरातल्यांशी बोलावं आणि मला शाळेत पाठवण्यासाठी त्यांचं मन वळवावं. पण त्याला त्या सगळ्यात पडायचं नव्हतं. तो म्हणाला की, इब्राहिम आणि अबू हसनच्या कमाईच्या एक चतुर्थांश कमाई जरी असती, तरी त्याने मला शाळेत जाण्यासाठी पैसे दिले असते. मी जरी अजून बरीच लहान होते तरीही मला हे कळून चुकलं की, मला जर जगायचं असेल, तर माझं मलाच सर्व पाहावं लागेल.

मला हे माहीत होतं की, मला जर काही विकत घ्यायचं असेल, तर मला थोडे लिरा चोरावे लागतील. म्हणून दुसऱ्या दिवशी जेव्हा माझ्या बहिणीने मला पोटमाळ्यावर जाऊन विक्रीसाठी ५ रबरी लाळेरी आणायला सांगितलं, मी दहा लाळेरी खाली घेऊन आले. त्यातली पाच मी माझ्या कमरेजवळ लपवली. लोकांच्या सहानुभूतीशी खेळत, कठोर श्रम करत मी माझ्या रोजच्या फेऱ्या मारल्या.

मी जेव्हा ती सगळी लाळेरी विकली, त्या गोळ्या विकणाऱ्याला शोधायला मी घाईघाईने निघाले. माझ्याकडचे जमवलेले जास्तीचे पैसे मी त्याच्या हातावर ठेवले आणि हेझल्स, गमड्रॉप्स आणि कॅन्डीफ्लॉस विकत घेतले. मग मी तडक मला बघून नाक मुरडणाऱ्या त्या मुलीकडे गेले आणि तिला माझ्या हातात काय आहे, ते दाखवलं आणि तिला सांगितलं की, मी ते सगळं तिच्याबरोबर वाटून घेईन! मी माझ्या सर्व शक्तिनिशी इमाम अलीकडे दुवा मागितली की, तिने माझ्याकडच्या थोड्या गोळ्या घेऊ देत आणि ती माझी मैत्रीण होऊ देत. मी आणलेल्या सगळ्या गोळ्या तिने घेतल्या आणि खाऊन संपविल्या. नंतर तेथून पळून जाण्यापूर्वी माझ्या लाकडी बुटांची पर्वा न करता ती थोडा वेळ माझ्याबरोबर खेळली.

एव्हाना माझी खात्री झाली होती की, अम्मी आता माझ्यावर प्रेम करत नाही. मनिफा, अबू हुसेन आणि इब्राहिम तिला जे-जे करायला सांगत, ते-ते ती करत असे. घरातल्या सगळ्या समस्या, अडचणी तिने स्वतःच्या खांद्यावर घेतल्या होत्या. माझ्या भाच्याला बद्धकोष्ठतेचा जरी त्रास झाला, तरी ही एकदम अस्वस्थ होऊन जायची किंवा लागोपाठ दोन दिवस जर हसन आम्हाला भेटायला आला नाहीतर तो ज्या बेकरीत कामाला होता तिथल्या बेकरीत जळून गेला असेल, अशी कल्पना ती करायची. जेव्हा इब्राहिमच्या कपाळावरचं आठ्यांचं जाळं अधिक दाट होई, तेव्हा ती अधिकाधिक चिंताक्रांत होई.

दिवसभर मी आतुरतेने रात्र होण्याची वाट पाहात असे, ज्या वेळी मला अंथरुणावर अम्मीशेजारी झोपून तिची ऊब आणि प्रेम मिळवता येत असे, जसं मला नैबिताहमध्ये असताना मिळत असे. फक्त तेव्हाच माझी माझ्या घरकामाच्या जबाबदारीतून सुटका होत असे. माझ्या बहिणीने आणखी एका बाळाला जन्म दिला होता, त्यामुळे माझ्यावरचं कामाचं ओझं वाढलं होतं. लाळेरी आणि रुमालांकडे वळण्यापूर्वी आता मला दररोज माझ्या दोन्ही भाच्यांना त्यांच्या शाळेत सोडायला जावं लागत होतं. दारोदार जाऊन लाळेरी विकल्यानंतर मला माझ्या भाच्यांसाठी दुपारचं जेवण घेऊन जावं लागत असे. घरी आल्यावर बाळाला पाळण्यात जोजवायला, लंगोट धुवून ते दोरीवर वाळत घालण्यासाठी मी माझ्या बहिणीला मदत करत असे.

त्यानंतर मला लगोलग शाळेत जाऊन मुलांना घरी आणावं लागत असे, आल्यावर त्यांना गोळ्या दिल्या जात असत. मी तिथेच त्यांच्याबरोबर असायची

त्यामुळे मलाही थोड्या गोळ्या मिळत. मग आम्ही घराजवळ बॉल खेळत असू.

असेच एक दिवस आम्ही खेळत असताना मी बॉल उचलला आणि सगळे मुलगे बॉल त्यांच्याकडे फेकायला ओरडून सांगत असतानाही माझ्या छातीशी घट्ट धरून ठेवला. माझ्या शेजार-पाजारची मुलं माझ्या हातातील बॉल पाहतील आणि मग तो बॉल माझ्या अम्मी-अब्बूंनी, जे त्या रंगीबेरंगी काचांची तावदानं असणाऱ्या, घडीव लोखंडाच्या ऐसपैस सज्जे असणाऱ्या आलिशान घरात राहत असतील, त्यांनी आणला असेल, असं त्या मुलांना वाटेल असा विचार करून मी तो बॉल हातात तसाच घट्ट धरून ठेवला. समोरच्या सज्ज्यांकडे पाहून, जिथे कोणीही नव्हतं, तरीही माझ्या नकळत मी हात हलवीत राहिले, माझ्या भाच्यांच्या ओरडण्याने मी भानावर आले.

जसजसा 'अधा ईद दावत'[६]चा दिवस जवळ-जवळ येऊ लागला तसतसा आसपासच्या मुलींच्या त्यांच्या नवीन कपड्यांबद्दलच्या गप्पा माझ्या कानावर पडू लागल्या. मी दावतसाठीच्या माझ्या नवीन कपड्यांबाबात माझ्या अम्मीला विचारलं तेव्हा तिने मला धीर धरायला सांगितलं. माझा मेव्हणा अबू हुसेन आणि इब्राहिम त्याबाबत विचारविनिमय करत होते. त्या दोघांनी मिळून कापडाचा खर्च करावा आणि माझ्या बहिणीने मला कपडे शिवून द्यावेत असं इब्राहिमनं सुचवलं, पण अबू हुसेनचा आग्रह होता की, त्यांनी माझ्यासाठी एखादा सेकंड हँड ड्रेस विकत घ्यावा, कारण माझी बहीण खूपच कामात बुडलेली होती. जेव्हा मी बगलेत तपकिरी रंगाची ठिगळं लावलेला आणि गळ्याभोवती पिवळी पट्टी असणारा ड्रेस पाहिला, मला एकदम रडू फुटलं. त्यांनी माझ्यासाठी एक भलं-मोठं सोल लावलेल्या आणि टोकाला स्टील असणाऱ्या सेकंडहँड बुटांची जोडीसुद्धा आणली होती. मी खूप आरडाओरडा केला, रडले आणि त्या दावतमध्ये मुळीच भाग घेणार नाही, अशी प्रेषित मोहम्मद आणि इमाम अलींची कसम घेतली.

माझा सगळा संताप, चीड मी अम्मीवर काढली.

"त्यांना माझ्यासाठी नवीन ड्रेस आणायला सांग," मी अम्मीला बुक्क्यांनी मारत, किंचाळत म्हटलं, "जा, जा, सांग त्यांना."

अबू हुसेनने मला सुनावलं, "ऐक," तो म्हणाला, "प्रत्येक दिवस हा दावतीचाच दिवस असतो. अल्लाच्या मेहेरनजरने उगवलेला प्रत्येक दिवस हा दावतचाच दिवस असतो."

मला एक कल्पना सुचली. मला आठवलं की, खदिजाने, इब्राहिमच्या बीबीने

---

६. **अधा किंवा ईद :** रमजान महिन्यात ठेवण्यात येणाऱ्या रोज्यानंतर रोजे सोडण्याचा धार्मिक सण.

मला तिच्या तीन वर्षांच्या मुलीला, जी तीन वर्षांची होऊनही अजून चालायला लागली नव्हती, तिला घेऊन जाऊन भीक मागायला सांगितली होती. मी जर अशी अनोळखी लोकांकडे भीक मागितली, तर काही चमत्कार होईल आणि माझी भाची स्वत:च्या पायांवर उभी राहील, चालायला लागेल अशी तिला आशा वाटत होती. मला तर थोडी धास्ती वाटत होती की, अशी प्रथा फक्त नैबिताहमध्येच पाळली जाते; रांजणवाडीपासून सुटका मिळवण्यासाठी अशा प्रकारे सात घरी जाऊन ब्रेडचा तुकडा मागणं दक्षिणेत अगदीच सर्रासपणे केलं जात असे. बैरुतमध्ये माझ्या अशा विनंती करण्याचं कोणालाच काही आश्चर्य वाटलं नाही, याचं मला खूपच नवल वाटलं. त्यांनी सगळ्यांनीच माझ्या छोट्या भाचीला अन्न, फळं आणि मिठाई आवर्जून दिली.

जर मला पण कोणी असं बाबागाडीमध्ये बसवून दारोदार हिंडवीत 'कृपा करून या छोट्या मुलीला कोणीतरी दावतसाठी चांगलासा ड्रेस देईल, तर ती चालायला लागेल' किंवा 'कोणीतरी या उशिराने चालायला लागलेल्या मुलीला दावतसाठी बूट द्या हो, म्हणजे ती उठून उभी राहील' किंवा 'कृपा करून कोणीतरी या सगळ्या गोष्टींसाठी भुकेलेल्या मुलीला दावतसाठी पांढरे स्टॉकिंग्ज आणि पर्स द्या हो,' अशी विनवणी करणारं कोणीतरी सापडलं तर... पण तसंही मी मावेन इतकी मोठी बाबागाडी मी कोठून आणू आणि मला त्यात बसवून ढकलेल कोण?... मी हरले होते.

दावतच्या दिवशी वडीलधाऱ्यांनी मुलांना काही पैसे देण्याची प्रथा होती. माझ्या अम्मीने आणि मनिफाने मला थोडे पैसे दिले होते. इब्राहिम आणि अबू-हुसेनने मात्र पैसे द्यायला नकार दिला. दावतच्या दिवशी मी माझे पैसे माझ्या खिशात ठेवले, माझ्या भाच्याचा, हुसेनचा हात पकडला आणि माझ्या भावाकडे, हुसेनकडे निघालो आहोत, अशी बतावणी करत सरळ बैरुतमधील पाइनच्या जंगलाचा रस्ता धरला, जिथे मुलांसाठी काही कार्यक्रमांचं आयोजन केलं होतं. मला माहीत होतं की, मी जर पकडले गेले असते, तर चांगलीच आफत ओढवली असती. कारण पायी चालण्यासाठी ते अंतर खूपच जास्त होतं. वाटेमध्ये, ज्या मुलीने माझ्याजवळच्या गोळ्या घेतल्या होत्या, तिने माझ्याकडे बोट दाखवत गायला सुरुवात केली, "आता आहोत आपण शत्रू, बोलशील माझ्याशी तर मरशील तू."

माझा तो भयानक ड्रेस आणि बूट तिने पाहावेत अशी माझी मुळीच इच्छा नव्हती. म्हणून मग मी पाच वर्षांच्या हुसेनबरोबर तिच्या मागून चालत राहिले. सभोवताली बघत बघत आम्ही त्या उंच झाडांच्यामधून चालत राहिलो. खारामध्ये मुरवलेली काकडी आणि गाजरं मी हादडली आणि आमच्यात वाटून घेण्यासाठी सगळं काही खरेदी केली – अगदी साखरेचा पाक आणि किसलेला बर्फ टाकून तयार केलेलं सरबतसुद्धा! हुसेनला माझ्या शेजारी बसवून झोके घेतले. जसा झोका

उंच जाई तशी सगळी मुलं ओरडत, ''आम्ही जगज्जेते आहोत हेऽऽ हेऽऽ!''

घरी जायला निघण्यापूर्वी मी आधी लाल मातीने भरलेले आमचे बूट स्वच्छ केले. आमची ही पाइनच्या जंगलातली सहल गुपितच राहिली पाहिजे, नाहीतर मग मला शिक्षा होईल, असं मी हुसेनला बजावलं.

द व्हाइट रोझ

मला गावात जायची परवानगी मिळायला थोडा वेळ लागला, पण शेवटी एकदाचं कमील मला 'बूर्ज स्क्वेअर'ला घेऊन गेला, जिथे तो अबू हुसेन आणि इब्राहिमच्या पिना, दोरे इत्यादी साहित्य विकण्याच्या टपरीशेजारच्या टपरीमधील कपडे शिवण्यासाठी लागणाऱ्या वस्तू विकत असे.

"या खुदा! कमील!" मी चीत्कारले, "हे खरं बैरुत आहे... आपल्या शेजारीपाजारी दिसतं ते नाही. आपण सगळ्यांनी कल्पनेत पाहिलेलं बैरुत हेच आहे."

मी सगळं भरभरून घेत होते... रोज अबू हुसेनबरोबर त्यांच्या टपरीवर काम करण्यासाठी जाण्यापूर्वी सकाळी माझा भाऊ इब्राहिम चालवत असणारी ट्राम, कर्कश हॉर्न वाजवणाऱ्या कार... घोडागाड्या... हातातल्या छोट्या झांजांचा आवाज करत जेष्ठमधाचा रस विकणारा... डोक्याला रुमाल न बांधता फिरणाऱ्या स्त्रिया आणि दक्षिणेतील पुरुष घालायचे तशी 'सिरवल'[७] घालून फिरणारे पुरुष. आधी काय बघू नि नंतर काय ते मला कळेचना! मला सगळ्याच गोष्टींना हात लावून पाहायचं होतं... वेगवेगळ्या प्रकारची आणि रंगांची चीझ, चॉकलेट्स, ड्रेसेस. सोन्याची दुकानं... मी भारावून गेले होते. मी तर जणूकाही त्या चौकात वरच्या बाजूला लावलेल्या बिलबोर्डवर, ज्यावर एक दुःखी डोळ्यांची, डोक्यावर उंच निमुळती टोपी (fez) घातलेल्या पुरुषाकडे तोंड करून उभी असणारी स्त्री आणि त्या दोघांच्या मध्यभागी एक उमललेला पांढरा गुलाब असं दाखवलेलं होतं, त्यातलीच एक पात्र होते.

ते पोस्टर एखाद्या इमारतीइतकं उंच होतं.

"तो सिनेमा आहे," कमीलने मला समजवलं.

त्या स्त्रीच्या सौंदर्याने गुंगून मी निश्चल अशी जमिनीला खिळून राहिले होते. ती

---

७. सिरवल : शेतकरी घालतात तशी घोळदार, बॅगी पॅन्ट.

स्त्री हसत होती आणि तिचे शुभ्र दात चमकत होते; तिने खरीखुरी लिपस्टिक लावली होती. ॲपल आणि मी लावायचो तसं तिने तिच्या ओठांवर सोललेले अक्रोड चोळले नव्हते आणि तिचे केस तिच्या चेहऱ्याभोवती विखुरलेले होते.

माझ्या डोक्याला बांधलेला तलम पांढरा रुमाल, जो मी बांधलाच पाहिजे असं अबू हुसेनचं ठाम म्हणणं होतं, मी काढून टाकला आणि तिच्यासारखीच माझ्या केसांची रचना करण्याचा प्रयत्न करू लागले... शेवटी वैतागून कमीलने मला एक ठोसा लगावला आणि मग मला बाजूच्या रस्त्याला ओढत नेलं. पण तरीही माझ्या मनातून त्या बिलबोर्डवर दिसणाऱ्या तिच्या चेहऱ्याबद्दलचे विचार हटतच नव्हते. विशेषत: तिच्या गालांवरचे अश्रू, जे साबणाच्या फुग्यांसारखे दिसत होते.

बूर्ज स्क्वेअरला पाहिलेल्या सगळ्या गोष्टी, विशेषत: ते भलंमोठ्ठं पोस्टर, त्याच्या बाबतीत माझ्या बहिणीला सांगण्यासाठी मी घाईघाईने घरी पोहोचले, तर ती अजूनही शिवणकामातच गर्क होती. मनिफाने मला सांगितलं की, प्रत्येक जण त्या सिनेमाबाबत ज्याचं नाव 'द व्हाइट रोझ' असं होतं, वेडा झाला आहे आणि खास करून सुप्रसिद्ध गायक अब्दल वहाबबाबत, ज्याने त्यात काम केलं होतं. प्रत्येक दिवशी जागेपणीचा प्रत्येक तास, प्रत्येक मिनिट मी मनिफाला तो सिनेमा बघायला घेऊन जाण्यासाठी छळत राहिले. शेवटी, "मी हे कोण्णालाही, अगदी अम्मीलासुद्धा सांगणार नाही." असं मी तिला वचन दिल्यावर ती तयार झाली. ती तिच्या बहिणीला रौफाला भेटायला जाणार आहे आणि मला सोबत घेऊन जाणार आहे, असं तिला जेव्हा तिच्या नवऱ्याला सांगताना ऐकलं तेव्हा मी चकित झाले आणि मला सुटल्यासारखंही वाटलं. कदाचित आता मला खोटं बोलल्याबद्दल जहन्नमच्या आगीत जळावं लागणार नव्हतं. रोज नियमितपणे नमाज पढणारी आणि रोजे ठेवणारी माझी ही बहीण तिच्या नवऱ्याशी खोटं बोलली होती.

सिनेमाहॉलमध्ये अंधार होता, तरीही जवळजवळ खुर्च्या ठेवलेली एक बऱ्यापैकी मोठी जागा मी शोधून काढली. संगीत सुरू झाल्यावर मला कळेचना की, ते नक्की कोठून येतं आहे?... मला तर रेडिओ कोठेच दिसत नव्हता. अचानक मग रेघा असणाऱ्या भिंतीवर उजेड आला. मी आजूबाजूला पाहिलं, पण उजेड आणि संगीतानुसार त्या रेषा कशा काय बदलतात हे काही मला कळलं नाही. आमच्या पाठीमागच्या भिंतीवरच्या छोट्या झरोक्यातून प्रकाशाचा एक चमकणारा, अरुंद असा झोत येताना दिसत होता, ज्यामध्ये धुळीचाही झोत मिसळलेला होता. एक स्त्री, एक मांजर आणि काही लोक माझ्यासमोर हिंडताना-फिरताना दिसत अवतीर्ण झाले.

मी माझ्या बहिणीच्या कानात कुजबुजले, "हे जादूच्या आकाशकंदिलाच्या खेळासारखं आहे... फक्त तेच लोक हलताहेत!

नायिका 'रझा' तिच्या मांजरीशी खेळत होती आणि दुसरी एक स्त्री तिला

रागावत होती. एका पुरुषाने रझाचा, म्हणजे त्याच्या मुलीचा मुका घेतला आणि त्या रागावणाऱ्या बाईचाही. एक जलाल नावाचा उंच निमुळती टोपी घातलेला एक तरुण (ही भूमिका अब्दल वहाबने केली होती.) तिथे आला. त्याला दिसलं की, रझा गुडघ्यांवर बसून तिची तुटलेली माळ गोळा करते आहे. तोही मग तिच्या बाजूला बसला आणि गाऊ लागला, ''मजकडे जाकीट नसे, मजला मग रडू फुटे.''

सिनेमा संपल्यावरही हॉलमध्ये अंधार होता. आम्ही पटकन बाहेर पडावं, अशी मनिफाची इच्छा होती. पण मी तेथून हलायला तयारच नव्हते. मला माझ्या जागेवर तसंच बसून राहायचं होतं. ''ते सगळे कलाकार अशा मजेशीर ढंगात का बोलत होते?'' मी विचारलं, ''कारण मला त्यांचं बोलणं फार काही कळलं नाही.''

''ते इजिप्शियन बोलीभाषेत बोलत होते.'' मनिफा म्हणाली.

''इजिप्शियन? म्हणजे काय?'' मी विचारलं.

''एक इजिप्त नावाचा देश आहे. तेथूनच हे सगळे सिनेमे तयार होऊन येतात.'' ती उत्तरली.

खरं तर मला तिला सांगायचं होतं की, मला अब्दल वहाबसाठी जॅकेट घ्यायचं होतं. कारण तो सारखा रडत गात होता, 'मजकडे जाकीट नसे, मजला मग रडू फुटे.' इब्राहिमचं ट्राम ड्रायव्हिंगचं जाकीट मी चोरू शकेन का? त्या जाकिटाच्या बाह्या अब्दल वहाबसाठी खूपच छोट्या झाल्या असत्या. शिवाय ते त्याच्या कमरेपर्यंतही पोहोचलं नसतं. त्या जाकिटाचा घाणेरडा खाकी रंग आणि त्याच्यावरचे घामाचे डाग मला आठवले. मी अबू हुसेनचं जाकीट पळवावं का? पण मला जरा भीती वाटली की, मनिफा मला तसं करू देणार नाही. याशिवाय माझा हा मेव्हणा नमाज पढायचा, कुराण वाचायचा आणि इथे सिनेमात अब्दल वहाब एका स्त्रीशी बोलत होता, तिच्यासाठी गाणी गात होता, तिला कवेत घेत होता आणि नंतर त्याच्या वाटेवर चालताना शीळ घालीत होता. हे असे वेगळे पुरुष सामान्यांसारखं जाकीट घालत नाहीत.

'द व्हाइट रोझ' सिनेमा माझ्या मनात रेंगाळत राहिला. मी माझं 'कमिला' नाव, ज्याचा अर्थ 'योग्य, परिपूर्ण' असा होतो, बदलून जर 'वार्दा' म्हणजे गुलाब असं ठेवलं, तर मी त्या सिनेमातील लोकांच्या खूप जवळ येऊ शकेन असं, मी स्वत:लाच सांगितलं. अख्खा डबाभर काकवी खाण्यापेक्षा किंवा बैरुतमधील मुलींशी गप्पा मारण्यापेक्षा किंवा भाज्यांच्या वाफ्यांमध्ये ॲपलबरोबर खेळत बसण्यापेक्षा सिनेमा बघणं, हे जास्त छान आहे असं मी ठरवलं.

आम्ही तो सिनेमा पाहून आल्यावर मला माझा स्वच्छंदी भाऊ वेगळाच भासला. मी त्याचं 'ल्यूटप्रेमी' (ल्यूट : संतुरसारखं एक तंतूवाद्य) असं टोपणनाव ठेवलं होतं. कारण तो त्या वाद्यानं झपाटलेला होता. मनिफा आणि मी जेव्हा त्याला त्याच्या छोट्याशा खोलीत भेटायला जात असू तेव्हा तो आमच्यासाठी ल्यूट

वाजवीत असे. मी त्याला अगदी खालच्या आवाजात विचारलं की, त्यानं 'द व्हाइट रोझ' सिनेमा पाहिला आहे का आणि त्याला अब्दल वहाबसारखं गाता येतं का? त्याने इकडे-तिकडे पाहात मनिफाला तिचा नवरा आणि आमचा भाऊ इब्राहिम आसपास आहेत का म्हणून विचारलं. तिने हसून नकारार्थी मान हलवली. मग तो ल्यूट छेडल्यासारखं गुणगुणू लागला, गाऊ लागला –

"हे विशुद्ध प्रेमाच्या गुलाबाच्या फुला,
तुला सांभाळणाऱ्या हातांवर अल्लाची मेहेरनजर होवो –
असे मज वाटे, असे मज वाटे."

गाणं म्हणत असताना तो हातात गुलाबाचे फूल धरून त्याच्याकडे पाहात असल्याचा मुकाभिनय करू लागला.

त्याला तो इजिप्शियन ढंग कळला का असं मी त्याला विचारलं, कारण मला तो कळला नव्हता. "मला कोण घेऊन गेलं होतं त्या सिनेमाला?" हसनने मला आश्चर्याने विचारलं. त्यावर 'मी तो सिनेमा पाहिला नाही,' असं मी त्याला खोटंच सांगितलं; पण आमच्या बहिणीने हसत मान्य केलं की, तीच मला सिनेमाला घेऊन गेली होती. तेव्हापासून माझ्या एक गोष्ट लक्षात आली की, मनिफाला तिच्या नवऱ्याबद्दल किंवा आमच्या भावाबद्दल, इब्राहिमबद्दल वाटते तशी भीती हसनबद्दल वाटत नाही. खरं तर हसनबरोबर ती थट्टा-मस्करी करत असे. हसत असे.

थोड्या दिवसांनी जेव्हा त्या सिनेमाच्या स्मृती थोड्या पुसट झाल्या होत्या, माझी अम्मी मला घेऊन रौफाला, माझ्या गरीब बहिणीला – जिला तिचा शौहर त्याने घोड्यावर लावलेले पैसे हरल्याबद्दल कटकट केल्यावर मारत असे – भेटायला घेऊन गेली. रौफा अम्मीच्या गळ्यात पडून रडायला लागल्यावर मी चकित झाले होते.

"एवढी एक चटई सोडली, तर बाकी सगळं त्यानं जुगारात घालवून टाकलं आहे, या अल्ला! मी तर अक्षरश: रस्त्यावर जाऊन भीक मागायचा विचार करत होते." ती म्हणाली.

रौफाच्या इतक्या हालअपेष्टा बघूनही अम्मीने तिच्यासाठी कधीही मनिफाच्या नवऱ्याकडून किंवा इब्राहिम वा हसनकडून मदत मिळवून दिली नाही. अर्थात त्यांच्याकडे पैसे नव्हते; पण ते तिला बेकरीतून पाव नक्कीच आणून देऊ शकले असते. मी इतकी अस्वस्थ झाले होते की मी तर ठरवून टाकलं की, आपण इथून पळून जायचं आणि त्या सिनेमातल्या लोकांबरोबर राहायचं. अशा जागेमध्ये, जिथे लोक एकमेकांशी प्रेमाने बोलत आणि ज्यांना एकमेकांच्या भल्याची काळजी होती. मला या गोष्टीची पक्की खात्री होती की, असे लोक माझ्यापेक्षा वेगळ्याच साच्यातून काढलेले असतात. कारण नक्की त्या सगळ्यांना शाळेत जायला मिळालं असणार.

ओझी वाहणारं गाढव

एक दिवस आणि एक रात्रीनंतर आमचं घर हुंदके आणि आक्रोशाचं केंद्र बनलं. मनिफा अचानकच तापाने अल्लाला प्यारी झाली. पाणी तापवायला बंबामध्ये घालायला लागणाऱ्या रचून ठेवलेल्या लाकडांखाली लपून बसलेला उंदीर तिला चावला होता.

तिच्या मृत्यूसाठी अम्मी स्वत:ला दोष देत होती. आम्ही बैरुतला येऊन तिच्याकडे राहिल्याने तिच्या घरी दुर्भाग्य चालत आलं असं ती म्हणत राहिली. 'त्या दिवशी संध्याकाळी मीच लाकडं आणायला गेले असते तर बरं झालं असतं,' असं म्हणत बोटांची नखं कुरतडत म्हणत राहिली. तिच्या तापाचा अन् उंदीर चावून तिला रेबीज झाला आहे, हे लक्षात न आल्याबद्दल तिने डॉक्टरलाही दोष दिला.

मुलांना कवटाळून माझा मेव्हणा खूप रडला. नैबिताहच्या चौकात इमाम-अल्-हुसेन अशुराचं[८] स्मृतिवर्ष साजरं करताना इमाम-अल्-हुसेनची भूमिका करणाऱ्या पुरुषांव्यतिरिक्त दुसऱ्या एखाद्या पुरुषाला रडताना मी आयुष्यात पहिल्यांदाच पाहिलं. तो अश्रूंमध्ये अक्षरश: बुडून गेला होता.

आता अंत जवळ आला आहे, कारण शत्रूचे बाण बाळाच्या छातीत घुसलेले आहेत – अशा त्यांच्या बाळाला जेव्हा इमाम-अल्-हुसेन जवळ घेऊन त्याचा निरोप घेत असत, तेव्हा ते सारे पुरुष असाच आक्रोश करत असत. मनिफाच्या मृत्यूनंतर मी ओझी वाहणारं गाढव बनले. पाठीवर दोन्ही बाजूंना जखमा झालेल्या अवस्थेतही गावागावांमधून दगड वाहून नेणाऱ्या एखाद्या पशूसारखी मी झाले होते.

---

८. **अशुरा (Ashura) :** हा इस्लामी कॅलेंडरमधील मोहर्रमचा दहावा दिवस आहे, जो शिया लोक इमाम-अल्-हुसेन यांना हौतात्म्यनिमित्त शोकदिन म्हणून पाळतात. इमाम-अल्-हुसेन हे मोहम्मद प्रेषितांचे नातू आहेत, (७८०CE) करबला येथे मोहर्रमच्या दहाव्या दिवशी खलिफाचा वारसाच्या मुद्यावरून अल्-हुसेन यांनी ७२ सैनिकांसह हजारोंच्या संख्येने आलेल्या शत्रूला कडवी झुंज दिली.

तिकडे नैबिताहमध्ये ॲपलच्या अम्मीने गाढवांना बार्ली खाऊ घातली होती. "तुम्हा गाढवांना दिवसभर दगड वाहावे लागतात," ती त्यांना म्हणायची, "म्हणून हे तुमच्या शिणलेल्या पायांसाठी आणि पाठींसाठी." ती गाढवं त्यांचं ओरडणं थांबवून अधाशीपणाने त्या बार्लीवर तुटून पडत. 'माझं इनाम काय असेल मग?' मी मनाशी नवल करत होते.

माझ्या तीनही भाचरांना, विशेषत: सगळ्यात धाकटा, जो अजून अडीच वर्षांचाही झाला नव्हता, त्यांच्या अम्मीची उणीव भासू नये म्हणून त्यांची काळजी घेण्यात मी अम्मीला मदत करावी असा घरातील सगळ्या मोठ्या लोकांचा आग्रह होता. खदिजा, इब्राहिमची बायको, त्या मुलांचं खाणंपिणं, पालनपोषण असं करत होती की जणूकाही ती तिचीच मुलं होती.

अम्मी अजूनही शोकाच्या छायेतच होती आणि तिला त्या मुलांची काळजी घेणं कठीण जात होतं. मी आता एवढी मोठी झाले होते की, अम्मीकडून घरातील कामं होत नाहीत, हे मला समजत होतं. घरातील मोठ्यांना तिच्याबद्दल काहीबाही बोलताना मी ऐकलं होतं की, 'ती बघ कशी स्वत:ला ओढत चालते आहे' किंवा 'ती एखाद्या बंद केलेल्या पुस्तकासारखी आळशी झाली आहे.' तिच्याविषयी ते एकमेकांना विनोदही सांगत की, एक दिवस जेव्हा तिचा पहिला शौहर खेचरावर बसून कामावर जायला निघाला तेव्हा ती त्याला ओरडून म्हणाली की, 'अरे थांब, थांब जरा मिनिटभर, मी तुझ्यासाठी रोटी बनवायलाच जात होते.' मी फक्त दहा वर्षांची होते त्या वेळी. माझे चिमुकले खांदे त्या तीन मुलांची आणि अम्मीची जबाबदारी घेऊ शकत नव्हते.

मनिफाचा अकाली मृत्यू हा अम्मीला बसलेला दुर्दैवाचा एकच फटका नव्हता. आणखी वर्षभरातच रौफा, माझी दुसरी बहीणही ताप येऊन अल्लाला प्यारी झाली. तिच्या तापाचं कारण उंदीर चावणं नव्हे, तर तिच्या पोटातील अपेंडिक्स फुटणं हे होतं. तिच्या शेजार-पाजारच्यांनी तिला डॉक्टरला दाखवायला सांगितलं होतं, पण ते न करता ती पोटावर उकडलेल्या कांद्याच्या साली आणि जिऱ्याच्या पट्ट्या लावत बसली. तिच्या मागे तिची पाच मुलं होती; दोन मुली आणि तीन मुलगे, ज्यांपैकी एकाला पोलिओ झाल्यामुळे लाकडाचा पाय बसवलेला होता.

या दुर्दैवी घटनेनंतर एका वर्षभरानंतर अबू हुसेन आणि इब्राहिमने एकत्र राहायचं ठरवलं, कारण अम्मीला आणि मला एकट्याने त्या तीन मुलग्यांची देखभाल करणं जमत नव्हतं. मग आम्ही सगळे बैरुतमधल्या जरा आधुनिक अशा 'रा-अल्-नब्' नावाच्या भागातील मोठ्या घरामध्ये राहायला गेलो. 'रा-अल्-नब्' याचा अर्थ होता 'झऱ्याचं उगमस्थान'. पण तिथे काही झराबिरा नव्हता. एका किराणा मालाच्या दुकानाच्या बाहेर धो-धो पाणी वाहणारा नळ होता.

आम्हाला मदत करायला आता माझी भाभी, खदिजा होती. ती खूपच बुद्धिमान, चतुर आणि सक्षम होती. तशीच ती एक उत्साहाने भरलेली गृहिणीही होती. माझं

तिच्यावर आणि तिचं माझ्यावर प्रेम होतं. ती नेहमी माझे कुरळे केस विंचरून देत असे, जे फारच जिकिरीचं आणि वेळखाऊ काम होतं. इब्राहिम कधी माझ्यावर रागावला, तर ती माझी बाजू घेत असे.

आतापर्यंत अबू हुसेनचा व्यापार बऱ्यापैकी सुस्थितीत आला होता. त्याने इब्राहिमबरोबरची भागीदारी काढून घेतली होती आणि पुरुषांचे विदेशी कपडे विकणाऱ्या एका व्यापाऱ्याच्या बरोबरीने तो एका दुकानाचा सहमालक बनला होता. त्यामुळे इब्राहिम आता पूर्णवेळ ट्राम ड्रायव्हरचं काम करू लागला होता. अबू हुसेनचा हा नवीन भागीदार खूप चतुर, हुशार होता आणि तो सांगेल त्या सगळ्यावर माझा मेव्हणा विश्वास ठेवत होता. त्यांनी इब्राहिमचा वाटा हप्त्याहप्त्यांनी देऊन टाकायला सुरुवात केली. त्यामुळे इब्राहिम आणखीनच खिन्न आणि चिडचिडा झाला. हातातून आणखी एक संधी निटली या भावनेने या सगळ्याकडे पाहू लागला. त्याच्या मते त्याची सुरुवात अम्मीने त्याला शाळेतून काढलं होतं, तेव्हा झाली होती.

आमचं नवीन घर उंचावर होतं. वर जाण्यासाठी आम्हाला मुलं हातात हात धरून उभा राहिल्यासारखा दिसणारा एक लोखंडी जिना चढून जावं लागत असे. आत गेल्यावर एक मोठं दालन होतं. इतकं मोठं की, एखाद्याला ते वेगळं घरच वाटावं. त्याच्या भिंतीही खूप मोठ्या आणि उंच होत्या... आणि मध्यभागी सगळ्यात वर काचेचं सुंदर नक्षीकाम असणाऱ्या मोठ्या खिडक्या होत्या, ज्यातून येणारा उजेड इतर खिडक्यांमधून येणाऱ्या उजेडात भर घालीत होता. मोठ्या लाकडी प्रवेशद्वारातून आत आल्यावर एका मोठ्या दालनात (ज्याला आम्ही प्रतीक्षागृह किंवा विश्रामगृह म्हणत असू.) पोहोचत असू. त्याच्या उजव्या बाजूला माझ्या मेव्हण्याची खोली होती, जिच्या खिडकीमधून शेजाऱ्यांची बाग दिसत असे. त्या घरात आणखी दोन खोल्या होत्या, ज्यांपैकी एक खोली माझ्या भाच्यांची आणि कमीलची होती आणि दुसरी इब्राहिमच्या परिवाराची! त्या दोन्ही खोल्यांच्यामध्ये एक कोपरा होता, जिथे अम्मी आणि मी झोपायचो. ती जागा मला स्वत:चं घर वाटत असे. त्यामुळे आम्ही रात्री घालायचो त्याच मोठ्या गादीवर मी बऱ्याचदा खेळत असे.

दक्षिणेतून बैरुतला येणारे आमचे नातेवाईक आणि मित्रमंडळी आमच्याबरोबर आमच्या त्या कोपऱ्यातच ऊठ-बस करत असत. एव्हाना आमचं घर म्हणजे जणू शहरात येणाऱ्यांसाठी प्रवासातील एक विसाव्याचं ठिकाण झालं होतं.

त्या घरातील माझी सगळ्यात आवडती जागा होती, घराची गच्ची! जिना चढून वर मोकळ्या हवेत गेलो की, आपण जणू एखाद्या उंचावरच्या बागेत आल्यासारखं वाटायचं, जेथून बाकीच्या इमारती दिसत. तेथून खालच्या बागेतील कारंजं आणि काही तुरळक झाडी, विशेषत: डेरेदार दिसणारी अझेडराचची झाडं दिसत.

नवीन घर आणि आमचं फळफळलेलं नशीब यामुळे अम्मी आणखीच खिन्न,

दु:खी व्हायची. नवऱ्याला एकनिष्ठपणे साथ देणारी, लग्नाच्या सुरुवातीच्या काळात इतके कष्ट उपसणारी मनिफा हे सर्व वैभव उपभोगायला नाही याचा अम्मी मनात सतत शोक करत होती. आता बैरुतमध्ये राहणाऱ्या किंवा बैरुतला अधून-मधून भेट देणाऱ्या प्रत्येकाच्या जिभेवर अबू हुसेनचं नाव होतं. प्रत्येक जण त्याच्या इमानदारीबद्दल आणि कष्टाळूपणाबद्दल बोलत होता. एका अनाथ मुलाने स्वत:च्या हिमतीवर 'सॉरसॉक'[९]मधील एका व्यवसायाच्या मालकापर्यंत केलेल्या प्रगतीमुळे सगळ्यांनाच त्या मुलाचा अभिमान वाटत होता. अबू हुसेन तीन वर्षांचा असताना त्याच्या अब्बाजानना त्याच्या अम्मीने सोडून दिलं होतं. त्याची सावत्र आई त्याचा खूप छळ करायची, त्याचे कान पिरगळायची. मग तो तेथून पळून जात असे. दुसरं लग्न करून दुसऱ्या खेड्यामध्ये राहणाऱ्या अम्मीला भेटायला तो तासन्तास चालला होता. तो सहा वर्षांचा झाल्यावर त्याच्या अब्बूंचं निधन झालं. एव्हाना त्याचा त्याच्या अम्मीशीही संबंध तुटला होता. म्हणून मग त्याच्या एका नातेवाइकाने त्याला नैबिताहमधील एका विद्वान शिया मुसलमान व्यक्तीकडे नेलं.

त्या शेखने कुराण वाचायला शिकवून, त्याला एक धार्मिक श्रद्धाळू मुसलमान बनवलं. त्याच्या बदल्यात अबू हुसेनने त्याच्या घराची काळजी घेतली. बारा वर्षांचा झाल्यावर त्याने शेखचं घर आणि ते गावही सोडून जाण्याचं आणि बैरुतला जाऊन आपलं नशीब अजमावण्याचं ठरवलं. एका बैरुती कुटुंबामध्ये सामानसुमान आणून देणारा पोऱ्या म्हणून सुरुवात केली. पुढे तो दारोदार जाऊन वस्तू विकणारा विक्रेता बनला आणि शेवटी एक व्यापारी!

आमच्या नवीन घरात अम्मी दिवसेंदिवस जास्तच दु:खी होत गेली. पण मी फार क्वचितच दु:खी असायचे. घराच्या खिडक्या नेहमीच सताड उघड्या असत. त्यांमधून शेजारच्यांच्या रेडिओवरील गाणी आणि संगीत रस्ता काढत आत यायचं. मी त्याच्या चाली गुणगुणायची आणि त्याच्या सुरात सूर मिसळून गायची. त्यांची गाणी आता मला समजू लागली होती. आणि त्यांची भाषाही पुस्तकी भाषा होती; दक्षिणेतील शेतामध्ये काम करणाऱ्या पुरुष आणि स्त्रिया म्हणत असत, त्या गाण्यांसारखी गावंढळ नव्हती –

"नसे मला आई वा बाबांच्या प्रेमाची आस,
मला लागला सावळ्या तनुच्या प्रियाचा ध्यास"

---

९. सॉरसॉक : बैरुतमधील खालच्या बाजूला असणारी प्रसिद्ध बाजारपेठ. एकोणिसाव्या शतकात मोठमोठ्या हवेल्यांचा मालक असणाऱ्या व्यक्तीचे नाव तिला देण्यात आले आहे.

तुमच्या साक्षीने...

मी वर गच्चीत खेळत असताना अम्मी आणि खदिजाने खाली बोलवलं. त्यांनी मला मुलांच्या खोलीत जाऊन 'तुमच्या साक्षीने' असे शब्द म्हणायला सांगितलं. मग त्यानंतर मी परत खेळायला जाऊ शकणार होते.

खदिजाने मला डोक्यावर बांधायला एक पांढरा रुमाल दिला. तिथे गेल्यावर मला एकदम डोक्यावर निमुळत्या, उंच टोप्या घातलेल्या पुरुषांचा एक घोळका दिसला. शिवाय एक माणूस, ज्याने डोक्यावर कलिंगडाच्या आकाराचा फेटा बांधलेला होता. नैबिताहमध्ये असताना अम्मी मुलांच्या भरणपोषणाची काही सोय होते आहे का हे बघायला ज्या शेखकडे गेली होती, त्याच्या फेट्यासारखाच तो फेटा होता. "तुमच्या साक्षीने..." असं पटकन म्हणून टाकण्याचा प्रयत्न केला. म्हणजे मग मला तिथून एकदाचं बाहेर निघून जाता आलं असतं; पण तोंडातून शब्द न फुटता मी तिथेच जागेवरच खिळून राहिले. फेटा घातलेल्या माणसाने जमिनीकडे पाहात काही वाक्यं म्हटली, जी मला एखाद्या प्रार्थनेसारखी वाटली, "अल्ला के नामपर –" आणि "खुदा मेहेरबानी करो!" आणि "प्रेषित मोहम्मद पैगंबर आणि त्यांचा परिवार सुखी राहो!" म्हटल्यावर त्यांच्या मागोमाग सगळ्यांनी त्या ओळी म्हटल्या.

अचानक त्या फेटेवाल्या माणसाने मला माझं वय विचारलं आणि इब्राहिम उत्तरला, "ती अकरा वर्षांची आहे."

सगळ्या पुरुषांनी मग परत काहीतरी म्हटलं आणि मला माझं आणि अबू हुसेनचं नाव ऐकू आलं. मग त्याने मला त्याच्या पाठोपाठ म्हणायला सांगितलं, "तुमच्या साक्षीने –"

तोंडातल्या तोंडातच मी ते शब्द म्हटले आणि दाराकडे धाव घेऊन ते उघडलं, तर तिथे मला अम्मी आणि खदिजा उभ्या असलेल्या दिसल्या. जशा काही त्या ते सगळं ऐकत होत्या.

त्यांचं मन बदलेल आणि त्या मला परत गच्चीमध्ये खेळायला जाऊ देणार नाहीत, अशी मला भीती वाटली. म्हणून मी त्यांना म्हटलं, ''ठीक आहे? झालं सगळं? तुमच्या साक्षीने असं म्हटलं मी, आता आणखी काय हवं आहे तुम्हाला?'' आणि मी तिथून गच्चीवर धूम ठोकली.

त्या फेटेवाल्या माणसाने मला त्याच्या पाठोपाठ जे म्हणायला सांगितलं, ते ऐकण्यासाठी या सगळ्या मोठ्या लोकांनी त्यांचा वेळ वाया घालवावा याचं मला खूप आश्चर्य वाटलं. त्यांनी मला केर काढायला, भांडी घासायला किंवा तेथून निघून जायला सांगितलं नाही, या गोष्टीचंही मला तितकंच आश्चर्य वाटलं.

त्या दिवशी जे काही घडलं आणि जे काही शब्द मी उच्चारले, ते मी जवळजवळ दोन वर्षं पूर्णपणे विसरून गेले होते; जोपर्यंत मी एका सिनेमाच्या हिरोसारख्या दिसणाऱ्या तरुणाला फातमेच्या, शिंपिणीच्या घरी भेटले नव्हते.

मी शाळेबाबत परत लकडा लावला होता म्हणून अबू हुसेनने मला फातमेच्या घरी शिवण शिकायला पाठवलं होतं. 'आता मी खूपच मोठी झाले आहे,' असं त्यांनी मला सांगितलं. ''शाळेतील सगळी मुलं तुला हसतील.'' ''हसू देत,'' मी म्हटलं. पण मग अम्मी म्हणाली की, ''शाळा दिवसभर असते. घरातल्या मुलांना शाळेत कोण सोडेल? माझ्या मेव्हण्याला त्याचा दुपारचा डबा कोण नेऊन देईल? भांडी विसळायला कोण मदत करेल?'' म्हणून मग माझी रवानगी शाळेऐवजी फातमेच्या घरी झाली. छानसं हसून तिने माझं स्वागत केलं आणि माझा मेव्हणा जसा मला तिच्याकडे सोडून वळला, तसं तिने माझ्यासाठी तिचं मनही मोकळं केल्याचं मला जाणवलं.

मी तर जणूकाही तिची भक्तच झाले. मला आत्तापर्यंत भेटलेल्या स्त्रियांपेक्षा ती खूपच वेगळी होती. बैरुती ढंगामध्ये शिव्याशाप देत, कसम खात आणि हसत-हसत ती मोठ्याने बोलायची. तिला तिचं हसू आवरता आवरत नसे, जणूकाही एखाद्या तरसाचं गाणं. तिच्या ओठांवर सतत एक सिगारेट नाचत असायची आणि ती तिच्या लांब नाकातून येणारा धूर माझ्या चेहऱ्यावर सोडायची. तिचे डोळे मोठे होते, जे एकाच वेळी खूप मृदू आणि रागीटही दिसायचे. ती कधीच रडायची नाही. रेडिओचा आवाज मोठा करून ती एकामागून एक असे कॉफीचे कप दिवसभर रिचवत राहायची. तिच्या दातांचा रंग खजुरासारखा झाला होता. शिवणयंत्रावर झुकलेली ती किंवा जाड मांड्यांवर कापड पसरून जमिनीवर बसलेली ती, संगीतावर झुलत असायची. एकदा तिने मला सिगारेटचं पाकीट आणायला पाठवलं, तेव्हा ज्या सहजपणे तिने तिच्या खिशातून नोटा काढल्या, मी थक्कच झाले! असं काही करणारी माझ्या पाहण्यातील ती एकमेव व्यक्ती होती, हे मी तिला सांगितलं. माझा भाऊ आणि मेव्हणा इतके कंजूष होते की, त्यांना जर शक्य असतं, तर त्यांनी

त्यांची रोकड कोंबडीच्या पिलावळीमध्ये लपवली असती. ती हसली आणि तिने मला माझ्या डोक्यावरचा रुमाल सोडायला लावला. मग माझे दाट काळेभोर केस हातात घेतले. तोंडात अजूनही तशीच सिगारेट खेळवत तिने मला मी खूप सुंदर आहे, असं सांगितलं.

त्या वेळी ती माझ्यासाठी दाखवीत असलेला दयाळूपणा, प्रेमळपणा, माझ्या दयनीय अवस्थेबद्दल तिला वाटत असलेल्या कळवळ्यामुळे होता, हे मला तेव्हा कळलं नाही. सकाळी मला यायला उशीर झाल्यावर मी काय करत होते, हे मी तिला सांगत असे. ''कळतंय मला,'' ती म्हणायची, ''कळतंय मला, तू जणूकाही एक ओझी वाहाणारं गाढव आहेस.'' मला तिच्याबरोबर राहावंसं वाटू लागलं.

तिच्या घरी येणाऱ्या प्रत्येकाला ती माझ्या सुंदर घराबद्दल आणि सॉरसॉक चौकामध्ये दुकान असणाऱ्या माझ्या मेव्हण्याबद्दल सांगत असे, ज्यामुळे मला अभिमान वाटू लागला; पण तरीही रस्त्याने चालताना कशाला तरी अडखळू नये म्हणून मान खाली घालून चालणाऱ्या अबू हुसेनची नक्कल करून मी खिदळायची. एखाद्या कटकट्या, म्हाताऱ्या कोंबडीसारखं तो कसं ज्यात-त्यात आपलं नाक खुपसतो, हे मी तिला सांगितलं.

शिवणयंत्रावर जादू दाखवणारे फातमेचे हात बघायला मला खूप आवडत असे. तिने मला चुण्या घालायला, दुमड घालायला आणि बटणं लावायला शिकवलं. ज्या क्षणी ती मला सोडून स्वयंपाक करायला स्वयंपाकघरात जायची त्या क्षणी मी हळूच तिच्या खोलीत शिरायची. तिच्या अम्मीची नमाजाची चटई जमिनीपासून उंच असणाऱ्या पलंगाखाली सरकवून घ्यायची.

ती तिथे येऊन मला रागावेपर्यंत मी तिथे मनसोक्त ताणून द्यायची. ''ऊठ, बाहेर नीघ बघू. तू तर ना एकदम वाया गेली आहेस!''

मी मात्र रोज फातमेकडे जाण्यास उत्सुक असायची. सतत 'हे कर, ते करू नकोस' अशा मागण्यांपासून, ओरडण्यापासून घरातील गडबड-गोंधळापासून लांब मी तिथे हातात सुई धरून एकटीच शांत बसून राहत असे.

नैबिताहमध्ये सुगीला आलेल्या पिकाची कापणी करणाऱ्यांप्रमाणे आणि शेतकऱ्यांप्रमाणे मी पण काम करताना मनाशी गुणगुणायची. अर्थात घरी अंघोळ करत असताना गुणगुणायची तसं नाही. इब्राहिम किंवा माझ्या मेव्हण्याला ऐकू जाऊ नये, इतपत हलक्या आवाजात मला गावं लागत असे.

गाणं म्हणत असताना भरतकाम करत-करत प्रियकर परत येण्याची वाट पाहणाऱ्या हिरॉइनच्या जागी मी स्वत:ला पाहात असे. त्याला कोठेतरी दूर पाठवलं गेलं होतं, कारण तो श्रीमंत होता आणि ती गरीब!

'प्रेमासाठी तुझ्या त्यागिले मी पाश सारे,
ऐकले असते मनाचे
तर दूर केले नसते, मी तुजला....'

मग मी दुसरं गाणं म्हणायला सुरुवात करत असे, कारण पहिल्या गाण्याचे
सगळे शब्द मला येत नव्हते.

'हे विशुद्ध प्रेमाच्या गुलाबाच्या फुला,
तुला सांभाळणाऱ्या हातांवर अल्लाची मेहेरनजर होवो!
असे मज वाटे, असे मज वाटे....'

एक दिवस मी गाणं म्हणत असताना फातमेच्या एका तरुण नातेवाइकाने माझं
गाणं ओझरतं ऐकलं. बागेतील कारंज्यापाशी बसून मी दिसेपर्यंत तो वाचण्याचा
बहाणा करत होता. मी खिडकीच्या बाहेर पाहिलं, तर एक तरुण मुलगा कारंज्याच्या
कडेला बसला होता. जणूकाही एखाद्या जिनीने जादूने त्याला पाण्यातून बाहेर काढून
तिथे ठेवलेलं असावं. त्याने ती उंच निमुळती टोपी घातलेली नव्हती, पण तरीही
ते सर्व 'द व्हाइट रोझ'मधील दृश्य होतं.

मृदू स्वरात त्याने फातमेला कुजबुजत विचारताना मी ऐकलं, ''ही इतकी सुंदर
मुलगी कोठून आली आहे म्हणे?''

''नैबिताहवरून.'' फातमेने त्याला उत्तर दिलं.

मी नैबिताहमध्ये किंवा बैरुतमध्ये आजवर पाहिलेल्या इतर तरुणांसारखा तो
दिसत नव्हता. त्यांच्यापैकी बऱ्याच जणांचे केस काळे, कुरळे आणि जवळजवळ
डोळे काळे असत. ते एकतर बुटके तरी असत किंवा मग उंच असले, तर धिप्पाड
असत. माझ्यासमोरच्या तरुणाचे केस सरळ आणि तपकिरी रंगाचे होते. त्याच्या
डोळ्यांचा रंग मला सांगता येत नव्हता. तो उंचही होता. तो पण दक्षिणेकडच्याच
एका खेड्यातून आला होता. तो सिडॉन येथील शाळेचा विद्यार्थी होता. फातमेने मला
खूप अभिमानाने सांगितलं की, त्याचा परिवार हा 'उच्चभ्रू' म्हणतात त्या सामाजिक
स्तरावरचा होता.

तिला काय म्हणायचं आहे हे मला कळलं नाही, हे लक्षात आल्यावर तिने पुढे
सांगितलं, ''इथे असतं त्याप्रमाणे नाही. त्याचे कुटुंबीय मान्यवर अमीर आहेत.
त्याचे वडील गेली तीस वर्षं त्यांच्या खेड्याचे महापौर आहेत. त्यांच्याकडे दोन रेसचे
घोडेही आहेत.''

''माझ्या आजोबांकडेही घोडा होता.'' असं मी तिला सांगितलं.

"तुझ्या आजोबांकडे खेचर होतं." ती हसत म्हणाली, "घोडा त्यापेक्षा खूप वेगळा असतो."

तो 'उच्चभ्रू' हा शब्द माझ्या डोक्यात पक्का ठसला. माझ्या आवतीभोवतीची दक्षिणेकडून आलेली माणसं जगण्यासाठी धडपडत होती आणि या तरुणाच्या (ज्याचं नाव मोहम्मद होतं.) परिवाराकडे रेसचे घोडे होते आणि त्यातून त्यांना पैसा मिळत होता. रौफाचा शौहर नक्की काय करत होता? स्वत:च्या मालकीची प्रत्येक गोष्ट गहाण ठेवून ते पैसे तो घोड्यावर लावत होता, हे माझ्या चांगलंच लक्षात आलं. ते पैसे मोहम्मदच्या कुटुंबाला मिळाले असतील का, असा मी मनाशी विचार केला आणि जरी फातमेला त्याबद्दल विचारावंसं मला वाटलं, तरीही मी न विचारलेलं बरं असं मनाशी ठरवलं. त्याऐवजी मी मग सिडॉनवरून बैरुतला आलेला तो तरुण मुलगा महिन्यातील एक दिवस कसा तिच्याच घरी राहतो, हे ती गर्वाने आणि आनंदाने सांगत होती, ते मी ऐकत राहिले.

त्यानंतर मग मी नेहमीच मोहम्मद हातात पुस्तक घेऊन बागेत कधी दिसतो, याची वाट पाहू लागले. जेव्हा तो दिसे, तेव्हा मी त्याला कारंज्याकडे आणि घराकडे न्याहाळताना बघायची.

काही दिवसांनी आमच्यात काही शब्दांची देवाण-घेवाण झाली. मी त्याला पहिल्यांदा विचारलेली गोष्ट म्हणजे त्याने 'द व्हाइट रोझ' सिनेमा पाहिला आहे का, ही होती. मी सरळ-सरळ त्याच्या जाकिटाकडे निरखून पाहात राहिले आणि त्याच्याकडे अजून असं एखादं जाकीट आहे का? असं विचारलं.

तो एक क्षणभर घुटमळला.

"हो, अर्थातच आहे की –" तो उत्तरला, "पण तू असं का विचारलंस?"

मग मी त्याला सांगितलं की, त्या सिनेमामध्ये अब्दल वहाब गाणं म्हणत होता की, त्याच्याकडे जाकीट नाही आणि त्यामुळे त्याला खूप वाईट वाटतं आहे, म्हणून मला ते जाकीट त्याला नेऊन द्यायचं आहे.

मोहम्मद खो-खो हसत सुटला आणि त्याने ते गाणं मूळ शब्दांत म्हणायला सुरुवात केली, "या मा शकीट वा बकैर... (किती दिवस मी रडलो, शोक केला. मी आनंदाचा, सुखाचा साक्षीदार झालो... अभिलाषेच्या कपातून प्यायलो.)

त्याने मला माझं वय विचारलं तेव्हा मी त्याला, "मी तेरा वर्षांची आहे." सांगितलं. तो सतरा वर्षांचा आहे, असं त्यानं मला सांगितलं.

"तू शिवणकाम का शिकते आहेस?" त्याने मला विचारलं. "तुला भरतकाम करायला, कपडे बेतायला आवडतं का?"

"काहीही न करण्यापेक्षा हे बरं." मी त्याला म्हटलं.

"तू जर शाळेत गेली असतीस, तर अब्दल वहाब त्याच्या गाण्यात काय

म्हणत होता, हे तुला कळलं असतं.''

मी माझा शरमिंदेपणा लपवण्याचा प्रयत्न केला.

''तो इजिप्शियन भाषेत गात होता ना?'' मी म्हटलं, ''त्यामुळे मला कळलं नाही.''

''आणि तू ते जाकीट त्याच्यापर्यंत कसं पोहोचविणार होतीस?'' हसत-हसत त्याने विचारलं.

''अब्दल वहाबकडे अशी शंभर जाकिटं असतील.'' तो म्हणाला, ''असे सिनेमे हे जरी समाजाचा आरसा असले तरीही पडद्यावर दाखविल्या जाणाऱ्या गोष्टींवर खरं तर विश्वास ठेवू नये.'' 'द व्हाइट रोझ' हा गाणी असणारा पहिला अरबी सिनेमा होता; पण त्यातील लक्षात घेण्याजोगी एक गोष्ट होती, जी मोहम्मदने मला सांगितली होती, ती म्हणजे श्रीमंत लोक कसे गरिबांबरोबर, अगदी मध्यमवर्गीयांबरोबरही कधीच लग्न करत नाहीत. प्रेमाच्या नशिबी नेहमीच छळ, त्रास येतो. हा संदेश तो सिनेमा देत होता. तो मला पुढे आणखीही सांगत राहिला की कसं अब्दल वहाबला गाणं आणि संगीत खूप आवडायचं म्हणून त्याच्या भावाने त्याला मारलं होतं. मी त्याला माझ्या भावाबद्दल, हसनबद्दल सांगितलं की, कसं त्यालाही एक व्यावसायिक ल्यूटवादक व्हायचं होतं; पण त्याऐवजी तो बेकरीत नोकरी करतो आहे. अब्दल वहाबसारखंच त्यालाही त्याच्या धाकट्या भावासमोर ल्यूट वाजवायची भीती वाटते, कारण इब्राहिमला संगीत अजिबात आवडत नाही. मी त्याला कमीलबद्दल आणि त्याच्या गोड आवाजाबद्दल सांगितलं; त्याचीही गायक बनायची इच्छा होती, पण त्यासाठी काय करावं लागतं, हे त्याला माहीत नव्हतं.

मोहम्मदला भेटण्याची मला उत्सुकता वाटू लागली; विशेषत: त्यानं जेव्हा 'खुदा करो अन् तुझ्या या गोड खळ्या कायम अशाच राहोत' असं म्हटल्यावर तर जास्तच. त्याने माझ्या खूपशा गोष्टी व्यवस्थित मार्गी लावल्या. माझा भाऊ इब्राहिम माझ्याशी कसा शत्रुत्वाने वागतो; हे त्याला सांगितल्यावर त्याने समजावले की, माझ्या भावाच्या मनात अम्मीबद्दल – तिने माझ्या अब्बूंशी लग्न केल्याबद्दल आणि त्याला शाळेतून काढल्याबद्दल खूप राग होता आणि त्याने त्या रागाला माझ्या दिशेने वाट करून दिली होती.

मोहम्मद मला सर्वच बाबतीत मार्गदर्शन, सूचना करू लागला अन् त्याही इतक्या हळुवारपणे की, जणूकाही तो अंड्यावरून चवड्यांवर चालत असावा.

एकदा त्याने मी माझे पैसे माझ्या कपड्यांच्या आत गळ्यात अडकवलेल्या पाऊचमध्ये कसे ठेवते ते पाहिलं. त्यावर त्याने मी एक छोटीशी पर्स घ्यावी, असं सुचवलं. जसजसे आठवडे उलटत होते, तसा तो जास्त धीट झाला आणि मग मी ब्रेसियर घालावी असं त्यानं सुचवलं. खरं तर मी पळताना रस्त्यावरचे लोक माझ्या

छातीकडे कसे बघतात हे मला आधीच जाणवलं होतं. त्याने मला जेव्हा मीठ आणि पाण्याने दात घासताना पाहिलं, तेव्हा त्याने मला एक टूथपेस्ट आणि टूथब्रश आणून दिला.

शाईच्या बाटलीत पिसाची लेखणी बुडवून गृहपाठ करताना मी त्याला पाहिलं होतं. मी त्याला म्हटलं की, ती शाईची बाटली म्हणजे जणूकाही एखादी अंधारी विहीर आहे आणि लिहिलेले शब्द जणूकाही पानावरचे खिळे! त्याने विस्मयचकित होत मान डोलवली आणि हे असं वर्णन मी कोठे ऐकलं म्हणून विचारलं. 'माझ्या मनानेच' असं मी त्याला सांगितलं आणि त्याने जे काही लिहून ठेवलं होतं, ते मोठ्याने वाचून दाखवायला सांगितलं. त्याने ते रेडिओवर निवेदन करत असल्यासारखं किंवा खुद्द अब्दल वहाबच असल्यासारखं मोठ्याने वाचून दाखवलं. तो जे काही लिहितो, त्याचा तोच स्वत: लेखक असतो असं मी तोपर्यंत समजून चालले होते. जोपर्यंत त्याने हे कबूल केलं नाही की, त्या त्याला मासिकं वाचताना आवडलेल्या गोष्टी होत्या –

"हे माझ्या आत्म्याच्या जीवना, हे माझ्या जीवनाच्या आत्म्या,
माझे हृदय तुझे... तुझे ही असे का माझे?
सांग... सांग विनवितो तुला, माझ्या जीवना...."

त्या ओळींमध्ये मधेमधे अशा रिकाम्या जागा का आहेत? ते पत्र, ती वाक्यं सांगणारी व्यक्ती मधेमधे थांबत होती का, असं मी मोहम्मदला विचारलं, त्यावर कवितेतील कडवी अशी मधेमधे जागा सोडून कशी लिहिली जातात, ते त्याने मला समजावून दिलं.

मी जेव्हा दक्षिणेत राहत होते, तेव्हा मला सुचलेलं गाणं मी त्याला म्हणून दाखवलं –

"नको आनंदू असा... ए लांब केसांच्या गव्हा,
उद्या येईल कोयता, आनंदे नाचायला
न तुझ्या पोटाला गुदगुल्या करायला
ते लांबलचक केस छाटायला...
शेताचं गाणं मंदावत जाईल... जातील जेव्हा या बटा"

मी म्हणून दाखवलेले शब्द मलाच सुचलेले होते, हे त्याने मला शपथपूर्वक सांगायला लावलं. खरं तर त्याचा माझ्यावर का विश्वास बसत नव्हता, हे मला कळेचना. एकदा त्याने मला माझं नाव लिहायला शिकवायला म्हणून माझ्या हातात पेन दिलं, पण मला तर ते नीट हातात धरताही येईना. मला लिहायला, वाचायला

येत नसताना मी अशा काही गोष्टी मनातल्या मनात रचू शकते, त्याचं त्याला खूप आश्चर्य वाटलं. गव्हाची पिकं अशी कोयत्याने कापणं हे दृश्य किती छान आहे, असं तो म्हणाला. मी काही चित्र वगैरे काढलेलं नसतानाही त्याने त्याला दृश्य म्हणणं मला जरा विचित्र वाटलं; पण मी आपली समजल्यासारखी मान डोलवली.

त्याने त्याच्या खिशात लपवलेले कागदाचे कपटे काही कविता वगैरे नव्हे, तर त्याच्या खेड्यातील त्याच्या भावांनी, कुटुंबीयांनी आणि नातेवाइकांनी लिहिलेली पत्रं होती. ते सगळे त्याला पत्र का लिहीत होते, हे जाणून घ्यायला मी अगदी अधीर झाले होते. मला तर वाटायचं की, लोक जेव्हा ब्राझील किंवा ऑस्ट्रेलियाला वगैरे स्थलांतर करतात, तेव्हाच पत्रं लिहितात. इथल्या इथे बैरुतला गेल्यावर नव्हे. माझ्या अब्बूंनी माझा भाऊ कमीलच्या किंवा माझ्या प्रकृतीची विचारपूस करायला का पत्रं लिहिली नाहीत? कारण ते माझे अब्बाच होते, जे कविता करत किंवा 'झॅझल' नावाने ओळखली जाणारी शीघ्रकविता करीत. मोहम्मदच्या घरातील सर्व जण कशाला एवढी एकमेकांची काळजी करत होते, जेव्हा माझ्या घरातील प्रत्येक जण स्वत:पुरतंच बघत होता? माझ्या दोन्ही बहिणी जेव्हा अल्लाला प्याऱ्या झाल्या तेव्हा का नाही आम्हाला कोणीच दुखवट्याची पत्रं लिहिली? मग मला नैबिताहच्या बाजारात चांभारकाम करणाऱ्या मामाची आणि माझ्या एका मावशीची आठवण झाली, जिला असं वाटत होतं की, तिने माठातल्या पाण्यातून एक छोटासा साप गिळला आहे. आणि तो आता तिच्या शरीरात घर करून बसला आहे. त्या दोघांपैकी कोणीही आजपर्यंत कागद आणि पेनवर नजरही टाकलेली नव्हती.

मी मोहम्मदला त्याला आलेल्या पत्रांपैकी काही पत्रं वाचून दाखवायला सांगितलं, म्हणजे ते एकमेकांना काय सांगतात ते मला समजलं असतं. "प्लीऽऽज," मी त्याच्या खूप विनवण्या केल्या.

त्याने त्याच्या भावाचं पत्र वाचून दाखवायला सुरुवात केल्यावर एखादं आश्चर्य बघावं त्याप्रमाणे माझी नजर त्याच्या चेहऱ्यावर आणि डोळ्यांवर खिळली होती.

प्रिय मोहम्मद,
तू किती देखणा आहेस आणि तुझं नाव किती सुंदर आहे! तू देखणा आहेसच आणि त्यावर तुझ्या नावाने कळस चढवला आहे. तू सौंदर्याचं मूर्तिमंत प्रतीक आहेस. आणि आता जे कोणी स्त्री आणि पुरुष तुझ्यावर नजर टाकतील, त्यांना तुझ्या प्रेमात पडावंच लागेल. त्यामुळे तुझ्यावर प्रेम करण्याबद्दल मला दोष देऊ नकोस.

हातात एखादं पुस्तक किंवा मासिक नसलेला मोहम्मद मी फार क्वचितच

पाहिला होता. ती पुस्तकं त्याच्या अभ्यासाशी फारच कमी तर कथा-कवितांशी जास्त संबंधित असत. आमच्या घरामध्ये असणारी पुस्तकं म्हणजे माझ्या भाच्यांची अभ्यासाची पुस्तकं होती आणि हो, अर्थातच 'कुराण'ही, ज्याने फर्निचरच्या एका छोट्याशा तुकड्याचा, ज्याला आम्ही त्याच्या वरच्या बाजूला लावलेल्या संगमरवरी पट्टीमुळे वॉशबेसिन म्हणत असू, एक खास भाग व्यापलेला होता.

मोहम्मद वाचत असणाऱ्या प्रत्येक पुस्तकाबद्दल मी त्याला प्रश्न विचारायची आणि तोही मला बगदादच्या 'हसन-अल्-रशिद'[१०] या खलिफाबद्दल, तिथल्या गुलाम मुलींबद्दल आणि आमच्या शेकडो वर्षं आधी होऊन गेलेल्या गोष्टी मला सांगत असे.

आम्ही काय बोलत होतो, असं जेव्हा फातमे मला विचारायची, तेव्हा मी त्याने मला सांगितलेली प्रत्येक गोष्ट तिला सांगत असे.

"हं, म्हणजे तुला सध्या इतिहासाचे धडे मिळताहेत तर!" तिने शेरा दिला. मी जेव्हा मोहम्मदबरोबर असायची तेव्हा मांसाचा किंवा ब्रेडचा तुकडा देणाऱ्याच्या पायाशी स्वत:चं मुटकुळं करून पडलेल्या किंवा थंडीत एखाद्या उबदार भिंतीला अंग घासणाऱ्या मांजरीसारखी असायचे.

एक दिवस मोहम्मदने मला त्याच्याबरोबर 'द व्हाइट रोझ' सिनेमा पाहायला जाण्याबद्दल विचारलं. त्याला 'हो' म्हणायची इच्छा असूनही माझ्या तोंडून उत्तर आलं, "नाही येता येणार. कारण मग मला माझ्या भाच्यांना शाळेतून आणायला उशीर होईल." तो संध्याकाळी जाण्याबद्दल म्हणतो आहे, हे माझ्या लक्षातच आलं नाही.

"माझ्या भावाने मला मारून टाकावं, अशी काही इच्छा आहे का तुझी?" मी त्याला अचंब्याने विचारलं.

"आपल्याबरोबर फातमे येईल ना!" तो म्हणाला.

"हे बघ," मी त्याला म्हटलं, "अगदी फातिमा, खुद्द प्रेषितांची मुलगी जरी आपल्याबरोबर आली ना, तरीही तो मला मारून टाकेल."

मोहम्मद खळखळून हसला आणि मग आम्ही शुक्रवारी, ज्या दिवशी शाळेला सुट्टी असते, त्या दिवशी जायचं ठरवलं.

मग ते सगळं असं घडलं – त्याने फातमेला सिगारेटच्या पाकिटात दोन तिकिटं लपवलेलं पाकीट दिलं. आम्ही अंधारात सिनेमाहॉलमध्ये गेलो, फातमे

---

१०. **हसन-अल्-रशिद :** पाचवा अब्बासिद खलिफ. तो कलांचा आणि विद्यांचा आश्रयदाता होता आणि त्याच्या महाकाय, भव्य अशा दरबारासाठी प्रसिद्ध होता. 'द थाउजंड अ‍ॅन्ड वन नाइट' यातील गोष्टी त्याच्या संपन्न जीवनशैलीवरून आणि बादशहा शहरयार (ज्याच्या राणीने शहरजादीने गोष्टी सांगितल्या आहेत.) यांच्यावरून प्रेरित आहेत.

माझ्या शेजारी बसली. काही क्षणांतच मोहम्मदही आला आणि तिच्या शेजारी बसला. तो वाकून-वाकून मला प्रत्येक दृश्याबद्दल समजावून सांगत होता, तर फातमे नि:श्वास सोडत होती, डोळे पुसत होती. एक-दोनदा तिने त्याच्या डोक्याला हात लावला.

अचानक मला जाणवलं की, मला तो इजिप्शियन ढंग कळत होता. असं वाटत होतं की, जणूकाही रझाने मला त्या सिनेमाहॉलच्या खुर्चीतून उठवून तिचा ड्रेस माझ्या अंगावर चढवला आहे आणि तिच्याबरोबर बागेत फेरफटका मारायला घेऊन गेली आहे. तिने जेव्हा पांढरा गुलाब उचलला तेव्हा मी तिच्याबरोबर होते. जेव्हा गाडी गावातून फिरत होती, तेव्हा मी तिच्याबरोबर होते. मी ती झाले होते. जेव्हा अब्दल वहाब माझ्यासाठी गात होता, माझं हृदय आनंदानं भरून आलं होतं. ज्याच्यावर मी प्रेम करत होते आणि जो माझा होता, त्याच्याबरोबर गाण्याव्यतिरिक्त मी आणखी काय करणार होते?

ग्रामोफोन आणि फ्लॉवरपॉटसाठी मी आसुसलेली होते. मला चुण्याचुण्यांचा स्कर्ट आणि नेकलेस घालावासा वाटत होता. ओझी वाहाणाऱ्या गाढवाऐवजी, जिच्यावर सगळे जण प्रेम करत होते, सगळे जण जिचं कोडकौतुक पुरवित होते, अशा रझासारखी मी का होऊ शकत नव्हते? असं का होतं की, मी जेव्हा-जेव्हा आसमानातल्या ताऱ्यांकडे बघत होते, तेव्हा अम्मी मला मना करत होती. पण अब्दल वहाब मात्र जन्नतच्या दिशेने बघत गाणं म्हणू शकत होता. 'झोपेविना घालविल्या रात्री, झोपेविना करत ताऱ्यांची गिनती.'

सिनेमा संपल्यावर फातमेने मला माझ्या खुर्चीतून अक्षरश: खेचलं. मला अजिबात उठायचं नव्हतं, पण कोणी आम्हाला मोहम्मदबरोबर पाहू नये यासाठी सिनेमाहॉलमधले दिवे लागण्यापूर्वी आम्हाला निघावंच लागणार होतं.

मोहम्मद माझ्याशी विशेष सख्ख्याने वागतो आहे, अशी फातमेच्या घरातील लोकांमध्ये कुजबुज सुरू झाली होती. पण फातमेने मला सांगितलं की, 'अमुक-अमुक जण, तो तुझ्या प्रेमात पडला आहे, अशी अफवा पसरवत आहे. त्यामुळे ती मी आहे, असा कोणालाही संशय येणार नाही. मोहम्मदला माझं नाव विनाकारण बदनाम करायचं नाहीये.'

या खुदा! मोहब्बत काय-काय करू शकते?

'रझा'चे अब्बाजान तिला गायकाशी निकाह करण्याची परवानगी नाकारताना जे म्हणतात त्या शब्दांची मी नक्कल करत म्हटलं, ''मी एक बाप आहे. एका फडतूस गायकाबरोबर मी माझ्या मुलीचा कसा काय निकाह लावू? आता काय निर्णय घ्यायचा, ते मी तुझ्या सदसद्विवेकबुद्धीवर सोडतो. एका बापाच्या नजरेतून माझा विचार करा. या परवरदिगार, मला मदत कर!'' त्याच्यातच भर घालून मी म्हटलं

की, "हो, मला माहीत आहे की, मोहम्मदच्या घरातील लोक म्हणतील की, आपण उच्चभ्रू लोक आहोत. आपल्याकडे घोडे आहेत आणि आमचे वडील महापौर आहेत आणि तू एका शिवणकाम करणाऱ्या मुलीशी कसा काय निकाह करू शकतोस?"

"अगं, माझ्या चिमुकल्या गोड खट्याळ मुली," फातमे हसत-हसत म्हणाली, "तू तर एक विदूषकच आहेस. मोहम्मदकडे आत्ता दातावर मारायलाही पैसा नाही. अजून शिकतो आहे तो. आत्ता स्वत:चं एखादं भाड्याचं घर घेऊन लग्न करू शकत नाही."

मोहम्मद मग फातमेच्या घरी यायचा एकदम बंद झाला. फातमे परोपरीने मला सांगत होती की, तो परीक्षेच्या अभ्यासात गुंतला आहे. पण मला असं वाटत होतं की, त्याच्या घरातल्यांना नक्कीच काहीतरी जाणवलं असणार. आता मला तळमळण्याचा, अभिलाषेचा खराखुरा अर्थ समजला होता. ही ती भावना होती, जी कारंज्याजवळून जाताना मोहम्मद न दिसल्याने यायची किंवा त्याच्या डेस्कवरची शाईची बाटली आणि टाक पाहिल्यावर यायची. मी खूप निराश झाले होते.

सलग तीन आठवड्यांनंतर तो मला पुन्हा कारंज्यापाशी दिसला. आनंदाने वेडीपिशी होऊन मी त्याच्याजवळ गेले. त्याने मला खूप थंडपणे प्रतिसाद दिला. मी माझी 'ब्रा' घातलेली नव्हती म्हणून कदाचित तो असा वागत असेल, असं मला वाटलं. त्याने माझ्याकडे दुर्लक्ष करून हातातील पुस्तक वाचणं चालूच ठेवलं.

"ही एखादी ऐतिहासिक गोष्ट आहे का?" मी त्याला विचारलं.

"नाही." करड्या स्वरात त्याने उत्तर दिलं, "कविता आहेत त्या."

"काय नाव आहे त्याचं?"

"चाँद का झूला!"

"अच्छा म्हणजे चाँदकडेही झूला आहे म्हणायचं की!" हसत-हसत मी म्हटलं.

तो काही हसला नाही. त्याच्या चेहऱ्यावरच्या त्या गंभीर भावांनी मला इब्राहिमची आठवण करून दिली.

"तुझी सगाई झाली आहे." मी एकदम त्याच्याकडे वळले. माझ्याकडे एखाद्या गुन्हेगाराकडे पाहावं तशा नजरेनं पाहात म्हणाला, "आणि तू ते माझ्यापासून लपवून ठेवलंस."

यावर मला त्या विक्रेत्याची आठवण झाली, ज्याने डुकराची थोडी जादा चरबी देण्याच्या बदल्यात माझं चुंबन घेण्याचा प्रयत्न केला होता. असं घडल्यामुळे माझ्या नकळत माझी त्याच्याशी सगाई झाली असेल का?

"हे बघ कमिला," मोहम्मद त्याचा आवाज वाढवत म्हणाला, "हा खोटेपणा अन् दांभिकपणा थांबव. तुझी तुझ्या अल्लाकडे गेलेल्या बहिणीच्या शौहरशी सगाई झाली आहे आणि तू ते माझ्यापासून लपवत होतीस."

“माझी सगाई – त्या बुङ्ढ्याशी? खुदाकसम, प्रेषित आणि इमाम अलींची कसम माझी कोणाशीही सगाई झालेली नाही.”

“बहुत मुबारक!” तो म्हणाला.

मला रडू फुटलं. हे आम्ही होतो. हिरो आणि हिरॉइन – दोघंही एकत्र, समोरासमोर, कारंज्याच्या शेजारी. घनदाट काळे केस असणाऱ्या आणि चेहऱ्याचा रंग फिकुटलेल्या नायिकेवर तो नायक आरोप करत होता. डोळ्यांतून अश्रू झरणारी ती! तिचा निष्पापपणा जपत, स्वत:ची बाजू पटवून देण्यासठी त्याच्या मागे-पुढे करत होती. मला स्वत:ला त्याच्या कुशीत झोकून द्यावंसं वाटलं आणि म्हणावंसं वाटलं की, “नाही, नाही, विश्वास ठेव माझ्यावर. तुला माझ्यावर विश्वास ठेवायलाच हवा.

मोहम्मदने अंगणात पलीकडच्या बाजूला स्टोव्ह दुरुस्तीत दंग असणाऱ्या फातमेच्या काकाला हाक मारली. ते उठून आमच्याजवळ आले.

“खुदाकसम, तुझा परिवार म्हणजे गुन्हेगारांचं एक गाठोडंच आहे. तुझ्या सगाईची रस्म अदा करणारा तो शेखही त्याला सामील आहे. त्या प्रसंगाचा साक्षीदार असणाऱ्याकडून मला सगळी कहाणी समजली आहे. खरं तर त्यालाही एका अकरा वर्षांच्या मुलीच्या सगाईचा साक्षीदार व्हायचं नव्हतं, पण शेवटी त्याचा नाइलाज झाला.”

माझ्या भाच्यांच्या खोलीत साफा बांधून बसलेल्या शेखची मला आठवण झाली आणि अचानक मला ‘तुमच्या साक्षीने’ या दुर्भाग्यपूर्ण शब्दांचा अर्थ समजला. तो साफा बांधलेला शेख आणि ते बाकीचे सारे पुरुष आमच्या घरात काय करत होते हे मला उमजलं. आतापर्यंत फातमे माझ्याशेजारी झुलत-झुलत सांत्वनाचे, सहानुभूतीचे शब्द उच्चारत उभी होती. हे सगळं खरं आहे का, हे अम्मीला विचारायला मी धावत घर गाठलं.

“अं, ती सगाई होय?” अम्मी माझ्याशी खोटं बोलली, “अगं, काहीनाही; ती आपली धार्मिक हेतूने केलेली खोटी-खोटी शादी होती. तुझ्या मेव्हण्याने तुला डोक्यावर रुमाल न बांधलेल्या अवस्थेत पाहिल्यावर अल्लाने तुला शिक्षा देऊ नये म्हणून आम्ही ते केलं होतं.”

मी तशीच तडक फातमेकडे गेले.

“खूप उशीर केलास.” फातमे मला म्हणाली, “बैरुतला परत कधीही न येण्याची कसम खाऊन मोहम्मद आधीच सिडॉनला निघून गेला.”

माझं मन एकदम खचलं, पण फातमेने मला जवळ घेऊन सांगितलं की, मोहम्मद माझ्यावर खरोखरीच खूप प्रेम करतो. तिने मला सांगितलं की, माझ्या सौंदर्याने आणि माझ्या आनंदी राहण्याच्या स्वभावाने त्याला भुरळ घातली होती. खरं तर मी जेव्हा त्याला अब्दल वहाबसाठी जाकीट मागितलं तेव्हापासूनच तो माझ्या प्रेमात पडला होता.

त्याला अर्थात त्याच्या निश्चयावर ठाम राहता आलं नाही आणि तो दिवस उगवला, ज्या दिवशी तो मला परत कारंज्यापाशी माझी वाट पाहाताना भेटला. उन्हात उभं राहून पाण्यात खेळणाऱ्या ड्रॅगनफ्लाइज बघण्यात दंग झालेल्या त्याच्या दर्शनानंतर मी त्याच्यावर किती प्रेम करते ते मला कळून चुकलं; पण मला खूप लाज वाटली आणि तो मला झिडकारेल अशी भीतीही!

"मान्य आहे," मी त्याला म्हटलं, "तुमच्या साक्षीने – असे शब्द मी उच्चारले, पण अबू हुसेनने माझे केस पाहिल्यावर मला जहन्नममध्ये जावं लागू नये, म्हणून केली गेलेली लुटुपुटीची शादी, इतकंच आहे हे. 'टिर्रर'साठी नाही."

मोहम्मदने विचित्र नजरेने पाहिले आणि मी शेवटचा शब्द काय म्हणाले, असं विचारलं. मी त्याला 'टिर्रर' हा शब्द परत एकदा म्हणून दाखवला. त्याने जसा मला त्या शब्दाचा अर्थ विचारला, मी एकदम वरमले. शरमिंधी, निरुत्तर होऊन मी माझा चेहरा लपवला. तो शब्द कोठून आला आहे किंवा तसा शब्द खरंच आहे का? का मीच तो शब्द एका पुरुष आणि स्त्रीमध्ये काय होतं, ते सांगायला तयार केला होता? टिर्रर म्हणजे काय याची मला काहीच कल्पना नव्हती. 'टिर्रर' म्हणजे शादी? चुंबन? मुलं होणं?....

रक्ताचा एक थेंब...

माझ्यासाठी मोहम्मद आता रोटी खाण्याइतका महत्त्वाचा बनला होता. त्याने जेव्हा मला व्हायोलेटचा गुच्छ दिला, माझं मन थरारलं आणि हृदय धडधडायला लागलं. तो व्हायोलेटचा गुच्छ खरंच माझ्यासाठी होता का? मी त्याला विचारलं... आणि तो उत्तरला, ''हो, अर्थातच!'' मी फुलपाखरासारख्या गिरक्या घ्यायला लागले.

मग तो एक दिवस उजाडला, ज्या दिवशी माझ्या चड्डीवर दिसलेल्या रक्ताच्या थेंबाने आता मी मरणार अशी माझी खात्री पटवून देऊन घाबरीघुबरी करून रडत-रडत फातमेकडे धाडले.

आता असंही वाटतं की, मला जेव्हा माझ्या चड्डीवरचं रक्त दिसलं आणि मी आता मरणार असं अनुमान काढलं, माझं फार काही चुकलं नव्हतं. रक्ताचा तो एक थेंब म्हणजे जणूकाही इशारा देणारी घंटा होती, एक अशी घंटा जी सगळं काही रद्द ठरवते – दिवस, महिने अन् वर्षंही!

खदिजाच्या चुलत बहिणीचं आणि माझं कपड्याचं माप सारखंच आहे आणि ती काही आत्ता इथे येऊ शकणार नाही, असं सांगून मोठ्या युक्तीने माझ्या घरच्यांनी माझी मापं घेतली. मग असंच योगायोगाने मला निकाहच्या वेळी घालण्यात येणारा पांढरा ड्रेस दिसला आणि आता लवकरच ते माझा निकाह लावून देतील, हे माझ्या लक्षात आलं. माझ्या अश्रूंचा बांध फुटला आणि मी माझे केस उपटायला लागले. मी खरोखरीच केसांचे झुबके उपटते आहे हे दाखवण्यासाठी मी, अम्मी आणि खदिजाला माझे हात दाखवीत होते.

''माझं असं काही करू नका.'' माझी छाती पिटून घेत मी किंचाळले, ''खुदा रहम कर, रहम कर, खुदा!''

जे काही घडत होतं, ते सांगण्यासाठी मी फातमेकडे धावले. तिने कबुली दिली की, माझ्या मेव्हण्याने मला शिवणकाम शिकण्याची परवानगी एवढ्याचसाठी दिली

होती की जेणे करून मी त्याच्या आधीच्या बीबीची, मनिफाची सावली बनू शकेन.

"तू पण फातमे," मी स्फुंदत म्हटलं, "तू तरी मला सावध का केलं नाहीस? तू का नाही माझ्या मेव्हण्याला बोललीस? का नाही त्याचे वाभाडे काढलेस?"

व्यवसायासाठी उपयोगी पडावं म्हणून माझ्या घरच्यांची, मी शिवणकाम शिकावं अशी इच्छा होती, यावर मी तरी काय कसा विश्वास ठेवला?

"तू माझ्याशी असं कसं काय वागू शकलीस?" माझ्या अश्रूंद्वारे मी माझ्या अम्मीला विचारलं.

ती आणि खदिजा दोघीही रडल्या, पण त्यांनी मला फसवलं होतं आणि आता त्या दोघी निकाहाबद्दल माझ्याशी बोलत होत्या. तिन्ही मुलांची आयुष्यं आता माझ्या हातात आहेत, असं मला सांगितलं गेलं. मी जर त्यांच्या अब्बूंशी निकाह केला, तर ती एकदम सुधारतील आणि सामान्य आयुष्य जगू शकतील आणि मी जर 'नकार' दिला, तर एखादी सौतेली अम्मी त्यांची आयुष्यं कोमेजून टाकेल आणि मग एक दिवस ती हृदयं धडधडायची थांबतील.

माझ्या भाच्यांच्या बाबतीतील प्रत्येक गोष्ट लोकांना दुःखी करत होती. ती जेव्हा हसत, तेव्हा इतर रडू लागत; कारण त्यांची दुःखी अम्मी त्यांचं हसणं कधीच ऐकू शकणार नव्हती. त्यांची असणारी धार्मिक नावंही दुःखाचे स्रोत होती. प्रेषितांच्या नातवाच्या नावावरून हुसेनचं नाव ठेवलं होतं, ज्याचा शिरच्छेद केला गेला होता, ज्याला हौतात्म्य प्राप्त झालं होतं; त्यांचा भाऊ हसन – त्याच्यावर विषप्रयोग करण्यात आला होता आणि इमाम अली, प्रेषितांचे जावई – ज्यांचा त्यांच्याच दोन मुलांदेखत वध करण्यात आला होता.

संगीतावर प्रेम असणाऱ्या, आनंदाने जगणाऱ्या माझ्या कलंदर भावाला, हसनला, ज्याने त्याचं प्रेम असणाऱ्या स्त्रीबरोबर शादी केली होती, भेटायला गेले.

अश्रूभरल्या डोळ्यांनी मी माझी यातून सुटका करण्याची विनवणी केली. अम्मी आणि इब्राहिम, मी फक्त तेरा वर्षांची असताना जबरदस्तीने माझं लग्न लावून देत होते.

"तू सगळ्यात मोठा भाऊ आहेस ना?" मी विचारलं, "तो तुझ्यापेक्षा लहान आहे, त्याला तुझं ऐकावंच लागेल."

"धीर धर जरा थोडा." माझ्या खांद्यावर थोपटत तो उत्तरला.

मी माझे डोळे कोरडे केले, नाक स्वच्छ केलं आणि तो त्याचं बोलणं संपवण्याची वाट पाहू लागले.

पण जशी मी थोडीशी शांत झाले, त्याने त्याचं ल्यूट बाहेर काढलं आणि (ओ रोझ ऑफ प्युअरेस्ट लव्ह.) 'माझ्या विशुद्ध प्रेमाच्या गुलाबाच्या फुला' हे गाणं म्हटलेलं ऐकायला आवडेल का, असं मला विचारलं.

"त्यांना झुलवत राहा," असं फातमेनं मला सुचवलं होतं. (दुसऱ्या शब्दांत सांगायचं तर लग्नासाठी तयार होण्यासाठी अशक्यप्राय गोष्टींची यादीच तयार ठेवल्यामुळे तुला थोडा अवधी मिळेल, असे ती म्हणाली होती.) विशेषत: अबू हुसेन चिक्कू असल्यामुळे!

तिकडे नैबिताहमध्ये मी अशा परीकथा ऐकल्या होत्या, ज्यांमध्ये अशा प्रकारचा सौदा अतिशय महत्त्वाचा होता. मला त्या हुशार हसनची गोष्ट आठवली; ज्यात तो म्हणतो की, त्याला अशा चिमणीच्या पोटातली गव्हाची लोंबी हवी आहे, जिच्या पंखामध्ये निळी पिसं असतील आणि तीसुद्धा फक्त तिच्या उजव्या पंखात, डाव्या पंखात अजिबात नव्हे! मला त्याच वेळी उंच काळ्या जिनीचीही गोष्ट आठवली, जी जादूच्या बाटलीतून अवतीर्ण होऊन 'हुक्म कीजिए मेरे आका!' असं म्हणते. त्यावर ती कुरूप म्हातारी म्हणते की, मला तुझ्या पाठीवर बसव आणि अशा प्रदेशात घेऊन चल, जिथे बूट बोलतात, नाचतात, ठेका धरतात आणि टाळ्या वाजवतात.

गोष्टीमध्ये तर हे सर्व होत होतं, म्हणून मी पण प्रयत्न करायचं ठरवलं. माझी पहिली मागणी होती भाजलेल्या कोंबडीची; पण मला ती रेस्टॉरंटमधून मागवलेली असायला हवी होती. नाहीतर मला माहीत होतं की, हे लोक माझ्या नावाने कोंबडी आणतील, तिला बाथरूममध्ये बरेच दिवस ठेवून जरा जाडजूड करतील. मग ती कापतील आणि घरातील सगळ्यांसाठी शिजवतील. मला खात्री होती की, आमच्या घरातील कोणीही रेस्टॉरंटमध्ये पायही ठेवणार नाहीत. कारण या अशा जागा फक्त श्रीमंत, सुसंस्कृत लोकांसाठी असतात; पण जेव्हा माझ्या मेव्हण्याने नाखुशीनेच रेस्टॉरंटमधून भाजलेली कोंबडी विकत आणली तेव्हा माझी घोर निराशा झाली. इब्राहिमच्या नापसंतीच्या कटाक्षाकडे दुर्लक्ष करून मी अधाशीपणाने त्यावर तुटून पडले आणि त्या मांसाचे मोठमोठे तुकडे गिळायला सुरुवात केली. हाडं चोखली, काही तर अक्षरश: दातांनी कडाकडा चावायला लागले.

कोंबडी मिळवून झाल्यानंतर दोन दिवसांनी मी सगळ्यांच्या लक्षात आणून दिलं की, माझी अजूनही माझ्या मेव्हण्याशी निकाह करण्याची इच्छा नाहीये. वास्तविक आम्ही एकाच घरात राहत होतो; पण तरी मी स्वत:ला अगदीच दुर्लभ बनवलं. त्याचा आवाज जरी आला तरी मी तेथून दिसेनाशी व्हायची. मी त्याला इतकी का घाबरते (खरं तर त्याच्यामुळे माझ्या अंगावर काटा उभा राहायचा.) असं जेव्हा त्यांनी मला विचारलं तेव्हा, "निकाहसाठी मी अजून खूप लहान आहे," असं मी ओरडून सांगितलं.

पोटातल्या सापावर डॉक्टरांचा सल्ला घ्यायला जेव्हा माझी नैबिताहची मावशी आली. तिने माझ्या असलेल्या विरोधाबद्दल सगळं ऐकून घेतलं आणि मग ती पण

घरच्यांच्या मोहिमेत सामील झाली. असं इतकं स्वार्थीपणाने वागण्याबद्दल आणि माझ्या बहिणीच्या तिन्ही मुलांबद्दल विचार न करण्यासाठी तिने माझी चांगलीच खरडपट्टी काढली.

अम्मी आणि मावशीने मला सिनेमाला घेऊन जावं, ही होती माझी दुसरी मागणी!

अम्मीच्या तोंडून किंकाळी बाहेर पडली आणि तिने अल्लाकडे क्षमायाचना केली, ''या खुदा!'' ती म्हणाली, ''तुळशीचं झाड बुंध्यापासून कोमेजत जावं, तशा माझ्या दोन जवान बेट्या मी गमावल्या आहेत आणि तू म्हणतेस की, मी सिनेमाला जावं?''

मी जो सिनेमा म्हणते आहे, तो कोणत्याही गाण्याशिवाय किंवा प्रेमप्रसंगाशिवायचा विनोदी सिनेमा आहे, याची मी तिला खात्री पटवून दिली.

''म्हणजे मी हसावं असं म्हणतेस की काय तू? मला हसण्याची गरज आहे, असं का वाटतं तुला?''

अर्थात तरीही निदान मग तरी मी निकाहसाठी राजी होईन म्हणून मला सिनेमाला घेऊन जाण्याचा माझ्या मावशीने आग्रह धरला.

''तू आता मला हे सांग –'' अम्मी म्हणाली, ''तू तुझ्या मेव्हण्याशी शादी करणार आहेस की नाही? की तू आमच्याशी खेळ करते आहेस, शेतातल्या जिनी?''

मी प्रेषितांची, इमाम अलींची आणि माझ्या दोन्ही मृत बहिणींच्या स्मृतींची कसम घेऊन त्यांना सांगितलं की, आता या वेळी मी माझं मन बदलणार नाही.

मी तडक माझे केस विंचरायला आरशासमोर गेले. मला पराकोटीचा आनंद झाला होता. आज आयुष्यात पहिल्यांदाच कोणत्याही अपराधी भावनेशिवाय किंवा कदाचित इब्राहिम मला पकडेल, या भीतीशिवाय मी सिनेमाला जाणार होते.

सिनेमाला जाताना आम्हाला वाटेत स्ट्रिप्टीज नाइटक्लब लागला. चालता-चालता अम्मी वर बघेल आणि तिची नजर त्या लाजिरवाण्या पोस्टर्सवर पडेल, या भीतीने माझा जीव गोळा झाला होता. मी जेव्हा तिला तिच्या डोक्यावरचा रुमाल, तिच्या आधीच अधू असणाऱ्या डोळ्यांवर ओढून घेताना पाहिला, मला हायसं वाटलं. तेवढ्यात नाइटक्लबचा माणूस दारातून ओरडला, ''पाव! फक्त पाव लिरा! फक्त पाव लिरामध्ये हेलकावणारे कुल्ले, नाचरी, चमचमणारी वक्षस्थळं!''

अम्मीने शब्दन्शब्द ऐकला.

''हो तिकडे! कुत्र्याच्या अवलाद्या!'' अम्मी त्याच्यावर तारस्वरात किंचाळली.

मी तिच्या हाताला धरून तिला तेथून बाजूला नेलं. आम्ही सिनेमाहॉलमध्ये शिरलो आणि आपापल्या खुर्च्या शोधल्या. परत एकदा मी प्रकाशाचा आणि धुळीचा झोत पडद्यावर आदळताना पाहिला.

अजून दिवे बंद होतच होते, तोपर्यंत पाठीमागच्या लोकांनी ओरडायला सुरुवात

केली, "त्या उंच बाईला जरा खाली वाकायला सांगा. तिची खुर्ची मागच्या रांगेत घ्या जरा!"

माझ्या लक्षात आलं की, माझी मावशी तिच्या खुर्चीत चढून बसली होती.

"तू जरा एक क्षणभर उभी राहा. मी तुझी खुर्ची नीट करून देते." मी तिला मदत करण्याच्या हेतूने म्हटले, "खुदा करो अन् ते दिवे घालविणारी लोकं खड्ड्यात जावोत. आपण बैरुतमध्ये आहोत ना? इथे तर काटकसर करायची गरज नाहीये. त्यांना म्हणावं दिवे लावा, म्हणजे मग मला माझ्यासमोर काय चाललं आहे, ते बघता येईल."

सुरुवातीला आम्ही युरोपमध्ये सुरू असलेल्या युद्धावरची रिळं पाहिली. बैरुतमध्ये सगळीकडे विकल्या जाणाऱ्या नेत्यांच्या स्टीकर्समुळे काही-काही नेत्यांचे चेहरे मी ओळखत होते. एक चौकोनी चेहऱ्याचा इटालियन, छोट्या कातरलेल्या मिशा असणारा एक जर्मन – जो खूप संतापलेला आणि अस्वस्थ दिसत होता आणि जाडगेला इंग्रज – ज्याच्या हातात त्याच्यासारखीच एक जाडजूड सिगारेट होती. मला असं वाटलं की, युद्ध सुरू झाल्याचं दु:ख झाल्यामुळेच जणूकाही त्याने ती काळी सिगारेट हातात धरून ठेवली आहे. खेड्यापाड्यांतून एकमेकांशी चुरस करणाऱ्या रणगाड्यांची दृश्यंही त्यात होती. एक रणगाडा कॅमेऱ्याच्या अगदी जवळ आला आणि त्याच्यामुळे पूर्ण पडदा व्यापला गेला, जे पाहून माझी मावशी परत एकदा उठून उभी राहिली.

"हे तू नक्की कोठे घेऊन आली आहेस आम्हाला?" ती किंचाळून म्हणाली.

मागून येणाऱ्या कर्कश शिट्ट्यांच्या आणि टवाळीच्या आवाजाच्या जोडीने मी मावशीला खाली बसवण्यासाठी तिचा हात धरून खेचला. एकदाची ती बातम्यांची रिळं संपून सिनेमा सुरू झाला. पडद्यावर लॉरेल आणि हार्डी होते, ज्यांना पाहून मला अबू हुसेन आणि इब्राहिमची आठवण झाली. लॉरेड हडकुळा, बुटका, कमी बोलणारा माझा मेव्हणा होता; हार्डी, जो धिप्पाड, जाड, छोट्याशा मिशा असणारा आणि चिडक्या स्वभावाचा – तो होता माझा खिन्न चेहऱ्याचा भाऊ इब्राहिम. थोड्याच वेळात मी इतकी हसायला लागले की, मला माझ्या गालांवर चापट्या माराव्या लागल्या.

अम्मी तिच्या खुर्चीत अस्वस्थपणे चुळबुळत होती.

"या खुदा! शेवटी एकदाची उठून उभी राहत ती ओरडली, "बस्स झालं आता! त्यांना जरा त्यांचा गोंधळ बंद करून गप्प बसायला सांग. शिलाई मशीनच्या शटलसारखे सारखे मागे-पुढे हलताहेत ते. माझ्या डोळ्यांना आता हे बघवत नाही."

"ओह्! हो खुदा के लिए, तुम्ही खाली का बसत नाही?" एक माणूस अम्मीवर खेकसला.

त्याबरोबर माझी मावशी गर्रकन मागे वळली.

"तुझी बडबड बंद कर कुचकामी माणसा!" ती ओरडली, "काही ओळखदेख नसताना, आमच्याशी बोलायची तुझी हिंमत कशी झाली?"

माझ्या युक्त्यांबद्दल आणि स्वतःबद्दल मनात गर्वाची भावना घेऊन मी माझ्या मागण्यांद्वारे माझी शादी कशी लांबणीवर टाकत होते, हे फातमेला सांगायला तिच्या घरी गेले.

"तू खूप मोठी तिस्मारखाँ आहेस, असं तुला वाटतं का?" ती म्हणाली, "काय तर म्हणे भाजलेली कोंबडी अन् सिनेमा! तू खरं तर सोन्याचं घड्याळ आणि बांगड्या मागायला हव्या होत्यास."

मग मी तडक घरी गेले आणि फातमेने सुचवलेल्या गोष्टींची मागणी केली. त्या रात्री मला खूप छान झोप लागली; मला खात्री होती की, या गोष्टींसाठी माझ्या मेव्हण्याचे पैसे कधीही त्याच्या खिशातून बाहेर येणार नाहीत. साधा नळ जरी ठिबकत राहिला तरी तो आम्हाला ओरडत असे. अंघोळीच्या साबणाची जेव्हा सालीसारखी पातळ चकती होत असे, तेव्हा तो ती चकती नवीन साबणाला चिकटवत असे. एकदा तर त्याने विकत आणलेलं मांस मांजरीने पळवलं, तेव्हा तो दिङ्मूढ अवस्थेत हातात ती रिकामी पिशवी तशीच धरून उभा राहिला. अविश्वासाने ती पिशवी उलटसुलट करत राहिला आणि मग त्याने ओरडायला सुरुवात केली. मी पटकन उरलेले चरबीचे तुकडे थाळीमध्ये घातले आणि कदाचित अल्ला त्याच्यावर रहम करून त्या चरबीचं रूपांतर पुन्हा मटणामध्ये करेल, या आशेने नमाज पढायला बसलेल्या त्याच्या चटईच्या शेजारी नेऊन ठेवून दिली.

या वेळेस आश्चर्याची गोष्ट अशी होती की, माझ्या मेव्हण्याने माझ्या कोणत्याही मागण्या अमान्य तर केल्या नाहीतच, उलट मी मागितलेली प्रत्येक गोष्ट त्याने आणून दिली. मी जेव्हा अम्मी आणि खदिजाच्या हातात सोनं पाहिलं, मी बेशुद्ध झाले.

मी ऐकलेलं पुढचं वाक्य होतं, "गुलाबपाणी आणा, पटकन आणा गुलाबपाणी!"

त्या सुगंधामुळे माझी जीभ बहुधा सैलावली असावी, कारण मी त्या दोघींची करुणा भाकायला लागले.

"तो म्हातारा आहे." अर्धवट शुद्धीवर येताना मी पुन्हा-पुन्हा म्हणत राहिले. "तो एवढा मोठा आणि मी इतकी छोटी, एक लहान मुलगी आहे अजून मी." फातमे, तिचे काका आणि मोहम्मदने म्हटलेल्या शब्दांचे प्रतिध्वनी माझ्या कानात घुमत राहिले.

दुसऱ्या दिवशी सकाळी-सकाळी मोहम्मद मला फातमेच्या घरी बागेच्या फाटकापाशी माझी वाट पाहात थांबलेला दिसला. मी काही बोलण्याच्या आधीच त्याने मला माझ्या घरच्यांना शादीची बात सहा महिन्यांपर्यंत लांबणीवर टाकायला

सांगण्याबाबत सांगितलं. तोपर्यंत त्याने सरकारमध्ये सदस्यत्व मिळवण्याबाबतचं प्रशिक्षण पूर्ण करून देशान्तर्गत शासकीय खात्यामध्ये सिक्युरिटी जनरलची नोकरी मिळवलेली असेल.

मोहम्मदने त्याचा हात त्याच्या हृदयावर ठेवला आणि माझे खांदे गच्च पकडले, ''काहीही झालं, त्यांनी कितीही दबाव टाकला तरी हार मानू नकोस.'' तो म्हणाला, ''फक्त सहा महिने... आणि मग आपली सगाई झालेली असेल. घाबरू नकोस.'' त्याने त्याच्या कोटाच्या खिशातून त्याचा एक छोटा फोटो काढला आणि माझ्या हातात दिला. एक उसासा सोडत मी तो माझ्या 'ब्रा'मध्ये सरकवला. ''कसम घे की, काहीही झालं तरीही तू शादी करणार नाहीस.''

''मी कसम घेते.'' मी त्याचे शब्द उच्चारत म्हटलं, ''मी शादी करणार नाही.''

मी ठरवलं की, माझ्या घरच्यांना मी चौदा वर्षांची झाल्यावर शादी करेन असं वचन दिलं होतं. त्यातला उरलेला अवधी मी माझ्या बाजूने उभी राहण्यासाठी अम्मीचं मन वळवण्यासाठी वापरेन आणि मग नंतर या सगाईतून मला मोकळं करण्यासाठी इब्राहिमवर जोर टाकेन. पण त्या रात्री जेव्हा मी पायऱ्यांवर अबू हुसेनच्या पावलांचा आवाज ऐकला आणि इब्राहिमला त्याच्या एका मुलीवर ओरडताना ऐकलं, मी माझा मनसुबा बदलला. त्याऐवजी मी ठरवलं की, मी दक्षिणेकडे पळून जाईन आणि अब्बूंना मला यातून वाचवण्यासाठी आणि मला तिथे आणखी सहा महिने राहू देण्यासाठी विनवेन.

मी पायी जावं का? छे! छे! फारच वाईट कल्पना होती ती. ते मला पकडू शकतील. भल्या पहाटे खेचरांवर दक्षिणेकडे प्रवासाला निघणाऱ्यांची सोबत घ्यावी का? की पहाटे घरातून सटकून दक्षिणेकडे जाणाऱ्या एखाद्या बसमध्ये ड्रायव्हर येण्यापूर्वी लपून बसावं?

आगीतून फुफाट्यात...

अबू हुसेनच्या जाकिटाच्या खिशातून थोडेसे पैसे चोरून मी भल्या पहाटे दबक्या पावलांनी बाहेर पडले. निघण्यापूर्वी मी कमीलसमोर उभी राहिले. त्याचे पापे घेण्याची अनिवार इच्छा झाली होती. तो किती लहान आणि शांत दिसत होता. काश...! तो जर माझ्या मेव्हण्यावर, त्याच्या घरावर अवलंबून नसता, तर त्याने मला नक्कीच मदत केली असती. मी बूर्ज स्क्वेअरच्या रस्त्यावर दक्षिणेकडे जाणारी बस पकडली. बस जेव्हा सिडॉनमधून चालली होती, तेव्हा मला 'थांबा! थांबा!' असं ओरडावंसं वाटलं, म्हणजे मग मी खाली उतरून मोहम्मदच्या शाळेत धावत गेले असते. पण मी माझं दु:ख आवरलं आणि चुपचाप होते, त्या जागी बसून राहिले.

आता बैरुतवरून कोणीही माझा पाठलाग करायला येणार नाही, अशी खात्री पटून मी साधारण दीड तासाने नैबिताहमध्ये पोहोचल्यावर बसमधून खाली पाऊल टाकलं. मला जरी खूप मोकळं, सुटल्यासारखं वाटत होतं, तरी त्याच वेळेस खूप दु:खी, एकटंही वाटत होतं. अब्बूंना आणि त्यांच्या बीबीला किंवा पोटात साप असणाऱ्या माझ्या मावशीला जाऊन भेटण्याचं माझं धाडस झालं नाही, म्हणून मग मी माझा मोर्चा चांभारकाम करणाऱ्या माझ्या मामाच्या टपरीच्या दिशेने वळवला आणि माझ्या इकडे येण्याचं कारण त्यांना सांगितलं. त्यांनी त्यांच्या तोंडातले खिळे बाहेर काढले नाहीत की, हातातली हातोडीही बाजूला ठेवली नाही. त्यांना मला कोणतीही मदत करायची नाही, हे स्पष्टच दिसलं.

त्यानंतर मग मी माझ्यापेक्षा वयाने मोठ्या असणाऱ्या माझ्या मावसबहिणीकडे, मीराकडे गेले. वर्षातला काही काळ ती नैबिताहमध्ये, तर काही पश्चिम आफ्रिकेत घालवीत असे, जिथे तिच्या शौहरचा कसलासा व्यवसाय होता. तिने अगत्याने माझं स्वागत केलं. सहानुभूती दर्शवायला आपली मान हालवीत, तिने माझी दु:खद कहाणी ऐकून घेतली, ज्यामुळे ती अर्थातच हेलावून गेली. खूप विचार करकरूनही

ती मला यावर काही उपाय सुचवू शकली नाही. त्याऐवजी मग तिने मला भाजलेलं मटण आणि पालक पेस्ट्रीज पोटभर खाऊ घातल्या. संत्र्याच्या झाडांच्या सुगंधाचा आनंद घेत आम्ही बागेत बसून राहिलो. मी तिथे राहावं, यासाठी तिने खूप प्रयत्न केले; पण आता अजिबात येथे थांबायचं नाही, असं मी मनाशी ठरवलं होतं. म्हणून मग मी शेजारच्या खेड्यामध्ये राहणाऱ्या अब्बूंच्या घराची वाट धरली. ज्या क्षणी मला ते दिसतील, मी त्यांना म्हणेन, ''अब्बू मला तुमच्याबरोबर आणि तुमच्या बीबीसोबत राहायचं आहे. मला आता येथून पुढे बैरुतमध्ये अजिबात राहायचं नाही.'' त्यांच्या बीबीने जर मला मी आणि कमील यांच्या घरातून कसे पळून गेलो होतो, याची आठवण करून दिली, तर मी तिला म्हणेन की, मी त्या वेळेस खूपच लहान होते आणि मी तिला मला माफ करायला सांगेन.

प्रत्येक पावलागणिक अम्मीची आठवण काढत, मी अब्बूंच्या घराची वाट चालत होते. तेथील लाल माती मला आम्ही शेतामध्ये एकत्र घालवलेल्या दिवसांची आठवण करून देत होती. मला त्या दिवसांकडे परत जाण्याची तीव्र इच्छा झाली, जेव्हा मी माझ्या भावाबरोबर डिजेबाहमध्ये गरम-गरम मसूर घेऊन पळून जात होते, अली अल्ट्राश वाटेत भेटेल या विचाराने मी धास्तावलेली होते. आता मला कळलं होतं की, त्याच्या भीतीपेक्षाही जास्त भीतिदायक अशा कितीतरी गोष्टी होत्या. आमची वाट पाहात उभ्या असणाऱ्या अम्मीचं चित्र डोळ्यांसमोर येऊ नये म्हणून आमच्या जुन्या घराकडे जाणाऱ्या रस्त्यावरून मी माझी नजर बाजूला वळवली. माझे अब्बाजान शोभतील अशा वयाच्या माणसाबरोबर अम्मी माझा निकाह कसा काय लावून देऊ शकते? मला माझी मैत्रीण ॲपलची आठवण आली आणि मी एकदम रडायला लागले. मला तिला भेटायचं होतं, पण मला सोडून खेळात रमलेल्या ॲपलचा विचारही मला सहन होईना. म्हणून मग मी अब्बूंच्या गावाच्या दिशेने पळत राहिले.

अम्मी आणि इब्राहिम यांनी माझा निकाह माझ्या मेव्हण्याशी लावून देण्याचा घाट घातला आहे, हे सांगताना माझी छाती हुंदक्यांनी भरून आली. मी अब्बूंना त्यात मोडता घालायची आणि मला त्यांच्याबरोबर राहू देण्याची खूप विनवणी केली. मी निकाह करावाच असं अब्बूंनी ठामपणे म्हटलं नाही आणि माझ्याबरोबर त्यांनी वादही घातला नाही. त्यांनी ना माझ्या खांद्यांवर थोपटलं ना मला आत बोलावून काही खायला देऊ केलं. त्यांनी तोंडातून एक अक्षरही काढलं नाही. खूप वर्षांपूर्वी कमील आणि मी त्यांच्या घरून अम्मीकडे पळून गेलो होतो, त्याबद्दलचा राग अजूनही त्यांच्या मनात असेल, असं मी स्वत:लाच समजवलं. ते मला तसंच बाहेर सोडून निघून गेले, त्यामुळे मग मी त्यांचं घर आणि त्यांची बीबी जिथे रोट्या शेकायची त्या शेडच्या मधल्या भागात ताटकळत उभी राहिले. रात्र झाल्यावरही त्यांनी मला झोपायला जागा दिली नाही. मी त्या शेडमध्येच दूरवरून ऐकू येणाऱ्या कोल्हे-

लांडग्यांच्या आवाजाने, भीतीने थरथरत, मुटकुळं करून झोपले. त्यांना माझा वास येईल का? ते त्या शेडमध्ये घुसून मला फाडतील का? तरसांची तर मला खूपच भीती वाटायची.

दुसऱ्या दिवशी सकाळीही अब्बू माझी विचारपूस करायला आले नाहीत किंवा कोणी मला नाश्त्यासाठीही विचारलं नाही. आत जाऊन काहीतरी खायला मागण्यामध्ये माझा स्वाभिमान आडवा येत होता. रोट भाजून ते गार व्हायला पसरवून आणि मग त्यांची चळत रचून जशी अब्बूंची बीबी आत गेली, मी तिथे पडलेल्या जळक्या पापुद्र्यांवर झडप घातली. मग मी अम्मी करायची तशी रानटी भाज्या, जंगली वनस्पती किंवा टोमॅटो – कदाचित कोंबडीला टाकलेले थोडे दाणे किंवा बीन्स असं काही दिसतं आहे का ते शोधू लागले; पण माझ्या हातात फक्त काटेच आले आणि जाणवला आग ओकणारा सूर्य आणि अधूनमधून येणारे वाऱ्याचे झोत.

दुसऱ्या दिवशी मला जाग आली ती मुळी माझी पाळी पुन्हा एकदा सुरू झाल्याच्या जाणिवेने. मला आठवलं की, अम्मी काही वेळेस जुन्या कापडांचे तुकडे वापरीत असे. माझ्याकडे फक्त माझा आतला शर्ट होता, ज्याच्या मी पट्ट्या फाडल्या. खराब झालेल्या पट्ट्या मी तिथेच शेतात खडकांखाली पुरून टाकल्या. नाहीतर कोंबड्या त्याच्यावर चोची मारतील आणि आजारी पडतील. एक कोंबडीचं पिल्लू मी जिथे-जिथे जात होते, माझ्या मागे-मागे येत होतं. मी संडासला खाली बसले तर ते पण माझ्यासाठी थांबून राहिलं आणि मग माझ्याबरोबर परत आलं. त्याच्या सोबतीनेही खूप बरं वाटत होतं, जणूकाही त्याला माझी अवस्था कळत होती. आयुष्यात पुन्हा कधीही कोंबडी न खाण्याची मी कसम खाल्ली.

भुकेमुळे माझी शक्ती कमी झाली होती; पण त्यामुळे माझा निश्चय डगमगला नव्हता. 'या खुदा, मी इतका संयम ठेवेन, जोपर्यंत संयमाला स्वत:लाच मी किती संयमी आहे हे समजणार नाही.' हे अम्मीचे आवडते शब्द आठवत मी तग धरून होते. जेव्हा-जेव्हा मला भूक लागली, कमकुवत झाल्यासारखं वाटलं तेव्हा, कुरणात चालत असताना, शेडमध्ये असताना किंवा ओसरीत बसून राहिलेली असताना मला तेच शब्द आठवत होते. मी बैरुतमध्ये नव्हते, याचं मला खूप हायसं वाटलं, माझ्यासाठी ते शहर माझ्या मेव्हण्याला सामावून घेणारं शहर होतं.

मी किती दमलेली आणि भुकेलेली होते, हे मला तेव्हा कळलं, जेव्हा तिसऱ्या दिवशी माझ्या अब्बूंच्या शेजारणीने मला इकडे-तिकडे निरर्थकपणे घुटमळताना पाहिलं. एवढं अंग भाजून काढणाऱ्या उन्हात मी काय करते आहे, असं तिने मला विचारलं.

मी रडत गुडघ्यांवर कोसळले.

"मला भूक लागली आहे." मी पुन्हा-पुन्हा म्हणत राहिले, "मला खूप भूक लागली आहे."

त्या बाईने मला हाताला धरून तिच्या घरात नेलं. माझा निकाह लावून देणार होते म्हणून मी बैरुतवरून पळून आले आहे, असं मी तिला सांगितलं. मला टेबलाशी बसवून माझ्यासाठी एका थाळीत तेलात परतलेले बीन्स आणि एक पावाचा मोठा लोफ आणेपर्यंत ती अब्बूंच्या क्रूरपणासाठी त्यांना तळतळाट देत राहिली. अन्नाची चव किती सुंदर असते ते मला तेव्हा चांगलंच कळलं.

एकदाचं माझं पोट भरल्यावर ती स्त्री काय म्हणते आहे, ते माझ्या डोक्यात शिरू लागलं.

"तर हा निर्दयी विदूषक तुला जाणूनबुजून उपाशी ठेवत होता. त्याने नक्कीच तुझा निकाह तुझ्या मेव्हण्याशी लावून देण्याचं कबूल केलेलं असेल. तसं नसे तर मी माझा हात कापून देईन! थू: तुझ्या सावत्र अम्मीवर! जशी हाइन्ड[११] काळीजखाऊ मेली!"

त्या दयाळू स्त्रीच्या घरातून बाहेर पडल्यावर मी, पोटात साप असणाऱ्या माझ्या मावशीला शोधायला पळाले. ती सगळ्यात महागड्या अशा प्राण्यांच्या चरबीमध्ये दोन अंडी तळत होती, जेणेकरून तिने तोंड पूर्णपणे उघडल्यावर त्या अंड्यांच्या वासाने तो साप बाहेर येईल. मी माझी दुर्दशा विसरून, हपापून ती चविष्ट अंडी खायला बसले.

जेव्हा माझ्या मावशीच्या तोंडातून काहीच बाहेर आलं नाही, ती ओरडून म्हणाली, "बरोबर, तुला बाहेर यायचं नसेलच. नुसती ब्याद आहेस तू. तुला हवं ते सगळं खायला-प्यायला माझ्या पोटातच मिळतं आहे, तर मग तू कशाला रे बाहेर येशील? थांब, तुला दाखवतेच चांगली. उपाशीच मारते आता तुला."

मी मीराकडे जायला निघण्यापूर्वी मग आम्ही बसून ती अंडी खाल्ली.

मी महिनाभर मीराच्या घरात लपून राहिले. अब्बू रोज मीराच्या घरी येऊन तिच्या घरी काम करणाऱ्या बाईला माझ्याविरुद्ध फितवण्याचा प्रयत्न करत राहिले, पण ती त्यांना पुन:पुन्हा सांगत राहिली की, मी कधीचीच बैरुतला निघून गेले आहे आणि तेव्हा मी मीराच्या पलंगाखाली लपलेली असायची. एक दिवस जेव्हा मीरा बाथरूममध्ये होती, मी बागेत एकटीच असताना अब्बूंनी मला पकडलं. त्यांनी मला बरोबर कोंडीत पकडलं होतं आणि जेव्हा मी पळून जाण्याचा प्रयत्न केला, तेव्हा त्यांनी मला बेदम मारलं. मग त्यांनी माझा जो काही हात धरला, तो मी बैरुतला बैठकीच्या खोलीत पोहोचेपर्यंत सोडलाच नाही. नंतर मला कळलं की, माझा निकाह जर अबू

---

११. हाइन्ड-बिन्ट-अटाबा : जिने आपल्या अब्बांच्या आणि भावाच्या आहौद येथील युद्धभूमीवरील मृत्यूमुळे आलेला संताप, प्रेषितांचे चाचाजान हमजांचं काळीज चावून शमवला.

हुसेनशी झाला तर अब्बूंना सोन्याची दहा नाणी देण्याचं कबूल केलं गेलं होतं.

मोहम्मदबद्दल विचारायला मी घरातून गुपचूपपणे सटकून फातमेकडे पोहोचले. तिने मला सांगितलं की, 'सिक्युरिटी जनरल'मधील शासकीय खात्यातील ते पद मिळवण्यासाठी त्याचा अजूनही अभ्यास चालू आहे आणि येत्या महिन्यात पदवी मिळेपर्यंत त्याला ते सोडताही येणार नाही.

त्याला निरोप पाठवण्याविषयी जेव्हा मी तिला विचारलं तेव्हा तिने हताशपणे खांदे उडवीत म्हटलं, "इतक्या लांबून तो तुला कशी काय मदत करू शकेल? असं मधेच शिक्षण सोडणं त्याला अशक्य आहे."

माझ्या घरातील लोक माझा निकाह लावून देण्याचा विचार सोडून देतील, ही आशा मी सोडली होती, तरीही मी एक योजना आखली. मी माझ्या मेव्हण्याला आणि इब्राहिमला संथ गतीने मारण्याचं ठरवलं आणि म्हणून मग मी ते दोघं जण रोज घेत असलेल्या कॉडलिव्हर ऑइलमध्ये मीठ घालायला सुरुवात केली. ते एक जालीम विष आहे, याची मला खात्री होती. स्वयंपाकघर आणि मागचं दार यांच्या मधल्या जागेत रांगणाऱ्या शेंबड्यांच्या शेपटीवर मीठ टाकल्यावर त्या आक्रसून मरताना मी पाहिलेलं होतं. दिवसेंदिवस मी मिठाची मात्रा वाढवत नेली आणि त्या दोघांना डोळे बंद करून ओठांचा चंबू करून तेल गिळताना पाहात राहिले. मला पूर्ण खात्री होती की, मी माझ्या सुटकेच्या वाटेवर होते.

एव्हाना टेबलावर ड्रेसेसचा ढीग जमत चालला होता, जे घालून बघण्याचा मला मोह होत होता. तसं न करण्याबद्दल मी स्वतःला बजावत राहिले. ते ड्रेसेस चोरून फातमेच्या घरी लपवून ठेवण्याचा मी विचार करत होते, म्हणजे मग मोहम्मदशी निकाह झाल्यावर ते सर्व ड्रेसेस माझे झाले असते. शेवटी एक दिवस रेडिओवर माझं आवडतं विशिष्ट गाणं ऐकल्यावर माझा निश्चय संपला. एक सैलसर असा सिल्कचा ड्रेस मी निवडला आणि अंगावर टाकून बघितला. तो ड्रेस एखाद्या झाडासारखा किंवा सूर्यफुलासारखा डुलत होता. मी आरशात स्वतःला न्याहाळलं आणि मग मला माझा जबरदस्तीने ठरवलेला निकाह आठवला. अचानक मी सिनेमाच्या दृश्यांमध्ये गेले; हातात खिडकीचे लोखंडी गज धरून मी जोरजोरात हलवीत होते, जणूकाही मी तुरुंगाचेच गज उघडण्याचा प्रयत्न करत होते. मी वळले. पारंपरिक अरबी आणि इजिप्शियनच्या मिश्र ढंगामध्ये मी ओरडले, "वाचवा मला, लोकहो मला वाचवा!" आणि मग हळुवार स्वरात मी विनवलं, "मोहम्मद, कोठे आहेस तू? मला तुझी गरज आहे."

शेंबड्यांवर मिठाचा जो परिणाम होत असे, तसा परिणाम दुर्दैवाने त्या दोघा माणसांवर काही झाला नाही; ते दोघंही आक्रसून फुटले नाहीत. एक दिवस सकाळी मी उठल्यावर निकाहच्या वेळी घालावयाचा पांढरा ड्रेस, ज्याच्याबरोबर गुलाबाच्या

कृत्रिम फुलांचा मुकुटही होता, माझ्यासाठी ठेवलेला माझ्या नजरेला पडला. मी माझ्या शेजारणीकडे उम-फवजीच्या घरी धाव घेतली. मला तिच्या घराच्या पोटमाळ्यावर लपवून तिथेच मला अन्न-पाणी देण्यासाठी तिच्या हातापाया पडले. मला काहीच मदत करू शकत नाही, या जाणिवेने ती पण माझ्याबरोबर रडली.

''मला तुझ्यासाठी खूप वाईट वाटतं गं,'' ती म्हणत राहिली, ''तुझी अवस्था एखाद्या कोळ्याच्या जाळ्यात अडकलेल्या माशीसारखी झाली आहे. जिला आपला शेवट आला आहे, हे उमजत नाही.''

''मला नको आहे तो! कृपा करून मला मदत करा.'' 'द व्हाइट रोझ'मध्ये राजाने तिच्या वडिलांना म्हटलेले हे शब्द होते. ते माझ्यावर खूपच जोरात येऊन आदळले, ''माझं त्याच्यावर प्रेम नाही. कृपा करून मला मदत करा. माझं त्याच्यावर प्रेम नाही.''

सिनेमामध्ये राजाचे अब्बाजान म्हणतात, ''मी त्यांना वचन दिलं आहे आणि ते मी पाळणारच!'' माझ्या भावाने, इब्राहिमने प्रत्युत्तरादाखल मला खूप मारलं. तो पांढरा ड्रेस माझ्या अंगावर चढवायला नक्की किती हात लागले, ते मला माहीत नाही. तो ड्रेस मऊ, चमकदार सॅटिनचा होता, पण तो पिना, सुयांसारखा अंगाला टोचत होता. पण मला इतकं निश्चितच आठवतं आहे की, त्या सगळ्या हातांच्या पकडीतून सुटून मी रॉकेलच्या स्टोव्हकडे धावले होते आणि त्याची काजळी सगळ्या चेहऱ्यावर फासून घेतली. नैबिताहमध्ये अम्मीचं बाळ गेल्यानंतर मी तिला असंच करताना पाहिलं होतं. मी पण तसंच केलं. हिसडे देऊन मी ड्रेस फाडला. फरशी पुसायला वापरायच्या पोत्यांच्या ढिगावर मी स्वत:ला लोटून दिलं आणि एका पोत्यात स्वत:ला गुंडाळून मग स्वयंपाकघराच्या खिडकीच्या दिशेने पुढे झाले; पण त्यांनी मला मागे खेचलं. अबू हुसेन वाट पाहात बसलेल्या खोलीत इब्राहिम मला खेचत घेऊन जात असताना मी फक्त किंचाळू आणि रडू शकत होते. मी त्याला ढकलून दिलं आणि अम्मीच्या बिछान्याकडे धाव घेतली. तिला मिठी मारली आणि रडू लागले. रागारागाने अबू हुसेनने माझे सगळे ड्रेस गोळा करून ते जाळायचा प्रयत्न केला. त्याच्याकडून ते ड्रेस काढून घेत असताना, ''तिला नीट वागायला लावू.'' असं अम्मी आणि खदिजा अबू हुसेनला समजावताना म्हटल्याचं मी ऐकलं.

तिसऱ्या रात्री मी शरणागती पत्करली. त्यांनी मला माझ्या निकाहच्या ड्रेसमध्ये कोंबताना मी एखाद्या वृक्षासारखी निश्चल उभी राहिले. पण जसं त्यांनी मला त्या खोलीत परत आणलं आणि माझी नजर माझ्या मेव्हण्यावर पडली, मी किंचाळायला आणि त्याला ढकलायला सुरुवात केली.

''मला थोडं गुलाबपाणी आणून द्या!'' मी ओरडले, ''मी मरायच्या आधी मला गुलाबपाणी आणून द्या.''

या वेळेस जेव्हा मी पळून जाण्याचा प्रयत्न केला, तेव्हा इब्राहिम खोलीच्या दारातच उभा होता.

''बास झालं आता.'' तो म्हणाला, ''नाहीतर लोक म्हणतील की, शिवणकाम करणारीच्या चुलतभावाने तुझ्या डोक्यात काहीतरी भरवून ठेवलं आहे किंवा त्याने तुझं काहीतरी भयानक करून ठेवलं आहे.''

तो काय म्हणतो आहे, ते माझ्या लक्षातच आलं नाही. पण त्याला मोहम्मदच्या आणि माझ्या नात्याविषयी कदाचित माहिती असेल किंवा मी माझ्या ब्रामध्ये मोहम्मदचा फोटो लपवला आहे, हे त्याला कळेल किंवा मी त्याच्याबरोबर सिनेमाला गेले होते आणि त्याने मला निकाह न करण्यासाठी विनवलं आहे, आणखी सहा महिने त्याची वाट पाहायला सांगितलं आहे हे कळेल, अशी मला खूप भीती वाटली. तो मोहम्मदला काहीतरी करेल या विचाराने मी घाबरून गेले आणि खोलीत मागे फिरले.

मला जेव्हा अबू हुसेन त्याच्या बेडरूमच्या मध्यभागी गादीवर वाट बघत बसलेला दिसला, मी खूप मोठ्याने आक्रोश करून दार उघडण्याचा प्रयत्न केला, पण ते तर बाहेरून बंद केलेलं होतं.

''मी पाया पडते तुमच्या, मला थोडं गुलाबपाणी आणून द्या, माझी शुद्ध हरपते आहे.''

कोणीही उत्तर दिलं नाही आणि दार तसंच बंद राहिलं. माझा मेव्हणा उठून उभा राहिला आणि माझ्या दिशेने आला. त्याला ढकलून देत मी जोरात किंचाळले. स्वत:ला गुद्दे घालून घेतले. त्याला शिव्याशाप दिले आणि परत एकदा स्वत:ला जोरात मारून घेतलं. त्या सगळ्याकडे दुर्लक्ष करत जेव्हा त्याने माझा ड्रेस वर उचलला, तेव्हा मी माझा श्वास रोखून धरला.

एकाच वेळी मला माझ्या घशात आणि मांड्यांमध्ये तीव्र वेदना जाणवल्या. माझे दात माझ्या दंडात मी इतके घट्ट रोवले की, ते पार हाडांपर्यंत पोहोचले. जेव्हा ते सगळं संपलं, तेव्हा मला माझ्या पायांच्यामध्ये रक्त दिसलं. मी अबू हुसेनला दूर ढकललं आणि पुन्हा दाराकडे धावले; दार वाजवायला लागले आणि आश्चर्य म्हणजे ते उघडलं गेलं.

मी अम्मीच्या बिछान्याकडे धावले. तिथे मला ती हुंदके देताना दिसली. मी माझा ड्रेस माझ्याभोवती गुंडाळून घेत, रडत-आक्रोशत अगदी तिच्याजवळ स्वत:चं मुटकुळं करून घेतलं. ती पण आक्रोशत, कण्हत राहिली. तिच्या गाउनवर रक्ताचे डाग पडू नयेत, म्हणून मी काहीही प्रयत्न केले नाहीत किंवा 'मी मरण्यापूर्वी मला तुझी पप्पी घ्यायची आहे.' असं मी तिला म्हटलं नाही. ते शब्द मी तेव्हा वापरले होते, जेव्हा माझ्या हातून जॅमची बाटली फुटली होती आणि माझा हात कापला

होता. तेव्हा दात-ओठ खात इब्राहिम माझं मरण चिंतत होता. या वेळेस जेव्हा मी अबू हुसेनच्या खोलीतून बाहेर पडले, मी पूर्णपणे खच्ची झालेली होते आणि माझ्या पांढऱ्या ड्रेसवरचं रक्त त्या गोष्टीचा पुरावा होता.

अशा प्रकारे माझा निकाह अबू हुसेनशी झाला; अशा माणसाशी, जो माझ्यापेक्षा अठरा वर्षांनी मोठा होता, ज्याने मी एक वर्षाची झालेली असतानाही मला अंगावर पाजण्याबद्दल अम्मीला नावं ठेवली होती. मी त्याला 'सांभाळ हं, नाहीतर...' असंच म्हणत असे. मी धावताना, उड्या मारताना किंवा मोठमोठ्याने हसताना घरातील बाकीची मोठी लोकं कायम मला बजावीत – 'सांभाळ हं, नाहीतर...!'

ज्या माणसाशी माझा निकाह झाला होता, त्याला स्वच्छता अतिशय प्रिय होती आणि 'स्वच्छता श्रद्धेतून जन्माला येते,' असं तो पुन:पुन्हा म्हणत राही. गालिच्याखालची काढलेली धूळ मी सुपलीत गोळा करण्याऐवजी गालिच्याखाली ढकलून देत असे. तो मला बोलावून घेत असे आणि गाद्यांमधील ढेकूण कसे शोधायचे, दोन बोटांच्या चिमटीत ढेकूण चिरडून कसे टाकायचे, याचं प्रात्यक्षिक दाखवून समजावत असे. ते वाहणारं रक्त पाहून त्याच्या बोलण्याकडे दुर्लक्ष करीत, नाक पकडून, मी तेथून निघून जात असे.

तो स्वयंपाकघराच्या कपाटांमध्ये, त्यांच्या खणांमध्ये, सिंकखाली झुरळं शोधत असे. तो त्यांची तपकिरी रंगांची, बीन्सच्या टरफलासारखी दिसणारी अंडी कसून तपासून शोधून काढीत असे. कधीतरी त्या अंड्यांतून झुरळ आधी बाहेर येतं की, त्याच्या मिशा हे पाहाण्यासाठी त्यातील थोडी अंडी घेऊन एखाद्या डब्यात ठेवावीत असा विचार माझ्या मनात आला होता. माझी खात्री झाली होती की झुरळांना, तो त्यांचा एक नंबरचा शत्रू आहे हे कळलं होतं आणि बाहेर येणं जोपर्यंत त्यांना सुरक्षित वाटत नसे, तोपर्यंत ती आतच दडून बसत. ती स्वत:ला त्याच्यापासून सगळीकडे दडवून ठेवत – अगदी पाण्याच्या माठातही! "या खुदा!" जेव्हा तो माठ फुटला, तेव्हा अम्मी किंचाळली होती. छोटी-छोटी झुरळांची पिल्लं अजून वाहून गेली नव्हती. ती तुरुतुरु पळत कुठे-कुठे जाऊन लपली.

माझा अशा माणसाशी निकाह झाला होता, जो मी कपडे धुवत असताना लक्ष ठेवून, तिन्ही मुलांचे कपडे घासताना जरा जास्त काळजी घ्यायला सांगत असे. भांड्यांच्या पृष्ठभागावरून बोट फिरवून तो भांड्याला तेल किंवा तूप राहून गेलं नाही ना हे तपासत असे. त्याचं एवढ्यावरच समाधान व्हायचं नाहीच. त्याला त्याचं नाक त्या भांड्यांमध्ये खुपसून त्यांचा वास घ्यायचा असे.

या सगळ्यापेक्षा तो झोपायला जाण्यापूर्वी माझ्या तळपायांची जी तपासणी करत असे, ते तर मर्यादेबाहेरचं होतं. मी अजूनही अम्मीबरोबरच बाहेर गादीवर झोपत होते, पण तो पांघरूण उचलून माझे तळपाय बघत असे आणि जर ते पुरेसे

स्वच्छ वाटले नाहीत, तर त्यांच्यावर थुंकत असे. थुंकल्यावर त्याला 'ऑक' असं म्हणताना मी ऐकलं होतं, पण मी कधीही जागची हलले नाही किंवा ती थुंकीही पुसून टाकली नाही; त्याऐवजी मी झोपल्याचं सोंग वठवत पडून राहायची.

स्वच्छ कसं राहायचं आणि गृहकृत्यदक्ष गृहिणी कसं बनायचं, हे मला शिकवण्याचे प्रयत्न निष्फळ ठरले. मी जिवावर आल्यासारखी एक पाय फडक्यावर ठेवून ते कोठेही ढकलीत खोली पुसत असे. खुर्चीखालून, सेटीखालून मी केरसुणी फिरवली आहे की नाही, सगळ्या कोपऱ्यांतून झाडलं आहे की नाही, हे माझा शौहर तपासून बघत असे. मी असं कधीच करत नाही, हे लक्षात आल्यावर तो मग खोलीतील प्रत्येक वस्तू हलवून मी तेथून झाडते आहे, हे याची खात्री करून घेत असे. मी जेव्हा त्याच्या पलंगावर त्याचं ब्लँकेट आणि दुसरं पांघरूण ठेवत असे, तेव्हा पलंगपोस नीट करायचेही कष्ट घेत नसे. हँगरला लावलेला माझा ड्रेस निसटला असेल, तर मी तसाच कपाटाच्या तळाशी पडलेला राहू देत असे. बटाटे सोलायचे असतील तर मी ते अर्धवट सोलत असे. स्वयंपाक करताना अन्न करपत असे. त्याची बायको ज्यातून निघाली त्या कापडाच्या ताग्यापेक्षा वेगळ्या ताग्यातून मी कापली गेले आहे, याबद्दल माझ्या शौहरला कसलीही शंका राहिली नाही. माझ्यात तिच्यासारखे कोणतेही गुण नव्हते. संयम, स्वच्छता, उद्योगशीलता, शांत स्वभाव आणि घर टापटीप ठेवण्याची कोणतीही कौशल्यं... ते सगळे गुण माझ्यात नसण्याचं कारण माझं अवखळ वय नव्हतं. तर त्याचं कारण होतं की, मी माझ्या अब्बांसारखी होते. निदान सगळे जण तरी तसंच म्हणत असत. त्यांच्या विनोदी स्वभावाचा वारसा मी चालवला होता. 'अगदी पक्ष्याचा मेंदू आहे तुझ्या अब्बांसारखा.' माझा शौहर मला म्हणत असे. माझ्या आडमुठेपणाची परिसीमा त्याने अजून पाहिली नव्हती.

दक्षिणेतील एका नातेवाइकाने दही आणल्यावर माझ्या पराकोटीच्या आडमुठेपणाची झलक त्याला अनुभवायला मिळाली. दह्याच्या भांड्यातून मी ते पेल्यामध्ये ओतून घेत असताना त्याने मला पाहिलं. तो मला रागावला, हावरट म्हणाला. खरं तर ती माझी फक्त हाव नव्हती, तर मला दही खायची इच्छा झाली. कारण त्यामुळे मला आठवण आली नैबिताहची, आमच्या घराची, गायीची, अंजिराच्या झाडांची आणि माझ्या मैत्रिणीच्या – ॲपलच्या अम्मीची, तिने मला दही प्यायला दिलं होतं. सगळ्यांसमोर मला रागावूनही त्याचं मन भरलं नव्हतं. अबू हुसेन खुर्चीवर चढला आणि दह्याचं भांडं त्यानं कपाटावर ठेवून दिलं.

"हे दही फक्त स्वयंपाकघरात वापरण्यासाठी आहे." तो माझ्याकडे पाहात बोट नाचवीत म्हणाला, "दुसऱ्या कोणत्याही कारणासाठी त्याला इतरांनी हात लावलेला मला चालणार नाही."

मी मुकाट्याने तो अपमान गिळला आणि काही झालंच नाही, असं भासवीत

इतर काहीतरी करू लागले. तो जसा खोलीच्या बाहेर पडला, मी खुर्चीवर चढले. ते भांडं खाली घेतलं. माझ्यासाठी आणखी एकदा ते ओतून घेतलं आणि मग उरलेलं माझ्या डोक्यावर ओतून घेतलं. ते माझ्या चेहऱ्यावरून, कपड्यांवरून ठिबकत राहिलं. मग मी मांजरासारखे स्वत:चे हात चाटत बैठकीच्या खोलीत गेले. घरातील सगळे जण माझ्याभोवती जमले होते, हसत होते. माझ्या अंगावरून ते दही खाली ठिबकताना पाहून माझ्या शौहरच्या चेहऱ्यावर आलेले शोकाकुल भाव बघून मला इतकं अनावर हसू आलं की, मी अक्षरश: ओली झाले.

तो पुन:पुन्हा पुटपुटत राहिला : ''एक खुदाशिवाय कोणतीही शक्ती नसते.''

तो इतका दु:खीकष्टी आणि बापुडवाणा दिसत होता की, मला एकदमच अपराध्यासारखं वाटलं आणि यापुढे त्याची कधीही अशी टर उडवायची नाही असं मी मलाच वचन दिलं. तरीही मी सूड घेते आहे, हे त्याच्या लक्षात आलं नव्हतं. त्याऐवजी ते भांडं हाताला येणार नाही इतक्या उंचावर ठेवण्याची काळजी न घेतल्याबद्दल तो स्वत:लाच दोष देत राहिला

सापाचं बीळ

आमचं घर म्हणजे सापाचं बिळ वाटायला लागेपर्यंत आमच्या घरात राहायला येणाऱ्यांची संख्या वाढत राहिली. डोक्यापासून ते शेपटापर्यंत सगळे कोंबलेले; प्रत्येक जण आपापल्या हद्दीत लपून राहिलेला, प्रत्येक जण अन्न धुंडाळत असे किंवा एकुलत्या एक बाथरूममध्ये जागा मिळवण्यासाठीच्या युद्धात गुंतलेला किंवा स्टोव्ह पेटवायला रॉकेल शोधत असे, म्हणजे मग पाणी गरम करून कदाचित अंघोळ करायला मिळेल. त्यानंतर त्यांना त्यांचा टॉवेल शोधून काढावा लागत असे. एव्हाना इब्राहिमने रौफाच्या दोन्ही मुलींना, मरियम आणि इनामला, आमच्याबरोबर राहण्यासाठी घरी आणलं होतं. त्यांचे दोन भाऊ, त्यांच्या जुगारी बापाबरोबर राहिले तर तिसरा भाऊ, ज्याचा एक पाय लाकडाचा होता, त्याने घरातल्यांशी संबंध तोडले होते. त्याला कोकेनचं व्यसन जडलं होतं आणि तो खालच्या लोकांबरोबर राहायला लागला होता.

एकदा तो इब्राहिम चालवत असलेल्या ट्राममध्ये चढला आणि त्याने इब्राहिमकडे पैशांची मागणी केली.

तो म्हणजे कोणीतरी एखादं कुत्रं असल्यासारखं त्याच्या मामाने त्याला ढकलून दिलं होतं.

"जा नीघ!" तो म्हणाला, "चालता हो इथून."

अम्मीला जेव्हा हे कळलं तेव्हा तिला एकदम रडू कोसळलं.

"त्या बिचाऱ्या गरीब पोराला एक पिस्ट्रे का नाही दिला त्यानं?" ती म्हणाली, "एका पिस्ट्रेमधून तुम्हाला खूप काही विकत घेता येत नाही."

माझ्या दोन्ही भाच्यांच्या आगमनानंतर माझं आयुष्य चांगल्या रीतीने बदललं. मरियम, जी त्या दोघींमध्ये मोठी होती, माझ्यापेक्षा एखाद-दुसऱ्या वर्षानेच लहान होती; पण माझ्यापेक्षा बरीच उंच, नाकीडोळी नीटस आणि कमालीची शांत होती. घरात आसरा देऊ केल्याने तिला अबू हुसेनबद्दल इतकी कृतज्ञतेची भावना होती की,

काहीही प्रश्न न विचारता ती सतत त्याच्या आज्ञेचं पालन करत असायची, कष्ट उपसत असायची... स्वयंपाक करणं, कपडे धुणं, इस्त्री करणं... माझ्या शौहरने तिचं 'सुलताना' किंवा 'राजकुमारी' असं टोपणनाव ठेवलं होतं आणि ती त्याला 'चाचाजान' म्हणायची. मला तर असं वाटलं की, जन्नतमधून माझ्यासाठी जणू कोणी देवदूतच पाठवला आहे, जो माझ्याबरोबर हसेल, खेळेल, असं कोणीतरी जे माझ्यावर प्रेम करेल, ज्याप्रमाणे मी तिच्यावर प्रेम करत होते.

घरात खायला घालावी लागणारी इतकी तोंडं असल्यामुळे खाद्यसामुग्री ठेवायला माझ्या शौहरने एक मोठी काळी पेटी आणून ठेवली होती. ती हुबेहूब मक्केच्या काबा[१२]सारखी दिसायची. त्याने त्याला एक भलंमोठं कुलूप लावून ठेवलेलं होतं आणि ते तो दिवसातून दोन वेळा उघडत असे. कामावर जाण्यापूर्वी आम्हाला सर्वांना दिवसभर पुरेल इतकी साखर, साबण, तेल, तांदूळ आणि डुकराची चरबी तो काढून ठेवत असे. संध्याकाळी पुन्हा एकदा तो त्या पेटीसमोर उभा राहत असे आणि 'अल्लाके नाम' असं म्हणत आमच्यापैकी प्रत्येकाला नावाने हाक मारून खजूर, वाळवलेले जर्दाळू, बिस्किटं, टर्कीश डिलाइट आणि कधीकधी 'बकलावा (एक गोड पदार्थ) देत असे.

कधीकधी माझ्या वाट्याच्या गोष्टी घेऊन झाल्यावर मी पहिल्यांदाच उभी राहत असल्यासारखी पुन्हा रांगेच्या शेवटी जाऊन उभी राहत असे. जेव्हा माझा शौहर मला बकलावा दिल्याचं ठामपणे सांगे, मी पण मोठ्या आवेशाने ते नाकारत असे. मी घरातील कोणीतरी एक सामान्य सदस्य नव्हे, तर त्याची बीबी आहे, हे त्याने विशेष करून लक्षात ठेवावं असं मला वाटत असे. हा विशेषाधिकार मला हवा होता; पण आमच्यामध्ये मी कोणतीही जवळीक होऊ देत नसे. माझ्या शौहरसाठी माझ्या मनात भीती आणि आदर या दोनच गोष्टी होत्या.

रात्री जर त्याने मला बोलावलं, तर त्याच्या जवळ जाण्याच्या नुसत्या विचारानेही घृणा वाटून मी माघारी वळत असे. अंगाचं मुटकुळं करून घेऊन अम्मीच्या शेजारी एखाद्या घाबरलेल्या अळीसारखी पडून राहत असे. माझ्या निकाहच्या रात्री जे घडलं ते विसरून जाण्याचा मी प्रयत्न करत असे आणि मी तर स्वतःला हेही पटवून देऊ शकले होते की, ते सगळं एक दुःस्वप्न होतं, जे परत कधीही पडणार नव्हतं. आम्ही जरी फार क्वचितच बाहेर जात असू, तरी दिवसा आमचे संबंध बरे असायचे. रविवारी तो घरातून बाहेर पडायचा नाही. त्या दिवशी त्याची सुट्टी असायची; इतरांप्रमाणे समुद्राच्या बाजूला किंवा बैरुतच्या पाइन वृक्षांच्या जंगलातून फेरफटका मारायला त्याला आवडत नसे.

१२.**काबा :** इस्लाम धर्मात अत्यंत पवित्र मानल्या जाणाऱ्या शहराच्या मध्यभागी असणारा पवित्र काळा दगड.

जेव्हा मी त्याला डोळे बंद करून, हात उंचावून नमाज पढताना पाहत असे, तेव्हा त्याची दुवा त्याच्या निर्मात्याकडे लगोलग अदा होईल आणि तो त्याची दुवा कबूल करेल, अशी मला खात्री वाटत असे. त्याला चिडवायचं नाही, नाहीतर खुदाची माझ्यावर खफा मर्जी होईल, असं स्वत:ला कैकदा सांगूनही मी स्वत:ला थांबवू शकायची नाही. विशेषत: आम्ही दमास्कसला गेलो असताना तर मी खूपच वाईट वागले.

तसेही आम्ही फार क्वचितच प्रवासाला जात असू. त्यामुळे जेव्हा अबू हुसेनने सगळ्यांना घेऊन दमास्कसला जायचं मान्य केलं, तेव्हा मला आश्चर्याचा धक्काच बसला. त्याच्या दृष्टीने ते एक धार्मिक तीर्थक्षेत्र होतं. बैरुतमधून बाहेर जाण्याच्या कल्पनेनेच मला इतका आनंद झाला होता की, मला याबाबत काहीच हरकत घ्यावीशी वाटली नाही.

सिट सिन[१३]च्या म्हणजे इमाम-अल्-हुसेनच्या बहिणीच्या आणि प्रेषितांच्या नातीच्या दर्ग्यावर (समाधीस्थळावर) जायचं ठरलं होतं.

अबू हुसेनने, जो कधीही ट्राम, बस, कारमध्ये बसला नव्हता, त्याने आम्हाला सर्वांना रेल्वेने, त्यांच्या रोजच्या दिनक्रमापासून दुकानापासून, मशिदीपासून दूर नेलं. आमच्याबरोबर त्याच्या काही चुलत, मावस बहिणी आणि त्यांच्यापैकी एकीचा शौहर आला होता. रेल्वेमधील बायकांच्या डब्यात मी अबू हुसेनच्या सगळ्या चुलत, मावस बहिणींना 'द व्हाइट रोझ'ची गोष्ट सांगितली. वाऱ्याशी स्पर्धा करणाऱ्या रेल्वेवर स्वार झालेली नायिका मी होते. मी माझं डोकं आणि हात खिडकीच्या बाहेर काढले आणि जेव्हा रेल्वे बोगद्यात शिरली अन् सगळीकडे काळोख पसरला, मी त्या बायकांना दचकवण्यासाठी मोठ्याने ओरडले. त्या आपापसात कुजबुजत हसल्या, "अजून ती लहान मूल आहे – एक छोटीशी पोर!"

सिट झिनबच्या दर्ग्यापाशी आम्हाला गर्दीतून अक्षरश: धक्काबुक्की करत वाट काढावी लागली. मी थेट समाधीपाशीच गेले. मला अम्मीच्या वतीने सिट झिनबची मनधरणी करायची होती आणि आता अम्मीला तिच्या दोन मुलींच्या मृत्यूनंतर आणखी कोणत्याही संकटाला तोंड द्यावं लागणार नाही, याची खात्री करून घ्यायची

---

१३. सिट सिन : तिच्या भावाच्या अल् हुसेनच्या, तिच्या दोन्ही मुलांच्या आणि परिवारातील इमाम पुरुषांच्या करबला युद्धात करण्यात आलेल्या वधानंतर, तिच्या अपरिमित, चिरदु:खासाठी ओळखली जाते. तिने शत्रूचा धैर्याने आणि त्वेषाने पाडाव करून कैदी बनविण्यात आलेल्या स्त्रियांचा आणि मुलांचा ताबा मिळविला. नंतर तिने तिचं उर्वरित आयुष्य इमाम-अल्-हुसेन यांच्या स्मरणात व्यतीत केलं आणि करबला येथे झालेल्या दु:ख घटनेचं लोकांना कथन करीत राहिली.

होती. माझा श्वास रोखून, मला आश्चर्यचकित होऊन बघायला लावलं, ते त्या सोनेरी दर्ग्यावर चढविल्या जाणाऱ्या दागिन्यांच्या, ब्रेसलेटच्या चकचकाटाने! "ती येईल का एक दिवस?" माझ्या मनाला मी प्रश्न विचारला "आणि हे सर्व दागिने घालेल?" मी माझे डोळे बंद करून झिनबची प्रार्थना करू लागले; अम्मी, अब्बू आणि इब्राहिमने माझा निकाह कसा अबू हुसनेशी लावून दिला, हे शोकाकूल होऊन सांगू लागले. ती नक्कीच समजून घेईल, मी मनाशी विचार केला; कारण तिनेही तिच्या आयुष्यात अशा दुर्दैवी घटना सहन केल्या आहेत. डोळे कोरडे करून मी माझी पर्स उघडली आणि आमच्या शेजाऱ्यांनी सिट झिनबच्या दर्ग्यावर चढवायला दिलेलं नाणं बाहेर काढलं. मी ते आता चढवणारच होते, इतक्यात मी थबकले.

"मला माफ कर सिट झिनब," मी तिला विनवलं, "तुझ्याकडे इतकी रत्नं, माणकं आहेत. हे नाणं माझ्याकडेच राहू देत. आपण असं मानूयात की मी हे नाणं तुला चढवलं आहे."

दर्ग्यामधून बाहेर पडल्यावर दुपारच्या जेवणासाठी आम्ही जवळच्याच एका बागेच्या दिशेने निघालो. वाटेत आम्हाला सुप्रसिद्ध 'हमिदियाँ बाजार' लागला. सर्पाकृती, ज्याच्यावर डोळ्यांच्या जागी दोन हिरे बसवलेले होते, असं सोन्याचं ब्रेसलेट घेण्याची मला तीव्र इच्छा झाली. ते मला घेऊन देण्यासाठी मी अबू हुसेनला खूप विनवलं. प्रत्युत्तरादाखल त्याने फक्त आपला चालण्याचा वेग वाढवला. म्हणून मग मी त्याला सोन्याच्या साखळीत अडकवलेल्या सोनेरी कुराणासाठी विचारलं. मला वाटलं होतं की, तो ही अशी काही धर्माशी संबंधित असलेली गोष्ट मला घेऊन देईल. त्याच्या मागे-मागे धावत मी त्याला वचन दिलं की, मी रिवाजानुसार सगळ्या प्रार्थना म्हणेन, पण तो फक्त आणखी वेगाने चालत राहिला आणि मग सोन्याचा बाजार मागे राहिला.

या सगळ्याची निराशा मला भारून टाकण्याआधी आम्ही दुसऱ्या बाजारात पोहोचलो. जिथे सगळ्या वस्तू चमकत आणि चकाकत होत्या. भरतकाम केलेले स्कार्फ, चंदेरी पोलका प्रिंट असलेलं काळं रेशमी कापड, रंगीबेरंगी लाकडी बूट, गुलाबी, निळ्या हस्तिदंती रंगाच्या मऊसूत अशा रेशमी कापडाचे रात्री झोपताना घालावयाचे पोशाख (नाइटसूट) होते.

"सुभानल्ला!" मी चीत्कारले, "किती सुंदर आहेत ते सगळे! ओह्! कृपया, मला पण एक घेऊन द्या ना!"

पण बैरुतला शेजारच्या व्यापाऱ्याकडून याच्यापेक्षा अर्ध्या किमतीत असे पोशाख विकत घेता येतील, असं सांगून त्याने नकार दिला.

"पण..." मी स्फुंदत विरोध करत म्हटलं, "त्या व्यापाऱ्याकडे अगदी अस्सेच नसतील."

माझ्या शौहरने जमिनीकडे नजर रोखली. आम्ही जसे बाजाराच्या शेवटपर्यंत पोहोचलो, मी माझे प्रयत्न दुप्पट केले.

"असं काय?... घ्या ना!" मी त्याला विनवलं. खरं तर आता मी नक्की कशासाठी त्याला विनवते आहे, याचा मला जवळजवळ विसरच पडला होता.

मी त्याला तोपर्यंत विनवत राहिले, जोपर्यंत तो वळून खेकसला नाही, "काय झालं आहे तुला? माझी तर अशी इच्छा आहे की, कशाने तरी तुझी जीभ तुझ्या तोंडात थिजून जावो."

रस्त्याने आम्हाला एक भिकारी मुलगा दिसला, ज्याने त्याचा हात पसरून आमच्याकडे एक नाणं मागितलं. त्याच्यापेक्षा मीही काही वेगळी नाही, हे जाणवून मला एकदम रडू फुटलं.

शेवटी एकदाचे आम्ही दर्ग्याजवळच्या त्या सुप्रसिद्ध बागेमध्ये पोहोचलो. झाडाखालच्या हिरवळीवर लोक छान सहलीची मजा लुटत होते. मांस आणि कफ्ता[१४]चे बार्बेक्यू होते. त्या वासाने माझं दुःख थोडं हलकं झालं; पण तोपर्यंतच, जोपर्यंत मला हे आठवलं नाही की, आम्हाला माझ्या शौहरने त्याच्याबरोबर बॅगेत आणलेली उकडलेली अंडी आणि बटाटे खायचे आहेत. आम्ही झाडांखाली पाणचक्क्या बसवलेल्या झऱ्याकडे पाठ करून उभे राहिलो होतो; खरं तर मला जे हुक्का पिण्यात, थट्टा-मस्करी करण्यात आणि गाण्यांमध्ये मश्गूल होते, त्यांच्यासारखं खाली बसायचं होतं.

एव्हाना मला आता माझा शौहर काय म्हणेल, याची सवय झाली होती. "या खुदा! प्रेषित मोहम्मद आणि त्यांच्या परिवारावर तुझी मेहेरनजर असू देत." असं तो त्याला कसले सुगंध आले की म्हणत असे. मी जर कधी चुकून एखाद्या सुगंधी साबणाच्या वडीबद्दल आनंद व्यक्त केला की, तो मला रागावत असे. त्याच्यामागोमाग प्रार्थना योग्य रीतीने म्हणायला लावत असे.

आत्ताही त्या झऱ्याकडे आणि पाणचक्कीकडे पाहात मी उद्‌गारले, "आफरीन! किती सुंदर आहे हे सगळं, अगदी लिटनी नदीसारखं!"

तो फिरून माझ्याकडे मला सांगायला आला की, त्याऐवजी मी म्हणावं, 'अल्ला सर्वशक्तिमान आहे. तोच जन्नत आणि पृथ्वीचा निर्माता आहे.' मी खूप चिडले. म्हणजे आता मला एखाद्या खुबसूरत गोष्टीबद्दलही कोणी सांगितल्याशिवाय बोलताच येणार नव्हतं.

आम्ही बायकांनी पाणचक्कीशेजारी बसावं की, झऱ्याच्यापासून दूर जावं, जिथे कोणीही आम्हाला पाहू किंवा ऐकू शकणार नाही हे ठरवण्यासाठी माझ्या शौहरने

---

१४. कफ्ता : मेंढी, गाय किंवा वासरू यांच्या मांसाच्या बारीक केलेल्या तुकड्यांमध्ये कांदा, लसूण आणि मसाले घालून केलेले वडे.

त्याच्या मेव्हण्याला त्याची प्रार्थनेची माळ वापरून कौल घ्यायला सांगितला. त्या मण्यांनी जेव्हा 'खुदा की मर्जी' असा कौल दिला, तेव्हा माझं मन एकदम कडवट आणि संतप्त झालं. या कौलामुळे पुरुषांना फायदा झाला, त्यांना पाणचक्कीच्या बाजूला बसायला मिळालं, तर आम्हा बायकांना बागेच्या दुसऱ्या टोकाला बसून आमचं दुपारचं उकडलेल्या अंड्यांचं आणि बटाट्याचं बेचव नीरस जेवण जेवावं लागलं.

सिट झिनबच्या दर्ग्यावर न चढवलेलं नाणं अजूनही माझ्या खिशातच होतं मला तेथून पळून जावंसं वाटलं, पण सूड घेण्याची कल्पना जास्त गोड वाटली. म्हणून मग मी अबू हुसेनच्या मेव्हण्याकडे गेले आणि माझ्या मनातल्या गोष्टींबाबत त्याच्या प्रार्थनेच्या मण्यांच्या माळेचा कौल घ्यायला सांगितलं.

"बिल्कुल, ताबडतोब कौल लावतो, घे!'' डोळे बंद करत तो उत्तरला. त्याने जेव्हा डोळे उघडले आणि शुभ चिंतणारा मणी समोर बघितला, त्याने स्मित केलं, "कौल उजवा आला आहे!'' त्याने जाहीर केलं.

त्याबरोबर मी त्याला झऱ्यामध्ये ढकलून दिले. अशा अचानक झालेल्या कृतीमुळे तो बेसावध होता. त्यामुळे तो तोल जाऊन पाण्यात पडला. जेव्हा त्याने कोरड्या जमिनीवर पाय ठेवला, त्याच्या पॅन्टमधून पाणी ठिबकत होतं. बायका त्यांच्या काळ्या बुरख्याआडून हसत होत्या.

"ही मुलगी एक उपद्रवी कार्टी आहे!'' माझा शौहर उद्गारला.

"मुलांना बरोबर आणण्याची कल्पना कोणाची होती?'' तो माणूस पुटपुटला.

"मी तुम्हाला ढकलून देण्याची इच्छा मनात धरली आणि अल्लाने माझी ती इच्छा ऐकली.'' मी म्हटलं, "मी अल्लाच्या इच्छेचा अपमान करावा, असं वाटतं का तुम्हाला? नाही ना?''

बैरुतच्या परतीच्या वाटेवर अबू हुसेनची चुलत बहीण आणि मी, मी तिच्या शौहरच्या केलेल्या थट्टेवरून खूप हसलो. मी तिच्यासाठी गाणं म्हणू लागले. तेव्हाच तिथे एक देखणा, उंच असा सैन्यातला अधिकारी आला आणि माझ्याकडे पाहात थबकला.

तो माझ्याबरोबरच्या बायकांशी बोलत असताना मी माझं त्याच्याकडे लक्ष नाही, असं भासवलं.

"ही तुमची मुलगी आहे का?'' त्याने तिला विचारलं.

"हो, माझी मुलगी आहे.'' तो विनोद आवडून तिनेही उत्तर दिलं, "ती माझ्या आँखो का नूर आहे.''

"तुमची मुलगी खरंच खूप सुंदर आहे.'' तो मनमोकळेपणाने म्हणाला, "माझा हेतू अतिशय सभ्य आहे. मी तिला मागणी घालू इच्छितो.'' त्याने तिला आमचा पत्ता विचारून घेतला, जेणेकरून तो येऊन माझा हात मागू शकेल.

पत्ता द्यावा की नाही, याबाबत तिची द्विधा मन:स्थिती झाली. मी सरळ मध्ये घुसून त्याला माझं नाव आणि आमचा पत्ता सांगितला. त्याचबरोबर माझे वालिद म्हणून अबू हुसेनचं नाव दिलं. त्या अधिकाऱ्याने आपल्या हृदयावर हात ठेवत, माझ्याकडे स्मित करत आमचा निरोप घेतला. मला असं वाटून गेलं की, खरंच माझा शौहर जर माझा वालिद असता आणि हा अधिकारी माझा हात मागायला आलेली व्यक्ती असता तर...! मनात एकदम मोहम्मदचा विचार आला. सहा महिने होऊन गेले होते. त्याला आता पदवीही मिळाली असेल आणि त्याने माझा निकाह झाल्याचंही ऐकलं असेल. त्याला वचन दिल्याप्रमाणे मी त्याच्यासाठी थांबले नाही, म्हणून तो माझा तिरस्कार करत असेल, अशीही कल्पना मी केली. तो मला सोडून गेल्यावर माझ्या बाबतीत काय झालं हे समजल्यावर तो मला माफ करेल का, असंही मी मनाला विचारलं.

त्या अधिकाऱ्याने आमचा शब्द ग्राह्य धरला. दुसऱ्या दिवशी संध्याकाळी दरवाजावर टकटक झाली आणि तो त्याच्या वडिलांसमवेत समोर उभा राहिला. एका क्षणात सगळं घरदार, म्हातारे आणि तरुण, पुरुष आणि स्त्रिया त्या भावी नवरदेवाभोवती जमा झाले होते. मरियम आणि मी स्वयंपाकघराच्या दाराआड उभ्या राहून ऐकू लागलो. अबू हुसेन आणि इब्राहिमने आलेल्यांचं स्वागत केलं. प्रत्येकाने अशीच अटकळ बांधली की, तो नक्कीच मरियमचा हात मागायला आला असेल, पण त्याने माझं नाव घेतलं.

अबू हुसेनने घाईघाईने त्या अधिकाऱ्याचा गैरसमज दूर केला.

"कमिला माझी बीबी आहे." तो म्हणाला, "तुमच्या मनात असणारी मुलगी नक्कीच तिची भाची असेल."

"मग काल दमास्कसहून येताना रेल्वेतील ती मुलगी कोण होती?" त्या अधिकाऱ्याने विचारले.

"आग लागो तुझ्या दगलबाज हृदयाला!" माझा शौहर संतप्तपणे त्याच्यावर खेकसला. "ती माझी बीबी होती."

मी घाईघाईने दार बंद केलं आणि मला वाचवण्यासाठी अम्मीचे पाय धरले. खरं तर आता इब्राहिम काय करेल, या भीतीने तीसुद्धा थरथरतच होती. कोणाच्या रागावण्याची किंवा कोणी मारण्याचीही वाट न पाहाता मला एकदम रडू फुटलं. मला याचं खूप दु:ख झालं की, माझा त्या रुबाबदार अधिकाऱ्याशी कधीही रिश्ता होणार नव्हता. मी खिडकीच्या गजांना पकडून किंचाळले. शेजारी राहणारा तो रुबाबदार तरुण माझ्याकडे पाहातो आहे, हे लक्षात आल्यावर तर मी आणखी जोरात आक्रोश करायला सुरुवात केली.

फातिमा

अचानक सगळं जग एकदम काळंकुट्टं झालं. शेजारच्या मुलीबरोबर मी दोरीवरच्या उड्या मारत होते, तेव्हा मला एकदम कसंतरी व्हायला लागलं. मी माझे डोळे चोळले; पण तरीही जग आणखी काळोखात बुडत राहिलं. मी कोसळले आणि ब‍र्‍याचदा घाबरल्यावर मी जसं ओरडायची, तशी मी ओरडले, ''कृपा करून मला मदत करा... थोडं गुलाबपाणी...'' मी बेशुद्ध होत होते.

आमच्या शेजारणींपैकी एकीने अंदाज केला की, बहुधा मला दिवस गेले असावेत. माझ्या हाताला धरून ती खाली घेऊन आली. ती प्रेषितांच्या वंशजांपैकी होती, तरीही आमच्या कुटुंबीयांसाठी तिच्या तोंडून शिव्याशाप आणि तळतळाट बाहेर पडले.

''आग लागो त्या शेखच्या दाढीला, ज्याने तुझा निकाह लावला!'' ती धुमसत म्हणाली, ''तू तर अजून एक मूल आहेस. फारच शरमेची गोष्ट आहे ही!''

त्यानंतर मला जास्तच काळजी घ्यावी लागणार होती. मी बसून इतर मुलींना उड्या मारताना पाहात राहिले. माझं पोट अजून वाढायला सुरुवात झाली नव्हती आणि ते वाढेल असा विचार करणंही माझ्यासाठी खूपच अवघड होतं. ती स्त्री म्हणाली होती, त्याप्रमाणे मी अजून लहान मुलगी होते. खुदाच्या हे नक्कीच लक्षात आलं असणार; पण खुदाने मला मदत केली नाही. माझं पोट दिवसेंदिवस गोल गरगरीत दिसू लागलं. कोणाचंतरी बोलणंही माझ्या कानावर पडलं, ''हं, म्हणजे आता एक मूल आणखी एका मुलाला जन्म देणार!'' मी स्वतःच एवढीशी लहान होते, याचाही काही उपयोग झाला नाही.

निदान एकतरी होतं की, माझं गरोदरपण म्हणजे आता मी कसल्याही भीतीशिवाय बिनघोर झोपू शकत होते. मला जे वाटेल ते मी खात होते. मग मानेल तेव्हा, मन मानेल तिकडे बाहेर पडू शकत होते. अर्थात अंधार पडायच्या आधी घरी परतावं लागायचं. येणारा प्रत्येक सिनेमा मी बघत होते आणि एकदा तर माझ्यापेक्षा वयाने बरीच मोठी

अशी माझी प्रौढ श्रीमंत बहीण मीरा, जी तिचा शौहर पश्चिम आफ्रिकेला गेला असताना नैबिताहवरून बैरुतला भेट द्यायला आलेली होती, तीसुद्धा माझ्याबरोबर सिनेमाला आली होती. वयात खूप अंतर असूनदेखील लवकरच आमच्यात गाढ मैत्री झाली.

आपण पडद्यावर बघतो, तशा नायिकांसारखीच ती होती. ती घालायची ते ड्रेस, सतत हातात असलेली सिगारेट, क्रेप सोल लावलेले तिचे बूट आणि उघडण्यावर किणकिण आवाज करणारी मगरीच्या कातड्याची तिची हॅन्डबॅग... या सगळ्या गोष्टींमुळे ती सिने-जगतातीलच वाटत असे. तिच्या हॅन्डबॅगमधून कलोनचा सुगंध दरवळत असे आणि त्यातील नाण्यांची झलक मला दिसत असे. तिच्या मुक्कामामुळे मला इब्राहिमला प्रतिकार करण्याचं बळ मिळालं. तो अजूनही माझ्यावर नजर ठेवून होता, माझी प्रत्येक हालचाल त्याला नापसंत होती.

मीरा मला 'लाँग लिव्ह लव्ह' हा सिनेमा बघायला घेऊन गेली. मला जेव्हा हे कळलं की, अब्दल वहाब 'द व्हाइट रोझ' या नायिकेऐवजी दुसऱ्या नायिकेबरोबर प्रमुख भूमिका करतो आहे, तेव्हा मला खूप वाईट वाटलं; पण जेव्हा मी नव्या नायिकेला पाहिलं, मी तिच्या प्रेमात पडले आणि आधीच्या नायिकेबद्दलचं सगळं काही विसरून गेले. मीरा आणि मी 'लैला, डॉटर ऑफ द डेझर्ट' सिनेमा बघायला गेलो. यामध्ये लैला, एक सुंदर बदायुनी मुलगी, तिच्या चुलतभावाच्या प्रेमात पडते, जो तिला खुस्त्रो या पर्शियन राजाच्या तावडीतून सोडवण्यासाठी येतो. त्या राजाच्या गढीवर हल्ला करून तो तिला वाचवतो, घरच्यांकडे घेऊन जातो आणि तिच्याशी निकाह करतो. आत्तापर्यंत मी मोहम्मदला माझ्या डोक्यातून बाजूला काढून ठेवण्याचा प्रयत्न करत होते. आता मला वाटू लागलं की, त्याने मला वाचवायला हवं होतं.

सिनेमा पाहात असताना माझ्या लक्षात आलं की, जगात प्रेम ही सगळ्यात महत्त्वाची गोष्ट आहे, अगदी अन्न, पाणी आणि पैशापेक्षाही जास्त महत्त्वाची! ती नायिका महालात राहत नव्हती, तर ती वाळवंटात बदायुनी तंबूत राहत होती. मीरा म्हणाली की, तिलाही असंच वाळवंटात बदायुनी आयुष्य जगावंसं वाटत आहे. पण जशा आम्ही सिनेमाहॉलच्या बाहेर पडलो, आम्ही आमच्या आधुनिक जगात परत आलो; दुकानांच्या शोकेसमध्ये लावलेले कपडे पाहायला थांबलो... वाळवंटाच्या अस्तित्वाविषयी सगळं काही विसरून आइस्क्रीम आणि चॉकोलेट्स विकत घेतली.

जेव्हा माझ्याबरोबर मीरा असे मला-मला घरी अजिबात भीती वाटत नसे. आम्ही रेडिओ ऐकत असू आणि मग मी रेडिओचा आवाज मोठा करत असे. इब्राहिमला मीराच्या सुसंस्कृतपणाचा आणि आत्मविश्वासाचा दरारा वाटत असे. त्यामुळे त्याला कपाळाला आठ्या घालण्यावाचून काहीच करता येत नसे; त्याने कधीही मी रेडिओचा आवाज कमी करावा, असं ठामपणे म्हटलं नाही. मी मीराच्या कानात कुजबुजले की, आम्ही म्हणजे जणूकाही फुलपाखरं आहोत आणि अबू हुसेन

आणि इब्राहिम म्हणजे आम्हाला दंश करायला आलेल्या गांधीलमाशा आहेत.

पण मीरा जेव्हा तिच्या नवऱ्याकडे आफ्रिकेला गेली, तेव्हा जराही वेळ न दवडता सर्व काही गांधीलमाशांच्या ताब्यात गेलं.

माझ्या कळा सुरू होत आहेत, असं वाटल्याक्षणी माझ्या शौहरने सांगितल्याप्रमाणे खदिजा मला अमेरिकन युनिव्हर्सिटी हॉस्पिटलमध्ये घेऊन गेली. डॉक्टरांनी माझी कंबर, पोट, पायाची मापं घेतली, जणू मी म्हणजे एखादा कापडाचा तुकडा होते आणि ते शिंपी!

त्यांनी जेव्हा माझे वय विचारलं आणि त्यांना मी पंधरा वर्षांची आहे, असं उत्तर मिळाले, तेव्हा ते त्यांना वाटणारा तिरस्कार लपवू शकले नाहीत.

"तुझे कुटुंबीय तुला पोसू शकत नव्हते म्हणून..." ते कडवटपणाने म्हणाले, "त्यांनी तुझा निकाह लावून दिला का?"

बाळाचे वडील कोठे आहेत, असं डॉक्टरांनी विचारलं आणि खदिजाने त्यांना सांगितलं की, माझ्या शौहरला हॉस्पिटलची भीती वाटते. अबू हुसेनने एकदाच हॉस्पिटलमध्ये पाय ठेवला होता आणि तोही मनिफा गेल्यानंतर. तो घाईघाईने आयात म्हणण्यासाठी आणि पलंग मक्केच्या दिशेने फिरवून ठेवण्यासाठी त्याच्या मृत बीबीच्या खोलीकडे गेला होता.

"ते जर इथे असते तर बरं झालं असतं." डॉक्टर अतिशय तिरस्कारयुक्त आवाजात म्हणाले, "एका लहानग्या मुलीशी निकाह लावल्याबद्दल मला जरा त्यांना सुनवायचं होतं."

आमच्या पहिल्या भेटीत माझ्या लेकीने अंग लांब करून जांभई दिली. तिच्या आगमनाने माझ्या शक्तीमध्ये आणखी भर पडली. अशी शक्ती, जी ती अजून माझ्या पोटातच असताना मला मिळाली होती. तिच्यामुळे मला माझ्या शौहरच्या पलंगावर झोपायला मिळालं आणि तो फरशीवर गादी घालून झोपू लागला. मी दिवसभर नुसती पलंगावर झोपून राही; फक्त अंघोळीला किंवा टॉयलेटला जाण्यासाठी उठत असे. अबू हुसेन आता माझ्या मागण्यांना प्रतिसाद देत होता. त्याने माझ्यासाठी नॅचरल सिल्कचा गुलाबी नाइट-गाउन आणला होता आणि त्याच रंगाची कार्नेशनची फुलं मी माझ्या केसात माळली होती. प्रत्येक सकाळी मी कोंबडी खायची. एखादा पातळ मटणाचा तुकडा नव्हे, तर एक अख्खी कोंबडी, जी खास माझ्यासाठी कापलेली असे.

हे असं सगळं चाळीस दिवस चाललं होतं; कारण जोपर्यंत मी बाळाला पाजते आहे, तोपर्यंत माझ्या शरीराचं पोषण करणाऱ्या गोष्टी मला पुरवण्यात याव्यात अशी प्रथाच होती. मी कोंबडीचा तुकडा अन् तुकडा खात असे. छाती आणि मांड्यासुद्धा! एखाद्या मांसाहारी प्राण्याप्रमाणे मोठ्याने आवाज करत मी हाडं चोखत होते...

कोंबडी खाऊन झाली की, मी बाळाच्या जन्मानंतर भेटायला येणाऱ्या लोकांना दिल्या जाणाऱ्या भरपूर सुकामेवा घालून केलेल्या पुडिंगची वाट बघत असे.

माझं बाळ म्हणजे एक मऊ-मऊ खेळणं होतं, जे यापूर्वी मला कधीही छातीशी कवटाळायला किंवा खेळायला मिळालं नव्हतं. बैरुतच्या दुकानातून त्वचेच्या रंगाच्या, पोर्सेलिनच्या बनवलेल्या बाहुल्या मी पाहिल्या होत्या; ज्यांना आडवं केल्यावर त्या आवाज करायच्या. ही तशीच एक बाहुली होती. पण ज्या दिवशी मी पलंगावरून खाली उतरले, बाळाची देखभाल करण्यासाठी माझी मदत करायला तयार असणाऱ्या अनेक हातांमध्ये मी तिला सोपवलं. खरं तर मी तिला पाडेन किंवा तिला अंघोळ घालताना तिच्या तोंडात पाणी जाईल, या काळजीपोटी त्यांनी तिचा संपूर्ण ताबा घेऊन टाकला. अम्मीने तिला पाळण्यात ठेवलं, जो ती एका खोलीतून दुसऱ्या खोलीत घेऊन जात असे. तिला 'फातिमा' या प्रेषितांच्या मुलीच्या नावाने संबोधण्यात यावं, असा माझ्या शौहरचा ठाम आग्रह होता. खरं तर मला तिचं नाव मला आवडणाऱ्या सिनेमातल्या तारकांप्रमाणे 'राजा' किंवा 'समीरा' ठेवायचं होतं; पण प्रेषितांची खफामर्जी होईल, या भीतीने मी फातिमा नावाला काही हरकत घेतली नाही.

फातिमाच्या जन्मानंतर माझे खूप लाड होत होते, खूप आराम मिळत होता तरीही फातिमा माझ्या उदरात वाढायला कशी आली तो प्रसंग मी विसरू शकत नव्हते; त्या रात्री जेव्हा माझा शौहर मी एखादं लहान गाढव असल्यासारखा माझ्यावर स्वार झाला होता आणि मी माझा दंड हाडांमध्ये दात रुतेपर्यंत चावला होता. माझं जरी माझ्या लेकीवर अतोनात प्रेम होतं, अशीही वेळ कधीकधी येत होती, जेव्हा मी माझ्या आयुष्यातलं तिचं अस्तित्व विसरून जाऊ शकत होते, विशेषत: मी जेव्हा रेडिओवरची गाणी ऐकत असे. रिवाजानुसार चाळीस दिवस विश्रांती घेण्याचा कालावधी संपायच्या आधीपासूनच सिनेमा बघायला, बाहेर शहरातील गडबड-गोंधळाचा आनंद घ्यायला माझा जीव धडपडत होता.

मी बिछाना सोडल्यानंतर थोड्याच दिवसांनंतर मला माझ्या शेजारणीच्या नणंदेच्या घरी कॉफी प्यायला येण्याचं निमंत्रण आलं. तिथे मला सगळ्या अशा बायका भेटल्या, ज्यांना सिनेमाला जायला, गाणी ऐकायला खूप आवडत होतं. माझ्यासारखीच त्यांनाही मजा करण्याची आवड होती, चांगल्या कपड्यांबद्दल प्रेम होतं.

कल्पना अशी ठरली होती की, प्रत्येक यजमानीणबाईने महिन्याच्या शेवटी असा एखादा दिवस ठरवायचा, ज्या दिवशी बाकीच्या स्त्रियांना त्यांचे सगळ्यांत उत्तम, फॅशनेबल कपडे घालायची संधी मिळेल आणि मग आम्ही सगळ्याजणी कॉफी पीत, बॉन-बॉन आणि चॉकलेट्स खाऊ. माझ्या शौहरला हे असले सामाजिक प्रसंग आवडत नसत. विशेषत: कॉफी प्यायला आणि इतरांनाही पाजायला त्याचा विरोध असे. असं काही करणं, हा त्याला वेळेचा अपव्यय आणि कुचाळक्या करणं

वाटे. तरीही लवकरच, थोड्यात काळात मी स्वत: अशा सकाळच्या कॉफीपानाचे आयोजन करू लागले. बदाम घातलेले पांढरे बॉन-बॉन आणि विशिष्ट चॉकलेट्स आणण्यासाठी मी अबू हुसेनला मनवलं होतं. मला गुलाबी आणि निळे बॉन-बॉन हवे होते, पण ते त्याने माझ्यासाठी नक्कीच विकत आणले नसते. त्याच्या दृष्टीने रंगीबेरंगी मिठाईपेक्षा (गोळ्यांपेक्षा) पांढरी मिठाई जरा बरी होती.

ज्या दिवशी सकाळी कॉफीपान आयोजित केलेलं असे, दारावर येणाऱ्या फेरीवाल्याकडून मी फुलं विकत घेत असे, जो मला गुपचुपपणे कॉफीही विकत देत असे. ती फुलं माझ्या शौहरच्या दृष्टीला पडू नयेत म्हणून, जसं आमचं संमेलन संपत असे, मी ती फुलं माझ्या शेजाऱ्यांमध्ये वाटून टाकत असे. तो कधीही फुलं विकत आणत नसे, कारण त्याचा असा विश्वास होता की, असं करणं म्हणजे जे चटकन नष्ट होणार आहे, त्यावर पैसे खर्च करणं म्हणजे पैशांची नासाडी आहे.

एका सकाळी त्याची तब्येत ठीक नव्हती आणि त्याला कामासाठी बाहेर पडायला उशीर झाला. फेरीवाल्याची चाहूल घेत मी दाराशीच अधीरपणे उभी होते. त्याने जेव्हा टकटक केलं, मी त्याच्या तोंडावरच दार बंद केलं. माझा शौहर ज्या क्षणी स्वयंपाकघरात गेला, मी घाईघाईने खिडकीत गेले आणि त्या फेरीवाल्याला पुन्हा वर यायला सांगितलं. जेव्हा तो वर आला, तेव्हाच नेमका माझा शौहरही बाहेर आला, म्हणून मग मी पुन्हा त्या फेरीवाल्याच्या तोंडावर दार लावलं. मग माझा शौहर बैठकीच्या खोलीत गेल्यावर मी परत तिसऱ्यांदा त्या फेरीवाल्याला हाक मारायला घाईघाईने गेले; पण त्याने फक्त अविश्वासाने मान हलवली आणि तो आपल्या रस्त्याने निघून गेला. मला खात्री होती की, मी इतकी लहान असूनही कशी वेड्यासारखी वागले, ही किती शरमेची गोष्ट आहे, हे आता तो सगळ्यांना सांगणार.

अशाच एका कॉफीपानाच्या सकाळी मी फादिलाला भेटले, जी एका खूप मोठ्या प्रसिद्ध व्यापाऱ्याच्या, अत्यंत धार्मिक अशा कुटुंबातून आलेली होती. ती माझ्यापेक्षा काहीच वर्षांनी मोठी होती आणि तिलाही माझ्यासारखीच गायची आणि सिनेमे पाहायची आवड होती. तिने मला सांगितलं की, तिची खरी महत्त्वाकांक्षा प्रसिद्ध अशा नादियाच्या नाइटक्लबमधील गायिका बनणं, ही होती. आणि तिने ते माझ्याकडून कोणालाही, अगदी स्वतःच्या आत्म्यालाही हे कळू न देण्याचं वचन घेतलं होतं. माझा हात पकडून ती मला स्वयंपाकघरात घेऊन गेली आणि तिथे तिने त्या काळी प्रसिद्ध असणाऱ्या गायिकांप्रमाणे हातवारे करत गायला सुरुवात केली –

''खोटारडी, खोटारडी –
ते सगळे मला म्हणतात,
तुम्हीच आहात खोटारडे,

कधीच नाही, कधीच नाही,
मी खोटारडी नाही''

स्वत:चे हात व बोटं नाचवत, डोलत, मुरडणाऱ्या फादिलला न्याहाळत मी उभी राहिले. मी हसू दाबण्याचा प्रयत्न करत होते. ती काहीतरी आंबटचिंबट खाल्लेल्या गोरिलासारखी दिसत होती. नादियाशी बोलायला, तिच्याबरोबर नादियाच्या नाइटक्लबमध्ये जाण्याचं मी तिला वचन दिलं.

मग एका सकाळी फादिला आणि मी नादियाच्या शोधात निघालो. इब्राहिमने त्याच्या ट्राममधून आम्हाला पाहू नये म्हणून आम्ही बूर्ज स्क्वेअरवरून शक्य तितक्या वेगाने निघालो. माझ्या या नव्या मैत्रिणीच्या हातात शेतकऱ्यासारखं गाठोडं होतं, ज्यामध्ये ड्रेसेस, आतले कपडे, स्कार्फ, एक छोटासा आरसा आणि भिवया कोरायचा चिमटा अशा तिच्या मालकीच्या वस्तू होत्या. मी तिला सल्ला देण्याचा प्रयत्न केला की, तिने नादियाऐवजी इतरत्र कोठेतरी गाण्यासाठी प्रयत्न केला तर बरं होईल, पण ती ऐकायला अजिबात तयार नव्हती.

क्लबच्या दाराशी, तोंडात सिगारेट धरलेला, ब्रिलियंटाईन लावून केस चापून-चोपून बसवलेला एक माणूस उभा होता. आम्हाला खात्री होती की, तेच त्या प्रसिद्ध क्लबचं प्रवेशद्वार होतं. त्या क्लबचं नाव करमणुकीची आणि गाण्यांची आवड असणाऱ्या, विशेषत: हसनच्या, माझ्या भावासारख्या प्रत्येक व्यक्तीच्या तोंडात होतं. फादिला गायिका बनल्यावर, यशस्वी झाल्यानंतर तिच्या घरातल्यांनी जरी लागलीच तिच्याशी संबंध तोडले, तरीही ती गायिका बनेलच या तिच्या दृढ विश्वासाबद्दल मला तिचा हेवा वाटला.

क्लबमध्ये शिरताना मला असं वाटून गेलं की, आम्ही एक रेषा ओलांडतो आहोत, जेथून माघारी फिरता येणार नाही... अगदी पुरुषांचाही लौकिक अशा ठिकाणी आल्यामुळे पणाला लागायचा; तो माणूस काही चांगला नाही, एका अड्ड्यावरून दुसऱ्या अड्ड्यावर जात असतो, असं लोक म्हणायचे. आमच्यासमोर दारू प्यायलेली माणसं काहीतरी असभ्य हातवारे करीत, हातात बियरच्या बाटल्या घेऊन उभी आहेत आणि मग त्या बाटलीतील तो द्रव आमच्या घशात ओतत आहेत असं चित्र माझ्या डोळ्यांसमोर तरळलं. मी अशीही कल्पना केली की, नादिया माझ्याकडे धावत-धावत येते आहे, माझा हात धरते, शेवटी एकदाची मी सापडल्याबद्दल तिला खूप आनंद झालेला आहे, जसा आनंद कवींचा राजपुत्र अहंमद श्वाकी[१५]ला इजिप्शियन गायक अब्दल-वहाब सापडल्यावर झाला होता.

---

१५. अहंमद श्वाकी : इजिप्तमधील एक खूप प्रसिद्ध कवी आणि आधुनिक अरबी वाङ्मय चळवळीचे एक नेते.

फरशी स्वच्छ करणाऱ्या तिथल्या स्त्रीला आम्हाला हे पटवून द्यावं लागलं की, आम्हाला आत्ताच्या आत्ता तातडीने नादियाशी बोलणं आवश्यक आहे. मग ती येईपर्यंत आणखी अर्धा तास आम्ही तिथेच थांबलो. आमच्या आजूबाजूला, आमच्या घरी होती तशीच बरीचशी लाकडी टेबलं आणि खुर्च्या होत्या. त्या खोलीच्या छताला तो कुप्रसिद्ध झोका टांगलेला होता, ज्यावर विसावून, पुढे-मागे झुलत नादिया गात असे.

शेवटी एकदाची नादिया आली. ती कदाचित खूप प्रसिद्ध गायिका असेलही, पण मी कल्पना केल्याप्रमाणे पायघोळ गाउन न घालता साधा गाउन घालून बाहेर आलेली ती मला अगदीच सामान्य वाटली. फादिला चटकन उठून तिच्याजवळ गेली आणि तिने तिला कसं गायिका बनायचं आहे, हे नादियाला सांगितलं, पण तिचं पुरतं ऐकूनही न घेता किंवा माझ्याकडे एक नजरही न टाकता नादियाने आम्हाला बाहेर काढलं.

"निघून जा इथून!" ती म्हणाली, "घरी जा, कृपा करून! मला कोणतंही संकट नको आहे. माझी ही जागा बंद पाडण्यासाठी तुमची दक्षिणेतील जमात इथे पोहोचण्याआधी कृपा करून तुम्ही घरी जा."

फादिलाचा दक्षिणेकडचा बोलण्याचा ढंग तिने अर्थातच ओळखला होता. आम्ही जरी नादिया आमच्याशी इतक्या असभ्यपणे वागल्यामुळे निराश झालो होतो, तरीही तिच्या 'दक्षिणेकडील तुमची जमात,' या शब्दांवर हसल्याशिवाय राहू शकलो नाही. तिने ते शब्द असे उच्चारले होते की, जणू ती दाट जंगलात राहणाऱ्या लोकांविषयी बोलत होती.

नादियाने असं झटकून टाकल्यावरसुद्धा मला पुन्हा त्या नाइटक्लबला भेट देण्याची तीव्र इच्छा होत होती आणि तसं होण्यासाठीच्या उपायांची मी स्वप्नंही पाहू लागले होते.

मग माझ्या डोक्यात एक भयंकर कल्पना आली, अर्थात ती जर व्यवस्थित जमली तर मी स्वर्गात, पण जर फसली तर मग माझी काही खैर नव्हती. माझ्या शौहरच्या चुलत बहिणी दक्षिणेतून आम्हाला भेटायला आल्या, त्या फार श्रद्धाळू होत्या. मी घरात सर्वांना सांगितलं की, एका अत्यंत धार्मिक अशा परिवाराकडून आम्हाला आमंत्रण आलं आहे आणि मी त्यांना काही अद्‌भुत गोष्टी दाखविणार आहे आणि ते गुपित ठेवायचं आहे असं सांगून क्लबमध्ये घेऊन गेले. जेव्हा त्यांनी त्यांचे पूर्ण काळे बुरखे काढायला साफ नकार दिला, तेव्हा माझ्या लक्षात आलं की, नादियाचा नाइटक्लब म्हणजे काय हे त्यांना कळलेलं नाही. विनोदी नाटुकलं म्हणजे काय असतं, याची त्यांना किंचितही कल्पना नव्हती आणि त्यांनी उमर-उल्-झूनी या विनोदाच्या बादशहाबद्दल त्यांनी काही ऐकलं नव्हतं.

जसं संगीत सुरू झालं, आम्ही आमच्या बॉक्समधील खुर्च्या पकडल्या आणि अचानक त्यांच्यापैकी एका स्त्रीने तिचा बुरखा वर केला. बाकीच्यांनीही तिचं अनुकरण केलं. विदूषक त्याच्या नेहमीच्या गमती-जमती करत जेव्हा स्टेजवर गेला, त्या सगळ्या खिदळत आणि किंचाळत होत्या. ''बहुत खूब! बहुत खूब! हे तर सगळं खूपच छान आहे,'' त्या ओरडत म्हणाल्या. गाणं, नृत्य, संगीत आणि विनोद हे एक औषध आहे किंवा अशा वातावरणात वेळ कसा निघून जातो, हे कळतही नाही, हे त्यांना याआधी माहीतच नव्हतं.

आम्ही त्या नर्तकीकडे पाहात होतो. मग मोगऱ्याच्या फुलांनी सजवलेल्या दोऱ्यांना धरून झोपाळ्यावर तरंगत नादियाचं आगमन झालं. तिने खाली बसलेल्या लोकांवर पाकळ्या उधळल्या आणि मग गायक फौअद-सैदान, माझ्या भावाच्या, हसनच्या मित्राचं आगमन झालं. त्यानं पांढऱ्या आणि खाकी रंगाचे चेक्स असणारे एक सुंदर जाकीट घातलेलं होतं, ब्रिलियंटीन लावलेले त्याचे केस उजेडात चकाकत होते –

''नौकेने माझ्या हृदयाचा किनारा सोडला,
गेली ती कोठे''

तो गात होता –

''ती नौका माझ्या प्रियजनांसह अदृश्य झाली आहे''

हे १९४३ साल होतं, जेव्हा बूर्ज स्क्वेअरमध्ये प्रत्येक रात्री सक्तीने ब्लॅक-आउट पाळलं जात होतं. नाइटक्लबच्या सगळ्या खिडक्या, काळ्या रंगाने रंगवलेल्या होत्या. सिनेमाचं किंवा क्लबचं तिकीट हातात असल्याशिवाय कोणालाही बाहेर रस्त्यावर येण्याची परवानगी नव्हती.

क्लबमधून बाहेर पडताना आम्हाला पकडतील या भीतीने आम्ही धास्तावलेले होतो. कोणत्याही पोलिसाने आम्हाला हटकलं नाही. आम्ही फारच सुदैवी होतो अशासाठी की, रात्रीचे जवळजवळ अकरा वाजलेले असूनसुद्धा अजून ट्राम सुरू होत्या. सगळ्या बायका त्यांनी ऐकलेल्या गाण्याच्या तालावर डोलत होत्या. एक असं विश्व, ज्याच्या अस्तित्वाविषयी त्या इतके दिवस अनभिज्ञ होत्या, त्या दुनियेत आत्ता त्या पोहत होत्या. माझ्या बाजूने तर मी अगदीच निर्धास्त होते; इब्राहिम फक्त दिवसाच ट्राम चालवीत असे.

आम्ही जेव्हा घरी पोहोचलो, सगळ्यांना प्रचंड भुका लागल्या होत्या. आम्हाला जिथे आमंत्रण होतं, तिथे आम्हाला पोटभर खायला घातलेलं असणं अपेक्षित असताना आता मी त्यांना कशी काय जेवू घालणार होते? मी अंधारातच हळूच

स्वयंपाकघरात शिरले आणि गुपचूप पाव अन् थोडं मटण घेऊन आले आणि त्या बायकांना आवाज न करता खायला बजावलं. त्यांनी मी दिलेल्या सूचना इतक्या तंतोतंत पाळल्या, त्या सगळ्या अक्षरश: सिनेमातल्या तारका ज्याप्रमाणे त्यांचं तोंड घट्ट बंद ठेवून खातात, तशा भासल्या.

"मी हे जाहीर करते की –" एक जण म्हणाली, "हे सॅन्डविच अख्ख्या कोकरापेक्षाही जास्त रुचकर लागतं आहे."

"हं, आता मला कळलं," दुसरी म्हणाली, "प्रेमात पडलेली व्यक्ती का काही खाऊ शकत नाही? का अशी व्यक्ती सुईसारखी बारीक होते ते. मी प्रेमात पडले आहे, कोणाच्या ते माहीत नाही. आज रात्री मी प्रेमात पडले आहे. या खुदा, मला माफ कर!" मी प्रेमात पडले आहे असं जाहीर करणारी स्त्री जेव्हा झोपेत बरळू लागली तेव्हा क्षणभर मी अस्वस्थ झालो होते, तरीही उरलेली रात्र विशेष काही न घडता पार पडली.

"ए मुला जा, विस्तव घेऊन ये." ती ओरडली. ज्याचा अर्थ, हुक्क्यासाठी लालेलाल निखारा घेऊन ये, असा होता. मग तिने नाइटक्लबमध्ये पाहिलेल्या हुक्का पिणाऱ्या लोकांप्रमाणे घशातून 'गुडगुड' असा आवाज काढला.

मजेची गोष्ट अशी की, जेव्हा इंग्रजांची लढाऊ विमानं डोक्यावरून कर्कश आवाज करत जात होती, तेव्हा एकदाचं फादिलला नादियासमोर जरा जास्त अंतरावरून का होईना, पण गायला मिळालं. आम्ही सगळे गच्चीवर जाऊन मित्र राष्ट्रांची विमानं सिरिया आणि लेबनान स्वतंत्र झाल्याची पत्रकं टाकत होती, ते पाहात होतो. तेव्हाच आमच्या कानावर संगीताचे सूर पडले, जे वर्दी देत होते, बूर्ज स्क्वेअरमध्ये मोटरसायकलींवरून येणाऱ्या मित्रराष्ट्रांच्या सैनिकांच्या आगमनाची. फादिलाच्या बरोबर विजेच्या वेगाने धावत आम्ही तिथे पोहोचलो. आमच्या सोबत माझ्या भाच्या आणि भाचे होते. इतरांच्याप्रमाणे आम्हाला मित्रराष्ट्रं पाहाण्यात रस नव्हता, तर क्लब आणि क्बलच्या गॅलरीमधून दिसणारे गायक आणि नट मंडळींमध्ये आम्हाला रस होता. फादिलाने जेव्हा नादियाला तिच्या गॅलरीत पाहिलं, तिच्या तोंडून आपोआप गाणं बाहेर पडलं –

"खोटारडी, खोटारडी... नाही... मी नाही खोटारडी!"

अर्थात वरच्या एवढ्या कोलाहालामध्ये नादियाला काहीच ऐकू गेलं नाही.

कशासाठी?...पैशांसाठी!

असंच एकदा माझ्याकडच्या कॉफीपानाच्या वेळेस माझं लक्ष, आलेल्यांपैकी एका स्त्रीने घातलेल्या सुंदर अशा स्टॉकिंग्जच्या जोडीकडे गेलं. ते रेशमापेक्षाही मऊ आणि मुलायम होते... साबणाच्या फेसासारखे. ते नायलॉन नावाच्या धाग्यापासून बनवलेले होते. मला काय हवं आहे ते मी अबू हुसेनला समजावून सांगितलं, त्याला दाखवण्यासाठी एक जोडी एकीकडून उसनी मागून आणली.

''सैतानालाच घेऊन जाऊ दे!'' तो म्हणाला, ''जरा लाज बाळग. तुला काय तुझ्या शरीराचं लोकांसमोर प्रदर्शन मांडायचं आहे? जरा लाज बाळग थोडी. तुला मी जे नेहमी उत्तम प्रतीचं सुती कापड घेऊन देतो, त्यात काय वाईट आहे?''

अम्मी म्हणाली, ''या अल्ला! गोगलगायसुद्धा त्या नायलॉनपेक्षा जरा दाटच माग सोडते.''

ते स्टॉकिंग्ज 'लॅडर-रेझिस्टन्ट' आहेत, असं मला जरी सांगितलं होतं, तरीही ते उसने आणलेले स्टॉकिंग्ज पायात चढवायला मी माझ्या मनानुसार इतका वेळ लावला की, जणूकाही मी अंडीच हाताळत होते. स्टॉकिंग्जला गार्टर्स लावून मग ते स्टॉकिंग्ज घालून मी वावरत राहिले. मनाशी हा दृढ निश्चय करून की, वाट्टेल ती किंमत द्यावी लागली तरीही हे असले स्टॉकिंग्ज मी घेईनच. माझे वाचवलेले सगळे पैसे माझ्या घरच्या तिसऱ्या कॉफीपानाच्या कार्यक्रमासाठी आणि नादियाच्या नाइटक्लबमध्ये जाण्यासाठी खर्च झाले होते. त्यामुळे नेहमीप्रमाणे मला काहीतरी युक्ती वापरावी लागणार होती. म्हणून मी आमच्या शेजारणीकडे गेले आणि तिने दुसऱ्या दिवशी सकाळी अबू हुसेन कामावर जायला निघताना त्याच्याकडून मागील पैसे येणं असल्याचं त्याला सांगावं, असं तिला विनवलं.

''तुला देवी उठोत!'' फसवून घेतलेली रक्कम माझ्या हातात देत ती म्हणाली, ''तू मला नक्की जहन्नममध्ये पाठवशील आणि त्या माणसालाही उठोत, ज्याने तू

एक लहान मूल असताना तुझा निकाह लावला.''

तिला जे मुद्दाम खोटं बोलावं लागलं होतं, त्यासाठी प्रायश्चित्त म्हणून तिला संपूर्ण आठवडाभर उपवास करावा लागला आणि जास्तीची प्रार्थनाही करावी लागली.

दरम्यान मी घाईघाईने जाऊन ते जादूई स्टॉकिंग्ज घेऊन आले होते. ते घालून मी नादियाच्या नाइटक्लबमधील 'आता सर्व काही मुक्त आहे, सगळ्या मुली आता लॅडर-रेझिस्टन्ट आहेत,' हे गाणं म्हणत घरभर नाचत राहिले.

सिनेमामध्ये पाहिलेले सगळे ड्रेसेस आणि शूज घेण्यासाठी माझी तडफड होत होती. माझे केस चमकदार दिसण्यासाठी मला ब्रिलियंटीन हवं होतं. त्याचबरोबर केस नीट बसवण्यासाठी चाप हवे होते. एकच एक वास असणाऱ्या लाइफबॉय साबणाच्या ऐवजी सुगंधी साबण हवा होता. अर्थात या सगळ्यांपेक्षा माझी अभिलाषा होती, ती एका छानशा हॅन्डबॅगची आणि त्या किळसवाण्या, गुडघ्यापर्यंत पोहोचणाऱ्या ब्लूमर्सऐवजी सुंदर लेस लावलेली सिल्कची अंडरवेअर घेण्याची. माझ्या कमरेच्याही खाली लटकणाऱ्या शर्ट्सच्याऐवजी मला हवे होते, लेस लावलेले लेहेंगे आणि शूज. बाकीच्या गोष्टींपेक्षा मला जास्त हवीशी वाटणारी गोष्ट होती, नव्या शूजची जोडी. तीसुद्धा अबू हुसेनने माझ्यासाठी आणलेल्या जुन्या पांढऱ्या जोडीसारखी, जी त्याने थंडीसाठी म्हणून चॉकलेटी रंगात रंगवली होती आणि त्यामुळे पावसाळ्यात पाऊस पडल्यावर माझ्या पावलांवर काळे डाग पडत, तशी मुळीच नव्हे. मी तर ते बूट रेझरने फाडायचे ठरवलं होतं, म्हणजे मग शेवटी त्याला माझ्यासाठी नवीन घ्यावेच लागले असते, पण माझ्या शौहरचा तसा काऽही विचार दिसला नाही.

मी जेव्हा निषेध केला तेव्हा त्याने मला, माझ्या बहिणीने त्याच्या धंद्यासाठी इतके कष्ट उपसूनही स्वत:वर एक पैही खर्च केला नाही, याची आठवण करून दिली. मी तर इब्राहिमच्या बायकोच्या खदिजाच्याही एकदम विरुद्ध टोकाची होते, जी तिने कमावलेली पैन् पै मुलांसाठी बाजूला ठेवत असे.

अर्थात तरीही मी, अबू हुसेन जेव्हा कधी खोलीच्या बाहेर जात असे किंवा नमाज पढायला बसण्याआधी वजू करायला जात असे किंवा तो झोपलेला असे, त्याचे पैसे चोरण्याचं काम चालूच ठेवलं. इब्राहिमने खदिजा आणि त्यांच्या मुलांची पादत्राणं बनवण्यासाठी आणलेल्या चामड्यातून एक तुकडा मी कापून घेतला आणि तो विकला. आमच्या घरी राहायला आलेल्या एका नातेवाईक स्त्रीच्या चपलांचा जोड पळवून एका मैत्रिणीला विकला.

एक दिवस मी अबू हुसेनला आमच्यासाठी दिवसभराचं सामान काढून देण्यासाठी त्या काळ्या ट्रंकेचं कुलूप उघडताना पाहिलं अन् माझ्या डोक्यात एक आसुरी कल्पना चमकली. त्या रात्री मी त्याला गाढ झोप लागायची वाट पाहिली आणि मग नंतर त्याच्या खिशातून किल्ली पळवून शेजारच्या दुकानातून तशीच आणखी एक

किल्ली बनवून घेतली. आता मला खदिजाच्या स्वयंपाकघरातील अनुपस्थितीचा फायदा घेता येऊ लागला. मी ती ट्रंक उघडून, त्यातून मूठ-मूठ सामान काढून डब्यात भरत असे आणि मैत्रिणींच्या आणि शेजाऱ्यांच्या घरी जाऊन त्यांना ते निम्म्या किमतीत विकत असे. कधीकधी तर मी स्वत:ऐवजी इब्राहिमच्या मुलीलाही पाठवत असे. हे सगळं बरेच दिवस सुरळीत चालू होतं. पण एक दिवस माझा शौहर कामावरून लवकर परतला आणि इब्राहिमच्या एका मुलीला घाईघाईने कागदाची पिशवी पाठीमागे दडवताना त्यानं पाहिलं. त्याने तिला पकडलं आणि त्याला त्या पिशवीत घरगुती कामासाठी वापरायची डुकराची चरबी मिळाली.

माझ्या शौहरने इब्राहिमकडे माझ्या या भुरटेगिरीची तक्रार केली आणि मग तो आमच्या शेजारी राहणाऱ्या अतिशय आदरणीय असणाऱ्या न्यायाधीशांकडे गेला आणि त्यांना माझ्याशी बोलायला सांगितलं. मग शरमिंदी, संतप्त अशी मी स्वत:च तडक त्या न्यायाधीशांकडे गेले.

"माझा शौहर अतिशय चिक्कू माणूस आहे, ज्याला कॉफीच्या बियासुद्धा जपून वापरण्याइतक्या मौल्यवान वाटतात." हे त्यांना समजावून सांगितलं. मी त्यांना सांगितलं की, माझ्या शौहरला माझ्याबद्दल वाटणारी गोष्ट म्हणजे मी आळशी आहे ही. मी माझे पाय स्वच्छ धुतले आहेत की नाहीत हे पाहाण्यासाठी तो माझ्या पावलांची कशी तपासणी करतो, याचंही मी त्यांना वर्णन करून सांगितलं. "मी तर अजून लहान आहे." मी म्हटलं, "त्यांच्याइतकी मोठी नाही." त्यांनी अबू हुसेनने कसा माझ्यासाठी नवीन ड्रेस आणला – जे अर्थातच त्यानेच त्यांना सांगितलं असणार – ही बाब माझ्यासमोर मांडण्याचा प्रयत्न केला. मी त्यांना प्रतिप्रश्न केला, "न्यायाधीश महाराज! माझ्याकडे बघा आणि मला सांगा की माझ्यासाठी ड्रेस शिवायला असं कितीसं कापड लागेल?" त्यांना असं विचारण्यामागे मला त्यांना दाखवून द्यायचं होतं की, मी इतकी लहानखुरी असल्याने एखाद-दुसरं, महाग दोनवार कापडही माझा ड्रेस शिवायला पुरेसं होतं.

शरणागती पत्करत ते न्यायाधीश महाराज फक्त इतकंच म्हणू शकले, "खुदा सगळ्यात महान आहे आणि फक्त त्याच्या हातातच सत्ता आणि ताकद आहे."

या सगळ्याचा माझ्यावर ओरडण्याबाबत किंवा मला शिव्या घालण्याबाबत इब्राहिमवर काहीच परिणाम झाला नाही.

"तुझ्यामध्ये कणभरही लाज शिल्लक राहिलेली नाही! या खुदा, तू तर इतकी धूर्त आहेस की, तू एखाद्या पिसवेसाठीही ड्रेस शिवू शकशील. तू एक घाणेरडी, छोटी चोरटी आहेस, असं आता प्रत्येक जण म्हणत राहील."

पराकोटीची निराश होऊन मी स्टोव्हकडे धावले, त्यातलं रॉकेल अंगावर ओतून घेतलं आणि काडेपेटी उचलली, पण तेवढ्यात इब्राहिम तिथे पोहोचला

आणि त्याने माझ्या हातातून काडेपेटी हिसकावून घेतली. मला इतकं रडू आलं की आवरेचना! मी तिथेच धपापत, आजूबाजूला नजर टाकत उभी राहिले; मनातून स्वत:ला जिवंत जाळून न घेतल्याबद्दल हायसं वाटत आणि इब्राहिमला घाबरवून सोडता आल्याबद्दल आनंदित होऊन. आता माझ्या अंगाला दुर्गंधी येऊ लागली होती आणि दुसऱ्या दिवशी सकाळपर्यंत माझ्या अंगभर भयानक पुरळ उठलं होतं.

चोरी करताना पकडलं गेल्यावर वाटणाऱ्या उद्वेग, भीती या भावना होत्या, तरी मला पश्चात्ताप मात्र मुळीच होत नव्हता, कारण मला पैशांची गरज होती. मला हव्या असणाऱ्या सुंदर गोष्टींची यादी – कपडे, रिबिनी... वाढतच होती आणि बूर्ज स्क्वेअरला सिनेमे बदलत होते. मी माझ्या हातातलं घड्याळ विकलं आणि ते पावसाळी पाण्याने भरलेल्या खड्ड्यात पडलं असं सांगितलं; माझ्या शौहरने हातात चाळण घेऊन वाकवाकून या खड्ड्यातून त्या खड्ड्यात पाणी आणि चिखल चाळून घड्याळ शोधण्यासाठी तासचे तास घालवले.

अबू हुसेनच्या पॅन्ट्सकडे माझी एखाद्या बहिरी ससाण्याप्रमाणे नजर होती; पण त्याचा काही उपयोग झाला नाही. त्याने आता बाथरूममध्ये जातानाही स्वत:चे कपडे बरोबर घेऊन जायला सुरुवात केली होती. म्हणून मग मी एक दिवस बाथरूमचं दार वाजवलं आणि ज्याप्रमाणे इतर बिबीयाँ शौहरची घासून देतात तशी त्याची पाठ लुफाहने घासून दिलेली त्याला आवडेल का म्हणून विचारलं.

माझ्या शौहरला खूपच आनंद झाला, कारण एरवी मी त्याला कधीच मला स्पर्श करू देत नसे किंवा माझ्या जवळही येऊ देत नसे. मी त्याची पाठ घासून दिली आणि त्याच्या संपूर्ण डोक्याला साबण लावला, मग पुन्हा त्याची पाठ घासली आणि आणखी साबण लावला. त्याच्या डोक्यावर मी अशा बेताने पाणी ओतलं की, जेणेकरून साबणाचा फेस त्याच्या कपाळावरून खाली ओघळून डोळ्यांपर्यंत पोहोचेल.

''माझे डोळे झोंबले तुझ्यामुळे.'' त्याने तक्रार केली.

मी दमून धापा टाकीत आश्चर्यचकित झाल्यासारखं दाखवलं आणि मग हातात थोडं पाणी घेतलं; पण त्याच्या पॅन्टपर्यंत पोहोचून, खिशातून काही नाणी काढून होईपर्यंत मी त्याच्या डोक्यावर पाणी ओतलंच नाही. मगच मी त्याच्या डोक्यावर पाणी ओतलं. त्या साबणाच्या फेसाने त्याला नक्कीच खूप त्रास झाला असणार. कारण त्याने मला 'भडव्याची मुलगी' वगैरे शिव्या घालायला सुरुवात केली.

जेव्हा माझे सगळे पैसे खर्चून झाले, मी घरातल्या बायकांना आणि माझ्या शेजारणींना माझ्या या छोट्याशा योजनेबद्दल सांगितलं. त्या सगळ्यांची हसून पुरेवाट झाली. माझ्या या धाडसी कृत्याचा सगळीकडे बोलबाला झाला, पण सगळ्यांनी ते सगळं खपवून घेतलं, कारण मी अजून लहान आणि चेष्टेखोर होते.

तसंही तिथल्या संपूर्ण परिसरातल्या लोकांना, मी दारावर आलेल्या गरजूंना अन्न आणि अंतर्वस्त्रं देण्याच्या बाबतीत किती उदार होते, ते माहीत होतं. थोड्याच अवधीत माझ्या शौहरने समोरच्या दारावर एक नोटीस डकवून दिली,

'या घरासमोर भीक मागू नये.'

पण भिकाऱ्यांना ना वाचता येतं ना लिहिता, त्यामुळे इब्राहिमने टरकावून काढेपर्यंत ती नोटीस एक-दोन दिवस तिथेच राहिली.

रात्रीचा पराक्रम

फातिमाच्या जन्मानंतर माझ्यासाठी आलेला फुलांचा गुच्छ मोहम्मदने पाठवला होता, हे मला समजेपर्यंत दोन वर्षं उलटली होती. तो गुच्छ त्यानेच पाठवला असेल अशी कल्पनाही माझ्या मनात आली नाही, कारण माझ्या निकाहाच्या एका वर्षानंतर त्याने फातमकरवी माझ्यासाठी एक निरोप पाठवला होता.

"तू निकाह केलास! मला फसवलंस! एका लहान मुलीला आपलं हृदय अर्पण करणारा मी जगातला सगळ्यात मोठा मूर्ख आहे. तू पुन्हा कधीही माझ्या नजरेला पडणार नाहीस, अशी मी आशा करतो."

वाण्याकडच्या मुलाने आमच्या घरी तो फुलांचा गुच्छ आणून दिल्यानंतर तो नक्की कोणी पाठवला आहे, हे शोधायचा इब्राहिमने चंग बांधला होता. तो त्या विषयाबाबत त्या मुलाला सतत छेडत राहिला. दरखेपेला त्या मुलाने त्याला वेगवेगळी गोष्ट सांगितली आणि सरतेशेवटी त्याने सांगितलं की, माझ्याकडे सकाळच्या कॉफीपानाच्या कार्यक्रमासाठी येणाऱ्या स्त्रियांपैकी एकीने तो पाठवला होता. फातमेशी आणि मोहम्मदची बहीण मिस्कीहशी माझी गाठ पडेपर्यंत माझी अशी ठाम समजूत होती, तो गुच्छ शेजारच्या तरुणानेच पाठवला आहे. फातमेनेच मला सांगितलं की, तो गुच्छ मोहम्मदने पाठवला होता, तसंच त्याने पुन्हा कधीही कोणावरही प्रेम न करण्याची किंवा निकाह न करण्याची कसम खाल्ली होती, तरीही त्याचं माझ्यावर अजूनही प्रेम होतं. ती मला पुढे आणखीही सांगत राहिली की, आता तो सिक्युरिटी जनरलमध्येच गुप्तहेर झाला आहे आणि नुकतीच त्याची बदली बैरुतला झाली आहे. वास्तविक तो तिच्याबरोबर आणि त्याच्या इतर भावांबरोबर आमच्या घरापासून पाच मिनिटांच्या अंतरावर राहत होता.

माझं हृदय अतीव प्रेमाने धडधडू लागलं. त्याने माझ्याशी आणि मी त्याच्याशी बोललेला शब्दन्शब्द, आमच्यातील देवाणघेवाण या सगळ्या गोष्टी क्षणार्धात

डोळ्यांसमोर आल्या. मी पुन्हा एकदा त्याच्या प्रेमात पडायला लागले आणि मग नंतर जणूकाही माझ्या या जाग्या झालेल्या भावनांना प्रतिसाद देण्यासाठी एका सकाळी मी लवकर उठले तेव्हा मला माझ्या खिडकीच्या खालच्या कठ्ठ्यावर एक निळा रेशमी रुमाल दिसला. दुसऱ्या दिवशी तिथे लाल कार्नेशनची फुलं होती, नंतरच्या दिवशी फ्रांजीपानीची फुलं होती, मग तुळशीच्या मंजिऱ्या!

रात्री अंथरुणावर पडल्यावर झोप लागेपर्यंत मी त्याच्या पावलांचा कानोसा घेत राहिले. मग एकदा शेजाऱ्यांच्या संडासच्या टाकीतून थेंब-थेंब, ठिबकत राहणाऱ्या पाण्याच्या आवाजाने मला त्याच्याच पावलांचा आवाज आल्याचं स्वप्न पडलं.

थंडी पडल्यानंतर खिडक्यांच्या लाकडी झडपा घट्ट बंद करून ठेवाव्या लागल्यामुळे मग मोहम्मदने माझ्यासाठी वाण्याच्या दुकानातील मुलाकरवी गुलाब पाठवला. एक दिवस एक सुकलेला गुलाब आमच्या बिल्डिंगच्या विजेच्या बॉक्सवर काळजीपूर्वक ठेवलेला दिसला. तो मी हृदयाशी घट्ट धरून, घाईघाईने वाण्याचं दुकान गाठलं.

"या सुकलेल्या फुलाचा अर्थ काय?" मी विचारलं, "तुला असं म्हणायचं आहे का की, मला हा गुलाब पाठविणारा माणूस आजारी आहे म्हणून?"

"हो," चेहऱ्यावर अतिशय नाटकी भाव आणत तो उत्तरला, "खूपच आजारी आहे."

"त्याने तुला सांगितलं का?" मी त्याला विचारलं, "की त्याने मला गुलाब पाठवण्याची ही शेवटची वेळ आहे म्हणून?"

"हो, तो म्हणाला की, तुला गुलाब पाठवण्याची शेवटची वेळ आहे म्हणून."

मी घाईने तडक फातमेच्या घरी गेले आणि तिला सुकलेल्या गुलाबाविषयी सांगून मोहम्मदच्या तब्येतीविषयी विचारलं. माझ्या फातमेच्या घरी जाण्याने तर मोहम्मदला जणू हिरवा कंदीलच दाखवला गेला. दुसऱ्या दिवशी मी जेव्हा सकाळच्या कॉफीपानाच्या कार्यक्रमासाठी चालले होते, थोड्या अंतरावर तो मला वर्तमानपत्र वाचत असलेला दिसला.

तो माझ्या दिशेने आला.

"बघ एकदा तुझ्याकडे, भरजरी कपड्यांमधील तू एक शादीशुदा." माझ्या सोनेरी ब्रेसलेटकडे, कानातल्यांकडे आणि गळ्यातल्याकडे बोट दाखवत तो म्हणाला, "तर एकूण तुला सोन्याची एवढी चमक दिसली की, तू मला विसरून गेलीस!"

माझ्या गालांवरून अश्रू ओघळले. मला त्याला सगळं समजून सांगायचं होतं. त्याऐवजी येणाऱ्या-जाणाऱ्यांचा विसर पडून मी त्याला माझा हात हातात घेऊ दिला.

त्यानंतर मी जेव्हाही कधी घराच्या बाहेर पडले, जवळ-जवळ प्रत्येक वेळी मला तो दिसला. रस्त्यात मधेच असणाऱ्या एखाद्या खडकासारखा. तो किती आकर्षक आणि सुंदर आहे, हे मी विसरूनच गेले होते. मी जेव्हा-जेव्हा त्याला

पाहात असे, मनात विचार येई, मोहम्मद तर अब्दल वहाबपेक्षाही जास्त देखणा आहे.

त्याने प्रत्येक ठिकाणी माझ्या मागे यायला सुरुवात केली. मीरा पुन्हा एकदा आमच्याकडे राहायला आली आणि आम्ही सिनेमाला गेलो. आम्ही सिनेमा पाहात असताना त्यातील नायक जेव्हा-जेव्हा त्याचं नायिकेवरचं प्रेम जाहीर करत होता, प्रत्येक वेळी मला शिट्टी ऐकू आली. सगळ्यात शेवटी जेव्हा आजूबाजूला पाहिलं, तर तिथे मागच्या रांगेत माझा नायक बसला होता. कधीकधी मीरा मला कौव्वर अटलेंटिस पार्कमध्ये साक्लेमेनची फुले गोळा करायला घेऊन जायची. मी आनंदाने तिथे माझ्या सोन्याच्या ब्रेसलेटचा किणकिणाट ऐकत बसून राहायची. मग मी उठून उभी राहत असे आणि मग माझ्या मैत्रिणीची, 'खोटारडी, खोटारडी, मी नाही खोटारडी,' गाणाऱ्या फादिलाची नक्कल करत असे किंवा मी नुकत्याच पाहिलेल्या सिनेमाची गोष्ट सांगत असे. तेव्हा बऱ्याचदा मोहम्मद एकटा किंवा त्याच्या एखाद्या मित्राबरोबर माझ्या समोरच्या टेबलावर बसून मला न्याहाळत असलेला दिसायचा; मी कॉफीचा कप तोंडाजवळ नेला की, तो पण त्याचं पेय पिताना दिसायचा. मी हसायची आणि तोसुद्धा. मी माझ्या गालावर हात ठेवला की, तो माझी तंतोतंत नक्कल करत असे. मी छातीवर लावलेल्या चेरीच्या गुच्छाकडे बोट दाखवून तो, तो गुच्छ आणखी डाव्या बाजूला सरकवण्यास सुचवीत असे. मी जेव्हा माझे हात धुवायला उभी राहत असे, तो फुले तोडून त्याच्या पाकळ्या जमिनीवर पसरत असे.

मी जेव्हा-जेव्हा त्याच्याकडे पाहात असे, माझं हृदय जोरजोराने धडधडत असे. सगळं जग खूपच गूढ, सुंदर झालं होतं; मी खूप आनंदात होते आणि सतत हसत होते. कोणीतरी माझ्यावर प्रेम करत होतं, मला समजून घेत होतं. खुणांची भाषा आणि हृदयाचं धडधडणं माझ्यासाठी पुरेसं होतं. मी एक शादीशुदा स्त्री होते आणि एका ठरावीक मर्यादेबाहेर मी जाऊ शकत नव्हते. मी जिथे जाईन तिथे माझ्या मागे येता यावं एवढंच त्याचं मागणं होतं. असं दिसत होतं की, त्याला फक्त माझ्या जवळपास राहायचं होतं.

प्रत्येक सकाळी जेव्हा माझी भाची पावासाठी कणीक भिजवायला उठायची, तिला 'बहर' वाट पाहताना दिसायचा. ती मग तो तिच्या ड्रेसच्या खिशामध्ये माझ्यासाठी लपवून ठेवायची.

"हे बघ तरी, रात्रीच्या पराक्रमाने काय मागे ठेवलं आहे?" मी गुलाब माझ्या हृदयाशी कवटाळताना पाहून ती कुजबुजत असे.

"जरा जपून खालाजान." ती मला सावध करत असे, "व्यवस्थित काळजी घे. आपण सगळे अबू हुसेनवर अवलंबून आहोत हे लक्षात ठेव. तू जर पाण्यात जास्त

आतमध्ये हात घातलास तर त्याचा प्रवाह तुला वाहावत घेऊन जाईल."

तिचं म्हणणं अर्थातच खरं होतं, पण जेव्हा-जेव्हा मी मोहम्मदला बघत असे मन या सगळ्यापासून अलग होऊन त्याच्याकडे धाव घेत असे.

एकदा भल्या पहाटे एक चोर आमच्या घरामध्ये शिरला. मरियम, जी तिथे पावासाठी कणीक भिजवीत होती, तिने त्याला दारामागे लपलेलं पाहिलं. त्याला चिरडण्याच्या हेतूने, तिला शक्य होईल तितका जोर लावत तिने दार जोरात दाबलं. अचानक ती थांबली.

"या खुदा!" ती म्हणाली, "तू मोहम्मद तर नाहीस ना?"

"नाही." त्या चोराने उत्तर दिलं, "माझं नाव मुस्तफा आहे."

क्लँग, क्लँग... गोट्छा! गोट्छा!

एव्हाना मी मोहम्मदचा इतका विचार करायला लागले होते की, मला आमच्या घरात थांबावंसं वाटेना. माझी मी जरी एकटी बाहेर असले, तरी मला त्याच्या जवळ असल्यासारखं वाटायचं. या सगळ्या गोष्टी आणखी वाईट होण्यामध्ये भर घातली, माझ्या आणि इब्राहिमच्या तसेच माझ्या आणि अम्मीमधल्या प्रचंड, सतत वाढणाऱ्या मतभेदांनी. दरवेळेस मी बाहेर जायचं म्हटलं की, एक संकटच असे. मरियम आणि माझ्या भोवतीचा फास दिवसेंदिवस आणखीच आवळला जात होता. आम्ही जरा जरी हसलो तरी आम्हाला माझ्या शौहरचे शब्द ऐकायला मिळायचे, 'आपल्याबरोबर सैतान आहे' किंवा इब्राहिम शंख करायचा, 'कुत्रीच्या अवलादी!'

आम्ही जेव्हा आमच्या भिवया कोरत असू, तेव्हा तेथील लाली नाहीशी होईपर्यंत आम्ही त्याच्या नजरेआड राहत असू. मरियमने जेव्हा तिचे काळे केस पेरॉक्साइडने रंगवले, तेव्हा तिने खूप दिवस डोक्याला रुमाल बांधून लपवून ठेवले, पण मला सर्वांत जास्त भीती वाटायची – बूर्ज स्क्वेअरला सिनेमा बघायला जाताना इब्राहिम आपल्याला पकडेल या गोष्टीची. तो आम्हाला कापून टाकेल, या विचाराने आम्ही अक्षरश: मनोरुग्ण झालो होतो. क्लँग... क्लँग... क्लँग... पकडलं, पकडलं!

एका पादचाऱ्याला उडविल्याबद्दल इब्राहिमला दोन महिने ट्राम चालवण्याच्या कामातून निलंबित करण्यात आलं. जखमी झालेल्या माणसाचा परिवार त्याचा वचपा काढण्यासाठी येतील, या भीतीने तो दक्षिणेकडे पळून गेला आणि मग अचानक मला दोन महिन्यांसाठी स्वातंत्र्य मिळालं. स्वातंत्र्य... बूर्ज स्क्वेअर केवढा प्रशस्त आहे, सुंदर आहे याचं कौतुक करण्याचं... तिथली दुकानं, दुकानाच्या दारामध्ये आणि शोकेसमध्ये मांडून ठेवलेल्या सुंदर गोष्टींकडे माझं लक्ष गेलं. ट्राम चालवणारे इतर ड्रायव्हर इब्राहिमच्या बाजूचे असतील अशी जरी मला धास्ती होती, तरीही आता मी दिवसाढवळ्या ट्राममध्ये बसू लागले.

अर्थात स्वत:च्या घरातल्या बायकांच्या वागण्यावर सतत अंकुश ठेवण्याचं इब्राहिमचं काम काही जगावेगळं नव्हतं. माझ्या जवळपास सगळ्याच मैत्रिणी त्यांच्या परिवारातल्या प्रत्येक पुरुषाला वचकून होत्या. मग तो दूरच्या नात्यातला का असेना – आणि यात श्रीमंत, मान-मरातब असणाऱ्यांचाही समावेश होता, अगदी मला भुरळ पाळणारी माझी बहीण मीराही याला अपवाद नव्हती.

माझ्या नजरेत मीरा तोपर्यंत अल-बुराक[१६]प्रमाणे सुंदर आणि सामर्थ्यवान होती, जोपर्यंत एका दुपारी आम्ही सिनेमाहॉलच्या बाहेर येताना तिच्या भावाने आम्हाला पाहिलं नव्हतं. त्या रात्री खूप उशिरा त्याने आमच्या दारावर थाप मारली आणि घरामध्ये झोपलेल्या लोकांमधून तिला शोधण्याचा आग्रह धरला. त्याने आमची झोपमोड केली आहे, या बाबीकडे पूर्ण दुर्लक्ष करून तो तिला मारण्यासाठी, खेचत स्वयंपाकघरात घेऊन गेला. ती रडायला लागली आणि मी अविश्वासाने ऐकत राहिले. इतका सगळा पैसा, हातात, गळ्यात एवढं चमचमणारं सोनं असूनही ती माझ्याइतकीच दुबळी, असमर्थ होती. ती एक शादीशुदा स्त्री होती, आई होती, क्लिक् असा आवाज करत उघडणारी, मगरीच्या कातडीची पर्स तिच्याकडे होती; पण त्याने काहीच फरक पडत नव्हता.

यामुळे मीराच्या सिनेमा बघायला जाण्यास तात्पुरता पूर्णविराम मिळाला. मी तिला एकामागोमाग एक प्रलोभनं दाखवत राहिले; पण 'द ॲपल सेलर'ने बैरुतमध्ये झंझावात आणेपर्यंत त्याचा काहीही उपयोग झाला नाही. तो सिनेमा पाहाण्यासाठी मीराची तडफड होत होती – ज्यामध्ये एक साधा सफरचंद विकणारा विक्रेता आणि एक श्रीमंत तरुण त्याच्या एका मैत्रिणीशी पैज लावतात की, ते तिचं एकदम खानदानी तरुणीत रूपांतर करू शकतील. त्या सिनेमाच्या शेवटी जेव्हा ती बॉलडान्सला जाते तेव्हा तिला कळून चुकतं की, त्या तरुणाला केवळ पैजेखातर तिच्यामध्ये रस होता.

या सिनेमाच्या वेळी मीरा तिच्या सगळ्या प्रकारच्या भीतीवर मात करू शकली. तिने आम्हाला सगळ्यांनाच सिनेमाला घेऊन जाण्याची अतिशय चतुर योजना आखली; तिने तिच्या शौहरच्या धंद्यातील भागीदाराला आणि त्याच्या बीबीला आमच्याबरोबर आमंत्रित केलं; ज्यामुळे इब्राहिम आणि अबू-हुसनेला गप्प बसावं लागलं. त्यांना नाही म्हणताच आलं नाही आणि शिवाय खदिजालाही बरोबर घेऊन यावं लागलं. आम्ही आमच्या खुर्च्यांवर स्थानापन्न झालो आणि त्या सिनेमात आम्ही इतक्या दंग होऊन गेलो की दिवे लागेपर्यंत माझ्या शौहरला गाढ झोप लागली आहे

---

१६. **अल-बुराक :** प्रेषित मोहम्मद ज्या शुभ्र पांढऱ्या घोडीवर बसून (सातव्या) जन्नतमध्ये गेले होते, ती घोडी.

हे लक्षातही आलं नाही. इब्राहिमने नेहमीप्रमाणे कपाळाला आठ्या घातल्या आणि तो सिनेमाबद्दल काही बोलला नाही.

त्या रात्रीनंतर मी स्वत:ला तो सफरचंद विक्रेता मानू लागले आणि मोहम्मदला तो सरदारपुत्र, ज्याने मला लिहायला, वाचायला शिकवलं होतं. फातमेच्या घरातील कारंज्याजवळ बसून त्याच्याबरोबर सिनेमा आणि सिनेमातील कलाकारांबद्दल गप्पा मारण्यासाठी माझा जीव तडफडत होता. सिनेमा हीच माझी शाळा बनली होती, जी मला जगण्याबद्दल – इतिहास, भूगोल असे विषय शिकवीत होती. मला आता युरोप नावाच्या खंडाबाबत बरंच ज्ञान मिळालं होतं आणि मी युद्धाचेही बरेचसे प्रसंग पाहिले होते. कसे कपडे घालावेत, कसं बोलावं याबाबत मला सिनेमाने शिकवलं होतं. सिनेमा मला भव्य घरांमधून, झोपड्यांमध्ये घेऊन गेला होता. त्यामध्ये राहणाऱ्या लोकांबरोबर त्याने माझी ओळख करून दिली होती. त्यांच्यापैकी काही जणांसारखं आयुष्य जगायला मी आतुर होते; पण त्याचबरोबर इतर कितीतरी जणांपेक्षा मी खूप चांगलं आयुष्य जगत होते, यासाठी मी अल्लाची शुक्रगुजार होते. पडद्यावर मी माझ्यासारख्या काही, इब्राहिमसारख्या आणि माझ्या शौहरसारख्या खूप लोकांना भेटले.

दरवेळी जेव्हा अम्मी आणि इब्राहिम मला मी कोठे चालले आहे हे विचारीत असत, त्या वेळी माझ्या मनात नेहमी उमर-अल्-झूनीचं गाणं येत असे –

"कुठे जातो आपण रात्री आणि दिवसा?
तुम्ही पाहता सिनेमा बारच्या बाजूला,
तुम्ही पाहता लोक घोळक्याने,
हर प्रकारचे हर वर्णाचे
कधी इकडे आणि तिकडे,
दृष्टीसमोर तर कधी दृष्टिआड
ते सगळेच चालले आहेत सिनेमाला
कधी इकडे आणि तिकडे,
ते सगळेच चालले आहेत सिनेमाला

प्रेमाच्या पहिल्या खुणा

मरियमला भीती वाटत होती, त्याप्रमाणे मोहम्मदबद्दलच्या माझ्या भावनांनी मला वाहावत जायला लावलं. एक वेळ अशी आली की, जेव्हा मी खरोखरीच त्याच्याबरोबर होते – रस्त्याच्या कोपऱ्यावर अल्-रावजवळील रेस्टॉरन्टमध्ये. बैरुतमधील समुद्रावरील प्रसिद्ध खडकावर, जेथून प्रेमभंग झालेल्या प्रेमिकांनी मृत्यूला कवटाळलं होतं किंवा बैरुतच्या बाहेर असणारी बाग, जिथे आम्ही टॅक्सीने गेलो होतो. आम्हाला कोणी दूर करेल, या भीतीने आम्ही हात धरायचो. जेव्हा आम्ही भेटायचो, भटकायला सुरुवात करायचो तेव्हा मला अजिबात भीती वाटत नव्हती. इब्राहिम आणि अबू हुसेन तर कामावर आहेत, असं मी स्वत:ला समजवायची. खरं तर तसंही त्यांच्यापैकी कोणालाही, आम्ही जिथे वेळ व्यतीत करायचो, त्या जरा आडबाजूला असणाऱ्या जागा माहीतही नव्हत्या. पण ज्या क्षणी मी घराचा उंबरठा ओलांडून आत पाऊल टाकत असे, प्रचंड भीती मला घेरून टाकत असे. इब्राहिम नेहमीपेक्षा जास्त चिडलेला आहे का? त्याने माझ्यावर पाळत ठेवली आहे का? मी मोहम्मदला भेटते हे त्याला माहीत आहे का? माझा शौहर आणि भाऊ मला रंगे हाथ पकडण्याची योजना आखत होते का?

अशी कितीही भयंकर भीती वाटली, तरीही ती मला मोहम्मदला भेटण्यापासून थांबवू शकली नाही. मी त्याच्याबरोबर असताना माझ्या आयुष्यातील सर्वांत जास्त आनंदाचे क्षण मला मिळत असत. मला यापेक्षा आणखी जास्त काही नको होतं. परत पुन्हा एकदा जणूकाही मोहम्मद शिक्षक आणि मी विद्यार्थी होते. त्याने त्याच्या खिशातून कागदाचा एक तुकडा बाहेर काढला आणि माझी वाट पाहात असताना त्याने जे काही लिहिलं होतं, ते माझा हात हातात घेऊन वाचून दाखवू लागला –

ती जेव्हा माझ्याजवळ येते, तिच्या झिरझिरीत बुरख्यातून तिचा चेहरा असा दिसतो की, ढगांमधून डोकावणारा चंद्रच जणू! काळविटाच्या डौलदार चालीत

पावलं टाकत माझ्या दिशेने येणाऱ्या तिला पाहून माझं हृदय धडधडतं. तिच्या सुंदर चेहऱ्यावरचं ते निरागस हास्य – जे आपल्या सर्वांच्या अल्लाने निर्मिलेल्या अशा तिच्या जगातील सर्वोत्कृष्ट गुलाबी ओठांवर पुन्हा येतं. तिची मोत्यासारखी एका ओळीत बसवलेली दंतपंक्ती, त्या निर्मात्याला सन्मान मिळवून देते, इतकी छान आहे. मधुर अशा आनंदाने आणि चित्ताकर्षकपणाने भरलेल्या तिच्या अर्धोन्मीलित डोळ्यांमधून येणारे किरण मी घेतले आहेत. माझी प्रिया काही बोलली नाही, त्याऐवजी तिच्या गालांवरून दोन अश्रू ओघळले आणि ते माझ्या हृदयावर विजेच्या लोळासारखे कोसळले. माझ्या बोलण्याने एक हुंदक्यांची कापरी माळ ओघळली. मी तिला विचारलं, 'माझं स्वत:चं हृदय रडत असताना माझ्या प्रियेच्या डोळ्यांत अश्रू का यावेत?

त्याच्या अलंकारिक अरबी भाषेचा शब्दन्‌शब्द मला कळला, याने मी आश्चर्यचकित झाले आणि माझ्या रडण्याचा उमाळा निकराने परतवून लावला. मोहम्मदच्या मनात माझ्याविषयी अशा भावना निर्माण करण्याइतकी मी महत्त्वाची असू शकते का? मला असं जाणवलं की, आता मी त्याला त्याच्या खोलीत भेटण्यासाठी राजी होऊ लागले होते.

दुसऱ्याच दिवशी मी, तो त्याच्या परिवारासह राहत असणाऱ्या घराचा मुख्य दरवाजा ओलांडून आत प्रवेश केला आणि त्याच्या खोलीच्या दिशेने गेले. त्या खोलीमध्ये फक्त एक टेबल, त्याचा पलंग, कागदपत्रं आणि पुस्तकं होती. हृदयावर हात ठेवून मी तिथेच उभी राहिले. मला त्याच्या पलंगावर बसायचं नव्हतं. तो माझ्याजवळ आला आणि त्याने माझ्या हाताला स्पर्श केला. त्याच्याकडे नुसतं बघण्यातच मला आनंद होत होता. त्याचं कुजबुजणं वाढलं तसं मी ते ऐकण्याचा प्रयत्न केला, पण त्याच्या बोलण्यातलं एक अक्षरही मला ऐकू आलं नाही. मी त्याच्या चेहऱ्याकडे एक नजर टाकली आणि मग स्वत:ला त्याच्या मिठीत झोकून दिलं. मला अतिशय आवडणाऱ्या सिनेमापैकी एका सिनेमामध्ये दाखवल्याप्रमाणे त्याने मला कडकडून मिठी मारली आणि पुन:पुन्हा माझं नाव पुटपुटत राहिला, 'कमिला, कमिला, कमिला.', 'मोहम्मद[१७], मोहम्मद, मोहम्मद' – मी त्याला प्रतिसाद दिला. मला त्याचं नावही किती प्रिय होतं... जे खुद्द प्रेषितांचं नाव होतं! त्या नावामध्ये माझ्या प्रेमाला आशीर्वाद मिळाला होता... अगदी मनातल्या मनात

---

१७. **मोहम्मद :** अरबस्तानामध्ये वडील, त्यांच्या सर्वांत मोठ्या मुलाचं नाव धारण करतात, त्यामुळे मोहम्मदच्या पहिल्या मुलाच्या जन्मानंतर त्याचं नाव, 'अबू (वडील) हुसेन' झालं.

का होईना; पण फुटलेलं हसू मला दाबावं लागलं, कारण मोहम्मद हे माझ्या शौहरचंही नाव होतं.

मी त्याला जवळजवळ रोजच, तो एक वाजता त्याच्या कामावरून आल्यानंतर भेटायला सुरुवात केली. मी त्याच्या खोलीवर प्रेम करू लागले होते... आता बाकी इतर कोणतीही जागा मला नको होती. ते जणू सिनेमासारखं होतं... आमच्या घरातल्या सगळ्या आवाजांपासून दूर... म्हाताऱ्यांचे, तरुणांचे आणि लहान बाळांचेही आवाज... आंबलेल्या चरबीच्या आणि तांदळातल्या पोत्यातील किड्यांबद्दलच्या बडबडीपासून दूर!

प्रत्येक दिवशी आमचं जेवण झालं की, मोहम्मद माझं चुंबन घेई. शेवटी मी त्याच्या चुंबनापुढे हार पत्करली. तो मला मिठीत घेई आणि माझ्या स्तनांना स्पर्श करण्याचा प्रयत्न करी; पण मी त्याला ढकलून देत असे. मला आमचं प्रेम वासनारहित ठेवायचं होतं; पण लवकरच मी सैलावले. माझे ओठ त्याच्या हवाली केले आणि छातीवरचे माझे हातही दूर केले. अजूनही मी मोहम्मदला निकाहच्या रात्रीच्या प्रसंगांनी माझ्या मनात स्वत:च्या शरीराच्या दर्शनाबाबत कसा तिटकारा निर्माण केला आहे, हे सांगितलं नव्हतं. जरी मी माझ्या मुलीची मनापासून देखभाल करत होते, तरीही माझा अजूनही या गोष्टीवर विश्वास बसत नव्हता की, तिला मी माझ्या उदरात वाढवलं होतं किंवा तिच्या जन्माच्या वेळी कळा सोसल्या होत्या. तिच्या जन्माच्या वेळेच्या त्या भयप्रद कळा मला अजूनही पूर्णपणे आठवत होत्या.

कामानिमित्त मोहम्मदला काही आठवडे बैरुतमधून बाहेर जावं लागलं. त्याने त्याची बहीण मिस्कीहकरवी मला पत्र पाठवलं, जे माझ्या मैत्रिणीने मोठ्याने वाचून दाखवलं.

"आपण जितके दूर होतो, तितकं मला माझं आयुष्य वैराण वाळवंट वाटतं. आत्ता दोन दिवसांपूर्वी आपण एकमेकांच्या किती जवळ होतो; जणूकाही आपल्याला कोणी अलग करूच शकत नव्हतं. आता आपण किती दूर आहोत. तुझं काय चाललं आहे? मी तर आपल्याला दूर ठेवणारे आणि आपल्याला जवळ यायला राहिलेले असे तास मोजायलाही सुरुवात केली आहे."

मी घाईघाईने माझ्या भाच्याच्या वहीतला कागद टरकावला, पेन्सिलीने त्यावर फुलांवर बसून सुगंध हुंगणाऱ्या दोन छोट्या पक्ष्यांचं चित्र काढलं. हृदयाच्या आकाराची पानं, सूर्य आणि चंद्र काढले. त्यानंतर मी त्याच्यावर त्या दोन छोट्या पक्ष्यांसाठी एक घरटं काढलं. ते चित्र मी ठेवून दिलं आणि तो परत आल्यावर त्याला ते दिलं.

त्याने ते चित्र पाहिलं आणि मग माझं एक उत्कट चुंबन घेतलं. मग आम्ही जणू खोलीत वर उचलले गेलो आणि हवेतच तरंगत राहिलो. त्याच्या त्या

नेहमीच्या परिचित खोलीत जेव्हा आम्ही परत आलो; आम्हा दोघांनाही रडू आलं. आम्ही रडलो, कारण मी एका परपुरुषाला माझ्यावर झोपू दिलं आणि माझं पातिव्रत्य भंग करू दिलं. आम्ही रडलो कारण मोहम्मदसारखी इतकी सभ्य आणि सन्माननीय व्यक्ती एका शादीशुदा स्त्रीच्या प्रेमात पडली होती. आणि मी माझ्या शौहरला फसवत होते. मी हुंदके देत राहिले, कारण ज्या माणसांशी मला काही देणं-घेणं नव्हतं, ज्या घराशी माझं काही नातं नव्हतं, त्या घरात परत जाण्याची कल्पना मला सहन होत नव्हती.

घरी परत आल्यावर मी माझ्या शौहरला जेवताना पाहिलं. तो अन्नाचा कणही टेबलवर सांडू नये म्हणून ताटावर वाकून जेवत होता. 'मला तलाक द्या!' मला ओरडावंसं वाटलं. जेव्हा मी इब्राहिमला पाहिलं, मला त्याला ओरडून विचारावंसं वाटलं, 'मी कधी असं काय केलं आहे की, तू माझा असा छळ मांडला आहेस?' आणि मला अम्मीवरही ओरडावंसं वाटलं की, 'का तू माझ्यावर असा अन्याय केलास? मी तुझ्याच रक्तामांसाची नाही का?'

मोहम्मद मला नेहमीच शांत करत असे. एखाद्या खोल जखमेवर घालावी, तशी तो माझ्या चेहऱ्यावर फुंकर घालत असे. अन् मग एक दिवस आम्ही काय केलं आहे, ते माझ्या लक्षात आलं. माझ्या उदरात मोहम्मदचं बाळ वाढतं आहे अशी मला भीती वाटू लागली. मोहम्मदच्या मऊसूत केसांसारखे केस असणारं, त्याच्यासारखे मधाच्या रंगाचे डोळे असणारं बाळ!

त्या रात्री जेव्हा अबू हुसेन झोपायला गेला, मी त्याच्या पलंगावर चढले आणि तीन वर्षांत पहिल्यांदा त्याच्या जवळ गेले. त्याचा त्याच्या तकदीरवर विश्वासच बसेना. काही क्षण त्याने मला कवटाळून धरलं आणि मी आरडाओरडा केला नाही, तो माझ्यावर स्वार झाला आणि मी शांत राहण्यासाठी माझ्या दंडात दात रुतवले.

'अशी गं कशी तू!'

पूर्णपणे उद्ध्वस्त झालेल्या अवस्थेत मी सिनेमाहॉलच्या बाहेर पडले. नवल – 'टिअर्स ऑफ लव्ह'ची नायिका मेली होती! मी तिच्या प्रियकरावर भयंकर चिडले होते. तिचा शौहर मेल्यानंतर ती त्याच्याकडे परत गेली होती.

''मला माफ कर,'' तिने त्याला विनवलं होतं, ''मला माफ कर. कृपा करून माझी शरणागती मान्य कर आणि मला माफ कर.''

''मी माफ करतो तुला.'' अब्दल वहाबने उत्तर दिलं, ''मी तुला माफ करतो!''

''तू माझं सर्वस्व आहेस,'' ती त्याला म्हणाली. ''तुझ्याशिवाय माझ्या जगण्याला काही अर्थ नाही.''

पण मग त्याने, तिने खोटेपणा आणि फसवणूक केल्याचा तिच्यावर आरोप केला, कारण तिने हे सगळे शब्द तिच्या निकाहाच्या रात्री तिच्या शौहरला उद्देशून म्हटले होते. अब्दल-वहाबने तिला झिडकारलं म्हणून मग ती तेथून बाहेर पडली आणि तिने स्वत:ला कालव्यात झोकून दिलं.

जणूकाही धरणाची दारं उघडावीत असा माझ्या अश्रूंचा बांध फुटला आणि माझ्या चेहऱ्यावरून घळाघळा अश्रू वाहू लागले.

आणखी एक सिनेमा माझ्याशी बोलत होता. मला असं वाटलं की, त्यात जणूकाही माझ्या आयुष्याचं प्रतिबिंब पडलं आहे. नवलप्रमाणेच माझीही जबरदस्तीने शादी करण्यात आली होती. तिच्याप्रमाणेच मला माझं प्रेम मिळालं होतं, पण माझ्या शादीने, माझ्या मुलीमुळे आणि माझ्या उदरात वाढणाऱ्या नव्या बाळामुळे माझे हात बांधलेले होते.

घरी परतत असताना वाटेत मला एक अमेरिकन फोटोग्राफरचा, नर्सिससचा स्टुडिओ लागला. मी आत शिरले.

''मला माझा फोटो काढायचा आहे,'' तो काही म्हणायच्या आत मी त्याला सांगितलं.

त्याने फोटोसाठी मला वेगवेगळी पार्श्वभूमी सुचवली; तुम्ही विमानात बसलेल्या

पोझमध्ये फोटो काढू शकता किंवा लाकडी चंद्रकोरीवर बसून काढू शकता. पुष्पगुच्छाने सजवलेल्या टेबलाशेजारी उभे राहून काढू शकता. गुलाबाचं फूल, जणूकाही मी त्याचा वास घेत असल्यासारखं हातात धरावं, असं त्याने सुचवलं.

"मला माझ्या चेहऱ्याचा फोटो हवा आहे." त्या सिनेमात नवल जेव्हा तिच्या प्रियकराकडे परत येते, त्या वेळी तिच्या हातात असणाऱ्या स्कार्फसारखा मी माझ्या हातातला काळा स्कार्फ पकडत त्याला सांगितलं.

"तुम्हाला नक्की काय दु:ख आहे मॅडम?" फोटोग्राफीची तयारी करता-करता त्याने मला विचारलं. मी त्याला सांगितलं की, मी आत्ताच 'टिअर्स ऑफ लव्ह' हा सिनेमा बघून आले आहे आणि त्यातील नायिकेने स्वत:ला कालव्यात झोकून दिल्यामुळे मी त्या दु:खात चूर आहे.

"पण तो तर फक्त सिनेमा आहे." मंद स्मित करत तो म्हणाला, "सिनेमात पाहातो, त्या सगळ्याच गोष्टींवर विश्वास ठेवायचा नसतो. नाही का?"

नवलने काय-काय सहन केलं, ते मी त्याला समजावून सांगितलं, पण तो मला हसवण्याचा प्रयत्न करीतच राहिला.

"चला बरं मॅडम!" तो म्हणाला, "हसा पाहू! अहो, तो फक्त एक सिनेमा होता. पैसे कमवण्यासाठी ते सिनेमे बनवतात."

मी एकदम चिडून उभी राहिले.

"तुम्हाला एक क्षणभर तरी असं वाटतं का?" मी ओरडले "तो माणूस, जो त्याच्या प्रियतमेच्या थडग्याशेजारी उभं राहून, 'हे माझ्या नेहमीसाठी मातीखाली झोपलेल्या प्रियतमे, मी प्रेमिकांच्या उत्कटतेसाठी अश्रू ढाळायला इथे आलो आहे. ए आसमाँ, ए सितारों! मी माझ्या प्रेमाशी प्रामाणिक आहे.' असं म्हणतो आहे, तो काय पैशांचा विचार करतो आहे?"

"हे सर्व पैशांसाठीच आहे." कॅमेऱ्यावरच्या कापडाखाली आपला चेहरा लपवीत तो म्हणाला. मग तो ओरडला, "मोनालिसा! तुम्हीच आहात ती! ती जर शेजारच्या खोलीत असती, तर तिने तिच्या त्या डोळ्यांनी तुमचा पाठलाग केला असता!"

तो नक्की कशाबद्दल बोलत होता, याबद्दल मला काहीच कल्पना नव्हती. मी 'नवल' झाले असते. अनन्वित छळ सोसल्यावर ती मेली होती. मी पण क्षणोक्षणी सहन करत होते. घरी जाण्याच्या कल्पनेनेही मला आजारल्यासारखं वाटू लागलं.

फोटोग्राफरने माझा फोटो काढला.

"तुम्ही अगदी मोनालिसा आहात," तो म्हणाला, "तुम्ही बैरुतच्या आहात का?"
मी नैबिताहची असल्याचं त्याला सांगितलं.

"बहुत खूब!" तो उत्तरला, "इटली नव्हे; तर नैबिताहची मोनालिसा! अम्मी किंवा अब्बाजानच्या सोबतीशिवाय इथे येणारी तुम्ही पहिली स्त्री आहात." तो खूप भारावल्यासारखा वाटत होता.

अर्थातच! माझ्या एकदम लक्षात आलं की, मी त्या फोटोग्राफरकडे एकटी होते. त्याने मला माझं डोकं इकडे किंवा तिकडे कलतं करायला लावलं असतं आणि मग मला माझे केस मोकळे सोडायला सांगितले असते किंवा लिपस्टिक किंवा काजळ लावायला सांगितलं असतं... अशा प्रकारची जवळीक साधली असती ज्याची कोणाही परपुरुषाला परवानगी नव्हती.

पण मी त्याच्याबरोबर एकटी होते, याची मला पर्वा वाटली नाही. उलट मी माझं मन त्याच्यासमोर मोकळं केलं.

"आमच्या घरात फोटो चालत नाहीत." मी त्याला सांगितलं, "आणि म्हणूनच मला माझा फोटो काढून हवा आहे."

मी माझ्या डोक्याचा स्कार्फ सोडला आणि त्याला स्कार्फशिवाय माझा आणखी एक फोटो काढायला सांगितलं.

एखाद्या पक्ष्याप्रमाणे त्याच्या तोंडून शीळ बाहेर पडली.

"तू किती लहान आहेस!" तो म्हणाला, "लवकरच एक दिवस एखाद्या मोठ्या माणसाशी तुझा निकाह होईल." असे म्हणून त्याने आपले हात एकमेकांत गुंफले.

मला रडू आलं आणि मी त्याला माझ्या आयुष्याची कर्मकहाणी सांगू लागले की, कसे माझ्या घरातील लोक माझ्याबरोबर दुष्टपणाने वागताहेत.

"मला या असल्या आयुष्यातून सुटका हवी आहे." मी म्हटलं, "जशी 'नवल'ची झाली."

त्या फोटोग्राफरने मला मधेच थांबवलं.

"नाही, नाही." तो म्हणाला, "तुला नवलसारखं का करायचं आहे? असा जीव देणारी ती वेडी आहे. ती म्हणजे जणूकाही काळी पडलेली चांदीची अंगठी आहे. तुला तुझी दु:खं दूर करायची आहेत, म्हणजे मग तुझं आयुष्य पुन्हा एकदा हिऱ्यासारखं चमकू लागेल."

घरी आल्यावर खदिजा, अम्मी आणि मरियमला मी स्फुंदत, अश्रू ढाळत त्या सिनेमाची गोष्ट सांगितली.

"त्या सिनेमाला जायला मिळावं म्हणून तू रडतेस." अम्मी उद्गारली, "आणि मग तू रडत घरी परत येतेस! या सगळ्याला भरपूर पैसे लागतात. त्यापेक्षा मग तू इथेच का नाही राहत?"

मी रडतच राहिले. नवलने का जीव द्यावा? का तिने तिच्या प्रियकराची याचना केली नाही? का नाही तिने संतापाने आकाश-पाताळ एक केलं? काळी पडलेली चांदीची अंगठी परत चमकेपर्यंत घासण्याची मी कल्पना करत राहिले. खंबीर राहण्याचं आणि निराशेला, दु:खाला माझ्यापेक्षा वरचढ होऊ न देण्याचं मी स्वत:लाच वचन दिलं.

उंटाच्या पाठीवरील हौदा

व्यावहारिकदृष्ट्या मी मोहम्मदबरोबरच जगत होते. माझ्या मनामध्ये जणू त्याचं आणि माझं घर, मधल्या सगळ्या इमारती, दुकानं, गाड्या रस्त्यावर उभे असणारे पादचारी यांना वगळूनही एकच होतं. मी त्याचे कपडे धुवायला घरी आणत असे आणि मग मी आणि मरियम गुपचूप ते कपडे धुवून टाकत असू. ती त्या कपड्यांना इस्त्री करत असे अन् मग मी दुसऱ्या दिवशी ते कपडे परत घेऊन जात असे आणि त्याच्या कपाटात ठेवत असे.

जेव्हा मी त्याच्या खोलीत वावरत असे, तेव्हा असं वाटायचं की, ती जणू माझीच खोली आहे. आता मला जणू दुनियेची पर्वा नव्हती, जणू त्याच्या शेजारची घरं, भिंती ओलांडताना माझं गुपित त्यांनी उघड करू नये म्हणून श्वास रोखून धरायची गरज नव्हती. त्याची खोली बाजूच्या गल्लीतून दिसत असे. मी त्याची वाट पाहत बाहेर थांबले आहे, याकडे त्याचं लक्ष वेधण्यासाठी मी वेगवेगळे मार्ग शोधून काढले होते. मी त्याच्या खिडकीवर टकटक करत असे किंवा खिडकीच्या बाहेरच्या कट्ट्यावर वाळू टाकून ठेवत असे किंवा काडेपेटीतील काडी ठेवत असे.

कधीकधी मोहम्मद कामावर गेलेला असताना मी त्याच्या बहिणीला भेटायला जात असे. माझी जेव्हा निघायची वेळ होई तेव्हा तिने मला दारापर्यंत सोडायला येऊ नये, असं मी तिला विनवत असे. आणि मग मी गुपचूप त्याच्या खोलीत शिरून, माझ्या पाठीमागे दार लावून घेत असे. कधीकधी त्याला जेव्हा कामासाठी तासभर बाहेर जावं लागत असे, तेव्हा तो त्याच्या खोलीत मला एकटीला सोडून जात असे. लघवीसाठी मला एक जेरीकॅन देऊन बाहेरून दाराला कुलूप लावून जात असे.

असाच एकदा तो मला सोडून गेला असताना मला तातडीने संडासला जाण्याची गरज भासली. वर्तमानपत्र आणि इतर काही कागदपत्रांसाठी मी ती खोली धुंडाळली. ते कागद एकावर एक रचले आणि ती त्याची महत्त्वाची कागदपत्रं नसू

देत अशी अल्लाकडे प्रार्थना करून उकिडवी बसत एकदाचं काम उरकून घेतलं. तो कागदांचा गठ्ठा व्यवस्थित गुंडाळून एका कागदाच्या पिशवीत ठेवला. खिडकी उघडली. बाजूच्या गल्लीत कोणीही नाही याची खात्री करून घेण्यासाठी बाहेर डोकावून पाहिलं. मग मी ती कागदाची पिशवी बाहेर फेकली आणि पिशवीवर नजर ठेवण्यासाठी खिडकीची एक झडप किंचित किलकिली उघडी ठेवली. त्याच इमारतीत राहणाऱ्या डॉक्टरांच्या मुलाची नजर त्या पिशवीवर पडली, त्याने ती पिशवी उघडावी किंवा नाही हे ठरवण्यापूर्वी तिच्याभोवती एक गोल चक्कर मारली. मग त्याची असली किळसवाणी चेष्टा करणाऱ्या दुष्ट बुद्धीच्या माणसाच्या नावाने त्याने संतापून शिव्याशाप, तळतळाट द्यायला सुरुवात केली. माझं हृदय जोराने धडधडलं. खिडकी उघडून ती पिशवी बाहेर फेकताना मला कोणी पाहिलं असेल का?

लोकापवादाच्या भीतीने मी थरथरायला लागले. दूर उभं राहून शांतपणे स्वत:लाच न्याहाळण्यासारखं होतं ते. त्यामुळे मला मी शादीशुदा आहे, याची आठवण झाली. ती खोली काही माझं घर नव्हतं... माझा शौहर, माझी मुलगी, इब्राहिम आणि अम्मी, इतर वाढलेल्या कुटुंबीयांबरोबर आणि अविरतपणे पाहुण्यांची रांग असणारं घर माझं घर होतं. मी माझी नजर खोलीच्या छताकडे रोखली आणि फक्त या वेळेस माझी सुटका करण्यासाठी अल्लाची करुणा भाकली. मी अल्लाला वचन दिलं की, आता काय वाट्टेल ते होवो, पण मी पुन्हा त्या खोलीत पाऊल ठेवणार नाही.

पण ज्या क्षणी त्या डॉक्टरच्या मुलाने त्या रहस्यमयी पिशवीचा नाद सोडून देऊन आपली वाट धरली, माझ्या असं लक्षात आलं की, मी माझे शूज घालून घरी जायला निघाले नव्हते, तर त्याऐवजी मी अशी कल्पना करत ती खोली न्याहाळायला लागले की, खोली म्हणजे जणूकाही उंटाच्या पाठीवरचा जुन्या पद्धतीचा हौदा होता, जो मी बऱ्याच सिनेमांमध्ये पाहिलेल्या तंबूसारखा होता. ते तंबू उंटाच्या पाठीवर ठेवलेले असत आणि आतल्या पडदानशीन स्त्रियांचं उडणाऱ्या वाळूपासून संरक्षण करत असत. मी तेथेच थांबून मोहम्मदची अशी वाट बघत राहिले की, जणूकाही मी खूप आजारी होते आणि डॉक्टरची वाट पाहात होते.

एक प्रकारे मोहम्मद माझ्यासाठी डॉक्टरचीच भूमिका करत होता. माझे अतिशय फालतू विचार पूर्णपणे प्रकट होण्यापूर्वीच त्याला समजावेत यासाठी जणूकाही त्याला अँटेना लावलेल्या होत्या. त्याची कमाई जरी मर्यादित होती, तरीही तो माझ्यासाठी उत्तमोत्तम पदार्थ – पिस्ते, ग्रिल्ड चिकन किंवा सुकवलेलं लुसलुशीत मऊ गोमांस आणत असे.

त्याच्या या भेटी मी घरी पलंगाखाली लपवून ठेवत असे आणि सगळं घर झोपल्यावरच बाहेर काढत असे. त्यातील काही भाग मी मरियमला वाटून देत असे आणि मग आम्ही अंधारात बसून खात असू. मोहम्मदचं माझ्यावर कसं निरातिशय

प्रेम आहे, हे मी स्वत:लाच सांगत असे. तो त्याचे पैसे माझ्यासाठी खर्च करत असे. मला त्या सर्व उत्तमोत्तम गोष्टी मिळाव्यात यासाठी तो स्वत:ला त्यापासून वंचित ठेवत होता. इतका हावरटपणा केल्याबद्दल मी स्वत:ला बोल लावला आणि माझ्या प्रियकराच्या उदारपणाची तारीफ केली.

मोहम्मद परत आल्यावर मी त्याला सांगितलं की, त्याची ती खोली म्हणजे जणूकाही उंटाच्या पाठीवरचा हौदा होता. ती उपमा ऐकून तो खूपच खूश झाला. जितक्या लवकर शक्य होईल तितक्या लवकर मला लिहायला आणि वाचायला शिकवण्याचं त्याने मला वचन दिलं. आम्ही जेव्हा एकत्र बसलो तेव्हा त्याने त्याच्या भावाचं आलेलं पत्र मला वाचून दाखवलं. त्यातील भाषा खूपच वेगळी, खूप औपचारिक व अलंकारिक होती. त्याच्या भावाने 'दमास्कसचा गुलाब', 'मोगरा' किंवा 'सिरियन सफरचंद' यांसारखे शब्द अभिव्यक्तीसाठी वापरले होते. तुझ्या आयुष्यात शांतीबरोबरच, चिमण्यांचा चिवचिवाट, लाटांची गाज, कबुतरांचं कूजन, पाण्यावरच्या लहरी, अत्तराचा सुगंध आणि तेजाची झळाळी असू देत, असा आशीर्वाद देऊन पत्र संपवलं होतं.

थोड्याच वेळात, विचारही न करता मला असं वाटलं की, मी मोहम्मदच्या कुटुंबाचा, त्याच्या मित्रमंडळाचा, ज्यांची पत्रं तो मला वाचून दाखवत असे, त्यांचा मी एक हिस्सा आहे. ते ज्या प्रकारे एकमेकांना लिहीत, ते मला खूप आवडे. जेव्हा तो पत्र वाचत असे, माझ्या मनात घरातल्यांचा विचार येई आणि मी शहारत असे.

आम्ही 'दनानिर' नावाचा आणखी एक सिनेमा पाहाण्यास गेलो, ज्यामध्ये सुप्रसिद्ध गायिका उम्म कुलथमने 'दनानिर' नावाच्या एका बदायुनी मुलीची भूमिका केली होती. एकदा वजीर जफर, जो उदारपणासाठी प्रसिद्ध असणाऱ्या बरमाकिड घराण्यातून आलेला आहे, तिचं गाणं ऐकतो आणि तिला स्वत:च्या महालात घेऊन जाण्याची तयारी दर्शवतो, ज्यायोगे ती संगीताचं शिक्षण घेऊ शकेल. दनानिर या मिळालेल्या संधीमुळे खूपच हरखून जाते; कारण आता तिला बगदादमध्ये राहायला मिळणार असतं. इतक्यात हरुन-अल्-रशीद, ज्याने तिच्या सुमधुर आवाजाबाबत ऐकलेलं असतं, तो जफरकडे त्याच्या स्वत:च्या राजप्रासादात गाण्यासाठी दनानिरची मागणी करतो; पण दनानिरवर प्रेम करू लागलेला जफर खलिफाची मागणी धुडकावून लावतो. जफरला ठार केल्यावर दनानिर आपोआपच आपली आज्ञा मानून आपल्यासाठी गाईल असा विचार करून खलिफा जफरचा वध करवतो. पण ती तिला तुरुंगवासाची शिक्षा मिळूनही ठाम नकार देते. शेवटी काही काळाने खलिफाला तिची दया येते आणि तो तिला मुक्त करतो. दनानिर आता तिच्या प्रियकरासाठी गायला मुक्त असते. मरेपर्यंत प्रियकराशी एकनिष्ठ राहण्याचा ती शब्द देते.

दनानिर आणि जफरमध्ये दाखवलेल्या प्रेमप्रसंगांनी मी पूर्णपणे हलले होते, जे आता माझ्या हातातून सुटून गेले होते. हा मी पाहिलेला पाचवा सिनेमा होता ज्यामध्ये खऱ्या प्रेमाचा शेवटी मृत्यू दाखवलेला होता. त्या प्रेमिकांच्या घरातील लोक त्यांच्या एकत्र येण्यास विरोध करत आणि मग कोणीतरी एक जण त्यांचं प्रेम अतिशय क्रूरपणे उघड करत होता.

दुसऱ्या दिवशी मी मोहम्मदला भेटले. त्याने माझा हात हातात घेतला आणि ज्या रात्री आम्ही दोघं झोपू शकलो नव्हतो, त्या रात्री त्याने लिहिलेलं मला वाचून दाखवलं.

'खलिफ हरून-अल्-रशीद'कडून वध झालेल्या बरमाकिड कुटुंबीयांकरिता हे अश्रू. दनानिर आणि जफरच्या प्रेमासाठी. दनानिर अशी स्त्री, जिची एकनिष्ठता आणि स्वत:ला झोकून देण्याची वृत्ती ही जणू हृदयात बरसणाऱ्या पवित्र पाण्यासारखी आहे. तिने तिचा प्रियकर जफरसाठी घेतलेली कसम, तो जिवंत असताना आणि त्याचा वध झाल्यानंतरही पाळली. ही खरी निष्ठा! या खुदा! आमचीही अशीच जिवंतपणी आणि मृत्यूनंतरही राहू देत!

माझ्या डोळ्यांत रोखून पाहात त्याने मला विचारलं की, मी दनानिरसारखी एकनिष्ठ राहू शकेन का? तो माझं सर्वस्व असताना त्याने मला हा प्रश्न का विचारावा, हे मला समजेचना. पण तो ठामपणे विचारत राहिला की, मी माझ्या शौहरशी, त्याच्याशिवाय अन्य कोणासाठी बेईमानी केली आहे का? त्या प्रश्नाने मला हादरवून टाकलं. वरकरणी हसून मी तो प्रश्न उडवून लावला, पण मनातून मी खूपच अस्वस्थ झाले. आमच्या शेजारी राहणाऱ्या त्या मुलाबद्दल, ज्याने मला माझ्या निकाहच्या पोशाखात किंचाळत बाहेर पळताना पाहिलं होतं, त्याच्याबद्दल मोहम्मदला काही कळलं होतं का? त्या क्षणानंतर त्या मुलाने माझ्यावर मुद्दामहून लक्ष ठेवायला सुरुवात केली होती. त्याला मला भेटण्याची इच्छा असल्याचं दर्शवलं होतं, जे मी नजरानजर होणं किंवा माझ्या इच्छेप्रमाणे छचोरपणा करणं इतपतच ठेवलं होतं.

दुसऱ्या दिवशी जेव्हा मी मोहम्मदकडे जाण्यासाठी घराबाहेर पडले, आमची गल्ली आणि तिच्या पुढचा रस्ता जो पुढे पंतप्रधानांच्या घरासमोर पोहोचत होता, गर्दीने व्यापलेला होता.

रियाध-अल्-सोल, ज्याने नुकतीच त्या घरात राहायला सुरुवात केली होती, त्याच्यामुळेच खूप वाद निर्माण झाला होता. बैरुतमध्ये ठिकठिकाणी निदर्शनं होत होती. खूप लोक जखमी होत होते किंवा मृत्युमुखी पडत होते. हिंसाचाराच्या मागोमाग पंतप्रधान आणि अन्य मंत्र्यांसमवेत बिसरा-अल्-खौरी या प्रजासत्ताकाच्या राष्ट्राध्यक्षांना फ्रेंच सत्ताधीशांनी अटक केली. देशाला संपूर्ण स्वातंत्र्य मिळण्यापूर्वी लेबनीज राष्ट्रीय दलाने दिलेल्या लढ्याची ही शेवटची अवस्था होती.

मोहम्मदच्या घराच्या दारापर्यंत पोहोचण्यासाठी मला गर्दीतून मार्ग काढावा लागला. मला जेव्हा तो घरी भेटला नाही तेव्हा मग मला काळजी वाटू लागली की, आता त्याला पण उरलेल्या लेबनीज सैनिकांबरोबर कामाला लावलं गेलं असावं; पण जशी मी घरी परतायला म्हणून वळले, तो दिसला आणि त्याने मला पाठोपाठ आत येण्याची खूण केली. माझं चुंबन घेण्याचीही तसदी न घेता त्याने मला सांगितलं की, आपण इतिहास घडताना पाहातो आहोत. लेबनानचं स्वातंत्र्य – फ्रेंच सत्तेचा शेवट आणि 'बश्मन'मध्ये पर्यायी सरकार!

मी खुदाकडे प्रार्थना केली की, निदर्शनं अशीच चालू राहावीत, म्हणजे मग मला उशिरा घरी जाण्यासाठी कारण मिळू शकेल. पण मोहम्मदने मात्र मला मी ताबडतोब घरी परतावं असं बजावलं. कारण त्याला ब्रिटीश सेनापतीच्या[१८] मुख्यालयाजवळ सैनिकांचं काम करणाऱ्या त्याच्या नातेवाइकांचा शोध घ्यायचा होता. लोक जखमी झाले आहेत आणि ते सगळे बूर्ज स्क्वेअरला काय घडलं, ते पाहायला तिकडे जात आहेत, अशा अफवा त्याने ऐकल्या होत्या. मला त्याने स्वत:बरोबर घेऊन जावं म्हणून मी त्याला खूप विनवलं, पण त्याने साफ नकार दिला. त्या क्षणी मी मनाशी ठरवलं की, जेवढं प्रेम मी त्याच्यावर करते, तो माझ्यावर तेवढं प्रेम करत नाही. मी खूप निराश झाले. बदला घेण्याच्या हेतूने मी तर त्या शेजारच्या मुलाला भेटायची तयारी दाखवण्याचाही विचार केला; पण तसं करण्याची माझी हिंमत झाली नाही.

---

१८. सेनापती ब्रिटीश जनरल स्पिअर्स, सत्ताधीशांमधील अधिकारी

हॅननचं आगमन

मला वीट आल्यामुळे मी मोहम्मदबरोबर झोपायला नकार दिला असं नव्हतं, तर माझं होणारं बाळ निम्मं मोहम्मद आणि निम्मं माझ्या शौहरसारखं दिसेल, अशी मला भीती वाटत होती.

मला दिवस गेले आहेत हे मला त्याला सांगायचं नव्हतं, म्हणून मग 'मला बरं वाटत नाहीये' किंवा 'आता पुरेसा वेळ नाहीये' किंवा 'कोणीतरी ऐकेल' अशा सबबी सांगून मी त्याच्याबरोबर जवळीक टाळू लागले. शेवटी मोहम्मद माझ्या या सबबींना कंटाळला आणि मला म्हणाला की, 'इब्न-अल्-मुताझ'ने या सबबी कधीही मान्य केल्या नसत्या. "इब्न-अल्-मुताझ कोण आहे?" उसनं अवसान आणून मी त्याला विचारलं, "एक सुप्रसिद्ध अरबी कवी आहेत." तो उत्तरला, "तो लिहितो की तुम्ही रोज तुमच्या प्रियतमेचा आनंद घ्या; कारण तुमच्यातील अंतर कधी तुम्हाला वेगळं करेल, हे सांगता येणार नाही."

त्याने जेव्हा या ओळी म्हणून दाखविल्या तेव्हा मला तर कोणीतरी माझा हातच कापून टाकला आहे असं वाटलं. आम्ही वेगळे होऊ, अशी तो कल्पना तरी कशी काय करू शकत होता?

"पण तू माझी कोठे आहेस?" तो म्हणाला, "आत्ता किंवा कधीही नाही, कारण तू तर एक विवाहित स्त्री आहेस."

माझं हृदय छिन्नविच्छिन्न झालं. माझ्या मनात मी एका जहाजावर चढले होते, जे मला इब्राहिम आणि माझ्या शौहरच्या भीती आणि चिंतांपासून दूर मोहम्मदकडे घेऊन चाललं होतं; पण किती अचानक ते जहाज उलटलं होतं आणि मी बुडत होते.

मोहम्मदने माझी समजूत घालायचा प्रयत्न केला.

मला घट्ट जवळ धरत त्याने मला वचन दिलं, "तुला अंतर देण्याआधी मला मृत्यू येईल." त्याने त्याच्या खिशातून एक कागद काढला आणि त्यावर लिहिलेल्या ओळी तो वाचू लागला –

"मला प्रिय आहे ती वाट, ज्या वाटेवरून तू चालतेस; तो पलंग, ज्यावर तू निजतेस; मला प्रिय आहे ती उशी, पलंगपोस, छप्पर, भिंती. मी वाऱ्याची अदृश्य झुळूक असतो, जी तुझ्या घरात पहाटे प्रवेशते आणि खेळते... मला रात्रीचा आकाशातला तो प्रकाशमान चाँद प्रिय आहे, कारण तो तुझ्यासारखा दिसतो. मला आसमान प्रिय आहे, कारण ते तुझ्या डोळ्यांसारखं स्वच्छ आहे."

त्याने परत मला कुरवाळायला सुरुवात केली; पण मी त्याला दूर ढकललं. तो टेबलाच्या खणावर आदळला आणि मग त्याने त्यातून रिव्हॉल्व्हर काढून ते आधी माझ्यावर रोखलं आणि मग स्वत:वर. भीतीने घाबरगुंडी उडालेली असतानाही वातावरण हलकं करण्यासाठी मी जबरदस्तीने ओठांवर हसू आणलं आणि मग त्याला मी गरोदर असल्याचं सांगितलं. मोहम्मदने त्याच्या हातातील रिव्हॉल्व्हर पलंगावर भिरकावलं, स्वत:चा चेहरा हातामध्ये लपवला आणि तो रडू लागला... अगदी हमसून-हमसून रडू लागला. ते जड रिव्हॉल्व्हर मी उचललं आणि स्वयंपाकघराकडे जाणाऱ्या व्हरांड्यातून चालत निघाले. जणूकाही मला त्या घरात राहणाऱ्यांसाठी हे जाहीर करायचं होतं की, मी कोणी जिनी किंवा आत्मा नाही, तर एक माणूस आहे! त्याच्या मोठ्या भावाव्यतिरिक्त बाकी कोणीच नव्हतं. त्यानं अजून माझ्या तिथे असण्याची दखल घेतली नव्हती. तो बाहेर बागेत होता. एक शब्दही न बोलता, मुकाट्याने मी ते रिव्हॉल्व्हर त्याच्या हातात सुपूर्द केलं. त्यानेही एक अवाक्षरही न काढता, मान हलवून ते घेतलं. मी पुन्हा आत गेले आणि मोहम्मदचं डोकं माझ्या डोक्याजवळ धरलं आणि आम्ही दोघंही रडलो. मला वाटलं की, आम्ही दोघंही एकाच कारणासाठी रडत होतो. मी अशा बाळाला माझ्या शौहरच्या घरात जन्म देणार होते, जे निम्मं त्याचंही होतं.

पण अचानक तो माझ्याकडे वळला आणि ओरडून विचारलं, "असं कोणतं आकाश कोसळलं होतं की तू तुझ्या शौहरला जवळ येऊ दिलंस?"

मी त्याला हुसेनला माझ्या जवळ येऊ देण्याबाबतच्या कारणाबद्दल सांगितलं. एकदम अचानक शांत होत, तो माझ्याकडे अविश्वासाच्या नजरेने पाहात राहिला. 'मी गरोदर राहू नये यासाठी तो योग्य ती काळजी घेत होता' असं तो म्हणाला, 'आणि मी माझ्या शौहरसाठी त्याला फसवलं आहे,' माझा नेहमीप्रमाणे गोंधळ उडालेला पाहून आणि आता मी दुसऱ्यांदा गरोदर असताना माझ्या प्रियकराने मला जीवनातील काही सत्य गोष्टी सांगितल्या.

* * *

जेव्हा माझ्या कळा प्रमाणाबाहेर वाढल्या आणि बाळाला जन्म देण्याची वेळ जवळ आली, मरियम मला दवाखान्यात घेऊन गेली, याही वेळेस मागच्याच वेळचे डॉक्टर होते.

"तुला माहिती आहे का की, मागच्या वेळेपासून तू माझ्या लक्षात राहिली

आहेस,'' ते म्हणाले. ''नंतर विद्यार्थ्यांचा तास घेताना मी माझ्या विद्यार्थ्यांना सांगितलं होतं की, कसा एका पंधरा वर्षांच्या मुलीने बाळाला जन्म दिला होता ते.''

माझ्या दुसऱ्या मुलीला त्यांनी हातात धरलं. हसून ते म्हणाले, ''हं, मी तुझ्यासाठी एक सुंदरशी मुलगी आणली आहे. तुझ्या शौहरचा, तू फक्त मुलींनाच जन्म देतेस असा समज होणार आहे. कदाचित म्हणून तरी आता तो तुला एकटं सोडेल. तू तिचं नाव काय ठेवणार आहेस?''

''माझे शौहर तीर्थयात्रेसाठी मक्केला गेले आहेत.'' मी उत्तरले, ''जाण्यापूर्वी ते मला सांगून गेले आहेत की बेटा झाला तर त्याचं नाव 'मुस्तफा' ठेवायचं आहे आणि बेटी झाली तर 'झिन्यब'.'' मला झिन्यबबद्दल प्रेम होतं; पण तरीही मला माझ्या मुलीला एखादं धार्मिक नाव ठेवायचं नव्हतं. माझ्या पहिल्या बेटीचं नाव त्यानं 'फातिमा' ठेवायला लावलं तेवढं पुरेसं होतं. हे नवीन बाळ अगदी चंद्रासारखं सुंदर होतं. मला तिचं नाव 'झुल्फा' ठेवायचं होतं.

डॉक्टरांना हसू आलं. माझा उच्चार सुधारत ते म्हणाले, ''झुल्फा नव्हे झल्फा, ज्याचा अर्थ आहे एक अपऱ्या नाकाची सुंदरशी स्त्री. पण माझं ऐकशील तर तू तिचं असं नाव ठेवावंस, जे तू उच्चारू शकशील.''

नर्सने मला गुलाबाच्या फुलांचा एक गुच्छ आणून दिला, जो नुकताच माझ्या कोणा एका नातेवाइकाने आणून दिल्याचं तिनं सांगितलं. तो रोज येऊन माझ्या तब्येतीची विचारपूस करत होता. तो गुच्छ छातीशी घट्ट धरून मी डोळे मिटून घेतले. आजपर्यंत माझ्यासाठी कोणीही साधं एक फूलही आणलेलं नव्हतं आणि एकदम मला जाणवलं की, मरियमशिवाय इतर कोणीही मला भेटायला आलं नव्हतं.

बाळाच्या जन्माच्या काही दिवसांनंतर ते डॉक्टर किती दयाळू आहेत हे पाहिल्यानंतर मी त्यांना, 'मला सिनेमाला जाता येईल का?' असं विचारलं. नवीनच लागलेला, 'हॅनन' सिनेमा पाहाण्यासाठी मी काही तासच बाहेर राहणार होते.

''घरी गेल्यावर,'' मी त्यांना म्हटलं, ''...माझ्या घरातले लोक मला चाळीस दिवस पलंगावरून पायही खाली ठेवू देणार नाहीत. मग मला तो सिनेमा पाहाता येणार नाही.''

डॉक्टर खूप मोठ्याने हसले.

''हॅनन! तू तुझ्या मुलीचं नाव 'हॅनन'च ठेव. छान नाव आहे ते.''

''अगदी बरोब्बर बोललात तुम्ही,'' मी म्हटलं, ''हॅनन खरंच खूप छान नाव आहे.'' आणि अशा प्रकारे मी माझ्या मुलीचं नाव 'हॅनन' ठेवलं. सिनेमाला जाण्याबद्दल त्यांनी 'हो' किंवा 'नाही' पण म्हटलं नाही. आमच्यातील संभाषणाबाबत त्यांनी नर्सला मात्र सांगून ठेवलं होतं. जेव्हा मी त्यांना सांगितलं की, लवकरात लवकर मला माझ्या मुलीच्या नावाची नोंद करायची आहे आणि अशी बदलता

येणार नाही, अशी गोष्ट करून माझ्या शौहरला मला मात द्यायची आहे, तेव्हा त्या सगळ्यांनी मला खूप चिडवायला सुरुवात केली. माझा शौहर कदाचित हरकत घेईल आणि त्याला हवं असणारं त्याच्या आवडीचं नाव ठेवेल, असं त्यांनी सुचवलंही. पण त्यांना मी हमी दिली – तो इतका कंजूष आहे की, तो दुसऱ्यांदा नोंदीची फी भरायला राजी होणार नाही.

शेवटी मी खरोखरच बाहेर पडले. मी मोहम्मदला भेटले आणि मग आम्ही 'हॅनन' सिनेमा पाहायला गेलो. मी त्याच्याशेजारी बसले आणि माझी छाती दुधाने भरून वाहू देऊ नको, अशी अल्लाकडे दुवा मागत राहिले.

पण जेव्हा मोहम्मदने माझ्या हाताचं चुंबन घेतले आणि तो म्हणाला की, 'अल्ला का शुक्र है की तू सुखरूप आहेस.' माझी छाती दुधाने भरून वाहू लागली.

जसा सिनेमा सुरू झाला, मला 'हॅनन' शब्द दाखवण्यासाठी त्याने पडद्याकडे बोट दाखवलं आणि 'हॅनन' हे खूप वेगवेगळे अर्थ असणारं छान नाव आहे, याची पुष्टी दिली. दुर्दैवाने तो सिनेमा काही फारसा चांगला नव्हता. ती एक धंद्यातील भागीदारांमधील फसवणुकीची गोष्ट होती. मला तर तो फारसा आठवतही नाही.

बाकीच्या यात्रेकरूंबरोबर अबू हुसेन परतला नाही, तर तो आणखी जास्तीची दुवा मागण्यासाठी आणि मक्कामय होण्यासाठी पवित्र मक्केत मनसोक्त राहिला. इतर यात्रेकरूंवर वरकड ठरण्यासाठी तो सौदी अरेबियातील पवित्र काबाच्या शेजारी झोपला. प्रेषितांच्या कबरीला स्पर्श केला आणि मदिनालाही भेट देऊन आला. दोन महिन्यांनंतर कोणतीही पूर्वसूचना न देता तो घरी आला. तो इथे नसताना इब्राहिमला झालेल्या बेटीशेजारी मी माझ्या नव्या बाळाला घाईघाईने नेऊन ठेवलं. "यातील तुमची बेटी कोणती?" मी विचारलं आणि त्याने एका क्षणात हॅननकडे बोट दाखवलं. ती अगदी हुबेहूब त्याच्यासारखीच दिसत होती. मी हसले आणि तो तिचं नाव बदलेल या धास्तीने त्याच्याशी जास्तच मऊपणाने वागू लागले. हजची यात्रा करून आलेल्या एखाद्या यात्रेकरूचा जेवढा आदर करणं अपेक्षित होतं, मी त्याचा तेवढा आदर केला.

साधारणत: हजला गेलेले यात्री अशा पवित्र ठिकाणी भेट देऊन परतताना ज्या वस्तू आणतात – जसं रेशमी कापड, सोने, फिरोज अशा काही वस्तू मी त्याला आणायला सांगितल्या होत्या. त्या बघण्यासाठी मी वाट बघत राहिले. पहिल्यांदा त्याने झिमझिम विहिरीचं पवित्र पाणी, अराफत पर्वतावरून नमाज पढायला वापरायच्या चटया, प्रार्थनेसाठीची काळ्या मण्याची तस्बीह (जपमाळ) दिली. त्या वस्तूंकडे दुर्लक्ष करून मी त्यांच्याऐवजी गुंडाळलेल्या पाकिटांवर तुटून पडले. आनंदी आणि उन्मादित अवस्थेत मी तो कागद टरकावला आणि माझ्या हातात पडलं, एक पांढरं खरखरीत कापड. ते होतं आशीर्वाद लाभलेलं, अंत्यविधीच्या वेळी प्रेतावर घालायचं

कापड. मी बाहेर बैठकीच्या खोलीत जाऊन फरशीवर मेल्यासारखी पडून राहिले आणि बाकीचे सगळे मला हसवण्यासाठी मला चिमटे काढत राहिले.

आम्ही सगळ्यांनी माझ्या शौहरला 'हाजी' अशी हाक मारण्यास सुरुवात केली. मला जेव्हा त्याला चिडवावंसं वाटत असे तेव्हा मी त्याला 'हाजू जी' म्हणायची. सगळे हसायचे. यात्रेला जाण्यापूर्वीही तो पराकोटीचा धार्मिक होता; पण आता तर त्याने स्वतःला वाहूनच घेतलं होतं. खेड्यांमध्ये जसा दवंडी पिटणारा, लोकांच्या लग्नाची आणि मृत्यूची दवंडी देतो, त्याच्याप्रमाणे त्याने प्रार्थनेच्या वेळा सगळ्यांना मोठमोठ्याने सांगायला सुरुवात केली. घरातील लहानांपासून ते थोरांपर्यंत सर्वांनाच अंघोळ करण्यासाठी आणि नमाज पढण्यासाठी तो प्रोत्साहन देऊ लागला. मरियम आणि माझ्यापासून ते पार शेजारच्या बायकांनीही त्यांचे डोळे झाकून घ्यावेत, असा आग्रह धरला.

एखाद्या वेळेस झोपेतच मृत्यू आला तर... म्हणून रोज रात्री तो शहादत म्हणजे विश्वासाची वचनं म्हणू लागला. तो नेहमीच त्याच्या नमाजाच्या चटईवर दुप्पट वाकलेला असे. या गोष्टीचा मला खूप राग येत असे; कारण त्यामुळे तो आमच्या बेडरूममधील जास्तीत जास्त जागा व्यापत असे आणि त्याचं नमाज पढणं चालू असताना तो माझ्या कोणत्याही प्रश्नांची उत्तरं देत नसे. मला तर सततच त्याला काही ना काही विचारायचं असे आणि म्हणून मग जोपर्यंत तो मान डोलावून माझ्या प्रश्नांची उत्तरं देत नसे, तोपर्यंत मी त्याला नमाजाला बसू देत नसे.

माहीत नाही का ते, पण कधीकधी जेव्हा तो अल्लासमोर एखाद्या कोकरासारखा गुडघ्यात वाकून बसत असे, तेव्हा-तेव्हा मला त्याला हसवावंसं वाटत असे. 'मी आता एका 'स्फिंक्स'ला हसायला लावणार आहे,' मी म्हणत असे, 'त्याच्या मर्जीविरुद्ध!' एकदा मी त्याच्या पायजम्याच्या पाठीमागच्या बाजूला एक कापडी पट्टी अडकवली, ज्यामुळे दरवेळी उठून उभं राहिल्यानंतर जेव्हा परत खाली गुडघ्यांवर बसून तो लोटांगण घालत असे, तेव्हा तेव्हा तो ती पट्टी त्याच्याबरोबर शेपटीसारखी हलायची. घरातल्या सगळ्यांचं लक्ष वेधून घेण्यासाठी मी मोठमोठ्याने हसायला लागले. फातिमा तिच्या अब्बूंच्या शेपटीकडे बोट दाखवून हसली. शेवटी तोही हसायला लागला.

इब्राहिम आणि ती स्त्री!

तो बहुधा अल्लाच होता, जो माझ्या मदतीला आला आणि त्यानं इब्राहिमला प्रेमात पाडलं. मग तो पण इतर प्रेमी लोकांसारखा झाला, ज्यांना स्वतःच्या हृदयाच्या ठोक्यांपुढे दुसरं काहीच दिसत नाही आणि ऐकूही येत नाही. ती स्त्री बागेच्या पलीकडच्या बाजूला दिसणाऱ्या एका खोलीत राहत होती, जी आमच्या शेजाऱ्यांचं स्वयंपाकघर आणि बाथरूम सामायिकपणे वापरत होती. मला जरी इब्राहिमची बायको खदिजा आवडायची तरीही मला हे सगळं म्हणजे अल्लाची मेहेरबानीच वाटली. त्याने त्याच्यापुरतं बघावं, माझ्या वेगवेगळ्या पराक्रमांकडे आणि मी प्रेमात पडले आहे, या सहज लक्षात येणाऱ्या बाबीकडे त्याने दुर्लक्ष करावं एवढंच मला हवं होतं.

आम्ही या शेजारणीला 'लेडी' म्हणायचो, कारण ती एक प्रौढ कुमारिका आहे आणि अजूनही 'कुँवार' आहे, असं आम्हाला वाटायचं. इब्राहिम तिला वारंवार भेटू लागल्यानंतर आम्ही तिचं टोपणनाव बदलून 'वन रूम किचन' असं ठेवलं, कारण एक बैठकीची आणि एक स्वयंपाकघर अशा दोन खोल्या असणारं एक घर तिच्या मालकीचं आहे, असं ती नेहमी सांगायची. मी त्या दोघांचं बोलणं चोरून ऐकायची... इब्राहिमसारखा माणूस अशा प्रकारचे संबंध कोणाशी ठेवू शकेल, अशी आम्ही क्षणभरसुद्धा कल्पना करू शकत नव्हतो. त्यांचे संबंध भेटी आणि बोलण्याच्या पलीकडे जाणार नाहीत, असं मला वाटत होतं; पण एके दिवशी खदिजाने त्या स्त्रीचं दार वाजवलं.

''त्याला म्हणावं, त्याचं रात्रीचं जेवण तयार आहे.'' ती म्हणाली, ''त्याला भूक लागलेली असेल, इतकंच सांगायचं होतं.''

त्या स्त्रीने इब्राहिम तिच्याकडे वारंवार येतो, ही गोष्ट खदिजापासून लपवली नव्हती. तसंच तिला इब्राहिमची दुसरी बीबी बनण्यामध्ये काहीच अडचण नाहीये, हेही तिने स्पष्ट केलं होतं.

इब्राहिम वठणीवर आला होता. तो त्या रात्री जेवायला घरी परत आला अन् मग पुन्हा कधीच त्या स्त्रीला भेटायला गेला नाही. खदिजाने, जी आता त्यांच्या सातव्या मुलाच्या वेळी गरोदर होती, त्या स्त्रीच्या विषयावर पुन्हा कधीही चर्चा केली नाही. जणूकाही झालंच नाही, अशा अविर्वाभात तिने तिची नेहमीची कामं चालू ठेवली. शेजारपाजारच्या सगळ्या स्त्रियांनी खदिजाच्या बुद्धिचातुर्याला आणि धूर्तपणालाही सलाम ठोकला; तिने असं दाखवलं होतं की, तो त्याच्या मर्जीनुसार वागायला मोकळा आहे आणि ती एक समर्पित बीबी आहे, जिला तिच्या नवऱ्याच्या भल्या-बुऱ्याची खूप काळजी होती; पण वास्तविक पाहाता तिने त्यांच्या प्रेमप्रकरणाला पूर्णविराम दिला होता.

आम्हाला नंतर कळलं की, ती स्त्री एका श्रीमंत बैरुती माणसाच्या शेतावर कामाला होती, ज्याने बेक्का व्हॅलीमध्ये मोठमोठ्या जमिनी घेऊन ठेवल्या होत्या. तो देखणा होता, उच्चकुलीन आणि मृदुभाषी होता. तो त्या शेतावर यायचा तेव्हा त्याची नजर त्या स्त्रीवर पडली. तिने त्याला खूश केलं आणि एक मूल दिलं. तिचं बाळंतपण तिथल्याच एका दाईच्या मदतीने केलं गेलं, जिने रडणारं अर्भक टॉवेलमध्ये गुंडाळलं आणि तेथून नाहीशी झाली अन् परत आली ते डोळ्यांत पाणी घेऊन, असं सांगत की, त्या स्त्रीचं मूल गेलं. अल्लाने बाळाचं आयुष्य संपवून तिच्यावर आणि बाळावर दया केली आहे, असा अल्लावर भरवसा ठेवून तिने त्या दाईवर विश्वास दाखवला.

या सगळ्या प्रकाराने, त्या श्रीमंत माणसापासून तिला दुसऱ्यांदा दिवस जाण्यातही काही अडचण आली नाही. तिने दुसऱ्या मुलग्याला जन्म दिला आणि पुन्हा ती दाई ते मूल घेऊन गेली आणि परत डोळ्यांत अश्रू घेऊन हे मूल पण दगावल्याचं सांगायला परतली. "अल्लालाच माहीत," ती म्हणाली, "तुझी मुलं का दगावतात ते!" मग त्या श्रीमंत माणसाची भाभी मध्ये पडली आणि तिने त्या स्त्रीला तिच्याच भल्यासाठी ते शेत सोडून बैरुतला जाऊन राहायला सांगितलं. त्यांनी तिला शहरात दोन खोल्यांचं – एक बैठकीची खोली आणि स्वयंपाकघर – असं घर घेऊन दिलं. त्या स्त्रीने आपली मालमत्ता विकून एक छोटी खोली भाड्याने घेऊन राहण्याचं ठरवलं. जसजसा काळ उलटला आणि ती प्रौढपणाकडे झुकू लागली, तशी आपल्याला सांगितल्याप्रमाणे आपली मुलं गेलेली नाहीत, अशी खात्री वाटून तिने त्यांचा शोध घ्यायला सुरुवात केली. तिला तिची मुलं सापडली असतील, यावर माझा तरी विश्वास नव्हता.

अक्रोडच्या साक्षीने

इब्राहिमने जसं त्या स्त्रीला भेटायचं थांबवलं, त्याने परत माझ्यावर नजर ठेवायला सुरुवात केली. यावर मी एक खूपच विलक्षण असा उपाय शोधला; पूर्ण परिवारासकट उन्हाळ्याचे महिने एखाद्या रिसॉर्टवर जाऊन राहायचा! बैरुतमधील ती गुदमरवून टाकणारी गरमी माझ्याच्याने अजिबात सहन होत नव्हती किंवा तेथील आकाशही, ज्यामधून पाण्याचे उष्ण थेंब गळत होते आणि त्यामुळे फक्त हवेचा दमटपणा वाढतच होता. सततच्या जोरदार विनवण्यांपुढे हाजीला हार पत्करावी लागली आणि त्याने 'भामदाऊ' हे उन्हाळ्यात राहण्यासाठी प्रसिद्ध असणारं रिसॉर्ट आमच्यासाठी भाड्याने घेतलं. आम्ही असे थंड हवेच्या ठिकाणी रिसॉर्ट भाड्याने घेऊन राहू शकत होतो ही वस्तुस्थिती, आमचं राहणीमान मध्यमवर्गीयांसारखं झाल्याचे द्योतक होती. आम्ही येणाऱ्या पाहुण्यांमध्ये बुडून गेलो – भामदाऊ हे 'उन्हाळ्यातील ठिकाणांची वधू' म्हणून प्रसिद्ध होतं.

रोज सकाळी अबू हुसेन आणि कमील (जो अजूनही आमच्याच बरोबर राहत होता.) कामासाठी वीस किलोमीटरवर असणाऱ्या बैरुतला जात आणि संध्याकाळी उशिरापर्यंत परतत नसत. मी तेथील उघड्या शेतांमधून भटकायला सुरुवात केली, जशी मी नैबिताहमध्ये असताना भटकायची; मला पुन्हा एकदा लहान आणि स्वतंत्र झाल्यासारखं वाटत होतं. खिडकीतल्या शेजाऱ्यांच्या भोचक नजरांऐवजी मी आता दऱ्या आणि लाल छपरांची घरं पाहात होते. खदिजा आणि तिच्या मुलांची जरी मला आठवण येत होती, तरी इब्राहिमला मात्र मी जवळजवळ विसरूनच गेले होते. अर्थात मरियम आमच्याबरोबर होती. ती आणि मी आमचा वेळ एकत्रच घालवीत होतो.

मोहम्मद बसने मला भेटायला येऊ लागला. भामदाऊच्या मध्यवर्ती भागात उतरल्यावर हातात काही तासांचाच अवधी असताना मी कोठेतरी भेटावी म्हणून तो अल्लाकडे दुवा मागायचा. आधी तो मरियम आणि मी जात असू अशा ठिकाणी चक्कर

मारीत असे. आम्ही तिथे कोठेच दिसलो, नाहीतर मग तो येऊन आमच्या घराच्या समोर उभा राही. (हे तर होणारच होतं; कारण आम्ही सततच तो दिसतो आहे का हे पाहात असू.) मग मी अनवाणीच त्याला भेटायला घराबाहेर पळायची. आम्ही मग अक्रोडच्या झाडाच्या दिशेने जात असू, जे निसर्गाचा नियम झुगारून देत खडकाळ जमिनीवर पिवळ्या नेच्यांच्या आणि लाल दगडांच्या मध्यभागी उगवलं होतं. मोहम्मदने त्याच्या बुंध्यावर 'टिअर्स ऑफ लव्ह'मध्ये दाखविल्याप्रमाणे आमचं प्रेम सुरू झाल्याची तारीख त्याच्या आणि माझ्या नावासकट कोरली होती. दरवेळी तो आणखी एक खाच करून त्यावर आमच्या नुकत्याच झालेल्या भेटीची तारीख घालून ठेवायचा.

एकदा एका रात्री आम्ही भेटलो, नेहमीप्रमाणे मरियम आमच्याबरोबर होतीच. माझं सोन्याचं ब्रेसलेट द्राक्षांच्या बागेत पडलं आहे आणि ते शोधायला मी आणि मरियम कंदिल घेऊन जातो आहोत असं सगळ्यांना सांगितलं होतं. आम्ही मस्तपैकी द्राक्षांच्या बागेत भटकलो.

"तू इव्हच्या मुलींपैकी एक नाहीस." तो मला म्हणाला.

"का?" मी विचारलं, "कारण मी खूप बुटकी आहे म्हणून?"

"अंहं," तो उत्तरला, "इव्ह खूपच चतुर आणि कावेबाज होती."

पण खरं तर मी पण खूप चतुर नव्हते का? त्याच्याबरोबर जाण्यासाठी मी घरातून बाहेर राहण्याचे नवनवीन बहाणे शोधतच होते. आम्ही द्राक्षाच्या बागेतून फिरत होतो, जी अंगावर पानं घेऊन उभ्याउभ्या झोपलेल्या राक्षसांसारखी भासत होती. मोहम्मदचा आणि वाऱ्याचा ऐकू येणारा आवाज सोडला, तर सगळं काही शांत होतं. एक कुत्रं भुंकत आमच्या मागे लागलं. मी मोहम्मदला घट्ट बिलगले. जसा त्या कुत्र्यानं आमचा नाद सोडला, मी सुटकेचा नि:श्वास टाकला आणि माघारी वळलेल्या त्या प्राण्याला विचारलं की, त्याला हाजीने आमच्या मागावर पाठवलं आहे का? या विचारांनी आम्हाला तिघांनाही हसू आलं आणि मग मी मोहम्मदला त्याचा हात माझ्या हृदयावर ठेवायला सांगितला, जे खूप जोराने धडधडत होतं.

"तुझं हृदय एकाच वेळी भीती आणि प्रेम सोसू शकत नाही." तो मला म्हणाला.

नंतर त्याने आमच्या या रात्रीच्या सहलीविषयी लिहिलं आणि ते मला मोठ्यानं वाचून दाखवलं.

"हे असं आहे की, जणूकाही मला तुझ्या हृदयाचं धडधडणं ऐकू येतं, जे मला लागलीच बांधून ठेवतं, खूप जोरजोरात धडधडतं आहे. ओहो! त्याचा ताल ऐकण्याचा आनंद! जणूकाही ते माझ्याच शिरेतून जाणवणारं प्रेमाचं स्पंदन आहे. ही रात्र कधीच संपू नये आणि चंद्र पुन्हा उगवण्यासाठी जाऊ नये म्हणजे मग मी असाच सदैव तुझ्याबरोबर असेन...."

अशा रीतीने अल्लाच्या फर्मानानुसार मी सुखाचं आयुष्य दोनदा जगत होते;

एकदा जेव्हा मी प्रत्यक्षपणे हाडामांसाच्या मोहम्मदला भेटत होते तेव्हा आणि दुसऱ्यांदा जेव्हा तो आमच्या भेटीविषयी लिहीत असे, त्यामुळे आम्ही पुन्हा एकदा कागदावर भेटत असू, तेव्हा आम्ही एकमेकांना पत्र लिहायला सुरुवात केली. 'टिअर्स ऑफ लव्ह'मध्ये दाखविल्याप्रमाणे कैरोहून बैरुतला नव्हे, तर भामदाऊहून बैरुतला. माझं सगळं धैर्य एकवटून मी आमच्या मालकांच्या मुलीला, जी माझ्याच वयाची होती, सगळं काही सांगितलं. तिनं मला त्याच्यासाठी पत्रं लिहून देण्याचं आणि मला आलेली त्याची पत्रं वाचून दाखवण्याचं कबूल केलं. दरवेळी मरियम जेव्हा तिच्या घरच्यांना भेटायला बैरुतला जायची, त्या वेळी परत येताना ती मोहम्मदचं एक पत्र घेऊन यायची. त्याच्या पहिल्या काही पत्रांपैकी एका पत्रामध्ये त्याने मला अक्रोडाचं झाड बघायला सांगितलं होतं. म्हणून मग मी दररोज अक्रोडच्या झाडाजवळ जाऊन खुणा शोधत असे. एका विशिष्ट पद्धतीने ठेवलेला दगड, एखादा हस्तिदंती मणी किंवा सुकलेला गुलाब. मला या गोष्टी सापडाव्यात यासाठी त्या काळजीपूर्वक ठेवणाऱ्या त्याचं चित्र माझ्यासमोर स्पष्ट उभं राहत असे.

जसजसा उन्हाळा पुढे सरकत होता, तसतशी मी माझ्या भामदाऊमधील माझी भटकंती लपवून ठेवण्याबाबत जास्तच बेफिकीर होऊ लागले. मोहम्मद आणि माझ्या नात्याविषयी कोणालाही काही कळणार नाही, याबद्दल मला खात्री होती. मी तर मोहम्मदने मला उचलून घेतलेल्या अवस्थेतील फोटो, मोहम्मदच्या कॅमेऱ्यातून मरियमला खुशाल काढू दिले होते. एका फोटोमध्ये मी माझ्या मांड्या दिसू नयेत म्हणून माझा स्कर्ट खाली धरण्याचा प्रयत्न करत होते आणि माझ्या चपला माझ्या पायातून निसटल्या होत्या. दुसऱ्यात आम्ही एकमेकांबरोबर हस्तांदोलन करत होतो; जणूकाही कोणीतरी तिसरी अदृश्य व्यक्ती आमची ओळख करून देत होती.

ते फोटो कोणाच्या तरी भलत्याच्या हातात पडतील, या भीतीने त्यातील एकही फोटो माझ्याजवळ ठेवण्याचं मला धाडस झालं नाही. त्याऐवजी मी ते मोहम्मदकडे ठेवले होते. अर्थात मी ते फादिलाला दाखवण्यासाठी त्याच्याकडून घेऊन येत असे. त्या फोटोमध्ये आम्ही एकमेकांच्या किती प्रेमात होतो, हे मुळीच लपलं नव्हतं. मी त्यामध्ये खूप आनंदी, खूप निर्भय दिसायची, कारण आमचं नवीन घरकुल निसर्गाच्या कुशीत होतं ना! झाडं आणि खडक त्याच्या भिंती होत्या. माझ्या दोन्ही मुली आमचं छप्पर होत्या. तिथल्या स्थानिक भामदाऊंनी आम्हाला एकमेकांकडे प्रेमाने पाहात राहिलेलं पाहिलं तर त्यांना असं दिसे की, आई-वडील, जे अजूनही एकमेकांच्या प्रेमात आहेत आणि त्यांच्या दोन्ही मुली त्यांच्या आसपास खेळत आहेत. त्या फोटोंमुळे मी स्वत:लाच विचारलं की, "आमचं आत्ता एक गुपित असणारं प्रेम सत्यात उतरू शकतं का?"

चार वर्षं की चार क्षण?

संपूर्ण चार वर्षं मोहम्मदनी आणि मी कोणालाही आमच्या नात्याच्या आड येऊ दिलं नाही. मोहम्मदवर त्याच्या घरच्यांचा दबाव वाढत चालला होता. माझ्या प्रियकराने हे नातं संपवावं, यासाठी त्याचा मोठा भाऊ त्याचं मन वळवीत होता आणि त्यासाठी त्याने त्याला पत्र लिहिलं होतं.

'तू त्या स्त्रीच्या प्रेमात पडला आहेस किंवा ती स्त्री तुझ्या प्रेमाला पात्र आहे ही गोष्ट मी अजिबात अमान्य करत नाही; पण काय योग्य आहे हे सगळ्यांपेक्षा तूच जास्त जाणतोस. तुझ्या सगळ्या इच्छा पूर्ण व्हाव्यात, मग त्यासाठी आयुष्याची किंमत मोजावी लागली तरी हरकत नाही, असं मला अंत:करणापासून वाटतं. तुला पण हे माहीत आहे की मी कोणी दांभिक नाही आणि माझ्या भावाचा मान राखण्यासाठी मी काहीही करू शकतो. म्हणून मी तुझ्याकडे भीक मागतो की, एक क्षणभर थांबून पडताळा घे आणि तुझ्या हृदयाचा विचार बघा. अल्ला आणि त्याचे फरिश्तेही साक्षीदार आहेत की, तू अशा अप्राप्य गोष्टींपासून, जी आपल्याला सर्वांनाच खूप महागात पडेल, दूर राहिलेलं मी पसंत करेन.'

मोहम्मदने ते पत्र मला वाचून दाखवलं आणि मग एक शब्दही न बोलता बाजूला ठेवून दिलं. त्याला हे पत्र मिळाल्यानंतर थोड्याच दिवसांत त्याची अम्मी, जी त्याला आणि त्याच्या बहीण-भावांना भेटण्यासाठी नियमितपणे येत असे आणि बरेच दिवस राहत असे, ती बैरुत सोडून त्यांच्या गावाला निघून गेली.

"ती तुझ्या आणि माझ्यापासून दूर निघून गेली आहे." दुखावलेला मोहम्मद मला म्हणाला. त्याने माझा हात हातात घेऊन चुंबन घेतलं.

एका क्षणात माझ्या डोळ्यांसमोर माझ्यावर ओरडणारा इब्राहिम आला, 'मी तुला खूप आधीपासून ओळखतो. मी माझ्या हाताप्रमाणे तुला वाचू शकतो.' तो विचार झटकून टाकण्यासाठी मी माझे खांदे उडवले आणि मनातल्या मनात कल्पना

केली की, मोहम्मदचं मस्तक माझ्या छातीवर विसावलं आहे आणि मी त्याच्यासाठी गाणं म्हणते आहे.

त्यानं शादी करावी यासाठी त्याचे घरातील सगळे खूप अधीर झाले होते. मिस्कीह, त्याची बहीण माझी खबरी होती. एकदा तिने उपवर मुलींचे फोटो मला दाखवले, ज्यांपैकी एखादीची तरी तो निवड करेल, अशी त्याच्या कुटुंबातल्या काही स्त्रियांना आशा होती. मी ते फोटो तिच्या हातातून हिसकावून घेतले आणि त्यांच्या चेहऱ्यावर दाढी, मिशा काढल्या. माझ्या अशा वागण्यानंतरही त्यांच्या कुटुंबीयांनी त्याच्यासाठी एक मुलगी निवडलेली आहे, हे मला सांगण्यात मिस्कीहला काही अडचण वाटली नाही. ती मुलगी आणि तिची अम्मी त्यांच्या घरी कधी येणार आहेत याबाबत तिने सांगितलं आणि मग त्याप्रमाणे मी त्याच्या खोलीत लपून बसले. त्या घरी आल्याचं जसं लक्षात आलं, मी माझी अंगठी उजव्या हातातून डाव्या हातात घातली, ज्यामुळे ती आमच्या सगाईची अंगठी वाटेल. खिडकी उघडून माझा हात दाखवत मी गाणं म्हणायला सुरुवात केली.

नंतर मला मिस्कीहकडून समजलं की, जेव्हा त्या मुलीने आणि तिच्या अम्मीने मला मोहम्मदच्या खोलीच्या खिडकीत गाताना ऐकलं आणि सगाईची अंगठी असलेला माझा हात त्यांनी पाहिला, त्या उलट्या पावली परत फिरल्या. त्या मुलीच्या अम्मीने अतिशय कडक शब्दांत त्यांची नापसंती व्यक्त करणारं पत्र मोहम्मदच्या कुटुंबीयांना पाठवलं.

त्या चार वर्षांत मोहम्मद दिवसेंदिवस जास्तच अधीर होत होता. मध्यरात्री किंवा पहाटे त्याने जिन्यावरून लपत-छपत यायला सुरुवात केली होती. अर्थात माझ्यासाठी एखादं फूल किंवा तुळशीच्या मंजिऱ्या ठेवायला नव्हे, तर मी माझ्या शौहरबरोबर एकाच पलंगावर झोपते की काय हे तपासून बघायला!

त्याच्याबद्दलच्या संशयाने मला पूर्ण ग्रासून टाकलं, आमच्या भेटीच्या ठरलेल्या वेळेच्या आधी अर्धा तास मी हळूच त्याच्या खोलीत घुसत असे, ज्यामुळे मला त्याचे खिसे तपासून बघता येत असत. नवीन अत्तराचा वास येतो आहे का, हे जाणून घेण्यासाठी मी त्याचे कपडे हुंगून बघत असे. माझ्या केसांच्या रंगापेक्षा किंवा पोतापेक्षा वेगळ्या वाटणाऱ्या केसांची बट मी शोधत असे. भल्यामोठ्या समुद्रावरून येणाऱ्या पर्यटकांना व्हिसा देण्याच्या कामी त्याची नियुक्ती झाल्याचं त्याने मला सांगितल्यावर तर आता मला तो एखाद्या सोनेरी केसांच्या पर्यटक स्त्रीच्या किंवा नाइटक्लबमध्ये काम करणाऱ्या मुलीच्या प्रेमात नक्कीच पडेल, अशी पूर्ण खात्री वाटू लागली.

बंदरावर जाऊन त्याच्यावर नजर ठेवण्यासाठी मी फादिलाला माझ्याबरोबर येण्याविषयी विचारलं. आम्ही जशा तिथे पोहोचलो, तेथील कर्कश आवाज ऐकून

आणि तेथील आयातशुल्क वसूल करणारे अधिकारी पाहिले, तेव्हा आम्हाला कळून चुकलं की स्त्रियांबरोबर प्रणयचेष्टा करताना त्याला आम्ही कधीच पकडू शकणार नाही. तेथील एका हमालाला थांबवून, आलेल्या सगळ्या परदेशी स्त्रिया कोणत्या जहाजातून उतरल्या आहेत, हे त्याला विचारायचा मोह फादिलाला आवरला नाही.

"का? तुला काय त्यांना धंद्याला लावायचं आहे का?" त्या हमालाने विचारलं.

त्याच्या बेचाळीस पिढ्यांचा उद्धार करणारे शिव्याशाप तिने त्याला दिले आणि मग आम्ही घाईघाईने तेथून निघालो. तिथे गेल्याबद्दल मला वाईट वाटलं, पण ते बंदर ही एक खूपच सुंदर जागा होती. तिथे बर्फाने आच्छादलेले डोंगर होते आणि त्यांच्यासमोर असणारी जहाजं जणूकाही समुद्रात नांगरलेली घरंच भासत होती.

आम्ही तेथून निघाल्यावर फादिलाने रडायला सुरुवात केली, "बघ, त्या माणसालाही हे कळलं की, मी काही कोणी शादीशुदा स्त्री किंवा अम्मी नाहीये की, मी अजूनही पुरुषावाचून राहिले आहे. जो कोणी माझ्यामध्ये रुची दाखवतो, तो मी बोलायला लागले की, माझ्यापासून दूर का पळतो? मला तर काही समजतच नाहीये."

मोहम्मद शादी करण्याचं ठरवतो आहे, याबद्दल जरी मला काहीच पुरावा मिळाला नव्हता, तरीही प्रत्येक श्वासागणिक माझ्यातला मत्सर वाढत होता. एकदा तर आम्ही भेटायच्या वेळेच्या दोन तास आधी मी त्याच्या कपड्यांच्या कपाटात लपून बसले होते. त्याला दुसऱ्या स्त्रीबरोबर आज पकडायचंच अशा निश्चयाने मी तशीच अंधारात बसून राहिले होते. मला कदाचित झोप लागली असावी, कारण मला ऐकू आली, ती त्याच्या खोलीत आलेल्या त्याच्या पावलांची चाहूल.

मग पलंगाचा आवाज आला आणि मग त्याने टाकलेला नि:श्वास, ज्याच्यापाठोपाठ खिडकी उघडल्याचा आवाज आला.

"माझी कमिला बहुधा कोणत्या तरी कामात अडकलेली असणार." तो स्वत:शीच बोलला.

"मी इथेच आहे. कपड्यांच्या कपाटात." मी अनवधानाने बोलून गेले.

हसत-हसत मी बाहेर आले आणि मी काय करत होते, ते त्याच्यासमोर कबूल केलं. तो हसला आणि माझी हाडं तुटतील इतकी करकचून मिठी मारली.

"तुझा फोटो इथे सोनेरी फ्रेममध्ये मच्छरदाणीच्या वर लटकत असताना मी माझ्या खोलीत दुसरी एखादी स्त्री कशी काय आणेन?"

त्याने माझा हात हातात घेऊन त्याचं चुंबन घेतलं.

"मी शादी करेन अशी तुला भीती वाटते ना?" त्याने विचारलं आणि ते खरंही होतं.

प्रेमाने आम्हाला वाळवंटात सोडून दिलं होतं. जेव्हा-जेव्हा आम्हाला प्रेमाची गोडी चाखावीशी वाटली, आमची एकमेकांबद्दलची ओढ जास्तच तीव्र झाली. मी

त्याला रागावले आणि तो मला. कधी मी त्याला जबाबदार धरलं, जसा तो मला धरत असे आणि आम्ही एक होऊ शकत नव्हतो, हे या सगळ्याचं कारण होतं. वास्तव आमच्या वाटेत उभं ठाकलं होतं.

त्याला भेटता आलं नाहीतर या विचाराने मी धास्तावलेली होते. समजा, मी जर आजारी पडून अंथरुणावर असेन, तर त्याला कशी भेटू शकेन? त्याला वेगळी भीती वाटत होती – ही दुसऱ्या पुरुषाबरोबर राहत असताना आपल्यावर कशी प्रेम करू शकेल? मी तिच्यावर माझ्या अलोट प्रेमाचा वर्षाव करून माझ्या खोलीत एकटाच पुन्हा कसा काय परतू शकेन?

जेव्हा मोहम्मदच्या भावांपैकी एक जण मरियमच्या प्रेमात पडला आणि तिने त्याला धुडकावून लावलं, तेव्हा त्याने माझ्याबाबतीत जे काही केलं, त्याच्यापुढे मोहम्मदचा मत्सर आणि राग एकदमच निवळला. तो कसा दिसतो किंवा कसा बोलतो याच्याशी मरियमला काहीच देणं-घेणं नव्हतं. "तो जर मोहम्मदसारखा असता तर–" ती म्हणाली, "ते दोघं भाऊ आहेत, अशी तुम्ही स्वप्नातही कल्पना करू शकत नाही.''

वास्तविक दिसण्यामध्ये, व्यक्तिमत्त्वामध्ये किंवा बुद्धिमत्तेमध्ये मोहम्मदच्या चारही भावांपैकी कोणाचंही मोहम्मदशी साम्य नव्हतं. मोहम्मद जरी सगळ्यात मोठा नव्हता, तरीही तो ज्येष्ठ मुलगा असल्यासारखा वागत असे. सगळे जण त्याचा विचार घेत असत. त्यानेही ती जबाबदारी अगदी साधेपणाने, सहजपणे घेतली होती. "आम्ही सगळेच एकाच हाडामांसाचे आणि रक्ताचे आहोत." तो म्हणत असे.

असं सगळं असूनही मरियमने धुडकावलेल्या भावाला, माझ्या आणि मोहम्मदच्या नात्याबद्दल, अबू हुसेनला जाऊन सांगण्यात काही अडचण वाटली नाही.

त्याने सांगायला सुरुवात केली, "तुम्हाला तुमची बीबी कमिला कायमच आमच्या घरी, माझ्या भावाच्या खोलीत येते हे माहीत आहे का? मला खेद होतो आहे, पण अशा गोष्टी शौहरला सगळ्यात शेवटीच समजतात.''

हाजीची दुनिया पूर्ण उलथी-पालथी झाली. त्या दिवशी संध्याकाळी त्याची घरी येण्याची वेळ होईपर्यंत मला बाजूला घेऊन माझ्याकडून स्पष्टीकरण मागण्यासाठी तो थांबला.

"बिल्कुल झूठ! दगाबाजी!'' मी किंचाळले, "कुराण आणा माझ्यासमोर, म्हणजे मी त्याच्यावर हात ठेवून कसम खाते.''

त्याने कुराण आणवलं, "आता डोकं फुटेल." असं म्हणत त्याने आपलं मस्तक घट्ट धरलं होतं.

मी कुराण हातात घेतलं आणि डोळे मिटले, "रहम कर खुदा!" मी मनातल्या मनात अल्लाची करुणा भाकली. "मी खोटं बोलणार आहे. माझ्यावर रहम कर

आणि मला काय म्हणायचं आहे, ते ऐकून घे. माझ्या इच्छेविरुद्ध त्यांनी कसा माझा निकाह लावून दिला ते याद कर.'' मग मी मोठ्याने कसम घेतली की, ''माझे मोहम्मदशी कसलेही संबंध नाहीत.'' आणि मोहम्मदची बहीण माझ्या जिवलग मैत्रिणींपैकी एक आहे, असंही आग्रहपूर्वक सांगितलं.

दुसऱ्या दिवशी मी मोहम्मदला भेटायला त्याच्या घरी गेले नाही. साधारणत: मी रोज दुपारी त्याच्याबरोबर जेवत असे आणि मग आम्ही दोघंही एक झोप काढत असू. आम्ही असे एकत्र झोपलेले असताना आमचं जणूकाही लग्नच झालं आहे असं मला वाटायचं. तासाभरानंतर मी उठत असे, म्हणजे मग फातिमा शाळेतून घरी यायच्या वेळेपर्यंत मी घरी पोहोचू शकत असे. त्या दिवशी मात्र मी सरळ मोहम्मदच्या ऑफिसला गेले आणि तो बाहेर पडेपर्यंत रस्त्यात वाट बघत थांबून राहिले. मला पाहाताच काय झालं आहे, याचा त्याला अंदाज आला. मला शांत करायला त्याला बराच वेळ लागला. नंतर 'तुला त्याला तलाक देऊन माझ्याशी शादी करायची आहे का?' असं विचारून त्याने मला घाबरवून टाकलं. 'त्यामुळे सगळे काही सुरळीत होईल,' असं त्याने मला समजावलं.

''हे तू काय भलतंच सुचवतो आहेस? त्यापेक्षा मी स्वत:ला येणाऱ्या गाडीपुढे लोटून घेईन.'' मी किंचाळले.

तलाक मागून मी हे हाजीला, इब्राहिमला आणि सगळ्यांनाच सिद्ध करून दाखवलं असतं की, मी खोटारडी होते. 'माझे मोहम्मदशी कसलेही संबंध नाहीत' अशी कुराणावर हात ठेवून मी झूठी कसम घेतली होती, हेही सिद्ध केलं असतं. या सगळ्याचे फार गंभीर परिणाम झाले असते.

त्याने मला पुन्हा एकदा शांत केलं आणि त्याच्या मोठ्या भावाला, माझ्या शौहरला भेटायला पाठवून, त्याने ऐकलेल्या अफवांमध्ये काही तथ्य नसल्याचं पटवून सांगायचं वचन दिलं. यानंतर अर्थातच त्याचा मोठा भाऊ लगोलग माझ्या शौहरच्या दुकानात माझ्या निर्दोषत्वाची ग्वाही द्यायला गेला. त्याने त्याच्या धाकट्या बेजबाबदार भावावर खोटं बोलल्याचा आळ घेतला, जे त्याने मरियमने धुडकावून लावल्यामुळे आलेल्या निराशेपोटी केलं असंही सांगितलं. मी त्या सगळ्यांना त्यांच्या मुलीसारखी आहे आणि त्यांच्या घरात ते मला त्यांच्या बहिणीइतका मान देतात, ही गोष्ट त्याने माझ्या शौहरला पटवून दिली. या सगळ्यामुळेसुद्धा मला निर्धास्त वाटलं नाही, ते मला इब्राहिमपासून वाचवू शकणार नव्हते. मला हे माहीत होतं की, तो काहीही करून मी खोटी आहे, हे सिद्ध करेल आणि तसंच झालं. आत्तापर्यंत मी त्या हरणासारखी होते, जे आसपासच्या दगडाप्रमाणे, झाडाप्रमाणे रंग बदलतं... त्याला जेव्हा सिंहाची चाहूल लागते... इब्राहिम नजर ठेवूनच होता. आता यातून सुटका नव्हती. मी स्वयंपाकघराच्या बाजूला असलेल्या बाथरूममधून बाहेर

आले, तर इब्राहिम तिथेच माझी वाट पाहात होता. कोणीतरी यावं, अगदी एखादं लहानसं मूल तरी – अशी मी खुदाची प्रार्थना करत होते, पण कोणीच माझी सुटका करायला आलं नाही.

इब्राहिम माझ्यावर गुरकावला, "तुला तर काहीच शरम नाही आणि मी मूर्ख आहे असं जर तुला वाटत असेल, तर ते चुकीचं आहे. तुझे त्याच्याशी संबंध आहेत, हे मला आधीपासूनच माहीत होतं. त्याच्या नोकरीमुळे तो यातून सुटून जाईल असं त्याला वाटतं का? त्याला कोणाचीही कदर, प्रतिष्ठा नाही... आदर नाही. तुझ्यासाठी नाही... आमच्यासाठी नाही आणि याउप्पर त्याच्या स्वत:साठीही नाही."

आत्यंतिक निराशेपोटी मी त्याची गयावया केली, "मी खुदाची कसम घेऊन सांगते की, तू ऐकलेली प्रत्येक गोष्ट खोटी आणि बनवून सांगितलेली आहे." मी म्हटलं.

माझ्या लगेच लक्षात आलं की, त्याच्या रागाच्या भुकेलेल्या, लवलवत्या ज्वाळांमध्ये मी पेट्रोल ओतलं आहे. त्याच्या मिशा आणखी दाट झाल्यासारख्या वाटल्या आणि त्याच्या हाताने मला पुन:पुन्हा एखाद्या मटण बारीक करणाऱ्या कसायाप्रमाणे तडाखे द्यायला सुरुवात केली... दरवेळी दर तडाख्याला त्याच्या तोंडून शिव्याशाप बाहेर पडत होते. शेवटी माझ्या किंकाळ्या आणि रडण्याने घरातल्या काही लोकांचं लक्ष वेधून घेतलं; पण मला त्याच्या रागापासून आणि तिरस्कारापासून बाजूला घेण्याचं धैर्य फक्त त्याच्या बीबीमध्येच होतं.

अपमानित आणि निराश अशी मी एखाद्या पंख छाटलेल्या कबुतराप्रमाणे अंग आवळून बसले. हळूहळू माझे हुंदके थांबत गेले, पण आता इथून पुढे मी मोहम्मदला कधीच भेटू शकणार नाही, हे जाणवून माझं हृदय विदीर्ण झालं होतं.

अबू हुसेन आणि इब्राहिमने आता फक्त खदिजा बरोबर असतानाच मी घराबाहेर पडू शकेन असा फतवा काढला. मी धोक्याच्या अंतर्भागाकडे परतते आहे, याची पूर्णपणे जाणीव असतानाही मी एकटीने हळूच बाहेर सटकणं चालूच ठेवलं. मोहम्मद कोपऱ्यावर थांबलेला असे. तो बराच हडकला होता... त्याच्या भावाला आता खूप पश्चात्ताप होतो आहे, असं सांगून जे काही घडलं ते विसरण्यासाठी तो माझी आर्जवं करत होता आणि आमचं नातं पुन्हा पहिल्यासारखं होईल यावर जोर देत होता. पायापासून डोक्यापर्यंत थरकाप होत असताना मी त्याला हाजी आणि इब्राहिमने घातलेल्या नवीन नियमांची आठवण करून देत असे आणि आता आपण एकमेकांना भेटणं काही काळ तरी अशक्य आहे, असंही सांगत असे.

स्वत:ला सुरक्षित ठेवण्याच्या दृष्टीने म्हणून जेव्हा कधी मी बाहेर पडत असे, तेव्हा सगळ्यांनाच मी खदिजाबरोबर आहे, हे कळावं यासाठी घराच्या आसपास भुतासारखी घुटमळत असे. पण माझ्याकडून इतकी खबरदारी घेऊनही कोणीही याने मूर्ख बनत नाहीये, हे मला ठामपणे माहीत होतं. एकदा एका दुकानावरून जात

असताना दुकानदार त्याच्या दुकानातल्या मुलाला म्हणताना माझ्या कानावर आलं, 'प्रेम, गरोदरपण आणि ऊँट की सवारी,' या गोष्टी कोणीही लपवू शकत नाहीत. मी अक्षरशः पाठीमागे वळून त्या दोघाही पुरुषांना शिव्याशाप दिले आणि मग मला एकदम नैबिताहमध्ये एका स्त्रीची तिने व्यभिचार केल्याबद्दल आणि त्यातून तिला दिवस गेल्याबद्दल काढलेली धिंड आठवली. त्या लोकांनी एक खोगीर न घातलेलं गाढव आणून तिला त्याच्यावर उलट्या बाजूला तोंड करून बसवलं होतं. अपमानित अशी ती संतापानं सगळ्या बघणाऱ्यांना तळतळाट देत होती. मी माझी जीभ आवरली आणि जणूकाही ऐकलंच नाही, असं भासवत तेथून चालायला लागले. मी नैबिताहमध्ये नाहीतर बैरुतमध्ये होते, यासाठी अल्लाचा शुक्रिया अदा केला.

माझी परिस्थिती त्या नैबिताहमधल्या स्त्रीपेक्षा जरी खूपच वेगळी होती, तरीही मी हे सत्य नाकारू शकत नव्हते की, मी माझ्या पापाची कबुली देण्याचा दिवस – कयामतचा दिवस अगदी जवळ येऊन ठेपला आहे. मी ठरवलं की, आता माझ्या नवऱ्याचं दुसरीकडे लक्ष वेधण्याचा एकच मार्ग होता. तो म्हणजे त्याला माझ्याबरोबर झोपू देणं. एके दिवशी सकाळी मी त्याला चेष्टेमध्ये म्हटलं की, मला स्वप्न पडलं होतं की, मी एका बेट्याला जन्म दिला आहे आणि त्याचं नाव आम्ही 'मुस्तफा' ठेवलं होतं. त्या रात्री खूप प्रयत्नांनी आणि घृणेने, हाजी माझ्या बिछान्यावर येऊ शकतो, हे स्पष्ट केलं. योग्य क्षणी मी त्याला दूर ढकलण्याचा प्रयत्न केला, ज्यामुळे मी गरोदर राहिले नसते. मी काय करते आहे, याची माझ्या शौहरला सुतरामही कल्पना नव्हती. या अशा सगळ्या पद्धती आणि युक्त्यांबाबत तो अनभिज्ञ होता. जेव्हा 'ते' सगळं संपलं, मी एक सुटकेचा निःश्वास टाकला आणि स्वयंपाकघरात जाऊन रॉकेलच्या स्टोव्हवर पाणी तापायला ठेवलं. मी माझ्या शौहरबरोबर झोपले होते आणि आमच्यात सर्व काही अगदी सामान्य आहे, हे इब्राहिमसमोर जाहीर करण्याची माझी ही पद्धत होती. रात्री पाणी तापायला ठेवणं, ही शरीरसंबंध ठेवल्याची खूण होती.

अंथरुणावर पडल्यावर मोहम्मदच्या विचाराने मला रडू कोसळलं. ''मला माफ कर, मी जे काही केलं ते फक्त आपल्या प्रेमासाठी होतं.'' मी पुटपुटले.

गोष्टी आता परत पहिल्यासारख्या कधीच होणार नाहीत, या विचाराने हताश होऊन मोहम्मदने मला एक पत्र लिहिलं. पत्र हातातच द्यावं, असा माझा आग्रह होता. कारण दगडाखाली किंवा केळ्यांच्या पिशवीच्या तळाशी पत्र ठेवून पोहोचवणं या त्याच्या जुन्या युक्त्यांवर आता माझा अजिबात विश्वास उरला नव्हता. म्हणून मग त्याने ते पत्र किराणा सामानाच्या दुकानातील मुलाकडे दिलं, ज्याने ते मरियमला आणून दिलं. मी आता सहजासहजी घराबाहेर पडू शकत नव्हते, त्यामुळे ते पत्र फातमेने वाचून दाखवेपर्यंत माझ्या हृदयाच्या जवळ माझ्या ब्रामध्ये तसंच काही दिवस पडून राहिलं.

आपण आपला सुंदर भूतकाळ फक्त या अशा वर्तमानकाळात जगण्यासाठी खरंच विसरलो आहोत का? तुला आवडो वा न आवडो, पण तू माझी आहेस. तुझं आयुष्य माझ्या आयुष्याचाच एक भाग आहे. आपण दूर राहून घालवलेला प्रत्येक दिवस हे आपलं भरपाई न करता येण्याजोगं नुकसान आहे. कमिला, तू माझ्याकडे ये, मी माझ्या घरच्यांनाही सोडून देईन. तू आता फक्त त्यालाच आठव, जो तुझ्यावर प्रेम करतो, तुझी पूजा करतो. फक्त तुझ्याचसाठी जगेन अशी मी प्रतिज्ञा करतो. माझ्याकडे ये कमिला, आयुष्य खूप छोटं आहे आणि त्याचा अवधी काही चिरकाल राहणार नाही. तुझं असं माझ्यापासून दूर राहणं हे खूप मोठं नुकसान आहे. असं दूर राहणं म्हणजे जणूकाही मोठी पोकळी आहे. माझी इच्छा पूर्ण कर कमिला. आपण अशा दुनियेत जाऊ, जिथे बाकी कोणीही असणार नाही, जिथे फक्त आपण दोघंच असू. जिथे फुलं आणि झाडं आपल्याला सजवतील, जिथे पाकोळ्या आणि बुलबुल असतील....

पायाची भिंगरी

महिन्याच्या शेवटी मी माझ्या पाळीची वाट पाहात राहिले आणि पाहातच राहिले... पण पाळी सुरू होण्याची काहीही चिन्हं दिसेनात. भीतीने मी अक्षरश: लुळी पडले. मोहम्मद माझ्यावर, मी त्याच्याशी प्रतारणा केल्याचा आरोप करेल आणि मला सोडून देईल अन् त्याचबरोबर मला माझ्या नवऱ्याचं तिसरं मूल मुळीच नको होतं. मी हाजीला मुस्तफाच्या स्वप्नाबद्दल खोटं सांगताना अल्लाने ऐकलं होतं की काय?

जरी हे सगळं मला नको होतं, तरीही माझ्या गरोदरपणाने मला इब्राहिमला तोंड देण्यासाठी ताकद आणि धैर्य दिलं. खदिजाला बरोबर न घेता घरातून बाहेर पडण्यासाठी मला नवनवीन युक्त्या सुचू लागल्या. मी अम्मीला सोबत घेऊन बाहेर पडत असे, तिला एखाद्या रिश्तेदाराकडे सोडून मी तडक मोहम्मदकडे जात असे. कधीकधी मी हसनच्या, माझ्या भावाच्या बीबीला घरी येऊन मला डेंटिस्टकडे घेऊन जा असा निरोप पाठवीत असे आणि जशी मी रस्त्यावर पोहोचे, मी तिला सोडून देऊन मोहम्मदकडे जाण्यासाठी पळ काढत असे. मी तर खदिजाला घेऊन सिनेमाला जायचं पण जमवून आणलं, जिथे आम्हाला मोहम्मद भेटणार होता.

खदिजाने तिच्या तीव्र अंत:प्रेरणेला डावलून माझ्याबरोबर येण्याचं मान्य केलं. सिनेमाहॉलमध्ये ती धास्तावून, घरी सोडून आलेल्या कामांच्या विचारांचं ओझं वागवीत बसली होती; कारण इब्राहिमच्या तिच्याकडून घरकामाबाबत खूपच अपेक्षा असायच्या आणि त्या बेभरवशाच्या असायच्या, ती त्याच्या रागीट स्वभावाच्या छायेतच जगत होती.

एकदा सिनेमाहॉलमध्ये मी, माझ्या बाजूची एक खुर्ची रिकामी ठेवून बसले, जिथे मोहम्मद अस्वस्थ मन:स्थितीत येऊन बसला. आमच्या पूर्वीच्या भेटी जशा सामान्य मन:स्थितीत व्हायच्या, तशाच आताही व्हाव्यात एवढीच माझी इच्छा

होती. सिनेमाहॉलमध्ये मी मोहम्मदच्या शेजारी बसण्याचा आनंद लुटू शकत नव्हते; कारण त्या वेळी मला थकल्यासारखं आणि उदास वाटत होतं. जे काही घडलं होतं, ती फक्त वाऱ्याची एक झुळूक होती, जी आता लवकरच एखाद्या वादळात रूपांतरित होणार होती. अस्वस्थ होऊन मी मोहम्मदचं डोकं माझ्याजवळ आणण्यासाठी हात उचलला, पण त्याच्याऐवजी मी माझ्याच डोक्याला बांधायच्या रुमालाला हात लावला आहे, हे माझ्या लक्षात आलं.

नंतर खदिजाला सिनेमाबद्दल बोलण्याची अजिबात इच्छा नव्हती. इब्राहिम आमच्या आधी घरी पोहोचेल या भीतीने ती धास्तावून गेली होती, त्यामुळे आम्हाला त्वरित घरी पोहोचावं लागलं. तिची भीती अनाठायी नव्हती.

तो जेव्हा घरी आला, त्याने तिचे शूज घेतले आणि तो ते काळजीपूर्वक निरखू लागला आणि त्यांच्या खराब अवस्थेबद्दल त्याने मला दूषणं दिली.

"तू तिला घेऊन इकडे-तिकडे भटकतेस." तो माझ्यावर खेकसला, "शिवणयंत्राच्या शटलसारखं तिच्या शूजला मी रोज सोल लावावेत, अशी तुझी अपेक्षा आहे की काय?"

प्रेमाची अभिलाषा

माझं मोहम्मदला अगदी त्याच्या खोलीत नाही, पण इतरत्र भेटणं चालूच होतं. पण मग त्यानं एक निरोप पाठवला, ज्याच्याकडे दुर्लक्ष करणं, मला शक्यच नव्हतं. 'माझी अवस्था अगदी दयनीय झाली आहे आणि आता मला प्रत्येक गोष्टीची प्रचंड आसक्ती वाटते आहे. जणूकाही माझ्या आयुष्याचा अंत जवळ आल्यासारखा वाटतो आहे. निदान माझा शेवटचा निरोप घ्यायला म्हणून तरी ये.'

या वेळी मात्र हॅननच्या चिमुकल्या हातातून हमी आणि ताकद घेऊन, आपण डॉक्टरकडे जातो आहोत असं तिला सांगून, मी तिच्यासह मोहम्मदकडे गेले.

मोहम्मदने त्याच्या पत्रात व्यक्त केल्याप्रमाणे 'तू माझी आहेस, हे तुला आवडो ना आवडो...' आम्ही आमचं प्रेम असं सोडू शकत नव्हतो. मी गरोदर राहिले होते. आणि गर्भपात करवून घेतला होता, या माझ्या आयुष्यातल्या वास्तवाबद्दल त्याला काहीच कल्पना नव्हती.

आपल्या अवांच्छित गरोदरपणापासून सुटका मिळवण्यासाठी आसुसलेल्या इतर बायकांप्रमाणे मी इतर कोणालाही माझ्या पाठीवर जोरजोरात मारायला सांगितलं नव्हतं किंवा क्विनाईन टोचून घेतलं नव्हतं, ज्या गर्भपाताच्या अगदी खात्रीलायक पद्धती होत्या. त्याऐवजी मी गुपचूपपणे माझ्या पलंगावरून खाली जमिनीवर उड्या मारत राहिले. अक्षरश: बेशुद्ध पडायची वेळ आली तरीही. मी उड्या मारायची थांबले; मग मी थोडी उकळलेली पार्सली प्यायले. हे सगळं करताना मी माझ्या पोटातल्या बाळाची माफी मागत राहिले.

शेवटी एक दिवशी सकाळी मी जीवघेण्या कळांनी, रक्ताने भिजलेली अशी झोपेतून धडपडत जागी झाले. माझ्या जेमतेम बोटाइतका असणारा मुस्तफा मला दिसला. मी जोरात किंचाळले आणि लगोलग सगळे जण माझ्या मदतीला धावून आले. तो गर्भ पाण्याने भरलेल्या सूपच्या बोलमध्ये कोणी ठेवला, ते काही मला

कळलं नाही. पण एक पातळसर दोरा लटकत असलेला गुलाबी रंगाचा आणि चिमुकला असा तो गर्भ, आम्ही बागेत पुरून टाकण्यापूर्वी एक दिवस तसाच त्या बोलमध्ये ठेवून दिला होता. आमच्या घरातील आणि आजूबाजूच्या सगळ्या मुलांनी त्याला एक नजर पाहून घेतलं होतं.

मी अल्लाची प्रार्थना केली आणि मला माफी देण्याविषयी त्याला विनवलं; माझा असा विश्वास होता की, मुस्तफालाही स्वत:चं असं काहीतरी करून घ्यायचं होतं आणि मी त्याला मदत केली होती. नाहीतर मग दुसरं काय असणार होतं? जेव्हा इतक्या बायका त्यांच्या गरोदरपणापासून सुटका करून घेण्यासाठी प्रयत्न करतात आणि त्यात अपयशी ठरतात? माझ्या झालेल्या या हानीमुळे मी खूपच उदास होते; पण त्यातल्या त्यात माझं मनोधैर्य वाढविणारी एक गोष्ट झाली. ती म्हणजे थोड्याच दिवसांत मला शरीरात पूर्वीसारखी ताकद जाणवू लागली. अगदी मालू म्हणजे लाजाळूच्या झाडासारखी; जे कोणाचा जरासा स्पर्श जरी झाला तरी त्याची पानं मिटून घेऊन खाली लटकतं, पण लागलीच पूर्वीसारखी जोमदार होतं. तरीही इब्राहिमने मला एकटं सोडावं यासाठी अजूनही तब्येत नाजूक असल्याचं, अशक्तपणा असल्याचं भासवत राहिले.

मोहम्मद दुसऱ्याच जगात जगत होता. तो खूपच दु:खात आणि तणावाखाली होता आणि त्याच्या घरचे त्याने मला सोडून द्यावं, यासाठी त्याच्यावर आधीपेक्षाही जास्त दबाव टाकत होते. त्याच्या मोठ्या भावाने तर स्वत:च्या बीबीकडून मला एक पत्रही लिहून पाठवलं होतं. मी माझ्या शेजारणीला, फातमेला ते वाचून दाखवलं, "तू जर खरोखरीच मोहम्मदवर प्रेम करत असशील, तर तू त्याला सोडून द्यायला हवंस. सगळं लक्ष इथे केंद्रित करून अन् स्वत:च्या भविष्याकडे दुर्लक्ष करून तो तुझ्यापायी त्याच्या आयुष्यातील संधी वाया घालवतो आहे."

त्याला काय म्हणायचं होतं, हे मला काही कळलं नाही. मोहम्मदला सरकारी नोकरी होती आणि जरी तो अपुऱ्या पगाराबद्दल तक्रार करायचा तरीसुद्धा तो त्याच्यासाठी उत्तम प्रतीच्या कापडाचा सूट, ज्याची किंमत १४० लिरा होती, विकत घेऊ शकत होता. जसे त्याचे शर्ट उच्च अभिरुचीचे असत. तसेच त्याचे सॉक्स, शूज, रुमाल आणि टाय पण असत. त्याने स्वत:साठी सनग्लासेसही घेतलेले होते. माझ्या घरातल्या कोणीही, कधीच सनग्लासेस घातलेले नव्हते; काळ्या रंगाचा गॉगल आंधळ्या लोकांनी वापरला होता. मी जेव्हा आयुष्यात पहिल्यांदा सनग्लसेस लावले तेव्हा मला पर्वत आणि झाडं प्रणयरम्य अशा केशरी रंगाने चकाकताना दिसली. मोहम्मदकडे खास पक्षी आणि गरुड पाहाण्यासाठी दुर्बीणही होती. तो बऱ्याचदा रेस्टॉरंट, कॅफेमध्ये आणि सिनेमालासुद्धा जात असे. अशा प्रकारचं आयुष्य जगणारे लोक माझ्या माहितीनुसार श्रीमंत आणि फिल्मी सितारेच होते.

मी मनातल्या मनात विचार केला की, सुसंस्कृतपणाच्या बाबतीत त्याचे कुटुंबीय अगदी इब्राहिम आणि माझ्या शौहरसारखेच होते, ज्यांचा प्रेमावर विश्वास नव्हता.

मी जेव्हा त्याच्या भावाला मला पत्र लिहिल्याबद्दल नावं ठेवली, मोहम्मदने त्याची बाजू घेतली. मी तर सर्दच झाले. अचानकच तो माझा शौहर किंवा इब्राहिमसारखा माझ्यातले दोष दाखविणारा झाला होता. बऱ्याचशा क्षुल्लक गोष्टींसाठी तो मला जबाबदार धरत होता, ज्यामुळे त्याला आता मी नकोशी झाले आहे, ही भावना माझ्या मनात आली.

जेव्हा त्याने त्याच्या नशिबाला दोष द्यायला सुरुवात केली, मी त्याच्या निराशेकडे दुर्लक्ष करण्याचा प्रयत्न केला; पण मग त्याने मी नुसतेच त्याला भुरळ घालण्याचे प्रयत्न करते, असा माझ्यावर ठपका ठेवला. त्याच्याबद्दलचं माझं प्रेम व्यक्त करण्यासाठी मी त्याच्या तालावर नाचत होते हे जरी खरं होतं, तरीही हळूहळू माझ्या लक्षात आलं की, त्याला आता एक बीबी हवी होती. त्याचे नुकतेच धुतलेले आणि इस्त्री केलेले कपडे मी छोट्या पिशवीतून काढत असताना त्याचे डोळे लकाकत आणि तो दीर्घ नि:श्वास टाकताना मी त्याला पाहिलं होतं. त्याला हवी असणारी गोष्ट हीच आहे का, असं मी त्याला विचारल्यावर त्याने कबूल केलं की, आता तो एका बीबीसाठी खूपच अधीर झाला होता, जी त्याची ही सगळी कामं करेल.

"पण मग मी तुझे कपडे धुवत नाही का?" मी विचारलं.

"अं, अगदीच तसं नाही." तो उत्तरला.

प्रत्येक सुरुवातीला अंत असतोच ही उक्ती स्वत:ला समजावत, जोपर्यंत तो माझ्याशी पूर्वीसारखा वागत नाही, तोपर्यंत तिथे परत न येण्याचा मी निश्चय केला. पाणी जोखण्यासाठी, त्याची अम्मी अजूनही आमच्या नात्याच्या खिलाफ आहे का असं मी त्याला विचारलं.

"हो, मी शादी करावी आणि मला बालबच्चे व्हावेत, अशी तिची इच्छा आहेच." तो म्हणाला, "बिचारी अम्मी, तिची तबीयत अशी असताना मी तिला नाराजही करू शकत नाही ना."

स्वत:च्या मांडीला चिमटे घेत, आपण वेगळं व्हावं, असं मी त्याला सुचवलं.

"आपण असं कसं करू शकतो?" त्याने चिडून विचारलं, "तू माझ्याबरोबर सावलीसारखी असतेस... आपण दुसऱ्या कोणाला कसं आपलं मानू शकतो?"

मला त्याच्यावर ओरडावंसं वाटलं; पण मी माझे शब्द गिळले. दरवेळेस त्याला भेटायला जाताना मी कोणकोणत्या दिव्यातून जाते, त्याची कदर न केल्याबद्दल मला त्याला दूषणं द्यावीशी वाटली. त्याच्या किल्ल्या टेबलवर ठेवल्या आणि प्रेषितांची आणि सगळ्या शिया इमामांची कसम खाल्ली की परत त्याच्या खोलीत पाय ठेवणार नाही... आणि ते माझ्या भल्यासाठीच असेल, असं स्वत:ला समजावलं.

बस्स झाल्या आता त्या युक्त्या, ते खोटं बोलणं, त्या लबाड्या. त्याला भेटायला जाताना पकडलं जाऊ नये म्हणून कोणाला तरी जबरदस्तीने बरोबर घेऊन जाणं. मी माझ्या दोन्ही मुलींनाही त्यासाठी वापरून घेतलं होतं. त्याच्या खोलीत एखाद्या परागंदा झालेल्या माणसासारखं शिरणं बस्स झालं होतं. बस्स झालं, इब्राहिम आणि माझा शौहर कामावरून घरी परतण्यापूर्वी धावत-पळत घर गाठणं.

मला मोहम्मदचा दृष्टिकोन समजावून देण्यासाठी मरियमने प्रयत्नांची पराकाष्ठा केली; पण मोहम्मदला हे सगळं खरोखरीच संपलेलं हवं आहे का, हे जाणून घेण्यासाठी मी जेमतेम दुसऱ्या दिवशीच्या पहाटेपर्यंत थांबू शकले.

मी नेहमीसारखी त्याच्या खोलीत गेले. या वेळेस माझ्याबरोबर माझा भाऊ कमील होता – ज्याला माझ्या अन् मोहम्मदच्या नात्याबद्दल सगळं काही माहीत होतं... आदल्या दिवशी किल्ल्या तेथेच टाकून आल्याबद्दल मला पश्चात्ताप होत होता. मी तिथे आले आहे, हे दाखवण्यासाठी तिथे खिडकीच्या बाहेरच्या बाजूला मी वाळूचा छोटासा ढीग रचून ठेवला; पण त्याला काहीच प्रतिसाद मिळाला नाही. मग मी दुपारी परत जाऊन तिथेच रस्त्यात आणखी थोडा वेळ रेंगाळत राहिले. तिथे आता बरेच वाळूचे छोटे-मोठे पिरॅमिड तयार झाले होते. पण या सगळ्यांचा काहीच परिणाम झाला नाही.

त्या दिवशी संध्याकाळी अंधार, थकवा, गुंगी, बंद होणाऱ्या पापण्या निर्माण केल्याबद्दल अल्लाचे आभार मानले. मी माझ्या दोन्ही मुलींसाठी खुदाचा शुक्रिया अदा करत, त्या दोघींच्या मध्ये पलंगावर झोपून गेले. परंतु दुसऱ्या दिवशी घड्याळात जसा एकचा ठोका पडला, परत एकदा मी मोहम्मदच्या खोलीबाहेर घुटमळत होते. खिडकीच्या खालच्या बाजूचा कालचा वाळूचा ढीग आज नाहीसा झाला होता, म्हणून मी तिथे दुसरा एक रचून ठेवला. अजून तासाभराने जेव्हा मी परतले तेव्हा पण वाळूचा ढीग तिथे तसाच होता. एकतर तो घरी तरी नव्हता किंवा दुसरं म्हणजे त्याला मला भेटायचं नव्हतं. रस्त्यापलीकडच्या घराच्या गॅलरीतून पाहणाऱ्या एका छोट्या मुलीने मला मी वाळूचं घरटं बांधते आहे का, असं विचारलं. मी तिच्याकडे कानाडोळा केला आणि मग कोणीतरी तिला हाका मारू लागलं. मागे वळून न पाहाताही मला कळलं की, माझ्या पाठीवर रोखलेली जळजळीत नजर तिच्या अम्मीची होती. मग मला जोरात थोबाडीत मारल्याचा आवाज ऐकू आला. ती लहान मुलगी माझ्याशी बोलत होती म्हणून तिला तिच्या अम्मीने मारलं होतं. तिच्या मतानुसार मी एक वाईट चालीची स्त्री होते.

त्याच वेळी मोहम्मदने दार उघडलं. अतीव आनंदानं मला भारून टाकलं आणि सगळी भीती विसरून मी आत पाऊल टाकलं. आमच्या दोघांपैकी कोणीही एकही दिवस एकमेकांपासून राहू शकत नाही असं मी मजेत म्हटलं; तो माझ्याबरोबर

हसण्यात सामील झाला नाही आणि मला एकदम जाणवलं की, त्याच्यात अजिबात ताकद नाहीये. विषादाची एक तीव्र भावना मला जाणवली, कारण अजूनही परत मी स्वत:ला त्याच्यावर लादत होते.

मग त्याने मला बातमी ऐकवली की, बेक्का व्हॅलीतील गांजाच्या उत्पादनाचा बंदोबस्त करण्यासाठी पाठवण्यात येणाऱ्या लोकांच्या यादीत त्याचं नाव आहे. माझं हृदय परत एकदा धडधडायचं थांबलं; तो खरंच मला सोडून चालला होता. आमचं प्रेम कोठे गेलं, हे जाणून घेण्याचा मी आग्रह धरला.

त्याला उत्तर देण्याचा अवसर मिळण्याआधीच मी त्याच्याशी अलंकरिक भाषेत बोलू लागले, जी मी स्वत:ला सुशिक्षित भासवण्यासाठी रेडिओवरून ऐकून आणि सिनेमांमधून आत्मसात केली होती.

'कयामत का दिवस' अगदी जवळ येऊन ठेपला आहे, ज्या दिवशी प्रेमी लोकांचा संयम संपतो. तो दिवस, ज्या दिवशी प्रेमी आपले बाहू पसरतो आणि म्हणतो, "एकतर या क्षणी माझी मेहबूबा इथे येईल, माझा हात धरेल आणि मला मिठी मारेल, जशी मी तिला मिठी मारीन किंवा दुसरी गोष्ट म्हणजे मी तिला माझ्या आयुष्यातून काढून टाकीन. ती म्हणजे जणूकाही माझ्या तोंडातील दाढ आहे, जिच्यावाचून मी जेवू-खाऊ शकत नाही; पण जी दिवस-रात्र मला वेदना देते आहे."

मला हे शब्द वापरताना ऐकून मोहम्मदला रडू कोसळलं; कारण या शब्दांतून मी त्याच्यावर किती प्रेम करते, हे त्याला दिसलं होतं. मी माझ्या शौहरला तलाक देऊन त्याच्याशी शादी करण्याबाबत त्याने मला विनवलं, पण मी माझे कान आणि हृदय दोन्ही बंद करून घेतलं होतं.

त्याचं चुंबन घेण्यासाठी जशी मी पुढे झुकले, त्याने मला बाजूला ढकललं.

"चुंबन म्हणजे वेदनेपासून आराम देणारं एक मलम आहे." तो म्हणाला, "पण फारच कमी वेळाकरता. त्याचा परिणाम जास्त काळ टिकत नाही."

मी त्याला सांगायचा प्रयत्न केला की, एक ना एक दिवस आम्ही शादी करायला स्वतंत्र असू, कारण माझा शौहर मरेलच. एक क्षणभर मोहम्मदला जणू आयुष्याचा अर्थ गवसला. "का?" त्याने मला विचारलं. मी त्याला कधीच कसं सांगितलं नाही की, माझा शौहर असाध्य रोगाने आजारी आहे म्हणून? – "अंहं... नाही." मी म्हटलं, "तो कधीतरी मरेलच कारण तो आपल्यापेक्षा मोठा आहे." मोहम्मद अस्फुट हसला आणि म्हणून मी त्याला म्हटलं की, "त्याऐवजी आपण माझ्या दोन्ही मुली मोठ्या झाल्यावर शादी करू या."

"आणि त्याला किती वेळ लागेल?" त्याने विचारलं.

"दहा वर्षं –" मी उत्तरले.

त्याने माझा चेहरा त्याच्याकडे वळवला. मला सरळ त्याच्या डोळ्यांत बघणं

भाग पडलं. ''आपण सिनेमात आपापल्या भूमिका वठवत नाही आहोत.'' त्याने ठासून सांगितलं, ''आपल्या प्रेमाचं रूपांतर आता निश्चितच शादीमध्ये व्हायला हवं आहे. आपण आता खोटं बोलणं थांबवलं पाहिजे. इथे-तिथे, दोन-चार तास एकत्र घालविणं म्हणजे काही खरंखुरं जगणं नव्हे.'' मी स्वत:लाच फसवीत होते, जसं मी माझ्या आणि मोहम्मदच्या अक्रोडाखाली काढलेल्या फोटोमधून माझ्या दोन्ही मुलींना काढून टाकण्यासाठी दाढी करण्याचं ब्लेड वापरताना फसवलं होतं. त्यांच्या जागी आता आकाशात विहरणाऱ्या ढगांप्रमाणे दोन डाग शिल्लक राहिले होते, ज्यामुळे मी त्यांना माझ्याबरोबर नेलं होतं, हे कोणालाही कळणार नव्हतं.

मोहम्मदने उत्तराचा आग्रह धरला. ''मला त्याची बीबी व्हायचं होतं का?'' जर माझं उत्तर 'हो' असेल, तर मग तो माझ्या शौहरकडून मला तलाक देववणार होता. मी जर 'नाही' म्हटलं तर मग त्याला माहीत होतं की, मी त्याचा वेळ वाया घालवते आहे.

माझ्या शौहरला तलाक द्यायचा? आणि माझ्या मुलींना सोडायचं? इब्राहिमला त्याची मान डोलवताना मी पाहू शकत होते. आजपर्यंतचं त्याचं माझ्याबद्दलचं मत बरोबर होतं की, मी एक प्रतिष्ठा नसलेली किंवा मनाची लाज नसलेली एक चारित्र्यहीन, खोटारडी स्त्री होते. माझ्या डोक्यात आता फक्त अबू हुसेनचे विचार होते, जो मी करत असलेल्या फसवणुकीबाबत अनभिज्ञ होता, धर्माचरण करण्यात समाधानी होता. मी गप्प राहिले म्हणून मोहम्मदने माझ्यासाठी उत्तर दिलं –

''कळलं मला, तुला काय हवं आहे ते.'' तो म्हणाला, ''तू माझ्याशी फक्त प्रणयचेष्टा करण्यात वेळ घालवते आहेस. बाकी काही नाही. ठीक आहे, मला आता माहीत झालं आहे, काय आहे ते.''

कोणालाही सोबत न घेता मी माझी माझीच घरी गेले. जसं आमचं काही अंतरावर असणारं घर अस्पष्ट दिसू लागलं. मला असं वाटलं की, त्याला दोन हात आहेत, जे माझा गळा धरून दाबायला पुढे-पुढे येत आहेत. मला माझ्या समोर फक्त अंधार दिसत होता.

इब्राहिम वाट पाहात होता. मला उशीर झाला आहे हे मला माहीत होतं, पण नक्की किती उशीर झाला आहे, हे मला कळलं नाही. त्याने माझ्या सणसणीत थोबाडीत मारली, मला धरून गदागदा हलवीत मी कोठे गेले होते, याचा जाब विचारला. शेवटी माझा शौहर माझी सुटका करायला आला. अतीव दु:खाने सर्व शक्ती एकवटून मी माझं डोकं भिंतीवर आपटलं आणि एकटीच पलंगावर जाऊन पडले, तेव्हा माझ्या दोन्ही मुली मरियमला चिकटल्या होत्या.

दुसऱ्या दिवशी मी उठले आणि अल्-रॉचेच्या दिशेने निघाले, जी एकाकी झालेल्या प्रेमींची आत्महत्या करायची जागा होती. मी उम्-फौजीचा विचार करत

होते आणि आता मला पूर्णपणे कळून चुकलं होतं की, तीन वर्षांपूर्वी कसं आपल्या मुलींचाही जराही विचार न करता तिने स्वत:चं आयुष्य संपवलं असेल!

उम्-फौजी ही माझी शेजारीण होती, जिला मी माझी शादी टाळण्याच्या हेतूने, मला तिच्या घराच्या पोटमाळ्यावर लपवून ठेवायला सांगितलं होतं. जिला तिच्या इच्छेविरुद्ध हाजीकडून मला पैसे घेऊन द्यायला भाग पाडलं होतं, ज्यातून मी स्वत:साठी स्टॉकिंग्ज घेऊ शकले होते. ती फार क्वचितच घराबाहेर पडायची. ती माझी मैत्रीण होती, मी तिच्याकडे जात असे आणि मी पाहिलेल्या सिनेमाच्या गोष्टी तिला सांगत असे.

ती अबू फौजीची दुसरी बीबी होती, त्याची पहिली बीबी एक मुलगी मागे ठेवून अल्लाला प्यारी झाली होती. ती मुलगी अबू-फौजीबरोबर थोडाच काळ राहिली, कारण नंतर उम्-फौजीचा भाऊ तिच्या प्रेमात पडला आणि त्याने तिच्याशी शादी केली. बरीच वर्षं लोटली; पण त्या मुलीची तिच्या सासूबरोबर – उम्-फौजीच्या अम्मीबरोबर भांडणं चालूच राहिली आणि एकदा जेव्हा तिच्या शौहरने तिला मारण्यासाठी हात उगारला, तिने स्वत:ला रॉकेल ओतून जाळून घेतलं. तिच्या शौहरने तिला वाचवण्याचा प्रयत्न केला, पण ती होरपळून मृत्यू पावली.

अबू फौजीने त्याच्या जावयाला आणि बायकोच्या घरातल्यांना त्याच्या मुलीच्या मृत्यूसाठी जबाबदार धरलं.

प्रेषित मोहम्मदांच्या न्यायानुसार त्याने त्यांच्यासाठी शापवाणी उच्चारली – 'त्यांच्या मुलीही या जगात आणि नंतरही अशाच आगीच्या भक्ष्यस्थानी पडोत.'

त्याची स्वत:ची बीबीही त्यांच्याच मुलींपैकी एक होती, हे तो विसरला होता. त्याने ते शब्द उच्चारल्याक्षणापासून त्याच्या बीबीने त्याला, स्वत:ला मारून घेण्याची धमकी द्यायला सुरुवात केली. दरवेळेस अगदी क्षुल्लक कारणावरून भांडणं झाली, तरीही हे सगळं होतच राहिलं. तिच्या शौहरने तिच्या या धमक्यांकडे दुर्लक्ष केलं, कारण ते दोघंही एकमेकांना आवडत होते आणि त्यांना तीन मुलं होती, जी सौंदर्य आणि सद्‌गुणांचे मूर्तिमंत पुतळे होती.

उम्-फौजीने स्वत:वर रॉकेल ओतून जाळून, पेटवून घेण्याआधी काही मिनिटं मी तिच्या घरी गेले होते. तिच्या घराचं दार सताड उघडं होतं; आमच्या शेजार-पाजारचे कोणीही त्यांच्या घराची दारं लावत नसत. मी तिला सोफ्यावर भिंतीकडे तोंड करून झोपलेलं पाहिलं. तिला झोप लागली आहे, असं वाटून मी हलक्या पावलांनी परत फिरले. मी अजून आमच्या घराच्या जिन्याच्या मध्यावरच पोहोचले होते की, मला तिच्या किंकाळ्या ऐकू आल्या. शेजाऱ्यांनी तिच्या अंगावर ब्लँकेट्स, चादरी आणि डबक्यातील पाणी ओतून आग विझवण्याचा प्रयत्न केला.

तिच्या बैठकीच्या खोलीत, मध्यभागी किंचाळत मी उभी होते. मी स्वत:ला

दोष दिला, "या खुदा! मला पण मारून टाक." मी रडत होते, "मी तुझ्याशी बोलले नाही, तिच्याऐवजी मला जाळून टाक, या खुदा, मला मारून टाक!"

उम्-फौजी असं कसं काय करू शकत होती, जेव्हा तिच्या पदरात तीन मुलं होती? जेव्हा तिला माहीत होतं की, माझं तिच्यावर किती प्रेम आहे ते? कसं केलं तिने हे? त्यानंतर कितीतरी दिवस ती तिच्या भाजल्याच्या वेदनादायी जखमांशी लढत राहिली.

तिच्या नवऱ्याने अल्लाकडे मागितलेली दुवा कुबूल केली गेली होती. केवळ एकच वर्षापूर्वी त्याने ते भयंकर शब्द उच्चारले होते, "त्यांच्या मुलीही या जगात आणि नंतरही आगीच्या भक्ष्यस्थानी पडोत." उम्-फौजी मरणासन्न स्थितीत पडलेली होती, जमिनीवर चकाकणाऱ्या डांबरासारखी. तिच्या विखुरलेल्या केसांचे अवशेष मी गोळा केले, त्यांचा एक झुबका करता करता मी रडत होते. स्वत:ला मी कसम दिली की मी ते केस दमास्कसला सिटझिनबच्या पवित्र स्थळी घेऊन जाईन.

लोकांची दुवा अशा रीतीने कुबूल केली जाते का? मोहम्मदने मला सोडावं किंवा मी मरावं यासाठी कोणी दुवा मागत होतं का?

निराशा आणि अतीव दु:खाने माझा ताबा घेतला होता. ते माझा डावा आणि उजवा पाय असे झाले होते. मला ठाम व्हायला लावत होते आणि मला माझ्यासाठी आवश्यक ती तर्कसंगती आणि इच्छा पुरवीत होते. मी हमरस्ता सोडला आणि समुद्रावर येणाऱ्या एका सुळक्यापाशी येईपर्यंत चालतच राहिले. मी स्वत:ला उम्-फौजीसारखं आणि लेबनानमधल्या त्या वेळच्या काही स्त्रियांप्रमाणे जाळून घेणार नव्हते. मला असं भाजल्याच्या जखमा अंगावर घेऊन मरायचं नव्हतं किंवा त्यातून वाचलेच, तर माझ्या त्या आलेल्या अपयशाच्या खुणा अंगावर वागवत जगायचं नव्हतं. आत्महत्या करून मला त्यातून एक भलंमोठं प्रकरण तयार व्हायला हवं होतं, ज्यामुळे लोकांनी इब्राहिमकडे बोटं दाखवली असती आणि त्याला जबाबदार धरलं असतं. मला मरायचं होतं, कारण मला मोकळं व्हायचं होतं. माझा मृत्यू घरच्यांना शरमिंदं करू शकला असता; यातच माझं सगळं धैर्य एकवटलं होतं. अगदी उम्-फौजीप्रमाणे, जिने आत्महत्या करून स्वत:च्याच शौहरचा बदला घेतला होता.

अन् मग मोहम्मदचं काय? त्याला समजून चुकलं असतं की, शेवटी मी हार मानली. माझी सगळी ताकद खर्ची पडली होती. ताकद त्याच्याबरोबर किंवा त्याच्याशिवाय जगण्याची, ताकद माझ्या मुलींसोबत किंवा त्यांच्याशिवाय जगण्याची. माझं त्याच्यासाठीचं प्रेम कधीच थिजणार नव्हतं. ते जणूकाही एखादा झंझावात होतं; असं काहीतरी, जे मी कधीच थोपवू शकले नाही.

मी खाली उसळणाऱ्या, गर्जणाऱ्या लाटांकडे पाहिलं आणि त्यांना एकटक

निरखत राहिले. असं वाटलं की, जणूकाही समुद्र मला बोलावतो आहे. तितक्यात एक हात माझ्या पाठीवर पडला आणि त्याने मला मागे खेचलं. अजूनच निःशब्द, समुद्राच्या लाटांचा आवाज ऐकत, स्वतःच्या घामाने भिजलेली मी वळले. एक तरुण मला न्याहाळत होता. त्याने मला त्या खडकावरून बाजूला केलं आणि मी जरी आता माझं मत बदललं आहे आणि आत्महत्या करायची माझी काही इच्छा राहिली नाही, असं सांगितलं तरीही माझ्यासोबत घरापर्यंत येण्याचा आग्रह त्याने धरला. मी परोपरीने विनवूनही तो बधला नाही. मी खुदाची आणि प्रेषितांचीही कसम घेतली, पण त्याचा काही उपयोग झाला नाही. सरतेशेवटी मी त्याच्यासमोर कबूल केलं की, स्वतःच्या मृत्यूपेक्षाही मी आत्महत्या करायचा प्रयत्न केला हे माझ्या भावाला कळेल, याची मला जास्त भीती वाटते. मी माझे केस काळ्या स्कार्फने घट्ट बांधले. कपडे ठीक-ठाक केले अन् मी पळायला सुरुवात केली. जणूकाही मला म्हणायचं होतं की, आयुष्य किती सुंदर आहे हे मला तुला दाखवू देत. मी माझं मस्तक आसमानाच्या दिशेने उंचावलं. मी खुदाचा शुक्रिया अदा केला की, मी बैरुतमध्ये होते. गडबड-गोंधळाच्या बैरुतमध्ये; आणि कोणालाही माझ्या या मूर्खपणाविषयी कळलं नव्हतं.

रेशमाची दरी

लवकरच मला मोहम्मदची बहीण, मिस्कीहकडून समजलं की, त्याची शादी पक्की झाली आहे. मी पाहिलेल्या सिनेमांमुळे त्याचं लग्न करण्याचं कारण समजून घेण्यास मला मदत झाली. मी त्याची बीबी बनू शकते, ही आशा त्याने सोडून दिली होती. आणि आता तो स्वत:च भविष्य घडवण्यासाठी, बालबच्चे होण्यासाठी उत्सुक होता. या तत्त्वज्ञानाने मला थोडा वेळ शांत केलं; पण नंतर मात्र राग आणि मत्सराने माझा ताबा घेतला आणि त्यामुळे त्याच्या वाग्दत्त वधूला भेटायचा मी निश्चय केला. मिस्कीहने मला तिची वेळ सांगितली, जेव्हा ती मोहम्मदच्या घरावरून जाताना मला तिची झलक दिसू शकली असती. ज्या क्षणी मी तिला पाहिलं, मी शांतपणे प्रार्थना केली, 'या खुदा, मला माझ्या लढाईत मदत केल्याबद्दल मी तुझी शुक्रगुजार आहे!' त्याच्या वाग्दत्त वधूला सौंदर्याच्या बाबतीत किंवा फॅशनच्या बाबतीत माझ्या नखाचीही सर नव्हती. मी हे नक्कीच सांगू शकत होते की, ती कधीही सिनेमाला गेली नव्हती, ती गातही नसणार आणि तिने निश्चितच कधीही कोणाबरोबर प्रेमाचे चाळे केलेले नव्हते. माझ्या मनात दुसरा विचार आला की, मी मिळावी अशी मोहम्मदची लायकीच नव्हती. जर त्याची लायकी असती, तर तो मग अशा स्त्रीशी शादी करण्याचा विचारच कसा करू शकला?

मोहम्मद त्याच्या नव्याने नेमणूक झालेल्या 'सिल्क व्हॅली'ला, जो सिरियाच्या सीमेलगत स्मगलर्सनी बुजबुजलेला एक निर्जन भाग होता, जाण्यापूर्वी आम्ही एकदा शेवटचे भेटलो होतो. पोस्टाची तिकिटं लावलेली, पत्ता लिहिलेली पाच पाकिटं त्याने माझ्या हातात ठेवली. मी कशी आहे, हे त्याला समजावं यासाठी त्याला नियमित पत्र लिहिण्याचं मला त्याला वचन द्यावं लागलं. आमच्या घराच्या समोरच्या रस्त्यावर, जिथे सैन्यातील एक प्रमुख अधिकारी राहत असे, त्या रस्त्यावरच्या पत्राच्या पेटीमध्ये टाकायचं होतं, त्यामुळे माझी पत्रं त्याच्यापर्यंत लगेचच पोहोचणार

होती. त्याने जेव्हा मला ती पाकिटं दिली, माझ्या लक्षात आलं की, त्याला माझ्याशी संपर्क ठेवायचा होता.

पुन्हा एकदा आम्ही त्याने मला लिहायला आणि वाचायला शिकवण्याचं, त्याचं वचन मनावर न घेतल्याबद्दल पश्चात्ताप व्यक्त केला. आमचा वेळ दवडल्याबद्दल आम्ही तो दोष एकमेकांमध्ये वाटून घेतला.

तो गेल्यानंतर आठवड्याच्या आतच मी फातमेला माझ्या पहिल्या पत्राचा मजकूर सांगितला. मी पत्रात त्याला सांगितलं की, गुलाबाची उमललेली फुलं पाहाताना, त्याच्या घरावरून जाताना दरवेळेस मला त्याची आठवण येते. त्याची अर्धवट उघडलेली खिडकी पाहाण्यासाठी माझा जीव कसा कासावीस होतो; कारण म्हणजे मग मी त्याच्याकडे जाऊ शकत होते. मी ते पत्र 'तूच माझ्या मनी वसे, जगणे तुजविण शक्य नसे,' या गाण्याच्या ओळी लिहून बंद केलं.

मिस्कीहमार्फत मला परत पत्र आलं आणि फातमेने मला ते वाचून दाखवलं. त्याने उम्म-कुलथमचे गाणं लिहून पाठवलं –

लिही काही मला आणि समजावून सांग मला,
हृदयाबद्दल आणि त्याच्या भलत्याच भावनिक गुंत्याबद्दल
तुझ्या नसण्याबद्दल; किती दिवस?
पुरे झाल्या यातना; तुझी असण्याचा परिणाम
किती परकेपणा आणि ही तुझीच मर्जी
लिही मला वेळ, जेव्हा आपण भेटू कदाचित,
लिही मला सकाळी आणि संध्याकाळी

दुसऱ्या पानावर आणखी काय लिहिलं आहे, असं मी विचारलं तेव्हा फातमेने वाचून दाखवलं; गीतकार – बेयरम-अल्-तुनिसी आणि संगीतकार – झकारिया अहमद. त्या गाण्यापेक्षाही मोहम्मदने त्याची माहिती पण लिहिली, ही गोष्ट माझ्या मनाला जास्त स्पर्शून गेली.

मोहम्मदची पत्रं वाचताना फातमेला मिळालेला आनंद माझ्या लक्षात आला होता. आम्ही कॉफी पीत आणि सिगारेटचे भरभरून कश मारत, या कट-कारस्थानाच्या वातावरणाचा आनंद घेतला. वाचता-वाचता तिच्या डोळ्यांत अश्रूंची विहीर झाली होती.

चांगल्या आयुष्यासाठी शकुनादाखल, लाकडी टेबलवर बोटं आपटत ती म्हणाली, ''किंचितही मत्सर न वाटता मी तुला हे सांगते आहे की, माणसं राहणारी ही अख्खी पृथ्वी धुंडाळलीस, तरी तुला याच्यासारखा दुसरा पुरुष मिळणार नाही.'' 'अशी व्यक्ती जी त्याच्यासारखी तुझी पूजा करेल,' हे वाक्य ती त्यात जोडेल, असं

मला वाटलं होतं; पण त्याऐवजी ती म्हणाली, ''एक असा पुरुष, जो इतका सभ्य आहे. एखादा ठकसेन किंवा लंपट नव्हे.''

तिला काय म्हणायचं होतं, ते मला कळलं होतं. मी पदरात दोन मुली असलेली एक शादीशुदा औरत होते आणि काही पुरुष, जे एकाच विशिष्ट हेतूने अशा शादीशुदा स्त्रियांकडे आकर्षित होतात. मोहम्मदला आणि मला एकमेकांबद्दल वाटणारं प्रेम या सगळ्यांपेक्षा खूपच वेगळं होतं.

फातमे त्याच दिवशी माझ्या वतीने मोहम्मदला पत्र लिहू शकली नाही. अंधार पडला होता आणि दक्षिणेतून तिला भेटायला आलेला भाऊ आता परत घरी येईल तेव्हा त्याला ती प्रेमपत्र लिहायला बसलेली दिसेल, अशी तिला भीती वाटत होती. मग मला माझ्या मुलीची मदत घेण्याचा पर्याय निवडावा लागला. कपड्यांच्या खिशात कागद आणि पेन्सिल लपवून तिला स्वत:बरोबर बाथरूममध्ये घेऊन जावं लागलं. तिला समोर बसवून मी तिला पत्र सांगून तिच्याकडून लिहून घेतलं. मी सांगितलेला शब्द लिहिताना परत तिच्या तोंडून ऐकत, तिच्या बालिश हातातून उमटणारी अक्षरं मी पाहात राहिले.

'कमिला, हे तू काय करते आहेस? तुझ्या आठ वर्षांच्या मुलीला तुझं प्रेमपत्र लिहायला सांगते आहेस?'

पण तिला मोहम्मद खूप आवडत होता. तो गल्लीच्या तोंडाशी दिसण्याची ती वाट पाहायची, जिथे तो माझी वाट पाहात असायचा. जेव्हा-जेव्हा तो तिला भेटे, तेव्हा तो तिला एखादी छोटीशी गुलाबी रंगाची रबरी बाहुली किंवा लाकडी काळवीट द्यायचा. तिला मोहम्मदला आमच्या शेजारी किंवा भामदाऊला पाहायची सवय होती. आम्ही जेव्हा भटकायला, फेरफटका मारायला जायचो तेव्हा आम्ही एकमेकांसाठी म्हटलेली गाणी ती ऐकायची. तो एक 'मोठ्ठं गुपित' आहे, हे तिला माहीत होतं. तिचं तिच्या अब्बूंवर प्रेम होतं, तरीही माझ्याबद्दलच्या प्रेमापोटी तिने ते गुपित स्वत:जवळच ठेवलं होतं. ती पत्र लिहीत असताना असं काही महत्त्वाचं काम करून दाखविल्याबद्दल तिला वाटणारा अभिमान आणि कामगिरी फत्ते केल्याची तिची भावना मला कळत होती. एकदाचं ते पत्र लिहून झाल्यावर मी ते घडी घालून माझ्या ब्रामध्ये ठेवलं.

पत्र असं होतं –

'प्रिय मोहम्मद,
मी तुझ्यावर खूप प्रेम करते. तू जिथे जाशील तिथे मी तुझ्या पाठोपाठ येईन. हे माझ्या आत्म्याच्या प्रेमा, तू खूश राहाणं इतकंच मला हवं आहे. तुला भेटायची आत्ता मला तीव्र इच्छा आहे आणि तुझ्यासाठी भीती पण वाटते

आहे. मी माझ्या प्रेमाचं काय करू? मला तू इथे हवा आहेस, अगदी माझ्याजवळ. तुझं इतकं लांब असणं हा तर छळच आहे. तुझं माझ्यावर प्रेम आहे हे तुझी चुंबनं मला सांगतात; पण मग तू मला का सोडून गेलास? माझ्या प्रिय प्रियतमा, जेव्हा तू माझ्याजवळ असतोस, तेव्हा तू माझी समजूत घालतोस. तू इथे माझ्याजवळ परत ये! त्याच्याकडे पंख हलवीत उडत जाणाऱ्या पत्रा, खुद्द प्रेषितांची कसम घेऊन मला वचन दे की, तू त्याला माझा सलाम पोहोचवशील. त्याच्याकडे पंख हलवीत जाणाऱ्या हे पत्रा, लवकरच तू माझ्या प्रियकराच्या हातात असशील.'

मला खूपच कंटाळा आला. विशेषतः दुपारी, जेव्हा एरवी मी मोहम्मदबरोबर असायची. पण इब्राहिमला संशय येऊ द्यायचा नाही, असा मी निश्चय केलेला असल्यामुळे जेव्हा मला सोबत करणाऱ्या इतर बायका नेहमीप्रमाणे आल्या, मी बाहेर पडले. मोहम्मद दूर गेलेला असल्याने मला कुठेच जायचं नव्हतं. त्यामुळे घरी येण्यापूर्वी मी इकडे-तिकडे निरुद्देश भटकत बसायची. एखाद्या दिवशी बसमध्ये बसून मोहम्मदला भेटून यावं असा मला मोह व्हायचा; पण इब्राहिमने मला नुकतीच बरीच मोकळीक दिली होती, आणि मला तिची परीक्षा घेऊन बघायची नव्हती.

असेच महिने गेले. मोहम्मद सुट्टीमध्ये बैरुतला आला आणि त्याने माझ्याजवळ कबूल केलं की, त्यानं त्याची पक्की केलेली शादी मोडायचं ठरवलं आहे. त्याच्या होणाऱ्या बीबीने, तो तिच्याकडे करत असलेल्या दुर्लक्षाबद्दल तीव्र नापसंती व्यक्त केली होती आणि त्याचं अजूनही माझ्यावर प्रेम असल्याचा आरोप केला होता. हे असं होणं मला अपेक्षित होतंच; काही लोकांच्या बाबतीत शादी, बालबच्चे ही फक्त औपचारिकता असते; पण ती मोहम्मदसारख्यांसाठी नसते. आमचं नातं पुन्हा एकदा दृढ झाल्याबद्दल मी खुदाचे आभार मानले आणि वचन दिलं की, माझ्या खोटेपणाची आणि लबाडीची भरपाई करण्यासाठी मी दुप्पट रोजे आणि प्रार्थना करेन.

शौहरचं दिवाळं...

मोहम्मद सिल्क व्हॅलीहून परत आल्याला पाच महिने होऊन गेले होते. विरहाने आमचं प्रेम आणखीन दृढ केलं होतं.

एका सकाळी इब्राहिमने माझ्याकडे बघत उपहासाने मान हलवली. ''हे म्हणजे असं आहे की, परिस्थिती किती वाईट झाली आहे, हे तुझ्या अजूनही लक्षात आलेलं नाहीये.'' तो म्हणाला, ''तू नुसती च्युईंगम चघळत असतेस आणि बाहेर भटकायला जाऊ का ते विचारतेस.'' खदिजाकडून मी ऐकलं होतं की, अबू हुसेनला त्याच्या दुकानात बरंच नुकसान होतं आहे; पण मी इकडे-तिकडे फारसं लक्ष दिलेलं नव्हतं. निदान घरात तरी अजून काही बदल झालेला नव्हता. हाजी अजूनही मांस, भाज्या, तांदूळ आणि व्हाइट ब्रेड पुरवीत होता. घर नातेवाइकांनी गजबजलेलं होतं. तसंही मी जरी हाजीला याबद्दल काही विचारलं असतं, तरी त्याने मला विश्वासात घेऊन काहीच सांगितलं नसतं. आम्ही इतर शादीशुदा मियाँ-बिबीसारखे नव्हतो. आम्ही दोन वेगवेगळ्या स्वतंत्र व्यक्ती होतो, ज्या योगायोगाने एकाच घरात राहत होत्या. स्वतंत्रपणे आयुष्य जगत होत्या.

लवकरच परिस्थिती स्पष्ट झाली. माझ्या शौहरच्या धंद्यातील भागीदाराने दावा केला की, त्याने धंद्यातील नफ्याच्या काही पैशांचे स्टॉक एक्स्चेंज शेअर्स हाजीला त्याबद्दल काहीच न सांगता घेतले होते. शेअर्सच्या किमती अचानक भयानक रीतीने कोसळल्या होत्या. त्याने खूप मोठी रक्कम स्टॉकमध्ये गुंतवली होती आणि आता व्याज द्यायला आणि पैसे परत करायला त्यांच्याकडे पैसे नव्हते. त्या भागीदाराने धंदा तारायला म्हणून थोडी जमीन विकायची ठरवली होती आणि माझ्या शौहरलाही त्याच्याकडे विकण्यासाठी काही थोडीफार जमीन आहे का, असं विचारलं होतं. या परिस्थितीमुळे माझा शौहर गोंधळून गेला होता. आपला भागीदार आपल्याशी समोरासमोर न बोलता, वकिलांमार्फत का बोलतो आहे, हे त्याला समजेनासं झालं

होतं. तसंच त्याच्याकडे विकायला जमीनही नव्हती. म्हणून मग त्याऐवजी त्याने आमच्याकडचे अतिशय महागडे असे पर्शियन गालिचे विकायचं मान्य केलं, जे त्याने त्यांच्या अप्रतिम कलाकुसरीसाठी नव्हे, तर त्यांच्या टिकाऊपणासाठी विकत घेतले होते. नंतर त्याला आमचं उंची फर्निचरही विकावं लागलं. डोळ्यांत पाणी आणून त्याने मला माझे दागिने द्यायला सांगितले. त्याला ते देताना मलाही खूप रडू आलं. मी माझ्या सर्पाकृती बाजूबंदांसाठी, दबाबांसारख्या (सैन्याच्या रणगाड्यांसारख्या) दिसणाऱ्या माझ्या ब्रेसलेटसाठी आणि दुसऱ्या एका ब्रेसलेटसाठी, ज्यामध्ये इंग्लंडच्या राणीची मुद्रा, जिला आम्ही ऑटोमन लिरा म्हणत असू, लटकवलेली होती. मी खूप रडले. मला माझ्या हातातील दहा पट्टे, हाताला साबण लावून सैल करून उतरवावे लागले, जणूकाही त्यांनाही मला सोडून जायचं नव्हतं. त्या वेळी पूर्ण घर माझ्याभोवती जमलं होतं. थोड्या अंतरावरून जेव्हा त्यांची किणकिण ऐकू आली मला जास्तच जोरात हुंदके आले.

'टिअर्स ऑफ लव्ह'मधल्या नवलसारखीच मी मला पाहात नव्हते का? मी पण तिच्यासारखेच माझे दागिने उतरवून माझ्या शौहरला देऊ केले होते. त्यांचा होणारा उपयोग हाच काय तो त्यातला फरक होता. तिच्या शौहरने ते दागिने जुगारात लावायला घेतले होते आणि सर्व काही गमावून बसला होता; माझ्या शौहरला माझे दागिने त्याचा बुडणारा धंदा तारायला हवे होते.

मी जेव्हा-जेव्हा माझ्या शौहरला त्याच्या दुकानातील कटिंगच्या लांबलचक टेबलाच्या मागे हातात भलीमोठी कात्री घेऊन बसलेला बघत असे, तेव्हा ती कात्री मिचमिच्या डोळ्यांच्या, किडकिडीत अंगकाठी असणाऱ्या त्याच्या छोट्या हातात किती विसंगत दिसते, असा विचार मनात चमकून जात असे. इंग्लिश, फ्रेंच आणि इटालियन कापडांचे शेकडो तागे असणाऱ्या त्याच्या गुहेसारख्या गोदामात त्याची मूर्ती अक्षरश: अदृश्य होऊन जात असे. माझ्या डोळ्यांसमोर एक अनाथ मुलगा उभा राहत असे, जो बैरुतला आला होता, ज्या मौलवींनी त्याला लहानाचा मोठा केला होता, त्यांनी शिकविल्याप्रमाणे सरळ आणि छोट्याशा मार्गाने व्यवसाय करत होता. त्यानं त्याचं शहरातील आयुष्य झापडं लावलेल्या घोड्यासारखं व्यतीत केलं होतं. तो इतका लाजाळू होता की, त्याने पाहिलेलं बैरुत म्हणजे त्याच्या पायाखालच्या जमिनीइतकंच होतं.

माझ्या शौहरच्या व्यवसायातील भागीदार त्याच्या एकदम विरुद्ध होता, ज्याचा आवाज खूप मोठा आणि हसणं गडगडाटी होतं. एकामागून एक विनोद करायचा. खरं तर मी जेव्हा त्याच्या कॉफीचा रिकामा कप आणि त्याच्या ॲश ट्रेमधील सिगारेटची थोटकं बघत असे, तेव्हा माझ्या शौहरनेही अशाच प्रकारे बेधुंदपणे आयुष्य जगावं, असं मला वाटत असे.

भागीदाराच्या वकिलाने पुन्हा हाजीला भेटून त्याने दिलेले पैसे त्याचा दुकानावरील निम्मी मालकी ठेवण्यासाठी पुरेसे नाहीत, हे सांगेपर्यंत बरेचसे आठवडे उलटले होते. भागीदाराने त्याच्या मालकीची सगळी जमीन विकून ते दुकान वाचवल्याचा दावा त्याच्या वकिलाने केला. आता त्याला दुकानाच्या हस्तांतरणाच्या कागदांवर सही करण्यासाठी अबू हुसेनची गरज भासली होती. मी माझ्या शौहरला विचारलं की, भागीदार जर आपलं फर्निचर, पर्शियन गालिचे आणि माझे दागिने परत करत नाहीये, तर मग तो भागीदाराला संपूर्ण मालकी द्यायला कसा तयार झाला? पण तो याबाबतीत माझ्याशी काहीच बोलला नाही. ते काही विचारण्याचा मला जसा काही अधिकारच नव्हता.

ती बातमी सगळ्या रस्ताभर झाली. दुकानदारांनी त्यांचा माल विकताना, "लोक हो! आता आमच्याकडे उत्तम अत्तर आहे किंवा अल्-सुदानचा साबण घेणार का?" असं ओरडायला सुरुवात केली. त्यातच त्यांनी भर घातली, "ताजी बातमी ऐकलीत का? – हाजी अल्-शेखला 'शेर'ने गिळलं!" (माझ्या शौहरच्या भागीदाराचा परिवार 'शेर' नावाने ओळखला जात होता.)

खरं तर हाजीला त्याच्या नकळत त्याच्या भागीदाराने टप्प्याटप्प्याने गिळलं होतं. काही वर्षांपूर्वी कमीलला – माझ्या भावाला दुकानात लपवून ठेवलेले थोडे पैसे सापडले होते. संशय आल्यामुळे त्याने ते पैसे लागलीच हाजीला दिले होते, पण तेव्हा भागीदाराबद्दल शंका घ्यायच्याऐवजी, माझ्या शौहरने एकही प्रश्न न विचारता ते पैसे त्याला देऊन टाकले होते. असा माझा शौहर होता; अगदी क्षुल्लक असल्या तरी सवयीनुसार आमच्या प्रत्येक गोष्टीत नाक खुपसणारा, आणि व्यवसायात भागीदाराला एकही प्रश्न न विचारता, आंधळा विश्वास टाकून पैसे गुंतवणारा.

एका नावाजलेल्या वकिलाने माझ्या शौहरचं वकीलपत्र घेण्याची इच्छा दर्शवली; पण हाजीने त्याला वाटेला लावलं.

"खुदाच सगळ्यात मोठा वकील आहे," त्याने ठामपणे सांगितलं. तो त्याच्या नमाज पढायच्या चटईवर बसला आणि खुदाची तारीफ करू लागला. रडून आणि नमाज पढून होईपर्यंत त्याचे डोळे टोमॅटोसारखे लालबुंद गोळे झाले होते आणि कपाळावर खोलवर वळ उठले होते.

मला पण त्याच्यासाठी रडू आलं. पण आतल्या आत मी संतापाने खदखदत होते. त्या वकिलाने त्याला वाचवण्यासाठी देऊ केलेली मदत स्वीकारायच्या ऐवजी हाजी त्याच्या चटईवर बसून पुढे झुकला आणि गप्प बसला.

याबाबतीत त्याला काही कारवाई करायला सांगण्याचे इतक्यांदा निष्फळ प्रयत्न केले की, त्याला पार 'कायर' म्हणण्यापर्यंत माझी मजल गेली. मी जरी अजूनही सॉक-सरसॉकमधील दुकानाच्या मालकाची बायको असल्याच्या थाटात वावरत

होते, तरी आमच्या ऱ्हासाची बातमी हळूहळू बैरुतमध्ये पसरलीच. दक्षिणेतील परिवारापर्यंत आणि शेवटी मोहम्मदपर्यंतही.

या सगळ्या परिस्थितीबद्दल त्याला अंधारात ठेवल्याबद्दल मोहम्मदने मला दोष दिला. त्याने मला जवळ घेतलं आणि मिठी मारली.

"तुझ्या लक्षात आलं असेल, हो ना?" तो म्हणाला, "हे सर्व घडणं म्हणजे तुला तलाक मिळून माझ्याशी शादी करणं शक्य होईल, याची हमी देण्याची अल्लाची एक पद्धत आहे."

तो इतका संधिसाधूपणा करू शकेल, यावर माझा विश्वास बसला नाही. मी त्याला तसं म्हटलंही नाही; पण तो म्हणाला की, त्याला या पद्धतीने विचार करण्याबद्दल दोषी ठरवणं योग्य नाही. परिस्थिती अगदी अचानक आमच्यावर मेहेरबान झाली होती. कोठेही काहीही कमी-जास्त नाही. आम्ही एकत्र घालवलेली अकरा वर्षं ही एक वेळ घालवण्यासाठी आणि स्वत:ची कमरणूक करवून घेण्यासाठी होती आणि मी कशी त्याचं भविष्य खराब करते आहे, हे सगळं मला पुन्हा त्याच्याकडून ऐकायचं नव्हतं. मी त्याच्याकडून या सगळ्यावर पुन्हा एकदा विचार करण्यासाठी आणखी थोडा वेळ मागून घेतला.

दु:खाची एक दाट छाया सगळ्या घरावर पसरली होती. माझ्या शौहरचे नातेवाईक, जे इतकी वर्षं आमच्याबरोबर राहत होते, आपापल्या वाटेने निघून गेले. नमाज पढायच्या तीन चटया सोडल्यास बाकी सगळी जमीन उघडीच होती. त्या भयंकर परिस्थितीने आम्हाला चिमट्यात आवळून धरलं होतं. सकाळच्या कॉफी पार्टीचे विचार, माझ्या हातातल्या सोन्याच्या ब्रेसलेटची किणकिण आणि भामदाऊमधील उन्हाळा अक्षरश: एका क्षणात नाहीसे झाले होते.

माझ्या भाच्यांची आयुष्यंही एका रात्रीत बदलली होती. हाजीने त्यांच्यासाठी दोन छोट्या लाकडी टपऱ्या घेतल्या होत्या आणि त्यांनी बाजारात दोरे आणि शिवणाचं इतर सामान विकायला सुरुवात केली होती. अठरा वर्षांचा हुसेन, जेव्हा कधी त्याच्या शाळेतला एखादा विद्यार्थी किंवा त्याचा मित्र दुरूनही येताना पाही, तो त्याची टपरी सोडून दुसरीकडे लपून बसत असे. एव्हाना तो 'पॉप्युलर पार्टी ऑफ ग्रेटर सिरीया'[१९] या पक्षात सामील झाला होता. त्याने आमच्या घरामध्ये त्या पक्षाच्या स्थापनकर्त्याचं तैलचित्र आणि पक्षाचं चिन्ह टांगलेलं होतं. सरकार त्या

---

१९. पॉप्युलर पार्टी ऑफ सिरीया : या पक्षाची स्थापना अंतेन सादेह यांनी केली, ज्यांनी ग्रेटर सिरिया स्टेटला पाठिंबा दिला होता. जे 'फर्टाईल क्रिसेन्ट' नावाने ओळखलं जाणार होतं, ज्यामध्ये सिरिया, लेबनान, जॉर्डन आणि इस्रायलचा समावेश आहे.

पक्षाच्या नेत्यांच्या आणि त्या पक्षाच्या तत्त्वांच्या विरोधात होतं. म्हणून माझ्या भाच्याला त्या पक्षाचा राजीनामा द्यायला मी सांगावं म्हणून मोहम्मद माझ्या मागे लागला होता.

तो भागीदार परतला आणि त्याने त्याच्या भावाबरोबरच्या भागीदारीत नवीन नावाने दुकान उघडलं. हाजीने आमच्यासाठी म्हणून महिन्याच्या पगाराच्या बोलीवर त्याच्याकडे नोकरी मागितली. अपमान टाळून हाजी त्याची प्रतिष्ठा कशी टिकविणार होता, हे मला कळतच नव्हतं. तो भागीदार त्याला कामावर ठेवायला तयार झाला आणि त्याच्या भावाने कसलाही आदर, पत्रास न ठेवता त्याच्याशी वागणं सुरू केलं. सहन होईनासे होईपर्यंत हाजी तेथेच चिकटून राहिला. एक दिवस त्याने आपल्या गळ्याभोवतीचा टेप हुसकून काढून त्या भावाच्या अंगावर फेकला आणि दुकानाला कायमचा रामराम ठोकला.

त्याने मग आधीच्या दुकानापासून काही मीटर अंतरावर असणारा एक स्टॅन्ड विकत घेतला. रोज सकाळी तो जणूकाही घडलंच नाही, अशा अभिनिवेशात त्या जुन्या परिसरातून भागीदाराला सलाम-आलेकुम म्हणत, सगळ्या गोष्टींसाठी अल्लाला शुक्रिया करत जायचा. तो स्टॅन्ड एका मोठ्या दुकानाला लागून होता, ज्याच्या मालकाला माझा शौहर किती प्रामाणिक आणि यशस्वी उद्योजक आहे, हे माहीत होतं. त्यामुळे त्याने हाजीला तिथे राहू दिलं. गळ्याभोवती टेप नसलेली आणि छोट्याशा हातात भलीमोठी कात्री नसलेली त्याची मूर्ती, त्याच्या त्या मध्यम आकाराच्या स्टॅन्डवरील सुती चड्ड्या, मोजे आणि इतर वस्तू विकताना पाहून त्याच्या जुन्या ओळखीच्या लोकांना वाईट वाटे.

उन्हाळा आला. भामदाऊला जाण्याऐवजी आम्ही गाद्या, चादरी आणि मच्छरदाण्या घराच्या गच्चीवर हलवल्या. तिथे उघड्या हवेत झोपून बैरुतच्या गुदमरवून टाकणाऱ्या उष्म्यापासून आम्ही स्वत:ला वाचवू लागलो. आमच्या या नवीन उन्हाळी निवासाचं नामकरण आम्ही 'भामदाऊ छत' असं केलं.

कुटुंबावर कोसळलेल्या या आपत्तीचे काही फायदेही होते. घरातला लहानथोर, प्रत्येक जण आमच्या या दुर्दैवाने ग्रासलेला होता. त्याचा अर्थ असा की, त्यामुळे त्यांचं माझ्यावरचं लक्ष कमी झालं आणि मला बऱ्याचदा मोहम्मदबरोबर जायला मोकळीक मिळू लागली. जसं आमचं नातं पूर्वीसारखं सुरू झालं, त्याने परत आधीच्याच गोष्टींचा बाऊ करायला सुरुवात केली. मला पाहून तो नेहमीच खूश व्हायचा आणि 'फ्रस्ट्रेशन' (हा शब्द मी त्याच्याकडूनच शिकले होते.) विसरायचा; पण जशी माझी निघायची वेळ व्हायची, तो परत कुरकुर करायला सुरुवात करायचा. मी त्याच्या वाईट मानसिक अवस्थेला तोंड देऊ शकायची नाही किंवा तो जेव्हा त्याच्या वाईट मानसिक अवस्थेबद्दल मला दोषी ठरवायचा तेव्हा मी स्वत:ची

बाजू मांडू शकायची नाही. त्याचा भडका उडायला अगदी क्षुल्लक कारणंही पुरायची, जसा एखादा सुखान्त सिनेमा पाहिल्यावर... आम्ही रबीहा (Rabihah) हा सिनेमा पाहायला गेलो होतो, जो एका बदायुनी स्त्रीबद्दल होता. ती शहरातील एका तरुणाला भेटते, ज्याने राजपुत्राबरोबर आणि त्याच्या सेवकांबरोबर शिकारीत भाग घेतलेला असतो. त्या तरुणाचा घोडा आपल्या स्वाराला पाठीवरून खाली फेकतो; पण शिकारीवर आलेल्या पथकामधील कोणाच्याही लक्षात ही बाब येत नाही. रबीहा त्याच्या मदतीला धावते. ते एकमेकांच्या प्रेमात पडतात; पण जेव्हा तिच्या घरच्यांना तो शहरातील आहे, हे कळतं तेव्हा तिच्या जमातीचा प्रमुख त्यांना वेगळं करायचा हुकूम देतो आणि तिच्या चुलतभावाशी तिचा निकाह लावून दिला जातो. निकाहच्या रात्री रबीहा त्या तरुणाकडे शहरात पळून जाते.

पूर्ण सिनेमाभर मोहम्मद उसासत, सुस्कारे टाकत आणि चुळबुळत राहिला. तो माझ्या कानात कुजबुजला की, हा सिनेमा आम्हाला मार्ग दाखविणारा दिवा आहे. त्याने जेव्हा मला सांगितलं की, त्याला एक दुसरं महत्त्वाचं काम आहे आणि माझ्याबरोबर ट्राममधून यायला नकार दिला, त्याने आता मला सोडायचं ठरवलेलं दिसतं आहे, असं माझ्या मनात आलं. माझा अंदाज बरोबर होता. मोहम्मद मला दुसऱ्या दिवशी अन् पुढचेही बरेच दिवस त्याच्या खोलीत भेटला नाही. त्याऐवजी त्याने मरियमच्या हातून मला एक पत्र पाठवलं, त्या पत्राच्या लांबीवरून आणि त्याच्या अक्षरावरून ते नेहमीपेक्षा मोठं होतं आणि शब्दही घाईघाईत खरडल्यासारखे दिसत होते. मी फातमेच्या घराकडे धावले, पण ती घरात दिसली नाही म्हणून मग मी बागेत गेले. मी मोहम्मदला भेटले होते, तिथे तिचा एक तरुण चुलतभाऊ कारंज्याच्या शेजारी बसून अभ्यास करत होता, मी त्या तरुणाला मला ते पत्र वाचून दाखवायला सांगितलं आणि ते ऐकताना शरमेने माझी मान खाली गेली. मला जहन्नमने गिळून टाकावं आणि या अस्थिर दुनियेपासून सुटका व्हावी म्हणून मी खूपच अधीर झाले होते. 'तुझ्याबरोबरच्या प्रत्येक सुंदर आठवणींसाठी प्रत्येक आनंदी क्षण, त्याच्या बरोबरीने तेवढ्याच क्लेशदायक आठवणीही आहेत, त्यांनी माझ्या आयुष्यातील जे-जे काही सुंदर आहे वा होतं, तेही पुसून टाकलं आहे. वेळोवेळी पुन:पुन्हा तुला सोडून देण्याचा विचार मनात आला; पण मला त्यात साफ अपयश आलं आहे. आता अशी वेळ आली आहे की, मी आता या कडवट आयुष्याला आणखी तोंड देऊ शकत नाही. काय वाट्टेल ती किंमत चुकवावी लागली तरी मी तुला सोडायचा विचार केला आहे. या अशा छळापेक्षा मृत्यू परवडला म्हणून तुला 'खुदाहाफिज' म्हणण्यासाठी मी हे पत्र लिहीत आहे. शांत राहा आणि लक्षात ठेव की, तू माझी नाहीस. तू त्या घराच्या मालकाची आहेस आणि त्याच्या मर्जीप्रमाणे वागायला मोकळी आहेस. तू त्याच्या अन्नाची आणि

आयुष्याची वाटेकरी आहेस. मी पाहातो आहे की, असंख्य, दुस्तर अशा अडचणींनी मला तुझ्यापासून अलग, एका अंतरावर ठेवलं आहे. मी शांतपणे झोपावं किंवा आनंदी आयुष्य जगावं, अशी तू अपेक्षा कशी काय करू शकतेस? तू जवळ आहेस या विचाराने मला आनंद होतो, पण भविष्याच्या विचाराने मला क्लेश होता, नरकयातना होतात आणि आयुष्यातील सगळ्या आनंदांना, विशेषत: तू जवळ असण्याच्या आनंदाला मी मुकतो. मी जेव्हा आसूयेच्या धगीत होरपळत राहतो तेव्हा प्रेम अर्थहीन होऊन जातं. एक तूच आहेस, जिच्याबद्दल मी सतत विचार करत असतो. पूर्ण वेळ माझा मेंदू, तुझ्यासाठीच्या प्रेमाने व्यापलेला असतो. त्याहूनही वाईट गोष्ट म्हणजे या अक्षरश: अर्थहीन अशा प्रेमापासून सुटका करून घेणं मला जमत नाही.

माफ करणारा खुदा!

अख्खे दहा दिवस मोहम्मदने मला टाळलं. आम्ही समोरासमोर येण्याची माझी आशा जेव्हा मावळली तेव्हा मग मी काय चाललं आहे, ते शोधून काढायचा निश्चय केला आणि त्याच्या ऑफिसमध्ये गेले. त्याने जेव्हा मला पाहिलं त्याचा चेहरा पडला आणि चेहऱ्यावर शरमिंदेपणाचे भाव आले. मी काही पेय घेणार का असं त्याने मला विचारलं; जणूकाही माझ्याशी बोलण्यापेक्षा माझ्यासाठी पेय आणणं जास्त महत्त्वाचं होतं. मग मी घरी जावं असा त्याने आग्रह धरला. माझ्याशी नंतर बोलण्याचं वचन दिलं. मी अजिबात ऐकेचना. त्याचा एक सहकारी त्या खोलीत आला आणि शरमिंदा झालेला मोहम्मद माझ्याकडे पूर्ण दुर्लक्ष करत त्याच्या तपासाच्या बाबतीत विचारण्यात गुंग झाला. मी जवळजवळ किंचाळणारच होते : "आपलं नातं आता इथे येऊन ठेपलं आहे, हे शक्य आहे का?"

त्याऐवजी मी उठून उभी राहिले आणि 'ओह्! तुला खरंच असं वाटतं का का, तू कोणी फार मोठा लागून गेला आहेस?' असं काहीसं पुटपुटत झटक्यात बाहेर पडेल.

आणखी एक आठवडा लोटला आणि मी प्रत्येकाला टाळू लागले; अगदी आरशात स्वत:चाही चेहरा बघणं जमेना कारण मी इतकी अपमानित झाले होते. मग एकदा योगयोगाने मोहम्मदने मला माझ्या एका मुलीबरोबर रस्त्यात पाहिलं आणि माझ्याकडे अशी नजर टाकली की जिचा अर्थ होता, त्याला मला पुन्हा भेटायचं आहे. जेव्हा आम्ही भेटलो त्याने मला सांगितलं की, त्याने आता सर्व गोष्टी स्वत:च्या हातात घ्यायच्या ठरवलं आहे. तो दक्षिणेत जाऊन माझ्या अब्बूंना आणि हसनला – माझ्या भावाला भेटला होता आणि माझ्या शौहरला मला तलाक देण्यासाठी राजी करायला त्यांची मदत मागितली होती. खरं तर 'तलाक'च्या विचाराने आणि त्याबाबतीत कराव्या लागणाऱ्या भानगडींबद्दल मी धास्तावलेली

होते; पण शेवटी माझ्या लक्षात आलं की, तो त्यांच्याशी या बाबतीत माझ्या वतीने बोलला आहे.

माझ्या अपरोक्ष माझ्या शौहरशी बोलण्याऐवजी हसन सरळ घरी आला आणि त्याने इब्राहिमला बाजूला घेतलं. इब्राहिमने जेव्हा ती बातमी ऐकली, तो बेशुद्ध झाला.

एखाद्या जिगसॉ पझलचे शेवटचे तुकडे त्या-त्या क्षणी चपखल बसावेत, तितक्या सहजपणे नंतर गोष्टी घडल्या.

थोड्याच दिवसांत मी अबू हुसेनबरोबर शरियत कोर्टात शेखसमोर बसले होते. मी माझ्या मुलींचा ताबा मिळू शकण्याच्या दाव्याचा पुनरुच्चार केला आणि मग माझ्या शौहरकडे त्याने मला माफी देण्याविषयीची परंपरागत विनंती केली, ''मला माफ करा.''

डोळ्यांत अश्रू तरळत असताना त्याने म्हटलं, ''माफी देणारा खुदा आहे.''

नंतर मग त्याने मला माफ करण्याविषयी म्हटलं आणि माझ्याही डोळ्यांत पाणी येऊन मी ते पारंपरिक वाक्य उच्चारलं, ''मी तुम्हाला माफ केले आहे.''

शेख आमच्या तलाकनाम्याच्या कागदावर सही करताना मी त्यांच्यासमोर बसले होते. हे सर्व खरंच होतं का?

नंतर अब्बू आले आणि मला ते दक्षिणेत घेऊन गेले. माझ्यावर लग्नाची सक्ती करण्यासाठी जशी अबू हुसनेनी सोन्याची नाणी दिली होती, त्याप्रमाणेच मोहम्मदनेही त्यांना पैसे द्यायचं वचन दिलं असेल का, असा मी मनाशी विचार करत होते.

जशी मी बसमध्ये बसले, बस सुरू झाली, माझ्या अश्रूंचा बांध फुटला. ती बस मला माझ्या शेजाऱ्या-पाजाऱ्यांपासून, परिसरापासून, माझ्या दोन्ही मुलींपासून, अम्मी आणि मरियमपासून, खदिजा आणि माझे भाचे-भाच्यांपासून दूर घेऊन चालली होती. मला मी आणि अम्मी बैरुतला आलो होतो, रिकाम्या हातांनी, तो दिवस आठवला आणि आज माझ्या मांडीवर माझे सगळे कपडे भरलेली छोटी सुटकेस होती. जसजसे बैरुत सोडून आम्ही पुढे-पुढे जाऊ लागलो, तसतसा माझा दुःखावेग कमी-कमी होत गेला आणि मला जास्त मोकळं वाटू लागलं.

आम्ही सरळ नैबिताहला न जाता अल्-क्वालेहच्या भागात गेलो, जिथे अब्बूंनी उन्हाळ्यात अंजिराची झाडं भाड्याने घेतली होती. अंजिरं पिकेपर्यंत, पक्ष्यांपासून वाचवण्यासाठी आणि ती उन्हात वाळवण्यासाठी मी अब्बू, त्यांची बीबी आणि माझ्या सावत्रभावाची मदत करत होते.

काही दिवसांनी हसनची बीबी माझ्या मुलींना घेऊन आली, त्यांना बघण्यासाठी माझा जीव तळमळत होता. मरियम, अम्मी, खदिजा आणि त्या मुलींच्या अब्बूंनी त्यांची व्यवस्थित काळजी घेण्याची हमी दिली होती, तरी त्या माझ्याजवळ आल्यावर मला आनंद झाला.

आम्ही एकत्र आलेल्या पहिल्या संध्याकाळी त्यांनी जाहीर करून टाकलं की, त्या एकापाठोपाठ एक नाचणार आहेत. नाचण्यासाठी फातिमा सर्वांत आधी उठली. ती नाचत होती अन् माझा सावत्र भाऊ बासरी वाजवीत होता. अब्बू, त्यांची बीबी आणि मी टाळ्या वाजवीत तिच्याभोवती फेर धरला. मग हॅननची नाचाची पाळी आली. मी गाणं म्हणायला सुरुवात केली, ज्यामधून माझ्या मनाच्या तळापासूनची इच्छा व्यक्त केली होती की, बैरुतच्या गडबड-गोंगाटापासून आणि माणसांनी भरलेल्या आमच्या घरापासून दूर अशाच एखाद्या अंजीर-द्राक्षाच्या बागेत, मधमाश्यांच्या सान्निध्यात उरलेलं आयुष्य जगायला मिळावं. 'डॉटर ऑफ द डेझर्ट' सिनेमातल्या लैलाप्रमाणे मी पण स्वातंत्र्यासाठी आवाज उठवला होता. माझ्या अम्मीप्रमाणे आता मी पण माझ्या दोन मुलींच्यामध्ये झोपू शकणार होते. डोंगरावरील स्वच्छ, मोकळ्या हवेमुळे जशी त्यांची तब्येत सुधारली, अंजिराचा सुंदर रंग माझ्या मुलींच्या गालांवरही चढला.

आणखी दोन आठवड्यांनंतर मोहम्मद एकदम रुबाबदार कपडे घालून आला. त्याला लांबून पाहून माझं हृदय मला सोडून त्याच्याकडे धावलं. माझ्या मुलींपैकी फातिमा एकदम खूश झाली, पण हॅनन मात्र लाजून मागे झाली. काही अवघडलेल्या क्षणांनंतर एक छोटी माशी त्याच्या नाकावर बसली. ती उडवायला तो जरासा पुढे वाकला तेव्हा असं वाटलं की, जणूकाही ती माशी वातावरणातला ताण सैल करायला अगदी योग्य वेळेत तिथे आली होती.

दोन दिवसांनंतर हसनची बीबी माझ्या मुलींना बैरुतला, त्यांच्या अब्बूंकडे घेऊन जायला आली. आणखी काही आठवड्यांतच मी एकदा शहरात गेले की, तेव्हा त्यांना बघू शकेन, निदान आम्ही शेजारी-शेजारी तरी राहू. तरीही माझी भाभी त्या दोघींना हाताला धरून नेत असताना माझ्या मनाला खूप यातना झाल्या. दोन्ही मुली माझ्याकडे बघण्यासाठी मागे वळल्या. जणूकाही मी त्यांना खरोखरीच मला सोडून जाऊ देते आहे का, याची त्या खात्री करून घेत होत्या. मी तशीच जमिनीला खिळून उभी राहिले. बस थांबली अन् त्या बसमध्ये चढल्या. बस जात असताना त्यांचे चिमुकले डोळे मला निरखीत राहिले. जणूकाही आम्हाला एकत्र राहण्याची ही शेवटची संधी आहे, असंच त्या मला सांगत होत्या. बसचा कर्कश आवाज माझ्या कानांत शिरला. मी माझं बोट चावलं. मी काय करून बसले आहे, हे मला पहिल्यांदा प्रकर्षाने जाणवलं.

पर्शियन गालिचा

दक्षिणेतून मला आणि मोहम्मदला घेऊन येणाऱ्या कारमधून मी जेव्हा उतरले, तेव्हा आम्ही दोघं बरोबर आहोत आणि माझा तलाक झाल्यानंतर इतक्या कमी वेळात मी त्याची बीबी झाले होते, या गोष्टीवर माझा विश्वासच बसत नव्हता. जेव्हा अब्बूंनी, मी पुन्हा शादी करण्यापूर्वी धर्माने घालून दिलेल्या नियमांनुसार पाळीचे तीन महिने थांबावे असा आग्रह धरला, मोहम्मदने त्याच्या कमरेला लटकवलेलं रिव्हॉल्व्हर काढून अब्बूंच्या कपाळावर रोखलं. आता मी त्याच्या खोलीत एखाद्या चोरासारखी न शिरता अभिमानाने माझ्या जुन्या हौद्यामध्ये प्रवेश करत होते. मला ही गोष्ट तिथल्या कपाटाला, आरशाला, पलंगाला आणि टेबल-खुर्चीला सांगावीशी वाटत होती की, आता आमची शादी झाली आहे आणि परिस्थिती बदलली आहे. आज पहिल्यांदाच आम्ही छोटीशी बाग बघता येणाऱ्या, छोट्या बेंचकडे जाणारं दार उघडू शकलो. आत्ता जरी आम्ही स्वत:ला दोन-दोन कुलपांमध्ये बंद करून घेत नव्हतो, तरीही आम्ही गुन्हेगार नसल्यासारखं वागणं खूपच कठीण होतं. लवकरच माझ्या लक्षात आलं की, माझा तलाक हा शेजाऱ्यांसाठी चघळायला मिळालेलं प्रकरण होतं आणि मोहम्मदच्या घरच्या लोकांनीही माझं त्यांच्या घरातील अस्तित्व महत्प्रयासाने स्वीकारलं होतं, कारण मी माझ्या शौहरला तलाक दिला होता, त्याचा दोष मलाच होता आणि दहा वर्षांची मोठी आणि सात वर्षांची धाकटी अशा दोन्ही मुलींना सोडून दिलं होतं. का, तर माझ्यामध्ये त्यांच्यासाठी लढण्याची धमक नव्हती. मला जेव्हा तलाक मिळाला तेव्हा हे मला माहीत होतं की, ते शेख मला काही चांगली अम्मी मानत नाहीत, कारण मी व्याभिचार केला होता.

मी शहरात परत आले आहे, हे माझ्या मुलींना कळवू द्यायला मी मोहम्मदची खूप मनधरणी केली. घरी परतल्यावर जेव्हा त्याने मला सांगितलं की, त्यानं त्याच्या निरोप्याला, म्हणजे किराणामालाच्या दुकानात काम करणाऱ्या मुलाला हा निरोप द्यायला सांगितलं आहे, आम्ही खूप हसलो. माझ्या मुलींना मला भेटू देणार नाहीत या विचाराने

धास्तावून, पिंजऱ्यात कोंडलेल्या प्राण्यासारखी मी खोलीत येरझारा घालू लागले. जेव्हा दारावरची बेल वाजली, मी दार उघडायला धावले. दारात त्याच उभ्या होत्या! मी त्यांना एक घट्ट मिठी मारली आणि त्या इथे आल्या आहेत, हे घरी कोणाला माहीत आहे का, हे विचारण्यापूर्वीच त्यांच्यावर लाखो पाप्यांचा वर्षाव केला. मी त्यांच्या वेण्या बघितल्या, ज्या पूर्वी मी स्वत:च घालत असे आणि कसेबसे स्वत:चे अश्रू आवरले.

मग हॅननचं पर्शियन गालिच्याकडे गेलं, जो मी अंथरला होता.

''आँ!'' ती किंचाळली, ''हा गालिचा तर चोरीला गेला होता!''

मी फातिमाला डोळ्यांनीच इशारा केला. ती फातिमाच होती, जिने मला गालिचा मोहम्मदकडे आणण्यात मदत केली होती. आमच्याकडच्या गालिच्यांपैकी तो सर्वांत छोटा गालिचा होता आणि दर उन्हाळ्याच्या सुरुवातीला हाजी सगळे गालिचे घेऊन गच्चीवर जायचा, तिथे पसरायचा, मग ब्रशने साफ करायचा. एक दिवस ते तसेच उन्हात ठेवून परत एकदा ब्रशने साफ करायचा, नंतर त्यात डांबराच्या गोळ्या घालून, गुंडाळून, थंडीला सुरुवात होईपर्यंत कपाटांवर रचून ठेवायचा. त्याला जेव्हा फक्त दोनच गालिचे दिसले, तो अक्षरश: वेडापिसा झाला. त्याने सगळ्यांवर गालिचा चोरल्याचा आरोप केला. इतक्या सगळ्या गोंधळानंतर आणि त्याच्या फाजील बडबडीनंतरही फातिमा अगदी एखाद्या खडकासारखी निश्चल राहिली आणि तिने हे गुपित कोणासमोरही उघड केलं नाही. हॅननने मात्र चोरलेला गालिचा कोठे आहे, हे घरातल्यांना आणि शेजार-पाजाऱ्यांपर्यंत पोहोचवलं. संतापून माझ्या आधीच्या शौहरने आणि त्याच्या मुलगा, हुसेनने माझ्या मुलींना मला भेटायला मज्जाव केला. तरीही त्यांच्या खेळायच्या वेळात गुपचूप येणं मुलींनी चालूच ठेवलं. मी त्यांच्या शाळेच्या मुख्याध्यापिकेला भेटले, त्यांना माझ्या तलाकबद्दल सर्व काही समजावून दिलं आणि मला मुलींना शाळेत भेटू देण्याची परवानगी मागितली. मी जे काही केलं होतं, त्यासाठी त्यांनी माझं अभिनंदन केलं आणि मी खूप हिमतीची आहे, असंही त्या म्हणाल्या.

त्यांनी वापरलेला 'हिमतीची' हा शब्द माझ्यासाठी खूप मोठ्या आनंदाचा स्रोत ठरला. मी अबू हुसेनला तलाक देऊन मोहम्मदशी शादी करण्यापूर्वी माझं वर्णन करायला वापरल्या जाणाऱ्या 'स्वार्थी' आणि 'उथळ' या विशेषणांपेक्षा हा शब्द खूपच चांगला होता. माझ्या आधीच्या शौहरची मजल तर मला पार 'डांबर' म्हणण्यापर्यंत गेली होती. शाळेच्या मुख्याध्यापिका, ज्यांनी बिनबाह्यांचा ब्लाउज घातला होता. सोनेरी सँडल घातले होते आणि केसही रंगवले होते. त्यांना त्या एक मशहूर, धार्मिक वृत्तीच्या इमामांची मुलगी आहे, हे मला सांगताना हसू आलं. त्या अमेरिकन युनिव्हर्सिटीच्या पदवीधर होत्या; पण तरीही ही बाब त्यांच्या भावाला, त्यांच्यामागोमाग एका बीचवरून दुसऱ्या बीचवर जाऊन त्यांनी अंगभर गुंडाळलेल्या टॉवेलच्या आतून अंघोळीचा पोशाख तर घातला नाही ना, हे तपासण्यापासून थांबवू

शकली नाही. टॉवेलमध्ये वाळूचे कण सापडल्यावर आणि त्याचा जाब विचारला गेल्यानंतर, ''समुद्रात पोहल्यासारखं वाटावं म्हणून पाण्यात टाकायला मुद्दाम थोडी वाळू आणली आहे,'' असं त्यांनी उर्मटपणे अम्मीला सांगितलं. ''शिवाय एक चिमूट मीठ – त्याचबरोबर काही समुद्री वनस्पतीसुद्धा –''

'हिमतीची' हा शब्द म्हणजे माझ्या जखमांवरचं मलमच होतं. मोहम्मद आणि मी, आम्ही दोघंही निर्लज्ज होतो. आम्ही समाजाला आव्हान दिलं होतं. प्रत्येक जण माझ्या तलाकबद्दल आणि आमच्या प्रकरणाबद्दल बोलत होता; तथापि एका चौदा वर्षांच्या मुलीचा निकाह तिच्या विधुर मेव्हण्याशी सक्तीने लावण्याच्या प्रकरणाबद्दल बोलायला कोणीही असा वेळ दिला नव्हता. खरं तर विरोधाभास म्हणजे संपूर्ण परिवाराने माझ्या शौहरची बाजू घेतली होती आणि माझ्या दोन्ही मुलींसाठी त्यांचा जीव तुटत होता. मला वाळीत टाकलं होतं. एक माझा भाऊ हसन, त्याची बीबी आणि कमील, जो आता शादी करून सुखाने राहत होता, हे सोडले तर बाकी कोणीही माझ्याशी संपर्क साधला नाही. अम्मीला तर माझ्या तलाकला कारणीभूत झालेल्या मोहम्मदचा तिटकारा होता. अबू हुसेन आणि इब्राहिम हे माझ्याशी संगनमत केल्याचा ठपका ठेवतील, या भीतीने मरियमला घरातच राहावं लागत होतं.

माझ्या सकाळच्या कॉफी पार्टीच्या मैत्रिणींनी मी त्यांना मेले असल्यासारखे संबंध तोडले होते आणि शेजाऱ्यांनीही... मी सगळ्यांशी माझ्याकडे असणाऱ्या एका शस्त्राने लढले; माझ्या मोहम्मदवरच्या प्रेमाच्या शस्त्राने! मी त्या हतभागी बायकांचा विचार केला, ज्यांना मी खूप चांगली ओळखत होते; अशा स्त्रिया – ज्यांनी आयुष्यात कधीही माझ्यासारखा प्रेमाचा आणि उत्कटतेचा अवीट आनंद उपभोगला नव्हता. मोहम्मद आणि मी पाहायचो, तसे सिनेमे त्यांच्या जोडीदारांनी कधीच पाहिले नव्हते, त्यांना कधीच गाणी कळली नव्हती किंवा त्यांना गाण्याची मोहिनीही पडली नव्हती; त्यांनी कधीच त्यांचे विचार नोंदवून ठेवले नव्हते. म्हणी लिहिल्या नव्हत्या, कविता पाठ केल्या नव्हत्या. एकटा मोहम्मदच मला पुरेसा आहे, असा विचार करून मी त्या इतर सर्वांना नाकारलं, जसं त्यांनीही मला नाकारलं होतं. नदीमध्ये होडीत बसून, झाडांच्या आणि खडकांच्या मधून प्रवास करताना मी त्यांना मागे टाकत जाते आहे, अशी मी मनाशी कल्पना केली तरीही, मी त्यांना विसरू मात्र शकत नव्हते.

मला नीच ठरवून एकाकी पाडलं होतं; कारण मी माझ्या शौहरला तलाक दिला होता आणि माझं ज्याच्यावर प्रेम होतं, अशा माणसाशी शादी केली होती. शेजार-पाजारचे सगळे हेच बंद दाराआड करत होते. आमच्या शेजारणीचं तिच्या पलीकडच्या घरात राहणाऱ्या शादीशुदा माणसाशी लफडं होतं. त्यांची घरं, एक कपाट खेटून ठेवलेल्या, कुलूप घातलेल्या दाराने जोडलेली होती. उन्हाळ्यात जेव्हा तिच्या प्रियकराच्या घरचे दक्षिणेकडे गेले, तेव्हा तिने ते कपाट बाजूला सरकवलं. जिथे

कोठे तुम्ही बघाल तिथे अनैतिक प्रेमाची अगणित लफडी होती, जी गुप्त राखल्यामुळे इतक्या वर्षांत बहरली होती. 'काचेच्या घरात राहणाऱ्यांनी दुसऱ्याच्या घरावर दगड मारू नयेत,' असं मी किंचाळू नये म्हणून मग मला माझी जीभ चावावी लागली.

जुनं घर आणि शेजार यांनी मी झपाटलेली होते. दुपारी झोपून उठल्यावर माझं हृदय धडधडायचं. माझ्या जुन्या घरी लवकरात लवकर पोहोचण्याची घाई व्हायची. उशीर होईल, अशी भयंकर भीती वाटून मी माझी चप्पल शोधायला इकडे-तिकडे बघायची. पण जसा मी नेहमी डोक्याला बांधायच्या काळ्या रुमालाच्या जागी रंगीत रुमाल बघायची आणि माझ्या जुन्या शूजच्या जागी आता घालत असणारे लोफर्स बघून, मी शांत होत असे.

मरियमची शादी होईपर्यंत माझ्यातलं पूर्वीचं चैतन्य परत आलं नव्हतं. जणू आम्ही दोघी म्हणजे एका चुंबकाचे दोन भाग होतो, जे अलग केलं गेलं होतं आणि आता एकदाचे परत एकत्र आलो होतो. विशेषत: तिचीही शादी ती प्रेम करत असलेल्या पुरुषाशी झाली होती, जो पंतप्रधानांचा 'अंगरक्षक' होता. मारियम आणि मी आपापल्या शौहरबरोबर बसत असू. प्रेम हा आमच्यातला समान दुवा होता. आम्ही दोघीही गुपचूपपणे प्रेमात पडलो होतो आणि दोघींनीही अतिशय दु:खी, अक्षरश: भीतिदायक आयुष्य भोगलेलं होतं. आम्ही दोघीही पोटभर हसलो, जेव्हा मी तिला सांगितलं की, हाजी अजूनही भिकाऱ्यांना आमच्या दारावर पाठवतो. मोहम्मद तर त्यांना इतका वैतागला होता की, तो त्यांना फ्रेंचमध्ये 'कंप्लेंट' म्हणायचा. तसंच 'कृपा करून मोहम्मद, मला मदत कर. माझ्या डोळ्यांचं ऑपरेशन करावं लागणार आहे' किंवा 'मदत कर मोहम्मद, आम्हाला आमच्या तंबाखूच्या शेताला पाणी पोहोचवायचं आहे,' अशा प्रकारे मोहम्मदकडून सरकारी मदत मागण्यासाठी दक्षिणेतून आलेल्या नातेवाइकांना तो जाम कंटाळला होता.

मरियमला जेव्हा दिवस गेले, तेव्हा हॅनन खूप रडायची. कारण तिला मरियमकडे जायचं असायचं. मरियमने मला सांगितलं की, म्हणून मग हाजी तिला घेऊन मरियमकडे जायचा आणि मरियमने तिच्या बाळासाठी तयार केलेल्या बिछान्यावर हॅनन झोपायची. या गोष्टीचं मला जरी हसू आलं तरीही आतल्या आत माझं मन माझ्या धाकटीसाठी तुटत राहिलं, जिला प्रेमाची नक्की गरज भासली होती. विशेषत: मरियमच्या शादीनंतर. मला माहीत होतं की, अबू हुसेन दुसरी शादी करेल; तशी त्याने ती केली. ती दक्षिणेतील एक वांझ स्त्री होती, जी अतिशय हलकट, तुसडी होती आणि ती माझ्या मुलींशी आणि भाच्यांशी दुष्टपणे वागायची. मी तर ऐकलं होतं की, जेव्हा कधी फ्रीज उघडल्याचा आवाज होई, अगदी मध्यरात्रीसुद्धा, ती गुन्हेगाराला पकडण्यासाठी स्वयंपाकघराकडे धाव घेत असे.

त्यांच्यातलाच मी पण एक!

एका सकाळी मोहम्मदने मला झोपेतून हलवून हे सांगायला जागं केलं की, माझ्या भाच्याने – हुसनने एका ज्येष्ठ न्यायाधीशांना[२०] मारण्याचा प्रयत्न केला होता. त्या तरुण मुलाचा ठावठिकाणा कळण्यासाठी तपासकामातील एक अधिकारी म्हणून मोहम्मदवर आमच्या घराची कसून झडती घेण्याची जबाबदारी सोपवण्यात आली होती. ते अधिकारी घरातील सदस्यांची एकेक करून उलटतपासणी करणार होते. हे न करता येण्याची कारणं वरिष्ठांना देऊन मोहम्मदने त्याच्या वरिष्ठांचा आदेश मानायला नकार दिला. त्याच्या बीबीला त्याने तिच्या ज्या घरापासून तोडलं आहे, जिला त्या घरात जाण्यास मज्जाव आहे, तिच्या त्या आधीच्या घरी हातात रिव्हॉल्वर रोखून तो कसा काय जाणार होता?

दुसऱ्या दिवशी सकाळी मला मोहम्मद त्याच्या ऑफिसला जायला नको होता. तो माझ्या भाच्याला शोधायच्या कामात सहभागी झाला आहे, असा माझ्या घरचे लोक विचार करत असतील. माझ्या परिवाराच्या घरी जायला मला मज्जाव होता आणि म्हणून मग मला मांजर व्हावंसं वाटलं, म्हणजे मग मी त्या स्त्रियांना आधार देत त्यांच्याबरोबर बसू शकले असते.

संपूर्ण परिवारासाठी ते एक मोठं संकट होतं. हाजी आणि माझ्या बाकी दोन्ही भाच्यांना ते लोक माहिती विचारण्यासाठी घेऊन गेले होते. हाजीने एकतर त्या प्रश्नांची उत्तरं दिली नाहीत किंवा मग 'फक्त खुदालाच माहिती,' हे वाक्य त्याने प्रत्युत्तर म्हणून दिलं. शेवटी त्या मुख्य अधिकाऱ्याचा संयम संपला आणि त्याने हाजीच्या तोंडात एक लगावली. पण हाजीने तरीही त्याचं एका वाक्यात उत्तर देणं चालूच ठेवलं; त्याने ना त्याचा सूर बदलला अन् त्याने तपास करणाऱ्या व्यक्तीच्या

२०. त्याने न्यायालयाच्या ज्येष्ठ न्यायाधीशांवर अंतून सादेह या पीपीएसच्या नेत्याला मृत्युदंडाची शिक्षा ठोठावल्याबद्दल प्राणघातक हल्ला केला होता.

डोळ्याला डोळा दिला. जे काही घडत होतं, त्याबाबत मोहम्मद मला वेळोवेळी सांगत होता. तो कट्टर अनुयायी कोठे लपून बसला आहे, हे अधिकाऱ्यांना सांगण्याची परिवारावर जबरदस्ती करण्यासाठी तीन महिन्यांसाठी माझ्या मधल्या भाच्याला तुरुंगात डांबण्यात आलं होतं.

इतर तपास अधिकाऱ्यांसमवेत आमच्या घरात का जाता येणार नाही, ते त्याच्या साहेबांना सांगितलं तेव्हा ते त्यांना समजलं असं म्हणाले; पण त्यांनी त्याचवेळी मोहम्मदला हे पण स्पष्ट केलं की, मोहम्मद जर त्या फरारी मुलाबद्दलचे काही धागेदोरे मिळवू शकला, तर त्याची पदोन्नती होऊ शकते.

मला ती म्हण चांगलीच माहिती आहे, दोघांचं भांडण, तिसऱ्याचा लाभ. मोहम्मद त्यांच्या साहेबांना म्हणाला, "पण माझ्यासाठी अडचण अशी आहे की, मी त्या दुर्दैवी परिवाराचा एक सदस्य आहे." त्याच्या त्या शब्दांनी मला खूप आनंद झाला. मोहम्मदच्या सांगण्यावरून मी हसनच्या बीबीमार्फत माझ्या घरच्यांसाठी निरोप धाडला की, त्यांनी कोणीही पत्रकारांशी बोलू नये.

जेव्हा तो कट्टर अनुयायी (माझा भाचा) एक आठवडाभर बेपत्ताच राहिला, तेव्हा मोहम्मदने एक निःश्वास सोडला आणि कुजबुजत्या स्वरांत मला म्हणाला, "ठीक आहे. तो निसटून गेला आहे. अल्ला त्याच्याबरोबर असू देत!"

मी पण एक सुस्कारा टाकला. असं वाटलं की, मी अशी एकमेव व्यक्ती होते जी हे समजू शकत होती की तापट डोक्याच्या माझ्या भाच्याने असं का केलं असेल. त्याला अशा अन्यायाविरुद्ध कृती करायची गरज भासली, कारण त्याच्या अब्बूंचा केवढा अपमान केला गेला होता.

या सगळ्या वाइटाचा एक सकारात्मक परिणाम होता; त्या कट्टर अनुयायाचं पळून जाणं म्हणजे माझ्या मुलींना माझ्याकडे जास्त वेळा येता येणार होतं आणि न घाबरता घरी परतता येणार होतं.

माकडाची विष्ठा

मी एकूण एक विनोद केले. मला करता येत तेवढ्या गमती-जमती केल्या, जेणेकरून जुन्या घरातून मोहम्मदच्या घरापर्यंत माझं स्थित्यंतर सहजपणे होईल... पण मला त्यात यश आलं नाही. आमचा जुना हौदा आता मला प्रफुल्लित करत नव्हता; आता माझ्यासाठी ते प्रेमाचं घरटं राहिलं नव्हतं, जिथे मी आरामात होते, नाचत-बागडत होते. माझं आधीचं घरच मला घर वाटत होतं. ते घर भीतीने व्यापलेलं होतं; पण तरी ते घरातील लोकांच्या आणि शेजारपाजाऱ्यांच्या आवाजाने भरलेलं पण होतं, जे एकमेकांना खिडक्यांमधून, गॅलऱ्यांमधून, गच्चीवरून एकमेकांना हाका मारत असत. शेजारी राहणाऱ्या पंतप्रधानांची अम्मानमध्ये हत्या झाल्यावर जेव्हा त्यांचं पार्थिव घरी आणण्यात आलं, तेव्हा वाटलं की मला पण आत्ता मरियमच्या शेजारी, गच्चीवर उभं राहून हे सगळं बघायला मिळालं असतं ना? आता इथून पुढे मी माझ्या घरातल्या लोकांमध्ये माझी मान उंचावून इब्राहिमच्या मुलाने, जो शिक्षणासाठी अमेरिकेला गेला होता, कोणकोणत्या भेटवस्तू आणि पत्रं पाठवलं आहे हे बघता येणार नव्हतं. अमेरिकेतून त्यानं जेव्हा माझ्यासाठी काही शुभेच्छा पाठविल्या नाहीत, मला खूप वाईट वाटलं; त्याचा अर्थ होता की मी आता त्याची नावडती आत्या झाले होते.

मला वाटलं होतं की मोहम्मदच्या घरच्यांना मी जिंकून घेईन आणि आमच्यातील अबोला, दुरावा कधीतरी संपेलच. जेव्हा दोन आठवड्यांसाठी मोहम्मदची प्रांतात बदली झाली, तेव्हा मला मनापासून वाटलं होतं की या दोन आठवड्यांत त्याच्या घरचे लोक माझ्या बाबतीत नरमतील. मोहम्मद असा दूर असताना ते आमच्या बंद दाराआडच्या प्रेमप्रसंगांबद्दल आणि उत्कटतेबद्दल काही तर्क-कुतर्क करत नसतील.

पण मी कैदीच बनून राहिले. या सगळ्या कुचाळक्या टाळण्यासाठी मोहम्मदने मी फक्त त्याच्या बहिणीबरोबर किंवा भाभीबरोबरच बाहेर पडावं अशी विनंती केली

होती, ज्याचा मला खूप राग आला होता; पण तरीही त्याचं म्हणणं मी मान्य केलं होतं. मी पुन्हा आणखी कोणाच्या तरी प्रेमात पडेन असा कोणाला माझ्याविषयी संशय यावा किंवा त्यांना माझ्याबद्दल कुचाळक्या करायची संधी मिळावी अशी माझी मुळीच इच्छा नव्हती. तिने एकदा तसं केलंच आहे, त्यामुळे तिला पुन्हा आता तसंच करण्यापासून, परत तिसऱ्यांदा प्रेमात पडण्यापासून कोण अडवणार?

पंधरा दिवसांनी मोहम्मद जेव्हा परत आला, तो आश्चर्याने उद्गारला, "या खुदा, तू किती खूबसूरत आहेस! आता मला कळलं की मी तुझ्या प्रेमात का पागल झालो ते! तू तर सौंदर्यखणी आहेस."

त्यानंतर थोड्या वेळाने त्याच्यासाठी खायला केलेलं आणायला मी स्वयंपाकघरात अनवाणी गेले.

त्या वेळेस मी त्याच्या भाभीला तक्रार करताना ऐकलं, "ठीक आहे," ती कोणाला तरी सांगत होती. "म्हणजे मग माकडाची विष्ठा मिळवण्यासाठी आपण केलेली धडपड व्यर्थच गेली म्हणायची!"

"हं, जरा लवकर आटोप आणि त्याची काही विल्हेवाट लाव," तिचा शौहर म्हणाला, "त्याचा घाण वास सुटण्याआधी."

चवड्यांवर चालत मी पुढच्या दारापर्यंत गेले आणि निरखून पाहिलं. दाराच्या एका कोपऱ्यात काळ्या माकडाच्या विष्ठेचा पो पडला होता. दुसऱ्या दिवशी मिस्कीहने मला सांगितलं की त्यामागे काही जादूटोणा करण्याचा उद्देश होता. म्हणजे मग जेव्हा मोहम्मदची नजर माझ्यावर पडेल, मी त्याला त्या विष्ठेच्या पोसारखी कुरूप भासेन.

माकडाच्या विष्ठेच्या प्रसंगानंतर मोहम्मदचा मोठा पुतण्या त्याच्या अम्मीला बागकामात मदत करताना त्याने तिच्याकडे एक सुरी फेकली, ज्यामुळे तिथेच त्यांच्याकडे पाहात उभ्या असलेल्या फातिमाच्या, माझ्या मुलीच्या पायाला खरचटलं. तो केवळ एक अपघात होता का याबाबत मला तर खूपच शंका होती. मोहम्मदला माझे हे आरोप मूर्खपणाचे, बिनबुडाचे वाटले, पण आमच्यासाठी घर शोधण्याचं प्रयत्न करेन असं त्याने मला वचन दिलं.

कोणीतरी आम्हाला हानी पोहोचवण्यासाठी प्रयत्न करत आहे या भावनेने आमचं प्रेम आणखी जास्तच बळकट झालं. आम्ही जेव्हा सिनेमाला गेलो तेव्हा त्याच्या दंडाला धरून चालताना मला खूपच आनंद आणि अभिमान वाटत होता. माझ्यासाठी जेव्हा नवीन ड्रेस शिवायचं ठरलं, तेव्हा ज्या शिंपीणीनं माझ्या पहिल्या लग्नाचा ड्रेस शिवला होता, तीच शिंपीण मी निवडली, "तीच शिंपीण का? दुसरी कोणी का नको?" असं त्यानं विचारल्यावर काय उत्तर द्यावं ते मला कळेचना. काही महिन्यांनी मला त्या प्रश्नाचं उत्तर सुचू शकलं, जेव्हा माझ्या हे लक्षात आलं की

मी तिलाच निवडलं, कारण ती माझ्या भूतकाळाचा एक महत्त्वाचा भाग होती. मोहम्मदवर गाढ प्रेम असतानादेखील मला माझ्या जुन्या घराची अनिवार आठवण येत होती, जिथे माझ्या घरातल्या जबाबदाऱ्या जेमतेम – जळकं अन्न, कसेतरी धुतलेले कपडे आणि सोडलेलं घरकाम इतक्याच मर्यादित – होत्या.

आता माझ्याकडे घराची वेगळ्या स्वरूपातील मालकीण बनण्यावाचून दुसरा काही पर्यायच नव्हता. मला मी एखादी विद्यार्थिनी असल्यासारखं वाटलं, जिने तिला दिलेलं काम उत्तमात उत्तम केलं पाहिजे, नाहीतर तिच्या शिक्षिकेला राग येईल. मला स्वयंपाक करून तो टेबलावर मांडून ठेवावा लागे. माझ्या आधीच्या घरी आम्ही सगळे हातात ताट घेऊन उभ्याने जेवत असू, तसे आता आम्ही जेवत नव्हतो. आता मला स्वच्छ टॉवेल अंथरावा लागे, त्याची शर्टची बटणं तुटली नाहीत ना हे बघून लावावी लागत. त्याच्या पॅन्टला इस्त्री करताना इस्त्री खूप तापलेली नाही याची खात्री करून घ्यावी लागत असे. त्याच्या शर्टच्या कॉलरवर पाणी मारून इस्त्री करावी लागत असे, म्हणजे मग ती कॉलर ताठ उभी राहत असे. ही सगळी कामं माझ्या चंचल स्वभावाला मानवणारी नव्हती. महिन्यात मी काय काय खर्च केला तो सगळा खर्च मोहम्मद मला लक्षात ठेवायला सांगायचा. त्याच्या पगारात घर चालवणं मी जमवलं होतं. त्यानेच मग रोज रात्री दिवसभरात काय काय विकत आणलं हे त्याला सांगायला सांगितलं, म्हणजे मग त्याला आमच्या खर्चाचा हिशोब ठेवता आला असता. हाजी ज्या पद्धतीने पैसे दडवून ठेवायचा आणि सगळ्या गोष्टी स्वत:च घेऊन यायचा त्यापेक्षा मोहम्मदची डायरी मला जास्तच जाचक वाटू लागली. मोहम्मदला शोध लागला की मला पैसे मोजता येत नाहीत. मी सरळ हातात मावतील तेवढे पैसे विक्रेत्यापुढे करते, तो किमतीप्रमाणे पैसे घेऊन उरलेले पैसे मला परत देतो.

मी स्वत:लाच विचारायला लागले की एका प्रकारच्या भीतीच्या बदल्यात दुसरी भीती, जी आणखी भयानक आहे, मी घेतली आहे का? एकदा मोहम्मदसाठी दुपारी स्वयंपाक करताना मटण कुटत असताना हॅनन तिच्या शाळेच्या मधल्या सुट्टीत घरी आली. ती तिच्या खेळाच्या तासासाठी लागणाऱ्या तिच्या बहिणीसारख्या शॉर्ट्स शिवून घ्यायला, कापड घेऊन माझ्याकडे आली. दुपारच्या जेवणानंतर मी त्या शिवेन आणि उद्या ती जर परत आली तर त्या तिच्यासाठी तयार असतील असं मी तिला सांगितलं. आणखी दोन तासांनंतर तिचा खेळाचा तास होता आणि शॉर्ट्स नसतील तर शिक्षिका तिला मारतील असं सांगून ती रडायला लागली. ते मटण तसंच अर्धवट सोडावं का आधी तातडीने तिला त्या शॉर्ट्स शिवून द्याव्यात यापैकी मला काही निश्चित ठरवताच येईना. मोहम्मदला जरी खूप भूक लागलेली असेल तरीही त्याला मी ही परिस्थिती समजावून सांगू शकेन. माझी ही धांदल जाणवून

माझ्या मुलीने मला सोपं व्हावं यासाठी सुचवलं की आजच्या दिवस ती तिच्या बहिणीच्या शॉर्ट्स वापरेल, पण त्यामुळे मला जास्तच वाईट वाटलं. का मी मोहम्मदला एवढी घाबरते? एका क्षणासाठी का होईना, पण मला माझ्या आधीच्या घरी हाजीकडे परत जावं असं का वाटलं? आता मी मोहम्मदशी शादी केल्यामुळे माझं आयुष्य गंभीर झालं होतं म्हणून का? मी आता वाटेल त्याच्यावर हसू शकत नव्हते; आता पान उलटून मी माझं संपूर्ण व्यक्तिमत्त्व पण बदलणं अपेक्षित होतं का? ''माझ्या समाजातल्या प्रतिष्ठेचा विचार कर कमिला,'' तो म्हणताना मला ऐकू येत होतं, ''माझ्या प्रतिष्ठेचा विचार कर.''

मी, मोहम्मद... आमची मुलं

मोहम्मदपासून पहिल्या मुलाच्या वेळी जेव्हा मला दिवस गेले, तो दिवस-रात्र माझ्या पोटाच्या पाप्या घ्यायचा आणि माझ्या उदरातल्या बाळाशी बोलायचा. अबू-हुसेनबरोबरच्या आयुष्यात मी नक्की कशाला मुकत होते, ते मला लख्खपणे कळलं. मी मुलीला, अहलामला जन्म दिल्यानंतर मी तिला पाजत असताना मोहम्मद तिच्याशी बोलत असे, तिला काळजीपूर्वक न्याहाळत असे आणि त्यानं तिचं नाव 'अहलाम', ज्याचा अर्थ स्वप्न असा होतो, ते का ठेवलं हे समजावून सांगत असे. त्याच्या डायरीमध्ये ती कशी दूध प्यायली, तिने कशी ढेकर दिली, तिला पहिला दात आला ती तारीख आणि तिच्या दाढा आलेल्या तारखा यांची नोंद केली होती. ती पहिल्यांदा उभी राहिली, तिने टाकलेलं पहिलं अडखळतं पाऊल, माझ्या केसांशी खेळल्याशिवाय ती कशी झोपत नाही हे सगळं त्यानं नोंदवून ठेवलं होतं. सिनेमात दाखवतात तशी आम्ही तिच्या पहिल्या वाढदिवसाची पार्टी दिली. मी, फातिमा, हॅनन आणि कमीलला (जो आता बैरुतमधील एका मशहूर रेस्टॉरन्टमध्ये 'कुक' झाला होता) हसन आणि त्याच्या बीबीला, अम्मी आणि मोहम्मदच्या काही भावा-बहिणींना आमंत्रण दिलं होतं. या आनंदाच्या प्रसंगी वातावरण छान खेळीमेळीचं ठेवण्यासाठी मोहम्मदने हरेक प्रयत्न केले, पण तरीही माझा तलाक आणि त्यानंतर आमची शादी याचं सावट तिथे जमलेल्या लोकांवर पडलंच होतं.

खूप समाधानाने हायसं वाटून आम्ही आमच्या नवीन घरात राहायला गेलो. मला ते खूपच आवडलं. मला जेव्हा पुन्हा दिवस गेले, तेव्हा मग अम्मी कमीलकडून माझ्याकडे राहायला आली. तौफिक, माझं दुसरं बाळही अहलामसारखंच मोहम्मदला जिंकून घेईल असं मला वाटलं नव्हतं; पण कविता, प्रसिद्ध पद्य आणि कौतुकाने भरलेली वाक्यं तौफिकसाठी भरभरून आली, अगदी घराच्या भिंतींमधूनही नवीन बाळाच्या कौतुकाचे प्रतिध्वनी निघेपर्यंत! आणि हे सगळं होतं कारण तो मुलगा

होता. माझ्या नवजात मुलासाठी लिहिलेल्या पद्यांपैकी काही ओळी मशहूर कवीच्या लेखणीतून उतरलेल्या होत्या, ज्याचं शीर्षक होतं 'एक छोटा राजा'; तो जन्मला त्या रात्री जर तिथे असतो तर रात्रीच्या शरीरावर दिवसाचे कपडे चढवले असते.

आणि अशा रीतीने माझ्या तलाकचं प्रकरण एकदाचं संपलं. मी त्यांना एक वारस दिला होता आणि मोहम्मदची बीबी होण्यासाठी मी कशी पात्र आहे, हे सिद्ध करून दाखवलं होतं.

मला आता काही वर्षांपूर्वी फातमे 'उच्चभ्रू पातळीवरचं आयुष्य असणारा' असं मोहम्मदचं वर्णन का करायची ते समजलं होतं. त्याच्यामध्ये खानदानीपणा होता. त्याचा परिवार एका उच्च जमातीचे वंशज होते आणि त्यांच्या महान कार्यांचे पुरावे होते. त्याचे अब्बाजान तुर्कांविरुद्ध लढा दिल्याबद्दल आणि त्यांच्या प्रचंड ताकदीबद्दल प्रसिद्ध होते. असं म्हटलं जात असे की त्यांच्या गावातले लोक त्यांच्या घोड्यालाही घाबरत असत.

नवीन बाळावरून मोहम्मदने तक्रारी करायला सुरुवात केली. बाळाला सर्दी झाली किंवा जुलाब झाले की तो मला दोषी ठरवायचा; दरवेळेस तो माझ्यावर एकच ठपका ठेवायचा, "तू त्याला सर्दी होऊ दिली असशील, मग त्याचं नाक चोंदलं असेल, सर्दी साठली असेल आणि आता तो खोकायला लागला असेल. कमिला, तू त्याची काळजी घेणं अपेक्षित आहे हे माहीत आहे ना तुला? कृपा करून निदान माझ्यासाठी तरी त्याची काळजी घे."

या सगळ्यानी मला घाबरवून टाकलं होतं. माझं बाळ जगेल किंवा नाही हे खुदाच्या मर्जीपेक्षा किंवा वैद्यकीय काळजीपेक्षा माझ्यावर जास्त अवलंबून होतं. मी माझ्या जुन्या, दगड वाहाणाऱ्या गाढवाच्या भूमिकेत पुन्हा एकदा शिरले होते, जे पाठीवरचं एक ओझं उतरवून दुसरं घेत होतं; या वेळेस ते ओझं माझ्या गर्भाशयावर होतं. मला पाचव्यांदा दिवस गेले आणि मी एका छोट्याशा मुलीला, हिरव्या डोळ्यांच्या माजिदाला जन्म दिला. तिचा जन्म झाल्यानंतर मी तेथेच छातीतून दुधाच्या धारा स्रवत असताना पडून होते, असं वाटत होतं की जणूकाही मी नैबिताहमधील एखादी गायच आहे. हंबरण्यासाठी आणि तिला माझ्या जिभेने चाटून साफ करण्यासाठी मी तिच्यावर वाकले.

पुन्हा एकदा चैतन्य सळसळल्यासारखी अम्मी घाईघाईने खोलीत आली. "खुदा कसम, कमिला," ती म्हणाली, "मी बैरुतमध्ये गायींचं हंबरणं ऐकलं, हे शक्य आहे असं तुला वाटतं का? चल, जाऊन त्यांना शोधून काढूयात."

बाळाच्या जन्मानंतरचा सगळा विटाळ एका फडक्यात गुंडाळून, बादलीत घालून त्यावर एक फडकं झाकून फातिमा आणि हॅननला सोबत घेऊन अम्मी घराबाहेर गेली. तिच्या हाताने तिने खड्डा खणला आणि मग त्यात ते सगळं लोटून

झाकून टाकलं. त्या तिघीही तासभर तेथेच थांबून राहिल्या. कुत्री किंवा मांजरं त्या वासाने तिथे येत नाहीत ना हे पाहाण्यासाठी त्या सगळ्याचा वास वातावरणातून जाईपर्यंत लक्ष ठेवून होत्या.

एका शिकाऊ दाईच्या मदतीने माझं बाळंतपण घरीच केलं गेलं; कारण हॉस्पिटलची फी भरायला, सोन्याचे दागिने, सुंदर ड्रेसेस किंवा शूज घ्यायला आमच्याकडे पैसे नव्हते. एखाद्या फुटक्या जगमधून पाणी गळून जावं, तसा पैसा आमच्या हातातून निसटून जात होता. मोहम्मद सकाळी कामावर निघाला की, दारात उभी राहून, शेजारी-पाजारी राहणाऱ्या बायकांना ऐकू जाईल इतक्या मोठ्या आवाजात मी त्याला ओरडून सांगत असे, ''सोनाराकडे जायला विसरू नकोस आणि माझ्यासाठी छानसा बाजूबंद घेऊन ये; आणि हो, माझी कानातल्याची जोडी दुरुस्त केली का, ते पण विचार!''

मुलं वाढवण्यात मला मदत करायला म्हणून अम्मी आमच्याबरोबर राहू लागली. मग नंतर जेव्हा मोहम्मदला बढती मिळाली, त्याने एक मुलगी घरात मदतीला ठेवली. त्याच्या सहकाऱ्यांच्या वाढदिवसाच्या पार्ट्यांना आम्हाला आमंत्रित केलं जाऊ लागलं आणि आम्ही त्यांच्याबरोबर रेस्टॉरन्टमध्ये जाऊ लागलो. तिथे मी जरी सुसंस्कृत लोकांशी बोलत असे, तरीही माझं सगळं लक्ष मुलांकडे लागलेलं असे. त्यांना मी घरी आता दृष्टी क्षीण झालेल्या अम्मीजवळ सोपवून आलेली असे. एकदा आम्ही घरी आलो, तर ती गाढ झोपली होती आणि मुलं जंगली माकडांसारखी घरभर हिंडत होती.

अम्मी आणि मी, आम्हाला दोघींनाही आळशीपणाचा विकार जडला आहे, अशी मोहम्मदने टिप्पणी केली.

''ठीक आहे,'' मी म्हटलं, ''मला जरा एक किलोभर मटण आणून दे आणि मग बघ, मी कशी ज्वाळेसारखी उसळते ते. मी ते मांस कुटेन आणि थोडे कोफ्ते बनवेन. एकदा का मी ते थोडे कोफ्ते खाल्ले की, बघच कशी पटकन माझी ताकद परत येते ते.''

अर्थात ही केवळ माझी फुशारकी होती. मी अगदी थकून गेले होते. मला सतत रक्तस्राव होत होता आणि दात निघणारी बाळं किंचाळत होती. मी खदिजासारखं होण्याचा प्रयत्न केला; कमरेवर एक पोर घेऊन ती पायाच्या बोटांनी मुलांचे कपडे उचलायची. पण थोड्याच वेळात मी बिछान्यावर कोसळायची. मी इतकी दमलेली असायची की मोहम्मदसाठी काही स्तुतीचे शब्द कुजबुजण्याइतकीही ताकद माझ्यात नसायची. घरातील कामं करण्याऐवजी किंवा मुलांचं बघण्याऐवजी मला झोपायचं होतं. मी शिणले आहे, यावर मोहम्मदचा विश्वासच नव्हता. मी आळशी आहे, अशी त्याची ठाम समजूत होती. एकदा राजधानीत थंडीची जबरदस्त लाट आली. दोन

दिवस तो त्याच्या कामानिमित्त बाहेरगावी होता. त्याने जेव्हा हे ऐकलं, तो टॅक्सीने बैरुतला निघाला. मध्यरात्री पोहोचल्यावर तो आधी मुलांच्या बेडरूममध्ये धावला. या गोष्टीची खात्री करून घ्यायला की, मुलांच्या अंगावर व्यवस्थित पांघरुणं घातली आहेत की नाहीत? त्याला खात्री होती की, बिचाऱ्या मुलांना त्यांच्या बिछान्यावर तसंच थंडीत कुडकुडत ठेवून, उबदार पांघरूण घेऊन मी गाढ झोपलेली असेन.

रास अल्-नकराह

मोहम्मदच्या नोकरीमुळे आमची रास अल्-नकराह या लेबनीज-इस्रायली सीमेवर असणाऱ्या, एकाकी अशा सैन्याच्या ठाण्यावर नेमणूक झाली. तेथील अधिकाऱ्यांनी आमचं स्वागत केलं आणि सैनिकांनी आमचं सामान उचलण्यास मदत केली. इतक्या ऐषोरामासाठी मी अल्लाचे आभार मानले. मी तेथील हिरवीगार बाग पाहिली, पायऱ्या चढून वर गेले, आमच्या बेडरूममध्ये गेले अन् माझ्यासमोर पसरलेल्या निळ्या समुद्रावर नजर टाकली. मी त्याच्याशी जुळणारा रंग फक्त साबणचुऱ्यामध्येच पाहिला होता, ज्याच्यात आपण 'नाईल व्हाइटनर'चे क्यूब मिसळतो.

सिनेमात लैला मुरादलाने घेतलेल्या गिरक्यांसारख्या गिरक्या घेत, गात मी मोहम्मदला विचारलं, "आपण कोठे आहोत? हा लाल समुद्र आहे का? अलेक्झांड्रिया? मार्सा मातृह?"

तो जेव्हा माझ्यासाठी दररोज एखादा छोटा-मोठा चंदेरी किंवा इतर रंगांचे मासे आणू लागला तेव्हा मला जाणवलं की, मी आता नक्कीच बऱ्याच वरच्या सामाजिक स्तरावर आले आहे. कोळी लोक जेव्हा मासे पकडायला सुरुंगाचा वापर करताना पकडले जात, तेव्हा सैनिक त्यांच्याकडचे मासे जप्त करून त्यांना दंड करत असत. ते मासे मग आमच्यात आणि बाकीच्या अधिकाऱ्यांमध्ये वाटले जात असत. लहान मुलगी असताना जेव्हा मी लोकांच्या दारामध्ये उभी राहून लाळेरी विकत असायची, तेव्हा मला खूपदा त्या घरातून माशांचा वास यायचा. त्या माशांची चव घेण्यासाठी माझा जीव खूप तडफडायचा; पण हाजी कधीही मासे विकत आणत नसे. "काय उपयोग आहे?" तो म्हणायचा, "घरात आपण इतके सगळे लोक आहोत! मला थोडे मासे आणायला आवडलं असतं; पण इतके लोक आहेत म्हटल्यावर माशांचा अखखा थवाही पुरणार नाही."

आमचं नवीन घर छान मोठं होतं. भोवती अंगण असणाऱ्या पाच बेडरूम्स होत्या. पहिल्या मजल्यावर दोन मोठे स्वागतकक्ष होते, तसंच स्वयंपाकघर आणि इतर खोल्या तळमजल्यावर होत्या. आम्ही आमच्या घराच्या बाल्कनीत बसून कॉफीचे घुटके घेत असताना मोहम्मद मला लेबनीज-इस्रायल सीमा दाखवीत असे. त्याच्या रास अल्-नकराह येथील हुद्द्याचं महत्त्व माझ्या लक्षात आलं होतं. इतक्या भल्यामोठ्या भूप्रदेशाची आणि समुद्राची जबाबदारी त्याच्यावर होती. किनाऱ्यालगतच्या खडकांकडे आणि सपाट जमिनीकडे पाहात असताना मला मुफद्दलाची, पोटात साप आहे असं वाटणाऱ्या मावशीच्या मुलीची आठवण आली. मुफद्दलाने एका पॅलेस्टिनी माणसाशी लग्न केलं होतं आणि ते दोघं पॅलेस्टाईनला गेले होते; पण १९४८ नंतर आणि इस्रायल राज्याच्या निर्मितीनंतर त्यांची काहीच खबरबात नव्हती. जर कोणी मुफद्दलाला सांगितलं असतं की माझी शादी सीमेवरच्या मुख्य व्यवस्थापक अधिकाऱ्याशी झाली आहे किंवा मला फक्त कोणी हे सांगितलं असतं की ती कोठे आहे, तर मी तिला मला भेटायला सांगितलं असतं आणि सीमा ओलांडून तिला परत लेबनानमध्ये येऊ देण्यासाठी मोहम्मदचं मन वळवायला सांगितलं असतं. जर असं घडलं तरच फक्त माझी मावशी रडायची थांबेल आणि अम्मीसुद्धा. त्या दोघी इतक्या दुःखी होत्या; कारण आता मुफद्दल कायमची अंतरली असं वाटायला लागलं होतं.

अम्मीने मला सांगितलं होतं की, १९४८ नंतर रोज सकाळी माझी मावशी कशी सीमेच्या दिशेने 'मुफद्दला मुफद्दला' अशा हाका मारत पळत सुटायची, विळ्याने त्या काटेरी तारा तोडायचा व्यर्थ प्रयत्न करायची आणि मग खडकावर स्वतःचं डोकं आपटून घ्यायची. सगळा चेहरा रक्ताने माखून निघाल्यावरच ती थांबायची. मग ती रात्री पुन्हा सीमेवर जायची, या आशेने की तिच्या मुफद्दला, मुफद्दला हाकेचा प्रतिध्वनी पॅलेस्टाईन-इस्रायलमध्ये उमटेल, जो तिच्या मुलीला परत आणेल.

जेव्हा मोहम्मद त्याच्या कामामध्ये व्यस्त होता, मी माझा वेळ मुलांना घेऊन इतर अधिकाऱ्यांच्या बायकांबरोबर फिरायला जाण्यात घालवत असे. मी त्यांना गाणी म्हणून दाखवीत असे आणि मी पाहिलेल्या सिनेमांच्या गोष्टी सांगत असे.

"तुम्ही अजिबात इतर व्यवस्थापकांच्या बीबीसारख्या नाही आहात." त्यांच्यापैकी एक जण हायसं वाटल्याच्या भावनेतून म्हणाली, जेव्हा तिने मला पालेभाज्या, औषधी वनस्पती आणि कॅमोमाईल (एक पांढऱ्या आणि पिवळ्या फुलांची वनस्पती) खुडताना पाहिलं. मी तिच्याकडे पाहून हसले आणि निःश्वास टाकला. शेताची कापणी करणाऱ्यांनी, आम्ही उपाशी राहू नये यासाठी मागे सोडलेल्या दाण्यांसाठी गव्हाच्या शेतात मी अम्मीबरोबर कशी गुपचूप शिरायची, हे सांगितलं तर त्यांना काय वाटेल? त्या कशा वागतील?

आठवडे लोटले आणि मग महिने... हळूहळू फिरायला गेल्यावर आम्ही

आमच्या वसाहतींपासून बऱ्याच दूर भरकटत जाऊ लागलो. एक दिवस आम्ही आमच्या बाल्कनीतून दिसणाऱ्या एकमेव अशा पामच्या झाडाच्या दिशेने निघालो, अचानक एक सैनिक ओरडत आमच्या मागे-मागे येऊ लागला. आम्ही इस्रायली प्रांतात भटकत होतो. बाकीच्या बायका थरथरायला लागल्या. एकीने मदर मेरीचा धावा केला, दुसरीने जीझसचा, तर तिसरीने प्रेषित मोहम्मदांचा. मी कोणाचाही धावा केला नाही. त्या लाटा, पांढरा फेस, मोठे गुळगुळीत दगड आणि हिरव्या गवताऐवजी काही दिसतं आहे का हे पाहाणं एवढ्याशीच मला कर्तव्य होतं. सकाळी मी माझं डोकं हातात गच्च धरूनच जागी झाले! ''समुद्राची गाज, माझ्या मस्तकात छिद्र पाडते आहे असं वाटतंय!'' मी मोहम्मदकडे तक्रार केली. माझ्या मेंदूत धडाधडा आपटणाऱ्या लाटांचा आवाज बंद करण्यासाठी मला माझे कान गच्च बंद करावे लागले.

माझ्या स्वभावात झालेला बदल मोहम्मदच्या लक्षात आला. विनोद सांगण्याविषयीचं माझं प्रेमही जणू आता मला सोडून गेलेलं होतं. मी त्या अधिकाऱ्यांच्या बरोबर आणि त्यांच्या बायकांबरोबर राहाणं बंद केलं आणि व्यवस्थापकाची बायको – खूप चांगली अशी स्त्री होणं बंद केलं. मला आता मोहम्मद आणि मुलांबरोबर समुद्रकिनाऱ्यावर जावंसं वाटेना. समुद्राच्या नुसत्या दर्शनाने माझं हृदय धडधडायला लागायचं. जेव्हा लाटा खवळलेल्या असत, तेव्हा त्या लाटांनी गिळून टाकू नये म्हणून मुलांना घट्ट कवटाळून तेथून लांब पळून जावंसं वाटायचं. मी मासे खाणं सोडलं आणि मला उभंही राहता येईना. त्या जंगलात, सगळ्या अधिकाऱ्यांची महिन्यातून एकदा तपासणी करायला येणाऱ्या डॉक्टरला मोहम्मदने बोलावलं. मला काय होतंय असं डॉक्टरांनी विचारल्यावर, मी त्यांना लाटांच्या गर्जनांबद्दल आणि समुद्राचा रंग बदलल्यावर खूप रडावंसं वाटणाऱ्या माझ्या अनिवार ऊर्मीबद्दल सांगितलं. त्यांनी मला सांगितलं की, मला एक प्रकारच्या निराशेच्या आजारपणाचा त्रास होतो आहे, जो साधारणत: अशा एकाकी जागेवर राहिल्यामुळे लोकांना होतो. डोळ्यांत पाणी तरळत असताना मी त्यांना माझ्या मावशीच्या मुलीबद्दल सांगितलं आणि निदानाच्या पुष्टीदाखल त्यांनी मान डोलावली.

''अर्थातच!'' ते म्हणाले, ''त्या तरुण स्त्रीची काळजी केल्यामुळे तुझी अवस्था आणखी बिकट होते आहे.''

घराच्या खालच्या बाजूला समुद्र गर्जना करत असताना माझ्या बैरुतमधील दोन मुलींबद्दल डॉक्टरांना सांगायचं मला धैर्य झालं नाही. मला त्यांची खूपच आठवण येत होती ही वास्तविकता होती. प्रत्येक लाटेचं स्पंदन माझ्या अस्वस्थतेत आणखी भर घालत होतं.

पण जेव्हा मोहम्मदने एका स्त्रीला, इस्रायलची सीमा पार करण्याचा प्रयत्न करताना पकडलं होतं, तेव्हा मी परत एकदम पहिल्यासारखी झाले. ती लेबनीज

आहे आणि तिचे तिथे रिश्तेदार आहेत असं तिने शपथपूर्वक सांगितलं. ती जरी अरबी भाषेत बोलत होती, तरीही तिच्या बोलण्याच्या ढंगावरून ती नक्की लेबनीज आहे की पॅलेस्टिनी, हे मोहम्मदला सांगता येईना. ती रडायला लागली. तिला जाऊ द्यावं म्हणून मोहम्मदची विनवणी करू लागली. पण दुसऱ्या दिवशी सकाळी तपास-अधिकारी तिला प्रश्न विचारायला येईल, असं सांगून त्याने तिला तळमजल्यावरच्या एका खोलीत कोंडून दाराला कुलूप लावून टाकलं. मी तिच्याशी बोलण्याविषयी त्याला विचारलं. मोहम्मदने त्याला नकार दिला. तो जेव्हा तिच्यासाठी खोलीत खाण्यासाठी काही घेऊन गेला, तेव्हा त्याने मला त्याच्याबरोबर येऊसुद्धा दिलं नाही. तळमजल्यावरच्या खोलीत कोंडून ठेवलेल्या त्या स्त्रीचा विचार माझ्या डोक्यातून काही केल्या जाईना. मी तिला 'कैदी' म्हणून संबोधायला सुरुवात केली.

काय करायचं ते मी ठरवलं. मोहम्मद त्याच्या किल्ल्या त्याच्या उशाखाली ठेवत असे, तिथे हात घालण्यासाठी तो बिछान्यावर पडल्यावर त्याला गाढ झोप लागेपर्यंत मी वाट पाहात राहिले. हलक्या पावलांनी खाली जाऊन मी त्या दाराचं कुलूप काढलं. ती स्त्री अजूनही रडत होती. मी तिच्याशी बोलण्याचा प्रयत्न केला, पण ती हुंदके देतच होती. मला इतकंच समजू शकलं की, ती कोणत्यातरी संकटात होती. एरवी तिने कशासाठी असा धोका पत्करला असता? मलाही रडू आलं. माझी मावसबहीण का नाही अशीच इकडे येत?

मी तिच्यासाठी पिशवीत थोडे खाद्यपदार्थ दिले, तिचा हात धरला आणि तिला घराचं दार उघडून दिलं.

"जा आता," मी तिला म्हटलं, "पळत सूट!"

ती माझ्या हाताचं चुंबन घ्यायला पुढे वाकली, पण मी हात मागे घेतला.

"घाई कर! वाचव स्वतःला! पळ... पळ!"

काही सेकंदांतच ती अंधारात दिसेनाशी झाली.

मी बिछान्याकडे परत आले आणि किल्ल्या मोहम्मदच्या उशाखाली ठेवून दिल्या. मला झोप येईना. रात्रीच्या अंधारात पळून जाणाऱ्या स्त्रीबरोबर माझी निराशा हे घर सोडून गेली होती. लाटांची गाज ऐकत मी तशीच पडून राहिले. मनाशी विचार करत राहिले – ती पॅलेस्टाईनमध्ये घुसली असेल की, इथेच लेबनीज प्रदेशात लपून राहिली असेल? सकाळ झाल्यावर मोहम्मदने घाईघाईने कपडे केले, किल्ल्या घेतल्या आणि तो नाहीसा झाला.

मग तो परत वर आमच्या बेडरूममध्ये आला आणि त्याने मला मिठीत घेतलं.

"मी त्या तपास अधिकाऱ्याला नक्की काय सांगायचं म्हणे?" तो माझ्या कानात कुजबुजला, "की माझ्या बीबीने किल्ल्या चोरून त्या स्त्रीला जाऊ दिलं म्हणून? ती एखादी धोकादायक गुप्तहेरही असू शकते, हे तुला माहीत आहे का?"

दोन मोहम्मद

रास अल्-नकराह येथील आमचं वास्तव्य संपलं. आम्ही खर्चिक आणि धांदल-धावपळीच्या बैरुतला परतलो. एव्हाना माझ्या आयुष्यात दोन मोहम्मद आले होते. पहिला मोहम्मद सूट आणि चुरचुरीत इस्त्रीचे शर्ट घालीत होता. हा मोहम्मद पातळ, पिंगट केस असणारा, जो नेहमी हातात कागदाचा कपटा किंवा पेन घेऊन सतत पुस्तक वाचत असे, तो सतत त्याला पाठ असलेली प्रसिद्ध पद्यं, कविता किंवा त्याच्या मित्रांनी रचलेली पद्यं तोंडपाठ म्हणून दाखवीत असे. हा तो मोहम्मद होता, ज्याला चवीने हाडं चघळताना पाहून माझ्या मनात वेड्यासारखी असूया जागृत होत होती. मला खूप असूया वाटायची, कारण त्याच्या टपोऱ्या तपकिरी डोळ्यांमध्ये प्रत्येक सुंदर आणि उच्च प्रतीच्या गोष्टींबाबत प्रेम दिसायचं आणि त्याला फक्त माझ्याबद्दलच प्रेम वाटावं, असं मला वाटायचं. हा तो मोहम्मद होता, जो माझ्यापासून दूर असताना त्याच्या शरीराचा गंध आठवत मी सतत त्याचाच विचार करायची. त्याची फक्त एक नजर माझ्या हृदयाचा आणि आत्म्याचा पूर्ण ताबा घ्यायला पुरेशी होती.

दुसऱ्या मोहम्मदने मी सतत गरोदर राहीन याची काळजी घेतली होती. कधी गर्भपात होत होते, तर कधी एकापाठोपाठ एक मुलाला जन्म देत मी सतत दमलेली, शिणलेली होते. त्याच्या शरीराचा फक्त गंध हुंगला किंवा त्याने फक्त मिठी मारली तरीही मी गरोदर राहीन असं वाटायला लागलं होतं. प्रत्येक वेळी गर्भपात व्हावा यासाठी मी खूप प्रयत्न केले. टेबलावरून उड्या मारून आणि खूप ॲस्पिरीन खाऊन, जुळ्यांचा गर्भपात करणं मला जमलं. अहलामने मला असं करताना पाहिलं आणि हे सगळं अब्बूंना सांगण्याची मला धमकी दिली, त्या वेळी ती फक्त सहा वर्षांची होती.

मी गरोदर असताना डॉक्टरांनी मला कधीही माझ्या गरोदरपणाबाबत, गर्भपातांबद्दल

किंवा होणाऱ्या रक्तस्त्रावाबद्दल सल्ला दिला नाही किंवा माझ्या शरीरात पूर्वीसारखी ताकद येईपर्यंत आणि आमची आर्थिक परिस्थिती सुधारेपर्यंत मुलं होऊ देण्याचं थांबवण्याबाबत मोहम्मदचं आणि माझं एकमत झालं नाही. आर्थिक चणचण आणि माझा थकवा यापेक्षाही मोहम्मदला आणखी एक मुलगा आणि अजूनही मुलं हवीच होती. तो म्हणायचा, "तू तुझं काम कर. बाळांना जन्म दे आणि मी त्यांची काळजी घेईन."

अमर्याद उत्साह असणारा दुसरा मोहम्मद मुलांना वाढवण्यात मला खूप मदत करत असे. त्याचं जर डोकं दुखत असेल, तर त्या वेदना कमी करायला तो डोक्याभोवती पट्टी आवळून बांधत असे आणि काम चालू ठेवत असे. मुलांच्या आणि घराच्या बाबतीतील प्रत्येक लहान-सहान गोष्टीत तो लक्ष घालायचा आणि उन्हाळ्यात भामदाऊला जाता यावं, यासाठी पैसे उसनेही घ्यायचा. तिथे मी बऱ्याचदा पहिल्या मोहम्मदविषयी विचार करायची. तिथल्या खेड्यांतून, झऱ्यांमधून, चायनाबेरीच्या झाडांमधून आम्ही दोघं एकत्र हिंडलो. अक्रोडच्या झाडांवर कोरून ठेवलेल्या आमच्या भेटीच्या तारखा, आमची नावं शोधली. झाडाखाली बसून आम्ही ते क्षण पुन्हा जगण्याचा प्रयत्न केला जेव्हा मी 'माझ्या निजलेल्या प्रेमा,' हे गाणं म्हटलं होतं. त्यानं मला पुन्हा ते गाणं त्याच्यासाठी म्हणायला सांगितलं आणि चौथ्या मुलाच्या वेळी पोट वाढलेल्या मी ते म्हटलंही; मी इतकी दमले होते की, मला फक्त झोपायचं होतं. मला माहीत असलेल्या सगळ्या प्रणयचेष्टा एकवटून मी ते शादियाचं गाणं म्हटलं –

"मी येता तुझिया जवळी
तू दूर असा का जासी?
मी येता तुझिया मागे
का दूर असे तू जावे?
कोणी तुला असे बदलले,
का इतका तिरस्कार माझा करीसी?
सांगणार नाहीस का मजसी?"

माझ्या जिवापाड प्रयत्नांनंतरही मोहम्मदने त्याची मान हलवली.

"तुझा आवाज पहिल्यासारखा राहिला नाही," तो खंतावलेल्या स्वरात म्हणाला, "हे असं वाटतं आहे की, कोणीतरी दोरखंडाने गळा आवळला आहे."

मी आता पूर्वीच्या उत्कटतेने त्याच्यासाठी गाऊ शकत नव्हते, म्हणजे माझं त्याच्यासाठीचं प्रेम कमी होत चाललं आहे, असं त्याला म्हणायचं होतं.

त्याच्या त्या शब्दांनी आम्हाला दोघांनाही हसू आलं. मी म्हटलं की, हे म्हणजे

आपण जणूकाही आपलं प्रेम अजूनही शिखरावर आहे की नाही, याची परीक्षा घ्यायला हातात थर्मामीटर घेऊन बसल्यासारखं झालं. दुसऱ्या दिवशी सकाळी जेव्हा मोहम्मद पेपर उघडून जगातील घटना मला वाचून दाखवू लागला, मी त्याला बिलगले. संध्याकाळीही जेव्हा त्याने त्याची वही उघडली, मी लगबगीने त्याच्या जवळ गेले.

माझ्या ओळखपत्रावर नोंदवलेल्या माझ्या वाढदिवसाला (माझा जन्म त्याच दिवशी झाला आहे की नाही, याची आम्हाला खात्री नव्हती.) त्याने मला एक कविता वाचून दाखवली –

वाढदिवस – इलिय्या अबू मदी लिखित –
तुझ्या वाढदिवशी काय देऊ तुला मी माझ्या देवते,
जेव्हा तुझ्याकडे तर आहे दुनियेतील सर्व काही?
बावनकशी सोन्याचे तोडे आणि बाजूबंद,
तुझ्या मनगटावरच्या साखळ्या नाही बघवत मला,
शराब?... या भूतलावर अशी शराबच नाही,
जी झरते तुझ्या कटाक्षांमधून
गुलाब...? माझ्यासाठी दुनियेतील सुंदर गुलाब आहेत,
जे खुडले होते, मी तुझ्या गालांवरून
किंवा कदाचित कार्नेशियन, लालभडक, अगदी माझ्या रक्तासारखे
आणि ते मौल्यवान लाल कार्नेशियन तुझ्या ओठांवरचे
तुला द्यायला माझ्याजवळ काहीच उरले नाही –
प्रिय असे माझ्या आत्म्याशिवाय
अन् माझा स्वत:चा आत्मा तर आहे, एक प्यादं तुझ्या हातातील''

मी त्याला ती कविता परत म्हणायला सांगितली. मग मी ती कविता एकूण एक शब्दांसकट तश्शीच्या तश्शी म्हणून दाखवली. आणि मग लिहायला-वाचायला शिकवलं नाही, यासाठी स्वत:ला बोल लावत रडत-रडत त्यानं मला मिठी मारली. मी त्याचे डोळे पुसले आणि मी पण रडायला लागले.

''एक लाकडाची शिसं बसवलेली काटकी आणि मी तिच्यामुळे पार झाले.'' मी जोरात बोलले आणि मग ते शब्द मी गाण्यात बदलले, ''एका शिसं घातलेल्या लाकडी काटकीमुळे मी पार झाले.'' जेव्हा-जेव्हा मी लिहायला आणि वाचायला शिकायला सुरुवात केली, माझं पोट वाढलं.

माझ्या उदरात माझी पाचवी छोटी मुलगी होती. ती जेव्हा जन्मली, तेव्हा ती 'सायोनारा' सिनेमातल्या 'कदसुमा'सारखी दिसली. त्यामुळे तिचं तेच नाव ठेवलं गेलं.

१९५८ची क्रांती!

माझा या गोष्टीवर नेहमीच विश्वास होता की, प्रेमिकांमध्ये, परिवारातील लोकांमध्ये आणि कामाच्या ठिकाणी सहकाऱ्यांमध्ये ताणतणाव नेहमीच निर्माण होतात; पण ते कधीच आपल्या हाताबाहेर जात नाहीत. तरीही १९५८च्या वसंतऋतूत[२१] लेबनानमध्ये हे सगळं घडलं. आमच्या घराच्या शेजार-पाजारच्या परिसरात सशस्त्र टोळ्या आणि क्रांतिकारकांनी सरकारी नोकरीत असणाऱ्या, विशेषत: ते जर पोलीस खात्यात, सिक्युरिटी जनरलमध्ये असतील, तर त्या लोकांना जीवे मारण्याच्या धमक्या दिल्या. मोहम्मदने जर त्याच्या नोकरीचा राजीनामा दिला नाहीतर त्याला ठार मारण्याची धमकी दिली. पंतप्रधानांच्या घराच्या जवळचा परिसर बंडखोर सैनिकांनी उडवून दिला होता आणि ते सगळं जळत असताना जमावाने जल्लोष केला होता. आता ख्रिश्चन वसाहतीमध्ये पळून जाण्याची वेळ आली आहे,

---

२१. १९५८मध्ये लेबनानमध्ये झालेले पंथांमधील वाद हे संक्षिप्त स्वरूपाचे होते, जे १९४३पासून मुस्लीम आणि ख्रिश्चन पंथीयांमधील मतभेदांचे निर्देशक होते. त्यात काही लोक मृत्यू पावले होते. या परिस्थितीचं तत्कालीन कारण होतं, दोन्ही पंथीयांची आपापल्या प्रांतांचे अधिकार जपण्याबाबतची संवेदनशीलता. मुस्लीम समाज इजिप्तचे राष्ट्रपती गमाल अब्देल नासर यांच्या 'एकत्रित अरब' या संकल्पनेशी वचनबद्ध होता, तर ख्रिश्चन समाज पाश्चिमात्य जगाचा पुरस्कर्ता होता. अमेरिकेच्या सहाव्या तुकडीने हस्तक्षेप करून तेथील अशांतता संपवली आणि मॅरोनाइट राष्ट्राध्यक्ष कमील चामऊन यांच्या पदच्युतीच्या ठरावानंतर परिस्थितीतील ताण निवळला. त्यांच्या असांविधानिक महत्त्वाकांक्षेने – त्यांना अजून सहा वर्षांचा कार्यकाल हवा होता – या सगळ्या असंतोषाला खतपाणी घातलं आणि सरसेनापती, फौआद चेहाब यांची निवड केली. पण त्याला झालेल्या कडव्या प्रतिकाराने लेबनानच्या लोकशाहीच्या घटनेतील त्रुटी दाखवून दिल्या.

हे आम्हाला कळून चुकलं. इब्राहिमच्या घरात आश्रयाला जावं, असं मी मोहम्मदला सुचवलं. शेवटी माझं त्याच्याशी रक्ताचं नातं होतं. त्याचा मुलगा अमेरिकेहून 'एरोनॉटिकल'ची पदवी घेऊन आल्यानंतर हाजीबरोबर त्याच्या घरात राहणाऱ्या इब्राहिमने ख्रिश्चनांच्या वसाहतीत आपलं घर हलवलं होतं.

दुसऱ्याच दिवशी मी आमच्या सगळ्या शेजाऱ्यांचा निरोप घेतला. नासराइट्स (Nasserites) कोणत्याही क्षणी येतील या भावनेने आम्ही धास्तावलो होतो. लैलाकडे, जी आता माझी खूप चांगली मैत्रीण झाली होती, तिच्याकडे घराची किल्ली सोपवताना मला रडू आलं. आम्ही दोघी बऱ्याचदा आम्ही पाहिलेल्या सिनेमांवर चर्चा करायचो आणि ती मला तिने वाचलेल्या कादंबरीचा कथाभाग सांगायची, जे मी एक वाचक म्हणून कधीच करू शकणार नव्हते.

आम्हाला नवीन घरी घेऊन जायला ठरवलेली टॅक्सी जेव्हा ठरलेल्या वेळी आली नाही, त्या वेळी त्या ड्रायव्हरने मोहम्मदला पकडण्याच्या कारस्थानात क्रांतिकारकांशी हातमिळवणी केली असणार अशी आम्हाला खात्री वाटू लागली. म्हणून मग घरात वाट बघत बसण्याऐवजी मोहम्मदने खालच्या बाजूला जाऊन दुसरी टॅक्सी मिळते आहे का, ते बघायचं ठरवलं. बाहेर रस्त्यावर आम्हाला टॅक्सी मिळाली, पण त्यात ड्रायव्हरच नव्हता. मी चारही मुलांना घेऊन मागे बसले आणि मोहम्मद पुढे. हा सगळा त्या कारस्थानाचच भाग होता का? त्या ड्रायव्हरने आमचा विश्वासघात केला होता का?

पुढे काय करायचं, याचा मोहम्मद विचार करत असताना मुलं आणि मी खूपच चिंताक्रांत झालो होतो. तेवढ्यात ड्रायव्हर फलाफेल दुकानातून भलंमोठं फलाफेल सॅन्डविच घेऊन आला. त्या दुकानात नेहमीच खचाखच गर्दी असायची. काही जण काही खरेदी करायला आलेले असायचे, तर काही जण फक्त करमणूक करून घेण्याच्या आशेने यायचे. त्या दुकानाचा मालक एक बुटका माणूस होता. तो भलेमोठे लाकडाचे ठोकळे लावलेले बूट घालायचा. त्याची बायको उंच होती. जेव्हा कधी त्यांच्यात वाद होई, तेव्हा तो बुटक्या खुर्चीवर उभा राहून तिच्या थोबाडीत मारीत असे.

शेवटी एकदाचे आम्ही कोणत्याही संकटाशिवाय, बंद केलेल्या रस्त्यांवरून बाहेर पडलो. संकटातून सहीसलामत बाहेर पडल्याबद्दल हायसं वाटण्याऐवजी, जसजसं इब्राहिमचं घर जवळ येऊ लागलं, मला भीती वाटू लागली. शादी झाल्यानंतर मी त्याला आणि त्याच्या परिवाराला भेटण्याची ही काही पहिली वेळ नव्हती; मरियमला पहिलं मूल झाल्यावर तिच्या घरी आम्ही अचानकच भेटलो होतो आणि आमच्यात दिलजमाई पण झाली होती.

आम्ही एकदाचे त्याच्या घरी पोहोचल्यावर इब्राहिम आणि खदिजाने आमच्या

अपेक्षेपेक्षाही जास्त प्रेमाने आमचं स्वागत केलं. दुसरा आश्चर्याचा धक्का बसला, तो म्हणजे फातिमा आणि हॅननही तेथेच होत्या. रस्त्यावरच्या या युद्धांनी गेले काही दिवस मला माझ्या मुलींना भेटण्यापासून रोखलं होतं. त्या त्यांच्या भागात पोहोचलेल्या त्रासापासून सुटका करून घेण्यासाठी नैबिताहला आश्रयासाठी जाण्याच्या वाटेवर होत्या.

माझी मुलं एकदाची बिछान्यावर पडल्यावर मी स्वत:लाच चिमटा घेतला. मी इब्राहिमच्या घरात होते – त्या माणसाच्या, ज्याने माझी सक्तीने शादी करण्याचा घाट घातला. तो माणूस, ज्याच्याजवळ हसनने माझ्या तलाकचा विषय काढल्यावर बेशुद्ध झाला होता. तो माणूस, ज्याने मला तलाक देण्यासाठी अबू हुसेनकडे आग्रह धरला. "मोहम्मद तिला सोडून देईल," त्याने हाजीला सांगितलं होतं, "तो कधीच तिच्याशी शादी करणार नाही, ती आधीच शादीशुदा आहे. दोन मुलांची अम्मी आहे." मला अपमानित झालेलं त्याला पाहायचं होतं; पण आता तोच आम्हाला आश्रय देण्यासाठी स्वत:च्या घराची दारं उघडत होता. अर्थात मला हे चांगलंच माहीत होतं की, माझ्या आत्ताच्या शौहरच्या मनमिळावू स्वभावामुळे हा आदर मिळाला होता. शिवाय आता तो सिक्युरिटी जनरलमध्ये वरच्या हुद्द्यावर होता. पण मला वाटतं की, इब्राहिमचं हृदय परिवर्तन होण्याचं कारण – ही सत्य परिस्थिती पण होती – की एव्हाना मला मोहम्मदपासून चार मुलं झाली होती. मी परीक्षा उत्तीर्ण झाले होते. मी आता खरंखुरं वैवाहिक जीवनाचं सुख उपभोगत होते. सन्मानित आणि आदराला पात्र होऊन मी परिवारात परतले होते.

झोप लागण्यापूर्वी मी मोहम्मदला विचारलं की, वाईट परिस्थिती माणसाला पाषाणहृदयी बनवते का? असं वाटत होतं की, जणूकाही मिळालेल्या यशामुळे लोकांच्या हृदयाच्या कठीण कडा आता मऊ झाल्या होत्या आणि लोक आणखी सहनशील झाले होते. अचानक माझ्या मनात इब्राहिमबद्दल कौतुक दाटून आलं – शाळेतून हुसकून काढून ज्याला सरळ एकदम आयुष्याच्या लढाईत फेकून दिलं गेलं होतं. सगळ्या परिस्थितीवर मात करत स्वत:च्या मुलांना उत्तम शिक्षण घेता यावं, यासाठी त्याने पै-पै साठवली होती आणि आता तो एका घराचा नव्हे, अगदी अचूकच सांगायचं तर बंगल्याचा मालक होता.

मोहम्मद कमाल

१९५८ची क्रांती संपली. एवढं करूनही लेबनान आणि इजिप्त एकत्र आले नाहीतच. यु.एस. सहाव्या नौदल तुकडीने हस्तक्षेप केला आणि जनरल फौआद यांची राष्ट्राध्यक्षपदी निवड झाली. मी आणखी एका मुलाला जन्म दिला, जो आमच्या पिलावळीतला शेवटचा होता. आमच्या या मुलाचं नाव मोहम्मद कमाल ठेवावं, असा मोहम्मदने आग्रहच धरला. म्हणजे मग मी त्याला 'मोहम्मद' नावाने हाक मारू शकले असते आणि त्याला मुलाला कमुला अशी हाक मारता आली असती. नावाच्या आमच्या या निवडीबाबत आमच्या मित्रमंडळींचा आक्षेप होता; कारण वालिद जिवंत असताना मुलाचंही तेच नाव ठेवणं म्हणजे स्वतःहून दुर्दैव ओढावून घेण्यासारखं होतं. विशेषतः ते मूल इतक्या गर्भपातांनंतर जन्माला आलं असेल तर!

वास्तविक मोहम्मद कमाल अगदी योग्य वेळीच जन्माला आला होता, जेव्हा आमचं प्रेम संपत आल्यासारखं झालं होतं. मी सतत दमलेली आणि असूयेच्या भावनेने खदखदत असायची. आमच्याकडे पैशांची तंगी होती; पण या बाळाने आमच्यातील प्रेम पुन्हा एकदा जागवलं. राष्ट्राध्यक्ष छेहाबाच्या सद्दीत आम्ही मोहम्मदच्या यशाची फळं चाखायला सुरुवात केली. संपूर्ण बेक्का व्हॅलीच्या शासकीय प्रदेशाचा मुख्य म्हणून त्याची नेमणूक झाली आणि आम्ही आमचं बस्तान बैरुतच्या बाहेर हलवलं. मोहम्मदने त्याच्या कामाच्या जागेच्या जवळच एक भलं-मोठं घर भाड्याने घेतलं. तेथीलच दोन स्थानिक मुलींना घरकामात, स्वयंपाकात मदत करण्यासाठी, मुलांना सांभाळण्यासाठी नेमलं. आम्ही कधी मुलांना घेऊन, तर कधीकधी मुलांशिवाय प्रवासाला जाऊ लागलो. एखाद्या संध्याकाळी आम्ही आमच्या प्रशस्त बाल्कनीत, बाहेर दिसणारे पर्वत आणि झाडं पाहात बसत असू. प्रेषित मोहम्मदांचा जन्मदिवस आम्ही फटाके उडवून साजरा केला. अंधारात तो तेजस्वी प्रकाश चकाकताना पाहून मुलांनी आनंदाने जल्लोष केला. एक दिवस मोहम्मद त्यांना घेऊन धान्याचं कोठार दाखवायला गेला.

जिथे त्यांनी गव्हाच्या ओंब्यांमधून दाणे वेगळे करायला, त्या कशा झोडपल्या जातात हे पाहिलं. मोहम्मदने तेथील कामगारांच्या हातावर थोडे पैसे ठेवले त्यामुळे मुलांना आत जाऊन थ्रेशरवर बसता आलं. बैल त्यांना गोल-गोल फिरवीत राहिला.

त्याने मुलांसाठी कलिंगडाने भरलेला एक छोटा ट्रक मागवला. शेजारच्यांच्या पसरलेल्या वाळूत खेळल्याबद्दल ते मुलांना ओरडले, म्हणून वाळूचा ट्रक मागवून बाल्कनीत मुलांना खेळायला वाळू टाकली. मी स्वत:ला शांत करण्याचा प्रयत्न केला; कारण या सगळ्या सुसंवादामुळे आणि संतुष्टपणामुळे मी खूपच आशावादी झाले होते. इतक्यांदा भोगाव्या लागलेल्या रक्तस्त्रावामुळे नंतर आणि गर्भपातांनंतरही मी कधीच मृत्यूचा विचार केला नव्हता. मोहम्मदही कधीच आजारी नव्हता; पण तरीही त्याला मृत्यूचं भय वाटत होतं, कारण त्याचं नशीब असंच फळफळलेलं राहणार नाही, अशी त्याला भीती वाटत असे.

एके रात्री त्यानं मोहम्मद कमालला, जो अजून पुरता सहा महिन्यांचाही नव्हता, कडेवर घेऊन इतर मुलांना त्याच्याभोवती गोळा केलं. त्याने त्याचं रिव्हॉल्व्हर भरलं आणि आसमानकडे पाहिलं.

''तू जर खरोखरीच तिथे असशील –'' तो ओरडला, ''तर मग माझं ऐक, त्यांना कधीच माझ्यापासून हिरावून घेऊ नकोस. तू जर मला मारायचं ठरवलं असशील तर तू अस्तित्वातच नाहीस. माझं ऐक, मी तुझ्याकडे रहमची भीक मागतो. त्यांना माझ्यापासून कधीच दूर करू नकोस.''

असं म्हणून त्याने रिव्हॉल्व्हर हवेत उडवलं, त्याबरोबर सगळी कबुतरं आणि इतर पक्षी आकाशात उडाले. आमचे शेजारी-पाजारीही काय झालं, ते बघायला धावून आले आणि अचानक ढगांमधून चंद्र बाहेर आला.

''तो बघ!'' मोहम्मद म्हणाला, ''चाँद माझ्यावर खूश आहे.''

त्याने फक्त तीन आठवड्यांच्या प्रशिक्षणानंतर गाडी चालवायला सुरुवात केली होती. त्याला वाटणारी मरणाची भीती या बाबीशी संबंधित आहे का, याचा या घटनेमुळे मी मनाशी विचार करू लागले की, मानवी अस्तित्वाच्या बालपण, तारुण्य आणि वार्धक्य या अवस्थांबद्दल त्याला अचानक जाणीव झाली होती? पण मी तर आत्ताशी फक्त चौतीस वर्षांची होते आणि मोहम्मद अडतीस वर्षांचा. आमचे अम्मी-अब्बू पण जिवंत आणि धडधाकट होते.

मोहम्मदच्या धास्तीनंतरही बऱ्याचदा मृत्यूचा विचार करणाऱ्यांपैकी मी एक होते. चार मुलं माझ्या भोवताली कोंडाळं करून अन् पाचवं मोहम्मदकडे होतं म्हणून हे विचार येत होते असं नाही. खरं तर आमच्या बेडरूममध्ये असलेल्या कोटाच्या हुकच्या प्रतिमेकडेच मी पुन्हा-पुन्हा जात राहिले. तो हूक दारामागे नव्हता, तर आमच्या पलंगाला लागून असणाऱ्या भिंतीवर होता, जेणेकरून रोज सकाळी मी उठल्यावर पलंगावर

बसल्या बसल्याच माझा हात लांब करून माझा ड्रेस घेऊ शकत होते. काही कारणाने मी स्वत:ला आणीबाणीच्या प्रसंगात कल्पित राहिले. पलंगावरून ड्रेस खेचून घेत असलेली मी! मोहम्मदला मी माझ्या या दिवास्वप्नाबद्दल सांगितलं आणि त्यानं कार चालवणं बंद करावी, यासाठी त्याच्या मिनतवाऱ्या केल्या. असं काही नव्हतं की, तो स्वत:ची काळजी घेत नव्हता. मी पाहिलेल्या इतर अनुभवी ड्रायव्हरांचा एक हात स्टिअरिंग व्हीलवर, तर दुसऱ्या हातात सिगारेट पकडलेली असायची. मोहम्मद त्याचे दोन्ही हात कट्टरपणे व्हीललाच चिकटवून ठेवत असे. मला त्याचीच भीती वाटत होती.

विश्वास बसू नये असा तो भयंकर दिवस उगवलाच. त्या हुकला अडकवलेला माझा गुलाबी रंगावर पांढरे गोल असलेल्या ड्रेसपर्यंत मी पोहोचले. तो घालताना माझा आक्रोश चालूच होता. चारीही मुलं, जी त्यांच्या अब्बूंच्या घरी येण्याची वाट पाहात होती, त्यांनीही माझ्याबरोबर किंचाळायला सुरुवात केली. लहानगा मोहम्मद कमाल मला चिकटला होता. खरं तर त्या दिवशी सुट्टी होती; पण एका कुविख्यात स्मगलरला पकडण्यात त्यांना यश आलं होतं. त्यामुळे तो काही तासांसाठी ऑफिसला गेला होता. तिथे त्याला फारसा वेळ लागणार नाही, असं तो म्हणाला होता. तो आल्यावर चक्कर मारायला जायला मुलं व्यवस्थित तयार आहेत की नाहीत, याची खात्री करून घ्यायला त्याने मला बजावलं होतं. घरी येत असताना ओल्या रस्त्यावरून त्याची गाडी घसरली. त्याला हॉस्पिटलमध्ये घेऊन गेले होते. थोड्या वेळाकरिता मोहम्मद बेशुद्ध झाला होता; पण लगेच शुद्धीवरही आला.

"मी घसरलो!" त्याने जेव्हा मला पाहिलं, तो मला म्हणाला, "शुक्र है खुदा का! की मुलं माझ्याबरोबर नव्हती."

डॉक्टरांनी त्यांच्याकडून प्रयत्नांची पराकाष्ठा केली. मी विचार करत राहिले की मृत्यूने आधीच माझ्यापासून माझ्या बहिणी – मनिफा, रौफा आणि उम्म्-फौजीला हिरावून घेतलं आहे. नुकतंच एका रात्री जेव्हा मोहम्मदने सगळ्या मुलांना त्याच्याभोवती गोळा करून घेऊन आकाशात रिव्हॉल्व्हर उडवलं होतं, त्याबद्दल त्याला माफ करण्याविषयी मी खुदाची विनवणी केली. मी माझ्या आधीच्या शौहरवर आणि इब्राहिमवर मिठाने विषप्रयोग केल्याबद्दल मला माफ करण्यासाठी खुदाचे पाय धरले. माझा आधीचा शौहर लवकरच मरेल म्हणजे आपल्याला शादी करता येईल, असं सांगून मोहम्मदला थांबायला सांगितल्याबद्दल मी खुदाला माझ्यावर रहम कर अशी याचना केली. माझी शादी कशी माझ्या मेव्हण्याशी करून देण्यात आली होती हे मला समजण्याआधीपासूनच मी कशी मोहम्मदवर प्रेम करत होते, याची खुदाला आठवण करून दिली.

तासन्तास मी मोहम्मदच्या शेजारी पलंगावरच बसून राहिले. वेदना सहन करता-करता त्याचा शुद्धी-बेशुद्धीचा खेळ चालला होता. त्याच्या पलंगाभोवती वेगवेगळ्या

नळ्यांचा वेढा पडला होता. त्याच्या मूत्रपिंडामधील आणि हृदयातील रक्त त्याच्या लघवीत दिसत होतं. मी नमाज पढला, खुदाने रहम करावा म्हणून त्याची भीक मागितली, त्याच्या कृपेची याचना केली आणि रडत राहिले. मोहम्मदने मला मोहात पाडल्याबद्दल त्याच्यावर सूड उगवावा अशी अम्मीने मागितलेली दुवा कबूल न करण्याबद्दल मी खुदाला सांगितलं. माझ्या मेव्हण्याशी माझी शादी लावून देण्याआधीपासून मी मोहम्मदवर प्रेम करत होते आणि मला ते माहीत होतं, याची मी खुदाला पुन्हा एकदा आठवण करून दिली. जर मी म्हटलं की, 'जशी तुझी मर्जी,' तर तो मला सगळ्या गोष्टींसाठी माफ करून मोहम्मदला बरं करेल का? दव पडावं ही तर खुदाची मर्जी होती; पण या वेळेस ते गुलाबांवर किंवा तुळशीवर न पडता पडलं होतं ॲस्फॉल्टवर, म्हणूनच मोहम्मदची गाडी घसरली, त्याने ब्रेकवर दाबण्याऐवजी ॲक्सिलेटरवर पाय दाबला.

जेव्हा मोहम्मद जागा झाला, बरळू लागला. त्याने माझा हात धरत मला सांगितलं की, त्याच्या ऑफिसमधल्या त्याच्या टेबलाच्या खणात सातशे लिरा आहेत. फातिमा माझ्या शेजारून कधीच हटली नाही, हे पाहिल्यावर त्याने एकदा हॅनन का कधीच त्याला भेटायला आली नाही हे विचारलं. मी हसले आणि थाप मारली की, हॅनन दक्षिणेत तिच्या एका मैत्रिणीकडे गेली आहे आणि लवकरच ती त्याला भेटायला येणार आहे.

"तिला स्वत:ला शांत ठेवण्यासाठी ॲस्पिरिन घ्यायला सांग आणि मला भेटायला ये म्हणावं." तो म्हणाला. ती फार क्वचित आमच्याकडे यायची हे त्याला माहीत होतं. नंतर टेबलाच्या खणातून सातशे लिरा न विसरता काढून घेण्यास त्याने मला सांगितलं. बाकी कोणाला ते मिळण्याआधी मी जाऊन ते तेथून घेऊन यावेत असं त्याने मला सांगितलं.

मी त्याच्याजवळ बसून राहिले. अशुभाची पूर्वसूचना मिळालेली असतानाही मी त्याला गाडी चालवण्यास अडवलं नाही, म्हणून मी स्वत:ला दूषणं देत राहिले. मी स्वत:ला दूषणं देत राहिले, जेव्हा-जेव्हा आमच्यात भांडणं झाली तेव्हा तो मरावा असं खुदाकडे मागितल्याबद्दल, मला तलाक मिळेपर्यंत त्याला थांबायला लावून एवढा वेळ वाया घालविल्याबद्दल, तो कामावरून घरी परतायचा तेव्हा त्याच्यावर प्रश्नांची सरबत्ती केल्याबद्दल आणि त्याच्याबरोबर जागण्याऐवजी झोपेला महत्त्व दिल्याबद्दल. मोहम्मद जरी शुद्धीवर होता, तरीही तो भ्रमिष्ट झाला होता. त्याने माझा हात धरला, त्याचं चुंबन घेतलं आणि मग मला त्याच्याबरोबर खिडकीतून बाहेर पळून चलण्यास सांगितलं.

त्याच्या बहिणींपैकी एकीने आक्रोश करायला सुरुवात केली.

"मृत्यूचे दूत त्याला घेऊन जायला आले आहेत!" ती किंचाळली.

मोहम्मदने त्या दूतांच्या हातून सुटण्याचा प्रयत्न केला... पण मग त्याला माझ्यापासून हिरावून घेतलं गेलं.

मोहम्मदच्या दफनविधीसाठी लोकांची प्रचंड गर्दी जमली. दक्षिणेतून आलेल्या

गर्दीमुळे, बळी दिलेल्या बोकडामुळे, लाउडस्पीकरवरील कर्कश आवाजातील कुराणामुळे आणि त्याच्या स्मृतिप्रीत्यर्थ केलेल्या भाषणांमुळे त्याच्या दफनविधीला लग्नाच्या मेजवानीचं स्वरूप आलं होतं.

मला तरीही फक्त आमच्यात वादावादी झाल्यावर तो मरावा अशी इच्छा व्यक्त केल्यावर मोहम्मदने उच्चारलेले शब्दच ऐकू येत होते, 'मी जर मेलो, तर तुला माझ्या अंगावर तुझे रक्त शिंपडावंसं वाटेल.' तो म्हणायचा.

दुःख व्यक्त करायला आलेल्यांनी चकाकणारे बूट घातले होते. उत्तम सूट घातले होते, अतिशय किमती अशा जाकिटांच्या वरच्या खिशात त्यांनी रेशमी रुमाल ठेवले होते. त्यांच्या बोटांमधून मौल्यवान रत्नांची 'तस्बीह' रुळत होती. ते ओल्या रस्त्यांवरून न घसरणाऱ्या भपकेबाज गाड्या चालवीत होते. प्रत्येक जण माझ्या शौहरला 'अलविदा' म्हणायला आला होता. त्या सगळ्यांच्या मध्ये मी उभी होते, त्याच्या अपघाताची बातमी ऐकल्यावर घातलेल्या स्लिपर्स अजूनही तशाच पायात असलेली!

हे खरोखरीच सत्य होतं का की, सगळं काही थांबलं होतं आणि मोहम्मद आता फक्त हाडांचा एक ढीग राहिला होता? त्याच्या कल्पना, भावना, योजना, वेदना, आठवणी, इच्छांचं काय झालं? त्याचं कवितेबद्दलचं प्रेम, त्याच्या झोपण्याच्या पद्धती आणि त्याचं हास्य? केवळ त्याचं हृदय धडधडायचं थांबलं म्हणून या सगळ्या गोष्टी कशा काय संपू शकतात? कसलाही मागमूस न ठेवता, तो असा नाहीसा होऊ शकतो? त्याची माझ्याबद्दलची ओढ कोठे गेली? ते दोन पाय कोठे होते, जे 'भामदाऊ' असा शब्द ऐकताक्षणी बसमधून उडी मारायचे, जेणेकरून तासाभरानंतर आनंदाने बैरुतला परतण्यापूर्वी तो मला भेटू शकत असे?

रडणाऱ्यांमध्ये आणि आक्रोश करणाऱ्यांमध्ये मला अब्बू दिसले... गाढवावर बसून येणाऱ्या मोहम्मदच्या अम्मीकडे पाहून आलेलं हसू दाबत ते काहीतरी पुटपुटत होते. मोहम्मदची अम्मी डावीकडे आणि उजवीकडे झुलत असताना ते गाढव एकाएकी थबकलं आणि मग ते पुढे जाईना. त्या दृश्याने त्यांना काय वाटलं असेल, ते मी चांगलंच समजू शकत होते.

मी जेव्हा बेशुद्ध झाले, तेव्हा खदिजा आणि बाकीच्या बायकांनी मला खायला लावण्याचा प्रयत्न केला. लोक सांगत होते की, आमच्या मोठ्या मुलाला जेव्हा अलविदा करायला मोहम्मदसमोर आणलं गेलं तेव्हा त्यांनी मोहम्मदच्या डोळ्यांतून अश्रू ओघळलेला पाहिला.

एका वृद्ध स्त्रीने मला प्रेमाने माझ्या खांद्यावर थोपटलं, "ऐक बाळा," तिने मला सांगितले, "खुदाने त्याला तुला दिलं होतं आणि त्याने त्याला परत नेलं आहे. तू तुला हवं तितका वेळ छाती पिटून घेत रडू शकतेस; पण रडण्याने तो परत येणार नाही. जाऊ देत माझ्या प्रिय मुली, एक दिवस तुम्ही पुन्हा एकत्र असाल.''

माझं दु:ख कमी करण्यासाठी ती तिच्याकडून होतील, तितके प्रयत्न करत होती, हे मला माहीत होतं.

स्वत:च्या परिवारातल्या कोणाच्या तरी मृत्यूबद्दल तिने शोक व्यक्त करायला सुरुवात केली; पण नंतर ती थांबली.

मग ती म्हणाली, "चल माझ्या गोड मुली, तुझ्या स्वत:च्या मुलांसाठी स्वत:ला सावर बघू. ती अजून लहान आहेत. अगं हे दिवस अन् वर्षं अगदी पटकन सरतील अन् पापणी लवायच्या आत तू आणि मोहम्मद परत एकत्र असाल."

ती ज्या पद्धतीने काळाला पुढे घेऊन जात होती, ते मला मुळीच आवडलं नाही. विशेषत: मोहम्मद कमाल अजून सहाच महिन्यांचा असताना!

"माझं वाईटापासून रक्षण कर." मी पुटपुटले.

मोहम्मदचं घर विलाप करणाऱ्या स्त्रियांनी भरलेलं होतं, त्यात अजून भर पडतच राहिली. माझी मुलगी फातिमा, जिने मोहम्मद कमालला घेतलं होतं, ती मृत व्यक्तीची मुलगी आहे का, असं एका स्त्रीला विचारताना मी ऐकलं. दुसरी एक स्त्री त्यावर कुजबुजत्या स्वरात म्हणाली की, ती माझ्या पहिल्या शौहरची मुलगी आहे. मी जणूकाही तिथे नव्हतेच अशा थाटात त्या दोघी माझ्या तलाकविषयी मिटक्या मारीत चर्चा करू लागल्या.

मी कोठे आहे, याची मला कल्पना नव्हती. कदाचित मी मोहम्मदबरोबर त्याच्या कबरीत होते; कारण माझ्या कानात कविता घुमत होती. खलिती रौऊकॉज – एक प्रसिद्ध कवी, ज्यांच्या साहित्यावर मोहम्मदने नेहमीच प्रेम केलं. तौफिक जन्मल्यानंतर ज्यांनी मोहम्मदसाठी एक कविता लिहिली होती, जी कित्येक प्रसंगी सद्गदित आवाजात त्याने म्हणून दाखवली होती –

"तू सोडून गेलास, हे मोहम्मद! या जगाच्या आयुष्यातून
जेव्हा तुझ्या डोळ्यांवर भार झाला अस्तित्वाचा
हे जग म्हणजे रंगमंच भेटीगाठींचा आणि ताटातुटीचा
फक्त तुझ्यासाठीच नव्हे, तर आम्हा सर्वांसाठी मृत्यू थांबलेलाच असतो,
तरीही तुझ्याबाबतीत या धगीने खराब केला तू क्षण वियोगाचा
अजूनही, एक तरुण मनुष्य असताना, गालांवर जीवनाची वचने रुळत
असताना, तुझ्या विधवेच्या डोळ्यांतून टपटपतात दोन अश्रू...
आणि तरीही तू बंद केलेस डोळे त्यांच्यासाठी आणि तिच्यासाठी पण...?"

"माझ्या प्रिय मुली," ती म्हणाली, "एवढंच लक्षात ठेव की, आपणा सर्वांनाच आपापल्या प्रिय व्यक्तींबरोबर राहायचं असतं. स्त्री ही पुरुषासाठी, तर पुरुष हा स्त्रीसाठी बनलेला असतो. जेव्हा तू अल्लाच्या घरी जाशील, तिथे जन्नत असेल.

खुदाचीच इच्छा आहे. कारण हे जे काही तू सहन करते आहेस आणि करणार आहेस, तू साद घालशील 'मोहम्मद! मोहम्मद, ही मी आले आहे!' आणि मग तो तिथे असेल. चंद्राकडे पाहावं तसं तुला बघत.''

माझ्या पहिल्या शौहरला जरी कोणी मोहम्मद नावाने हाक मारीत नव्हतं, तरीही त्याचंही नाव मोहम्मदच आहे, हे आठवल्याक्षणी माझं मन एकदम खचलं. जन्नतमध्ये मला हाजीकडे परत जावं लागण्याची शक्यता होती का? तिथे असणाऱ्या सर्वांत वयोवृद्ध, सर्वांत जास्त धार्मिक आणि भाविक असेल, अशा स्त्रीशी, जन्नतमध्ये मला माझा प्रिय मोहम्मद नव्हे, तर माझा पहिला शौहर भेटेल की काय, याबाबतीत बोलायचं ठरवलं.

तिने स्वत:च्या हाताने माझा चेहरा पुसला आणि कुराणातील काही वचनं म्हटली आणि म्हणाली, ''शांत हो बेटा, आत्ता अल्लाला प्याऱ्या झालेल्या मोहम्मदला तुला भेटायचं आहे; कारण तोच तुझा खराखुरा शौहर आहे आणि तुझ्या आधीच्या शौहरने दुसऱ्या कोणाशीतरी शादी केली आहे. हो की नाही? आता तू रोजे ठेवायला आणि नमाज पढायला कधीच विसरणार नाहीस, याची खबरदारी घे!''

मला खूप बरं वाटलं, पण तरीही मला या गोष्टीचा अचंबा वाटत राहिला की, ही म्हातारी बाई – जिचे एकूण एक दात पडले होते, ती अजूनही जिवंत होती आणि मोहम्मद – जो उंच, तरुण होता, ज्याचं शरीर बळकट होतं, तो गेला होता. अंत्यविधीच्या पहिल्या दिवसापासून ही भावना माझ्या मनात घर करून राहिली होती. जेव्हा-जेव्हा मी एखादी म्हातारी स्त्री किंवा पुरुष बघत असे, दरवेळी मी म्हणायची, तुम्ही एवढे म्हातारे आणि जर्जर आहात, पण तरीही जिवंत आहात आणि माझा मोहम्मद त्याच्या उमेदीच्या काळात अल्लाला प्यारा झाला आहे, हे बरोबर आहे का?

मिस्कीहने माझा हात धरून थांबवल्यानंतरच मी थांबले.

''तू जर आता स्वत:ला आवरलं नाहीस –'' ती म्हणाली, ''तर लोकांना वाटेल की, तुझ्या डोक्यावर परिणाम झाला आहे.''

'हो, झाला आहे. झाला आहे ना!' असं मला म्हणावंसं वाटलं. मला अजूनही मोहम्मद जिवंत आहे, सरकारी कामानिमित्त कोठेतरी गेला आहे, असंच वाटत होतं. तो परत येईल अशी मला खात्री वाटत होती. त्याच्या मृत्यूने धरणीकंप झाला होता; ज्यामुळे आमची फुललेली हिरवी बाग, उजाड माळरान झाली होती आणि मग एक उजाड वाळवंट! माझी पाच मुलं कशी जगणार होती? माझ्या हातांच्या आणि पायांच्या बोटांची नखं कोण कापणार होतं?

मृत्यूच्या सावलीतून...

मोहम्मदच्या मृत्यूनंतर दोन महिन्यांनी माझं बैरुतमधील घर हे घर राहिलं नाही, तर एक मशीद बनलं. एक कुराण वाचणारी व्यक्ती, मोहम्मदच्या स्मृतिप्रीत्यर्थ कुराणातील काही आयते वाचण्यासाठी यायची. सगळ्या प्रकारचे लोक येत होते, जसे की राजकीय आणि नागरी कामातील लोक, तसंच तेथील स्थानिक डॉक्टर आणि शिक्षक, नातेवाईक, मित्र आणि मित्रांचे मित्र. समोरचं दार सताड उघडं आहे असं मला वाटत होतं. माझी पाचही मुलं, जी आठ महिने ते आठ वर्षं या वयोगटातील होती. गोंधळ घालण्यात, खाण्यात, रडण्यात आणि भांडणात त्यांचा वेळ घालवीत होती. सगळ्यात धाकटं तर सतत अब्बू-अब्बू म्हणत रडत आणि किंचाळत राहायचं. त्याच्यासाठी त्याला अंघोळ घालणारा, भरवणारा आणि त्याला हसविणारा मोहम्मद त्याच्यासाठी अब्बू आणि अम्मी दोन्ही होता. मोहम्मदने कडेवर घेतल्यावरच तो झोपायचा.

माझी सगळी शक्ती संपून गेली होती. घरात लोकांचा पूर लोटत असताना मी तिथे तशीच कोलमडून बसून राहिले. ते सगळे जण कुराणातील आयतांचं पठण करत होते, ज्याचा आवाज मुलं करत असलेल्या आवाजावर आदळत होता. लवकरच त्या कुराणाचं पठण करणाऱ्या व्यक्तीच्या तोंडावर दार बंद करण्यासाठी मी अधीर झाले, पण त्यांना येण्यापासून थांबवण्याची हिंमत माझ्यात नव्हती त्यामुळे मी त्यांना पठण करू दिलं आणि मी पलंगावर पालथी झोपून राहिले. एका दुपारी कुराण वाचणारे ते गृहस्थ मला बोलावत आहेत, हे सांगायला अहलम घाईघाईने आत आली.

मी बेडरूममधूनच ओरडले, ''अरेच्चा! मी आत्ता तुमच्यासाठीच वनौषधींचा चहा करायला चालले होते, पण आता तुम्ही निघालाच आहात, तर मग उद्याच चहा करेन.''

शेवटी एकदाचा तो दिवस आलाच, ज्या दिवशी मी त्यांच्या तोंडावर दार बंद केलं.

"हं, बोला!" एके दिवशी सकाळी ते दारात उभे राहिल्यावर मी त्यांना विचारलं, "काय हवं आहे तुम्हाला?"

"मी शेख, जो तुमच्याकडे रोज कुराणाचं वाचन करायला येतो." ते म्हणाले, "तुमच्या शौहरच्या आत्म्यासाठी."

"तुम्ही चुकीच्या घरी आला आहात." मी म्हटलं, "इथे कोणाचाही मृत्यू झालेला नाही."

"तुम्हाला नक्की काय करायचं आहे? आमच्यासाठी काही अशुभ घेऊन येता आहात का?"

ते त्यांचं म्हणणं मला पटवत राहिले आणि मी पण माझं. शेवटी ते रागारागाने त्यांच्या हातातील काठी रागारागाने आपटत माघारी जाण्यासाठी वळले.

मी मोहम्मदचे सगळे कपडे आणि बूट गोळा केले, खोक्यांमध्ये भरले आणि पोटमाळ्यावर टाकून दिले. त्याचे सगळे कागद आणि डायऱ्या एकत्र करून बॅगमध्ये भरल्या आणि एका कपाटात ठेवून दिल्या. मला त्याचं सिगारेटचं रिकामं पाकीट सापडलं, ज्यामध्ये दहा पिस्ट्रे आणि सोनेरी वर्तुळं असलेला माझ्या ड्रेसचा तुकडा सापडला. मला पैशांबद्दलचं काहीच आठवलं नाही, खरं तर नाणी आणि कपड्याचा तुकडा दिसल्यामुळे मी खूपच व्यथित झाले.

पावसाळा सुरू झाला आणि मी मुलांना शाळेत जाण्यासाठी तयार केलं. मला असं वाटलं की, जणूकाही मी बागेत मोहम्मदच्या हातांची उशी करून झोपले होते. आता तो गेला आहे हे जाणून घ्यायला मी जागी झाले होते. माझ्यासमोर पाच मुलं होती; सगळी माझ्या स्कर्टला लटकलेली असायची, त्यांपैकी चौघं जण त्यांची नावं, त्यांच्या वह्यांवर आणि पुस्तकांवर घालायला, त्यांच्या शिक्षकांनी लिहिलेल्या नोंदी वाचण्यासाठी किंवा त्यांना घरचा अभ्यास करण्यात मदत करण्यासाठी मला हाका मारत होती. पाचव्याला रात्रंदिवस अंगावर प्यायचं असायचं. मला मी पण एक सहावं मूलच झाल्यासारखं वाटायला लागलं. माझी सही मागणारी बँकेची पत्रं मला कोण वाचून दाखवणार होतं? पैशांचे व्यवहार, करार मला कोण समजवणार होतं? एकेक अक्षर लिहीत सही करायला मोहम्मदने मला शिकवलं होतं; पण लिहीत असताना पानावर लटकणाऱ्या बुरख्याने मी घाबरायची. त्या सगळ्या कागदांवर मी खरंच माझी सही करायची होती का? मला मोहम्मदने लिहिलेलं मृत्युपत्र आठवलं, ज्यामध्ये त्याने गावाकडच्या जमिनी मला दिलेल्या होत्या; पण नंतर जेव्हा आमच्यात वादविवाद झाले, त्याने ते फाडून टाकलं होतं आणि आमची दिलजमाई झाल्यावर त्याने ते पुन्हा लिहिलं, असं सांगितलं होतं. त्या वेळी माझा

त्याच्यावर विश्वास का बसला नाही, हे मला कधीच कळलं नाही. माझं नाव त्यामध्ये शोधण्यासाठी मी ते दस्तऐवज खूप काळजीपूर्वक पाहिले. मला ते सापडलं, पण जमीन हा शब्द मला त्यात कोठेच दिसेना. मग मी त्याच्या गावाचं नाव दिसतं आहे का हे पाहिलं, पण मला तेही कोठे दिसलं नाही. मी जेव्हा त्याला याबाबत विचारलं, त्याने मला एक घट्ट मिठी मारली.

हे जणूकाही पानावरची अक्षरं एकमेकांशी भांडताहेत असंच होतं. त्यातील प्रत्येक अक्षर माझ्या डोळ्यांसमोर सतत नाचणाऱ्या, घोंघावणाऱ्या माश्यांसारखं भासत होतं. आजपर्यंत मी जे काही शिकले होते, जे काही थोडंसं मोहम्मदने मला शिकवलं होतं ते सगळं डोक्यातून उडून गेलं होतं. माश्यांच्या त्या मोहोळाने वेढलेली मी सर्वस्व गमावून बसले होते. खूप वर्षांमागे त्या अक्षरांची तुलना मी पानावरच्या खिळ्यांशी केली होती. आता एकावर एक अशा रचलेल्या अक्षरांचा माझ्या मस्तकात गोंधळ माजला होता.

माझी सही करण्यापूर्वी मी जरा दोलायमान स्थितीत होते. मोहम्मदच्या संपत्तीची जबाबदारी घेतलेला तो सरकारी अधिकारी थबकला. मी तीन अर्जांवर काहीतरी खरडलं, पण मी माझी सही कशी करायची हे विसरले आहे, हे मान्य करायची माझी हिम्मत होईना. मला इतकं लाजिरवाणं वाटलं की, शेवटी मी मोहम्मदसाठी काढायची तसं एक गुलाबाचं फूल आणि एक पक्षी काढला. तो माणूस माझ्याकडे अविश्वासाने बघत राहिला आणि त्याने मला आणखी एका कागदावर सही करायला सांगितली. नंतर आणखी एका कागदावर. जेव्हा मी प्रत्येक कागदावर गुलाब आणि पक्षी काढला, त्यानं मला सांगितलं की, असं चालणार नाही. आणि त्याने मग त्याऐवजी अंगठा उठवण्याबद्दल सुचवलं. अचानक मी नैबिताहच्या बाजारात होते. घोड्याचं खूर उचलून त्या खुराला नाल ठोकणाऱ्या लोहाराला निरखत होते. बैरुतमध्ये माझ्या आधीच्या घराच्याजवळ राहणाऱ्या, फलाफेल विकणाऱ्या बुटक्याची बीबी आठवली; दरवेळेस तिला कोणी बिल दिलं की, ती त्यावर आपला अंगठा उठवायची – जणूकाही तिचा जन्म त्या काळ्याकुट्ट अंगठ्यासारखाच झाला होता. मी कधीच माझा अंगठा वापरणार नव्हते. मी त्या माणसाला सांगितलं की, त्या दिवसापासून गुलाबाचं फूल आणि पक्षी हीच माझी सही असेल; कारण ते कसं काढायचं हे मी कधीच विसरणार नव्हते. मग त्या शासकीय अधिकाऱ्याने ते सगळे अर्ज घेतले आणि त्यावर सील उमटवलं.

मोहम्मदच्या भावांपैकी एका भावाच्या सल्ल्यानुसार, मोहम्मदच्या मृत्यूनंतर सरकारकडून मिळालेल्या नुकसानभरपाईचा उपयोग करून मी भाड्याने देण्यासाठी एक घर विकत घेतलं. त्यातील काही पैसे मी गावाकडच्या साल्यबिल नावाच्या स्त्रीकडे गुंतवले, जी विधवांच्या पैशांची गुंतवणूक करायची आणि वर्षभरानंतर

त्यांना बऱ्यापैकी नफा मिळवून द्यायची. मोहम्मदच्या गावाकडच्या एका चप्पल विक्रेत्याला मी बरीच मोठी रक्कम दिली. त्याचं बैरुतमध्ये खालच्या भागातच दुकान होतं, तो ते पैसे मुद्दल म्हणून वापरणार होता आणि मला त्याचं व्याज मिळणार होतं. शेवटी मोहम्मदच्या मेव्हण्याची आमचा 'पालक' म्हणून नेमणूक झाली, ज्यामुळे आमचा घरखर्च चालवण्यासाठी दर महिन्याला मिळणारी रक्कम माझ्या वतीने तो घेणार होता.

मोहम्मदला जरी जमिनीखाली पुरून टाकलं होतं, तरीही तो आमच्यासाठी अजूनही काम करतो आहे, असा विचार मनात आल्याशिवाय राहिला नाही. आम्ही निदान आमच्याच घरात खाऊ-पिऊ आणि झोपू शकत होतो. अम्मीसारखी पहिल्या शौहरच्या मृत्यूनंतर हातात फुटकी कवडीही नाही, अशी माझी अवस्था झाली नव्हती. त्या विचाराने मी माझी मलाच मिठी मारली. मी मोहम्मदकडे हसून पाहात, त्यालाच मिठी मारते आहे, अशी मनाशी कल्पना केली. 'खुदा तेरा लाख लाख शुक्र है.' मी म्हटलं. पण मला जेव्हा आठवलं की, अम्मी तिचा शौहर गेला तेव्हा चौतीस वर्षांची होती. माझ्याच वयाची असताना ती विधवा झाली होती, या विचारानेच माझ्या अंगावर काटा आला.

मी एक चिमुकला पक्षी!

माझ्या घरात सर्व प्रकारच्या फुलपाखरांना, माश्यांना ज्या फुलांमधून मधुरस गोळा करून आणत होत्या आणि ज्यांना त्याची गरज होती : दु:खीकष्टी बायका – तारुण्याच्या शोधात असणाऱ्या, परित्यक्ता, तलाकशुदा – अशा सगळ्यांना माझं घर आकर्षित करत होतं. जणूकाही सिनेमातल्या नट्याच माझ्या घरात अवतरत होत्या. त्यांची हृदयं गाण्यांनी आणि आनंदाने भरलेली होती. मी त्यांच्या उत्कटतेबद्दल आणि गुप्त संकेतस्थळांबद्दल, प्रेमातील दुरावे, विरह आणि भरभरून वाहणाऱ्या प्रेमाबद्दल ऐकत होते आणि कॉफीच्या कपामागून कप रिचवत भविष्य सांगण्याच्या त्यांच्या बैठकींमध्ये भाग घेत होते. माझं घर म्हणजे जणूकाही हृदयाचं हॉस्पिटल, एक विश्रांतीगृह किंवा आजारपणातून बरं होण्याचं केंद्र झालं होतं. माझ्या रूपाने त्यांना त्यांच्या भावांपासून, शौहरांपासून आणि अगदी त्यांच्या अम्मीपासूनही आसरा मिळाला होता. या गर्दीत माझ्या दोन्ही मुलींचा – पंधरा वर्षांच्या हॅननचा आणि विशेषत: फातिमाचा, जी आता एकोणीस वर्षांची होती, दोघींचाही – नियमित समावेश होता. फातिमा तिचे बरेचसे दिवस तिचे अब्बू आणि त्यांची धूर्त बीबी यांच्या घरापासून दूर, माझ्याकडे आनंदाने व्यतीत करत असे.

मला मात्र अजूनही भीती वाटत होती. माझी ही भीती माझ्या पाचही मुलांपर्यंत, अम्मीपर्यंत, माझ्या मैत्रिणींमध्ये आणि माझ्या घराचा उंबरा ओलांडणाऱ्या प्रत्येकापर्यंत पोहोचली होती. मोहम्मदचा परिवार (म्हणजे त्यातील पुरुषमंडळी.) मी एखादी छोटीशी चूक करायची वाट पाहात एखाद्या मच्छीमार कोळ्यासारखा जाळं टाकून मला त्यात अडकवायला बसला होता. मोहम्मदच्या तिघी बहिणी त्यांच्या भावाच्या मृत्यूने इतक्या खचल्या होत्या की, त्यांच्यापैकी एकीने आमच्याकडे येणंच टाकलं, तर बाकीच्या दोघींनी छाती पिटून घेत रडणं आणि आम्हाला कवटाळणं अजिबात थांबवलं नाही.

मोहम्मदचे भाऊ, आमच्यावर त्यांचा मालकीहक्क असल्यासारखे आमच्या रोजच्या जगण्यावर अंकुश ठेवण्याचा आटोकाट प्रयत्न करत होते. या दु:खद घटनेतून मी बाहेर पडले आहे, हे त्यांना अजिबातच रुचलं नव्हतं. मी स्वत:ला सावरून, स्वत:च्या पायावर उभी राहून माझ्या मुलांची आणि स्वत:चीही काळजी घ्यायचं ठरवलेलं त्यांना आवडलेलं नव्हतं. मला खात्री आहे की, मी जर भारतात असते, तर त्यांनी मला मोहम्मदच्या प्रेताबरोबर जाळायचं ठरवलं असतं. ज्या भावाने हाजीकडे माझी चुगली केली होती, त्याने मोहम्मदच्या मृत्यूनंतर एकदा माझ्या थोबाडीत मारली. विधवांसाठी घालून दिलेला सहा महिन्यांच्या मर्यादेचा कालावधी पूर्ण होण्याआधीच, मोहम्मदच्या एका बहिणीबरोबर, एका नातेवाइकाचा मृत्यू झाल्यामुळे त्यांच्याकडे सांत्वनासाठी बाहेर पडण्याचा गुन्हा माझ्याकडून घडला आहे, असं त्याचं म्हणणं होतं.

अली, मोहम्मदचा दुसरा एक भाऊ माझ्या प्रेमात पडला होता. मोहम्मदच्या मृत्यूला अजून पुरतं एक वर्षही झालेलं नसताना प्रेमाच्या कविता म्हणत रोज घरी येण्याचं धाडस त्याला कसं काय होत होतं, याचं मी मनाशी नवल करत होते. तो या घरातील पुरुष आहे असं त्याचं त्यानेच ठरवून टाकलं होतं आणि भेटायला येणाऱ्या प्रत्येकावर त्याने नजर ठेवली होती. मी जाईन तिथे त्याने माझ्यावर पाळत ठेवायला सुरुवात केली होती. मी जेव्हा त्याला याबाबत हटकलं, तेव्हा तो म्हणाला, ''मी स्वतंत्र आहे. मी मला काय हवं ते करू शकतो. हे माझ्या भावाचं घर आहे.''

''मी स्वतंत्र आहे. मला हवं तसं आयुष्य जगायला मी स्वतंत्र आहे.'' मी त्याच्यावर ओरडत म्हणाले, ''कळलं का मी काय म्हणते आहे ते?''

मोहम्मदच्या भावांच्या अगदी विपरीत, माझा पालक असणारा मोहम्मदचा मेव्हणा मात्र मला टाळत होता. मांजर जशी उंदीर पकडायला दबा धरून बसते, तसं मला त्याच्यासाठी बसावं लागायचं. मी जेव्हा त्याच्याकडे पैशांची मागणी केली तेव्हा मी जणूकाही कर्जच मागत असल्यासारखं तो तिथून पळून गेला. प्रत्येक छोट्या-छोट्या खर्चाचा, अगदी काडेपेटीसारख्या छोट्या गोष्टीचाही, हिशोब जाणून घेण्याबाबत त्याचा आग्रह होता. ''तिला पै-पैसाठी भीक मागायला लाव,'' अशी मोहम्मदच्या घरच्यांनी दिलेल्या सूचनेप्रमाणे तो वागत असणार याची मला खात्री वाटत होती.

सिनेमातील आणि प्रत्यक्ष वास्तवातील सासरची लोकं अशी का वागतात? या सगळ्यातून बाहेर पडण्याचा माझ्याकडे एकच मार्ग होता. तो म्हणजे कोर्टात जाऊन त्या मेव्हण्याचं पालकत्व रद्द काढून घेण्यासाठी आणि मोहम्मदच्या कजाग भावाच्या नाकात वेसण घालण्यासाठी एक सरकारी आदेश घेऊन येणं. मी भेटायला गेले त्या अधिकाऱ्याच्या कानात जणू दगड भरले होते. कायद्याने काय-काय करता येणं शक्य आहे, यावर एक भलंमोठं आख्यान देताना त्याचा आवाज त्या दगडांमध्ये घुमत होता.

या आलेल्या अनुभवामुळे मला अबू-अल्-हिन नावाच्या छोट्याशा पक्ष्याच्या गोष्टीची आठवण झाली. त्याच्या छातीवर बंदूक रोखलेली बघून तो त्याला न मारण्याबद्दल शिकाऱ्याला विनवतो.

"बा शिकाऱ्या," तो म्हणतो, "मी अबू-अल्-हिन नावाचा सगळ्या पक्ष्यांमधला चिमुकला पक्षी आहे. मला मारण्यात काय अर्थ आहे? त्यापेक्षा एखाद्या कोरड्या भाकरीने आणि कांद्याने तुझं पोट भरेल."

या शब्दांनी शिकाऱ्याचं मन द्रवलं आणि त्या पक्ष्याला सोडून देऊन तो दुसऱ्या भक्ष्याच्या शोधात निघून गेला. त्या पक्ष्याने आनंदातिशयाने स्वतःचे पंख फडफडवले आणि दुसऱ्याचं मन वळवता येण्याच्या स्वतःच्या सामर्थ्यावर इतका खूश झाला की, त्याला स्वतःबद्दल गर्व वाटू लागला.

दुसरा एक शिकारी येताना पाहून तो त्वरेने त्याच्या घरट्याच्या बाहेर आला, "मी अबू-अल्-हिन," पुन्हा एकदा तो म्हणाला, "माझी एक मांडीच अख्ख्या घरादाराला खायला पुरेल." हे ऐकल्यावर शिकाऱ्याने त्याला ठार मारलं.

मी जेव्हा शरियत कोर्टात गेले तेव्हा मी पण त्या घमेंडखोर पक्ष्याप्रमाणे तोऱ्यात होते. मला मोहम्मदच्या प्रेमाची अन् मला सुरक्षित ठेवणाऱ्या त्याच्या प्रतिष्ठेची सवय होती. त्यामुळे न्याय माझ्याच बाजूने असेल असं गृहीत धरूनच मी कोर्टात पाय ठेवला. आता त्या अधिकाऱ्याने झिडकारल्यावर, माझं ऐकून घेण्याच्या बाबतीत उदासीनता दाखविल्यावर माझं रूपांतर अबू-अल्-हिन या छोट्याशा पक्ष्यामध्ये झालं, जो 'मला मारू नका' असं त्या शिकाऱ्याला कळकळीने विनवत होता.

परत एकदा त्या चिमुकल्या अबू-अल्-हिन पक्ष्याचा आदर्श डोळ्यांसमोर ठेवून लबाडीचा आणि फसवणुकीचा अवलंब केला. मी परत एकदा शरियत कोर्टात जाऊन शेखसमोर उभं राहायचं ठरवलं. मी त्यांना माझ्या नेमलेल्या पालकाचं मुखत्यारपत्र रद्द करून माझ्या मुलांची जबाबदारी माझ्यावर सोपवण्यात यावी, असं सांगितलं आणि मोहम्मदच्या त्या कजाग, खाष्ट भावाच्या कामुक छळवणुकीला अटकाव करण्यास सांगितलं. पालकाची नेमणूक, माझ्या मयत पतीसाठी असलेल्या प्रेमापोटी आणि मोहम्मदप्रती असणाऱ्या त्याच्या निष्ठेपोटी केली गेली आहे, असं त्या शेखने सांगितलं. त्या शेखनं असंही सांगितलं की मोहम्मदच्या भावाचं, अलीचं वागणं, समाज विधवांना संरक्षण देण्यात कमी पडतो, विशेषतः त्या तरुण असतील (आणि 'सुंदर' हा शब्द त्याने गाळला.) तर त्यांना कशी कमी सहानुभूती मिळते, याचं भान असल्यामुळे तसं आहे.

आता नव्या युक्तीचा प्रयोग करण्याचं मी ठरवलं. पुढच्या आठवड्यात, मला मदत करायला म्हणून माझ्याबरोबर येण्याबद्दल कमीलच्या हिरव्या डोळ्यांच्या बीबीला विचारण्यासाठी मी लगेचच कमीलचं घर गाठलं. सुरुवातीला शेखने

आधीच्याच प्रसंगी सांगितलेल्या गोष्टी परत ऐकवल्या; पण मीसुद्धा त्याला परत सांगितलं की माझा मोहम्मदच्या मेव्हण्यासारख्या बाहेरच्या लोकांवर 'पालक' म्हणून विश्वास नाही. माझी मी स्वतंत्र व्यक्ती होते, स्वत:ची जबाबदारी घेऊ शकत होते. मी काही माझ्या मृत पतीच्या घरच्या लोकांची मालमत्ता नव्हते. मोहम्मदच्या भावाच्या, अलीच्या कामुक चाळ्यांबाबतही मी परत एकदा तक्रार केली.

मी शेखसमोर रडत असताना माझी भावजय त्याच्याकडे पाहात, पापण्या फडफडवीत राहिली. शेखने तत्परतेने 'माझी प्राथमिक पालक' म्हणून नेमणुकीच्या कागदपत्रांवर सह्या केल्या. त्या दिवसापासून माझी कमीलच्या बीबीबरोबरची मैत्री, जी आमच्या अम्मीच्या मैत्रीतून फुटलेली होती, आणखीच घट्ट झाली.

विश्वासघात

माझ्या शौहरच्या एका नातेवाईक स्त्रीने मला सांगितलं की, एकदा एका परदेशी फुकट्या प्रवासी स्त्रीला कारमध्ये घेण्यासाठी थांबलेले असताना, तिचा मुलगाही मोहम्मदबरोबर कारमध्ये होता. मोहम्मद जिवंत असल्यासारखा मत्सराचा, असूयेचा सुरा काळजात खुपसल्यासारखा वाटला. मी माझ्या पायातला बूट काढून तो मोहम्मदच्या फोटोवर भिरकावला, पण माझा नेम चुकला. ती नातेवाईक स्त्री ज्या क्षणी बाहेर पडली, मी त्याच्या फोटोसमोर त्याच्यावर आरोप करत आणि सत्य काय ते जाणून घेण्याचा आग्रह धरत उभी राहिले; पण त्याचं स्मित बदललं नाही. जेव्हा फ्रेम किंवा काच काहीच फुटलं नाही, मी तो फोटो माझ्या फोटोसमोर सरकवला ज्यामुळे आता तो माझ्याकडे बघत होता आणि मी त्याला थंड प्रतिसाद देऊ शकत होते.

त्या रात्री मी झोपू शकले नाही. असं झालं असेल का की, जेव्हा मी गरोदरपणात आणि मुलं वाढवण्यात दमून जात होते, मोहम्मद परदेशी स्त्रियांबरोबर प्रणयचेष्टा करण्यात गुंग होता? कदाचित त्यांचं एखादं लफडंही झालं असेल! भेटायला येणाऱ्या प्रत्येकाला मी मोहम्मदने केलेल्या विश्वासघाताबद्दल सांगितलं. त्यावर ते सगळे न चुकता हसले आणि अशा एखाद्या निरुपद्रवी घटनेने मी अशी दुःखी होऊ शकते, हे किती हास्यास्पद आहे आणि यावर विश्वास ठेवणं अवघड आहे, हे त्यांनी मला दाखवून दिलं. तरीही राग मला कुरतडत राहिला. मोहम्मद आणि त्या परदेशी स्त्रीमध्ये नक्की काय होतं, हे मला पूर्णपणे कळलंच पाहिजे असं मी ठरवलं.

माझ्या शेजारणीला माझ्या संतापाबद्दल समजलं आणि तिने मला एका मैत्रिणीबद्दल सांगितलं, जिने मोहम्मदच्या अप्रामाणिकपणाबद्दल तिच्याजवळ कबुली दिली होती. त्या स्त्रीने तिच्या काही कार्यालयीन कामाच्या बाबतीत मोहम्मदची मदत मागितली होती आणि त्याने तिला दुपारी जेवायला जाण्याचं आमंत्रण दिलं होतं. जेव्हा तिने त्याला नकार दिला, त्याने तिच्याशी लगट करण्याचा प्रयत्न केला आणि

तिने तिचं मन बदलावं यासाठी तिला मनवण्याचाही प्रयत्न केला.

शाळेत शिक्षिका असणाऱ्या त्या स्त्रीला भेटण्यासाठी मी वादळासारखी बाहेर पडले आणि तिच्यामध्ये आणि मोहम्मदमध्ये नक्की काय घडलं होतं, ते तिने सांगण्यासाठी हटून बसले.

"मी त्याला चांगलीच दाखवून देईन!" मोहम्मद जिवंत असल्यासारखी मी तिच्यावर खेकसले. "मी त्याला चांगलीच दाखवून देईन!"

अतिशय गंभीरपणे तिने कसम घेऊन सांगितलं की मी माझ्या त्या दुखवट्याच्या कपड्यांमधून बाहेर पडावं आणि परत एकदा आयुष्य उपभोगायला लागावं म्हणून तिने आणि शेजारणीने ही गोष्ट रचली होती. मोहम्मदच्या मृत्यूला आता जवळजवळ वर्ष होत आलं होतं. माझा तिच्यावर विश्वासच बसेना. त्याऐवजी मोहम्मद त्याच्या टेबलाशी बसून काम करत असताना ही स्त्री, तिचा सर्वोत्तम पोशाख घालून – ज्यामधून हे प्रतीत होत असेल की तिला घरात बसून फक्त रांधा, वाढा, उष्टी काढा करण्यात वेळ घालवावा लागत नव्हता – हातात हॅन्डबॅग मिरवत आली असेल. एवढंच नाही तर ती सरकारी कागदपत्रंही वाचू शकत होती. ती कशी सुशिक्षित होती, त्याच्या बौद्धिक पातळीची होती ही गोष्ट टिपताना मी मोहम्मदचं चित्र मनात रंगवलं. एक ती होती, जी तिचं आयुष्य पूर्णपणे मजेत उपभोगत होती आणि तेव्हा कमिला घरात मुलांमध्ये अडकून पडली होती.

त्याचे कागद नीट जपून ठेवलेली बॅग मी बाहेर काढली आणि ते कागद कोणाकडून वाचून घ्यावेत असा विचार करू लागले. मला अशा एका मैत्रिणीची गरज होती, जी माझ्या या परिस्थितीचा वैरबुद्धीने आनंद न घेता, काळजीपूर्वक ते कागद वाचून दाखवू शकेल. मला एकदम लैलाची आठवण आली. लैला माझी शेजारीण, जी मला ती वाचत असलेल्या कादंबऱ्याचा कथाभाग सांगत असे. ती नक्की हे सगळं समजू किल.

आम्ही शेकडो नाही पण काही डझनभर कागद घेऊन बसलो. जेव्हा जेव्हा मी मोहम्मदच्या गावी त्याच्या कबरीला भेट द्यायला गेले, तेव्हा तेथील वृद्ध स्त्रीने मला काय म्हटलं, ते परत उगाळत मी, मोहम्मदने कसा माझा विश्वासघात केला आहे ते तिला सांगितलं.

तिच्याच ढंगात मी म्हटलं, "ओह्! मी तर तुझ्याबद्दलच्या दुःखाने जळते आहे. तुझा शौहर तर राजा होता, ज्याच्या प्रत्येक ढुंगणावर एक पिस्तूल लटकत होतं." असं म्हणून ती तिच्या कमरेच्या दोन्ही बाजूंना बोट दाखवी.

"माझं ऐक, जेव्हा माझा शौहर अल्लाला प्यारा झाला, तेव्हा जरी आम्ही परत भेटणार होतो, तरीही मी रड रड रडले. 'तू बैरुतला निघून गेलास.' मी म्हणत असे 'आणि ट्राममधून भटकत राहिलास. तुझ्या गुराढोरांची काळजी घ्यायला मला मागे

सोडून. आता तू निघून गेलास त्यामुळे मला या सगळ्याशी काही देणं-घेणं नाही.' ये, ये, कमिला, आपला शौहर दुसऱ्या एखाद्या स्त्रीबरोबर शादी करताना बघण्यापेक्षा त्याच्या मरण्याचं दुःख सहन करणं जास्त चांगलं असतं. तसंही कोणी सांगावं? माझा शौहर जर आत्ता जिवंत असता तर त्याने कदाचित आणखी कोणाबरोबर तरी शादी केलीही असती.''

पण जसं मी मोहम्मदचं हस्ताक्षर पाहिलं, मी पुन्हा एकदा नव्याने त्याच्या प्रेमात पडले. मी माझ्या मुलीच्या – फातिमाच्या हातून मोहम्मदसाठी लिहून घेतलेली पत्रं मी पाहिली. मोहम्मदसाठी मी काढलेले पक्षी, घरटं आणि गुलाब पाहिले. मी त्या वह्यापण पाहिल्या, ज्यांच्यामध्ये लाल शाई वापरून परिच्छेद पाडलेले होते. ''या सगळ्या त्याच्या डायऱ्या आहेत.'' लैला म्हणाली, पण मला त्याला आलेली पत्रं पाहाण्यात जास्त रस होता. लैलाची दृष्टी 'Banjour, mon ami!' या फ्रेंच आणि अरबी अशा दोन्ही भाषांमध्ये लिहिलेल्या शब्दांवर पडली. पण तो दोन विद्यार्थ्यांच्या प्रेमकहाणीचा एक भाग होता. 'के' नाव असणाऱ्या त्या मुलीला घेऊन तो मुलगा सहलीला जातो :

'आम्ही बैरुतच्या पूर्वेला असलेल्या टेकड्यांवर पोहोचलो. या बाजूला शहर असं कलंडल्यासारखं वाटतं की, जणूकाही एखादी वृद्ध स्त्री भिंतीशी तिची पाठ टेकून बसली असावी किंवा एखादी अम्मी आपल्या बाळाला कुशीत जोजवत असावी.'

उन्हाळा आल्यावर त्या मुलाची प्रियतमा 'के' भामदाऊला गेली. आयुष्य म्हणजे एक जडशीळ ओझं झालं होतं, जिवाला काहीही गोड वाटत नव्हतं. एक दिवस तो मुलगा त्या रस्त्यावरून चालत असताना – ज्या रस्त्यावरून ते दोघं एकत्र भटकले होते – त्याला ती ट्रामच्या स्टॉपवर, रस्ता ओलांडत असताना दिसली. त्याचा त्याच्या डोळ्यांवर विश्वास बसेना. अतिशय आनंदाने त्याने तिला हाक मारली. ती वळली आणि त्याच्या दिशेने धावत सुटली. पण तेथून जाणाऱ्या ट्रामने तिच्या रस्ता ओलांडण्याची वाट पाहिली नाही. तिला तो शेवटचा दिसला, तो ट्रामच्या चाकांखालूनच, ज्या ट्रामने तिला चिरडून तिच्या आयुष्याचा अंत केला. भीतीने आणि दुःखाने तो जागीच खिळला आणि त्याचं एका पुतळ्यात रूपांतर झालं. त्या चाकांखाली काय घडलं यावर त्याचा आत्मा विचार करत असताना तो कायमचा तेथेच उभा राहिला.

जेव्हा लैलाचं वाचून झालं, मी पूर्णपणे उद्ध्वस्त झाले होते. माझी जेव्हा हाजीशी शादी झाली, तेव्हा मोहम्मदची मनःस्थिती इतकी भयानक झाली होती का

की, त्याला माझा असा शेवट व्हावा असं वाटावं? त्याला खरंच मी मरायला हवे होते का, म्हणजे मग त्याचा छळ संपला असता आणि तो पुतळ्यात रूपांतरित झाला असता? आता एक तो होता, जो जमिनीखाली पुरला गेला होता आणि माझं पुतळ्यात रूपांतर होत होतं. त्याच्या प्रतारणेचा एखादा पुरावा जरी मला अचानक मिळाला असता तरी आता काहीच फरक पडणार नव्हता.

मोहम्मदच्या कागदांनी आम्हाला खिळवून ठेवलं. आम्ही मोहित झालो होतो. लैला अजून वाचण्यासाठी उत्सुक होती. एक क्षणभरासाठी मी तिला सोडून स्वयंपाकघरात गेले. मी जेव्हा परत आले तेव्हा ती अजूनही ते पान काळजीपूर्वक पाहात होती, डोकं हलवीत होती, हृदयावर हात ठेवत होती किंवा तिला सापडलेला भाग उतरवून काढत होती.

''खुदाने त्याला आसमानातून तुझ्यासाठी पाठवलं.'' ती म्हणाली, ''ज्यामुळे तुला प्रेमाच्या मधुर रसाची चव चाखता यावी.'' बहुतांशी स्त्रियांच्या नशिबी जगणं आणि मरणं एवढंच असतं. शारीरिक आनंदाची अनुभूती त्या फक्त लघवी करताना घेतात किंवा मग स्वप्नांमध्येच.

लैलाने परत वाचायला सुरुवात केली, मग ती थांबली. तिने गोंधळून, शरमून स्वत:चा चेहरा झाकून घेतला. पंचवीसच्या वर वय होऊनही अजून तिची शादी झाली नव्हती. ते सर्व ती शेवटपर्यंत वाचत राहिली, तिच्या खास बैरुती ढंगामध्ये ती उसासली, ''या खुदा! आता आणखी काय?''

सोरयाची तक्रार
सोरयाने माझ्या वालिदांकडे माझी तक्रार केली.
म्हणाली, 'तुमच्या मुलाने माझ्याशी गैरवर्तणूक केली
त्याने त्याची इच्छा पूर्ण होईपर्यंत मदिरा चाखली
आणि त्याने माझे स्तन कुरवाळले
त्याने माझ्या मनाविरुद्ध माझे ओठ चाखले
त्याने माझ्या मानेभोवती विळखा घातला आणि माझे गाल चावले
त्याने माझा मध पिऊन घेतला आणि माझे गुलाब कुस्करले
आणि त्याचे हात माझ्या डाळिंबांशी खेळले'
सोरया रडत आणि अतिशयोक्ती करत राहिली
आणि तिच्या रडण्याने माझ्या वालिदांनाही रडू आले
अब्बू, अम्मीशी तिच्या मुलाविषयी बोलले
आणि त्यांनी तिला विचारले, मी का असे पाप करत राहिलो असेन
ती म्हणाली, 'तो होईल शांत आणि मी त्याला समजावेन

त्याचं तरुण रक्त एवढंच त्याचं पाप आहे
तो आल्यावर, आम्हाला एकटेच सोडा माझ्या तंबूमध्ये
मी माझ्या हातांमध्ये त्याचे गाल घासेन
आणि त्याच्या मुखातून शोषून घेईन मदिरा, जी त्याने चाखली आहे
हळूहळू त्यांची नशा उतरून तो शांत होईल'
आता सोरया म्हणाली, 'ओ! जर त्याचा हाच उपाय असेल
तर त्याला माझ्याकडे सोपवा
त्याने जे चाखले आहे, ते चोखण्यात मी चांगलीच कुशल आहे
आणि ते फक्त माझेच ओठ आहेत, ज्यांची त्याच्या ओठांना सवय आहे

मोहम्मदने कोठूनतरी उतरवून घेतलेल्या त्या अश्लील कवितेवर आम्ही खूप हसलो. नंतर मोहम्मदच्या कोणी एका नातेवाईक पुरुषाने लिहिलेलं पत्र वाचलं, ज्यात त्याने म्हटले होते की, त्याला बैरुतच्या कॅब्रेमध्ये काही खूपच मादक अशा फ्रेंच मुली दिसल्या आहेत, ज्यांची आकर्षक वक्षस्थळं, कृश कंबर आणि मस्त पार्श्वभाग आहे. 'एखाद्या आईच्या पंखाखाली असणाऱ्या पिलाप्रमाणे मी आपलं त्यांच्याबरोबर काही करण्याचा प्रयत्न करतो.' तो लिहिणारा म्हणत होता, 'ओह, मला तर वाटतंय की काश, तू पण जर इथे माझ्याच बरोबर हवा होतास; कारण जेव्हा या विशिष्ट गोष्टीतील कौशल्यांचा विषय असतो, तू त्यातील मुख्य असतोस.'

त्या पत्राच्या तारखेवरून मी हे सांगू शकत होते की, मोहम्मदची ज्या वेळी 'सिल्क व्हॅली'ला बदली झाली होती, जेव्हा आमचं प्रेम अत्यंत गाढ होतं, त्या वेळी हे पत्र लिहिलं गेलं होतं. मोहम्मदने माझ्याशी प्रतारणा केली आहे, असं वाटण्याचं आता काहीच कारण नव्हतं. त्यामुळे मी खूपच शांत झाले. मी ते सगळे कागद बॅगेत ठेवायला सुरुवात केली. आतापर्यंत मोहम्मदने माझ्याशी कधीच प्रतारणा केलेली नाही, ही बाब मला पटली होती. मी लैलासाठी कपमध्ये कॉफी ओतली आणि एक सिगारेट पेटवली, जी त्यानंतर माझ्या हातातून कधीच सुटली नाही.

सहा महिन्यांनंतर आणखी एका नव्या मैत्रिणीकडून वाचून घेण्यासाठी मी ते कागद परत बाहेर काढले. त्याच्या डायरीतील दोन वाक्यांमुळे मी खूपच खिन्न, उदास झाले. 'माझी प्रिय कमिला आताशा माझ्यात तो जोश जागवत नाही' आणि 'के'बरोबर चार वर्षं व्यतीत केल्यानंतर मी परत त्या मुलींकडे जायला सुरुवात केली आहे; पण त्या नेहमीच बाहेर असतात.

माझा तलाक होण्यापूर्वी मोहम्मद कधी-कधी त्या छचोरपणासाठी प्रसिद्ध असणाऱ्या दोघी बहिणींकडे जात असे, हे मला माहीत होतं. आमची शादी झाल्यानंतर मला एकदा स्वप्न पडलं होतं की, मोहम्मद परत त्या मुलींपैकी

एकीकडे गेला आहे, ते स्वप्न मला आठवलं. त्या वेळी एक की दोन आठवड्यांसाठी मोहम्मद कामानिमित्त बाहेर गेला होता. त्याने जेव्हा फोन केला तेव्हा मी त्याला माझ्या स्वप्नाविषयी सांगितलं. तो फक्त हसला आणि मग नंतर त्याच्या बहिणींपैकी एकीला पडलेल्या स्वप्नाविषयी वर्णन असणारं पत्र लिहिलं, जिने झोपायच्या अगदी थोडाच वेळ आधी थोडेसे मसूर खाल्ले होते. तिच्या स्वप्नात मसूरांनी तिला पकडून कढईत टाकलं होतं.

मी ते सगळे कागद आणि पत्रं बॅगमध्ये ठेवले आणि ती बॅग परत कपाटात ठेवून दिली. ती दोन वाक्यं माझ्या डोक्यातून अगदी पूर्णपणे काढून टाकलीच पाहिजेत असं मी ठरवलं. त्याऐवजी सौंदर्यासाठी त्याने डझनावारी वापरलेले शब्द, ज्या शब्दांनी मला पार आसमानात नेऊन ठेवलं होतं, अशा शब्दांवर मन केंद्रित केलं. त्या सगळ्या स्त्रियांना – ती नातेवाईक स्त्री, जिने मला फुकट्या प्रवासी स्त्रीबद्दल सांगितलं होतं, लैला आणि माझी एक नवीन मैत्रीण जिने मला त्या छचोर बहिणींबद्दल वाचून दाखवलं होतं, त्यांच्या सगळ्यांची युक्ती सफल झाल्याचा विश्वास दिला. त्यांनी आशा केली होती, त्याप्रमाणे मी माझे दुखवट्याचे कपडे उतरवले आणि फातिमाला घेऊन माझ्यासाठी एक छान रंगीबेरंगी स्वेटर आणायला गेले. नंतर आम्ही हेअरड्रेसरकडे गेलो, जिथे मी माझे कुरळे केस सरळ करून घेतले. घराच्या वाटेवर असताना मी आमच्या जुन्या घराच्या परिसरातून या आशेवर चक्कर मारली की, तो शेजारी राहणारा मुलगा दिसेल. आमच्या जुन्या घराला आता आधीसारखी गच्ची राहिली नव्हती, त्या जागी आता आणखी तीन मजले उभे होते. त्या मुलाच्या सज्जासमोरून (बाल्कनीसमोरून) जाताना मी थांबले नाही. मी फक्त हसले आणि माझ्या वाटेने चालणं चालूच ठेवलं.

मला आता परत आयुष्य जगायची ऊर्मी सापडली होती; पण अम्मी माझी भीती वाढवायची. तिला मोहम्मदच्या कुटुंबीयांची आणि आमच्या देणेकऱ्यांची भीती वाटायची. तिला माझ्या छोट्या-छोट्या मुलांबाबत भीती वाटायची – ते बाल्कनीत किंवा गॅस ओव्हनच्या आसपास खेळत असताना तिला भीती वाटायची. रस्ता ओलांडताना त्यांना इजा होईल म्हणून; भीती वाटायची की त्यांना पण तिच्या डोळ्यांच्या आजाराचा संसर्ग होईल म्हणून. माझ्या तारुण्यसुलभ इच्छांबद्दल तिला वाटत असणाऱ्या काळजीपुढे तिला वाटणारी बाकीची भीती अगदीच क्षुल्लक होती. मी जर आरशासमोर उभी राहून माझे केस विंचरताना तिला दिसले की, ती मला थांबवण्याचा प्रयत्न करायची. मी जर हसले, घराबाहेर पडले किंवा शेजारणीबरोबर वा नातेवाईक स्त्रीबरोबर बाल्कनीत सिगारेट ओढत बसले की, माझ्याकडे रागारागाने पाही.

''तुम्ही तर अशी कॉफी पिता आहात की, ती जणूकाही एखाद्या झऱ्यातून वाहात फुकट येते आहे. तुमची कॉफी ही त्या अनाथ मुलांच्या तोंडून काढून

घेतलेली असते.'' तिने आलेल्या सगळ्या लोकांची खरडपट्टी काढली.

जेव्हा मोहम्मदचा भाऊ अली यायचा, तेव्हा मी माझ्या खोलीत बसावं अशी तिची अपेक्षा असायची. तिचं जरी माझ्या सगळ्या मुलांवर प्रेम होतं, तरीही ती सतत माझ्या मुलीशी, अहलामशी वाद घालत असायची, तिला खेळण्यापासून, उड्या मारण्यापासून किंवा बाल्कनीत उभी राहण्यापासून अडवायची. अहलामने दक्षिणेतील खेड्यातील मुलींप्रमाणे दिवसभर अखंड घरातील कामं करावीत आणि आपल्या धाकट्या भावा-बहिणींना सांभाळावं, असं अम्मीला वाटत असे.

जेव्हा अब्बू भेटायला आले तेव्हा अम्मीचा संताप, वैताग आणि प्रचंड दुःख अगदी शिगेला पोहोचलं. तिने स्पष्ट केलं होतं की, त्यांची बीबी, जिने तिची जागा घेतली होती, जी तिची प्रतिस्पर्धी होती, तिचा ती तिरस्कार करत नव्हती. तर ते अब्बू होते, ज्यांचा ती तिरस्कार करत होती, तुच्छ ठरवीत होती. अब्बू जेव्हा आम्हाला त्यांच्याकडे नेहमी मदत आणि सल्ला मागायला येणाऱ्या खेड्यातील बायकांबद्दल मजेशीर गोष्टी सांगत होते, तेव्हा ती तेथेच उदासीनपणे बसून होती. त्या बायका त्यांच्यावर कसा अन्याय झाला याबद्दल तक्रार करत आणि ते त्यांना त्यांच्या वाईट दशेबाबत सहानुभूती दाखवीत. त्यांनी कसं एका स्त्रीच्या खांद्यावर थोपटलं किंवा कसा दुसऱ्या स्त्रीचा गालगुच्चा घेतला, याचं वर्णन केलं. त्यावरून आमच्या लक्षात आलं की, ते त्या बायकांबरोबर प्रणयचेष्टा करत होते. त्या स्त्रियांना, यांच्यासारखा पुरुष यापूर्वी कधीच भेटला नव्हता; ते त्यांना एकदम मनमोकळे आणि मनमिळावू वाटत, त्यामुळे त्या त्यांना सर्व प्रकारचे व्यक्तिगत आणि जवळिकीचे तपशील सांगत. बऱ्याचदा त्यांच्या अडचणी, समस्या, त्यांच्या त्यांच्या शौहरबरोबर असणाऱ्या शारीरिक संबंधांबाबत असत. अब्बू त्यांना उपदेश करीत, सल्ला देत की, जर तुमच्या शौहरला तुम्ही हव्या असता अन् तो तुमच्याबरोबर शारीरिक संबंध ठेवतो, तर मग तुम्ही तुमच्या डोक्यातून हे काढून टाका की, त्यांच्या डोक्यात दुसरी एखादी बीबी 'दुराह' म्हणून आणायचा काही बेत शिजतो आहे.

दुसरी बीबी किंवा दुराह हा शब्द 'दरार' या शब्दापासून – ज्याचा अर्थ इजा किंवा हानी असा होतो – घेतला असावा असं मला वाटत होतं; कारण दुसरी बीबी कायमच पहिल्या बीबीच्या दुःखाला, तिच्या प्रचंड छळवणुकीला कारणीभूत ठरायची.

अब्बू त्यांना वेगवेगळ्या प्रकारचे उपाय सुचवायचे, या विश्वासाने की त्यांना नक्कीच थोडा-फार फायदा होईल; पण त्याचा, त्यांना स्वतःच्या व्यक्तिगत लाभासाठी उपयोग होत असे. मोबदला म्हणून ते त्या स्त्रियांकडून, त्या त्यांच्या शौहरच्या नकळत देऊ शकतील अशा गोष्टी मागत असत. तंबाखूची वाळलेली पानं, अंडी, दही किंवा पीठ वगैरे. एका स्त्रीने त्यांना एक कोंबडी आणि दह्याची

बादली दिली. बदल्यात अब्बू तिला एकापाठोपाठ एक असे तावीज देत राहिले, हे सांगून की या तावीजांमुळे त्या स्त्रीचा शौहर तिच्याकडे परत येईल आणि तिला पुन्हा शारीरिक सुख देईल. ती स्त्री तिच्या शौहरच्या उशाखाली तावीज ठेवत राहिली. पण परिणामी फक्त तिची निराशा आणि संताप वाढला.

ते तावीज काहीच इच्छित परिणाम दाखवीत नाहीत अशी तिने अब्बूंकडे तक्रार केली. अब्बूंचा पारा एकदम चढला.

"हे बघ, बाई," त्यांनी तिला सांगितलं, "आम्ही तू दिलेलं दही खाऊन संपवलं आहे आणि कोंबडीही भाजून संपवली आहे. आता तुझ्या शौहरला जर अजूनही तुझ्याबरोबर झोपायची इच्छा होत नाहीये, तर आता ती कधीच होणार नाही."

अब्बू अम्मीला हसायला लावण्याचा प्रयत्न करत होते. तरीही जेव्हा ती मख्ख चेहऱ्याने बसून राहिली, तेव्हा कडक शब्द वापरत तिच्यावर खेकसले, "आग लागो, तुझ्या कुरूप थोबाडाला!" ते तार स्वरात ओरडले.

मी त्यांना थांबवण्याचा एक वृथा प्रयत्न केला आणि हो, माझ्या सावत्र अम्मीनेही, ज्याचं मला आश्चर्य वाटलं.

"तुझ्या तोंडातून एखादा शब्द किंवा तक्रार निघू देत," ते माझ्या सावत्र आईकडे बोट दाखवत म्हणाले, "आणि तू पण तिच्याच रांगेत जाऊन बसशील!" परत माझ्या अम्मीकडे बोट दाखवीत ते म्हणाले.

मी विषय बदलण्याचा प्रयत्न केला, पण अम्मीने एका वाक्याने मला गप्प केलं.

"ते कसे आपल्याला वाऱ्यावर सोडून निघून गेले होते, ते तू विसरलीस का?"

मी माझा ओठ चावला आणि तिच्या वेदना वाटून घेतल्या. जेव्हा कधी अब्बू मला भेटायला येत, तेव्हा अम्मीने माझ्या एखाद्या भावाकडे जाऊन राहावं असं मला वाटत असे, पण तिला तसं सुचवायचं धाडस मला झालं नाही. फक्त माझ्याच घरात तिला सुरक्षित आणि मोकळं वाटायचं. तिला माझ्या मुलांच्या जवळ राहायचं होतं.

सोफ्यावर तिला डुलकी लागलेली असताना मी तिला पाहात असे. तिचा पहिला शौहर मेल्यानंतरच्या तिच्या आयुष्यात, तिला कोणीही एक दिवसही मदत केली नव्हती. तिचं मौन आणि दुःख सरत्या वर्षाबरोबर वाढतच गेलं होतं. झोप येत नसलेली ती जेव्हा तिच्या बिछान्यावर तळमळत, या कुशीवरून त्या कुशीवर होत असायची, तेव्हा तिच्या डोक्यातला कल्लोळ फारच टिपेला पोहोचत असे. "डोक्यातला कल्लोळ फारच वाढलाय." ती पुटपुटायची. या कल्लोळाचा अर्थ असायचा, तिला तिच्या नव्या-जुन्या नातवंडांसाठी वाटणारी वेगवेगळी भीती. ती त्यांच्या प्रत्येकाच्या तक्रारी आणि अडचणी ऐकून घ्यायची आणि मग प्रत्येकाला एकच प्रस्ताव देऊ करायची, "तू माझी ही सोन्याची अंगठी आणि कानातले नेऊन विकत का

नाहीस?'' आणि मग ती तिच्या डोक्याला बांधायच्या रुमालाचं टोक आम्हाला दाखवायची, जिथे तिने गाठ मारून तिची पृथ्वीमोलाची संपत्ती ठेवलेली असे.

तिच्या मनाला थोडा आनंद मिळावा यासाठी प्रयत्न करताना मी तिला माझ्याबरोबर टेलिव्हिजन बघायला बसवत असे; पण ती लागलीच मी त्या छोट्या पडद्यावर जे काही घडत असे त्याबाबतीत काहीतरी करावं म्हणून माझ्या मागे लागत असे.

''त्या मुलीला सांग की, त्याच्यावर विश्वास ठेवून त्याच्या गाडीत बसू नकोस. तो उद्या तुला सोडून देईल.''

जर ती नायिका रडायला लागली आणि अम्मीने ती का रडते आहे असं विचारलं तर मी तिला सांगत असे की तिचा प्रियतम तिला सोडून गेला आहे.

''असंच पाहिजे तिला,'' अशी अम्मीची प्रतिक्रिया असे. ''त्याच्यावर विश्वास ठेवू नकोस असं आपण तिला सांगितलं नव्हतं का? तिचीच चूक आहे. तिने आपलं का ऐकलं नाही?''

पडद्यावर एखादा पुरुष वृत्तनिवेदक दिसताक्षणी ती डोक्याला बांधायच्या रुमालावर झडप घालून माझ्याकडे फेकत माझ्यावर ओरडत असे, ''तू तुझं डोकं झाकून घ्यायला हवंस!'' ती झटकन आपला चेहरा खाली झुकवायची आणि स्वत:चा रुमाल चेहऱ्याभोवती नीट गुंडाळला आहे याची खात्री करून घ्यायची.

मोहम्मदनंतर तीन वर्षांनी अम्मी अल्लाघरी गेली. आम्ही तिचं शरीर नैबिताहला, माझ्या दोघी बहिणींच्या शेजारी पुरायला घेऊन गेलो. आम्ही जेव्हा तिच्या भावाकडे, चांभाराकडे, आलो त्याने आम्हाला घरात घ्यायला नकार दिला. त्याच्या मुलाची शादी होऊन फार दिवस झालेले नव्हते आणि म्हणून त्याला त्याच्या घरावर मृत्यूच्या अशुभाची सावली पडायला नको होती. मी खूप रडले, किंचाळले, माझ्या बिचाऱ्या अम्मीला तिच्या मृत्यूनंतरही सहानुभूती आणि आश्रय नाकारण्यात आला होता.

अम्मीच्या लहानपणच्या शेजाऱ्यांनी – त्या काळी असणाऱ्या आदरापोटी, अम्मी बैरुतला निघून आल्यानंतर एकदा पण भेट झालेली नसतानाही – आपलं स्वत:चं घर आम्हाला देऊ केलं. पोटात साप असणारी माझी मावशी पण दुखवट्यासाठी आली. तिच्या रडण्याने माझ्या हृदयाचा थरकाप झाला. आम्ही अम्मीला जमिनीखाली पुरलं आणि आता शेवटच्या वेळी मी त्या दिवसासाठी तिची माफी मागितली – खूप खूप आधी ज्या दिवशी मी माझ्या सर्व ताकदीनिशी तिला चावले होते. मी तिला सांगितलं की, एवढ्या लहान वयात तिने माझी शादी करून दिल्याबद्दल मी तिला माफ केलं आहे, कारण ती त्यापेक्षा जास्त काही करूच शकत नव्हती.

आर्थिक विवंचना

मोहम्मदच्या मृत्यूनंतर सात वर्षांनी परिस्थिती खूपच बदलली. मी माझ्या देणेकऱ्यांना चुकवायला लागले होते. खाटिक, बेकरीवाला, भाजीवाला,

केळ्यांच्या दुकानाचा मालक, फर्निचरवाला, कपड्यांचा दुकानदार, अगदी वीजमीटर वाचणारा असे सगळे; यांच्यापैकी कोणी मला बाल्कनीत पाहील या भीतीने मी फ्रांजीपानीच्या झाडाला सकाळऐवजी रात्री पाणी घालायला सुरुवात केली होती. मोहम्मदने ती फ्रांजीपानी एका छोट्या कुंडीत लावली होती, जिथे ती ना वाढली ना खुरटली; फक्त होती तशीच अधूनमधून फुलं देत राहिली. मोहम्मद नेहमीच ती मोठ्या कुंडीत हलवण्याविषयी म्हणत राहिला, पण तसं करण्याआधीच तो अल्लाला प्यारा झाला.

जेव्हा देणेकरी दार वाजवायला लागले, माझ्या लहान मुलाने दार उघडलं. एखाद्या चिलखताने द्यावं तसं त्याने मला संरक्षण दिलं. तो जरी फक्त सातच वर्षांचा होता, तरीही अतिशय चतुर होता आणि परिस्थिती त्याच्या नियंत्रणाखाली ठेवू शकत होता. जर देणेकरी खूपच संतापलेला असेल तर, "ममा डॉक्टरांकडे गेली आहे. डॉक्टर म्हणत होते की काहीतरी गंभीर आजार आहे." असं त्यांना सांगताना त्याच्या डोळ्यांतून अश्रू टपटपत असत. जर देणेकरी खूपच चिडलेला असेल आणि माझ्यासाठी थांबायचा त्याने निश्चय दाखवला असेल तर तो त्याच्या गोष्टीत बदल करायचा. तो सांगत असे की, कोणीतरी नातेवाईक दगावल्यामुळे मी दक्षिणेत गेले आहे आणि तो त्याच्या मामे किंवा मावस भावंडांनी त्याला घरी घेऊन जाण्यासाठी त्यांची वाट बघत थांबला आहे. त्याने एकदा तर एका अशाच हेकट देणेकऱ्याला 'मी मेले आहे' म्हणून सांगितलं आणि त्याचाच खांद्यावर डोकं ठेवून तो रडलासुद्धा!

आम्ही देणं लागत असलेल्या सगळ्या लोकांपैकी मला आपला वीज मीटर वाचायला येणारा जास्त आवडायचा. तो एक गोड तरुण होता. एक दिवस जरा

संकोचत त्याने मला सांगितले की, तो फातिमाचा वर्गमित्र होता. त्यामुळे मग मी त्याला खात्री दिली की, मी हे फातिमाला सांगेन आणि त्याला भेटायलाही सांगेन. मग मला एक कल्पना सुचली.

पैसे भरण्याची मुदत मला या महिन्याअखेर वाढवून मिळेल का असं मी त्याला विचारलं.

तो एकदम अस्वस्थ झाल्यासारखा दिसला, पण उत्तरला, "हो, हो निश्चितच."

मग मी माझ्या मुलांची पुस्तकं विकत आणायला दहा लिरा तो उधार देऊ शकेल का, असं त्याला विचारलं. पुढच्या महिन्यात वीजबिल भरताना मी ते पैसे परत करेन असं त्याला सांगितलं. त्याने त्याच्या एका खिशात हात खुपसला, मग दुसऱ्या, अन् पैसे गोळा करून मला दिले. आम्ही एवढ्या मोठ्या घरात राहत होतो, फातिमा चांगले चांगले ड्रेसेस घालत होती, डान्सपार्ट्यांना जात होती आणि वर्गात ती सगळ्यांत छान मुलगी म्हणून ओळखली जात होती, त्यामुळे त्याला माझ्या विनंतीने एकदम धक्काच बसला.

घरखर्चाचा हिशोब ठेवण्याचे माझे प्रयत्न अक्षरशः निष्फळ ठरले. कॉफीच्या प्रत्येक कपाची आपली एक किंमत असायची; बिया, साखर, गॅस, कॉफीपॉट आणि कॉफीसाठी कप; तरी त्यात कप धुवायला वापरण्यात येणाऱ्या लिक्विडची आणि घासणीची किंमत धरली नव्हती. माझं स्वयंपाकघर माझ्या मैत्रिणींसाठी – ज्या प्रत्येक सकाळी, दुपारी आणि रात्री कॉफी प्यायला माझ्या घरी यायच्या – त्यांच्यासाठी कॉफीहाऊस होतं. दुपारच्या जेवणाच्या वेळेपर्यंत माझ्या स्वयंपाकघराला कॅफेचं स्वरूप यायचं. "जेवणाची वेळ झाली; काही जेवून घ्या!" कढया आणि किबेहच्या प्लेट्स नेहमीच्या रिकाम्या व्हायच्या. मुलं जेव्हा दुपारी शाळेतून घरी यायची तेव्हा खरकट्या प्लेट्स आणि रिकाम्या कढईवरून ते कशाला मुकले हे त्यांना कळून जायचं. ती किती चिडलेली आणि भुकेजलेली आहेत हे स्पष्ट करत मुलं सॅन्डविचची मागणी करत आणि मग मी त्यांना कोपऱ्यावरच्या दुकानात जाण्यासाठी पैसे द्यायची. सॅन्डविचेस, खोडरबर आणि टोकयंत्र यांसारख्या पैसे गिळणाऱ्या शब्दांची एक काळी यादी तयार केली; त्यातील शेवटचे दोन, तर अढळ शत्रू बनून माझ्या मुलांच्या हातातून सतत नाहीसे व्हायचे.

मी कितीही प्रयत्नांची पराकाष्ठा केली तरीही मुलं शाळेतून यायच्या वेळेस त्यांच्यासाठी जेवण तयार ठेवणं मला जमलं नाही आणि जेव्हा कधी मी असं करण्यात यशस्वी ठरले, त्यांना परत थोड्याच वेळात भूक लागायची. ते आपले त्यांची नेहमीची सॅन्डविचेस आणि त्यानंतर त्यांची आवडती पक्वान्नं (डेझर्ट) आणायला पळायची. त्या दुकानदाराने मला जेव्हा सांगितलं की वाहनांच्या गोंगाटात मुलं काय मागतात ते त्याला ऐकू येत नाही, आम्ही असं ठरवलं की मी आमच्या

बाल्कनीत एक बेल (घंटा) बसवून घ्यायची. आम्ही जेव्हा बेल वाजवू तेव्हा तो दुकानातून बाहेर येईल आणि मग आम्ही आम्हाला हव्या असणाऱ्या गोष्टींची यादी एका टोपलीमध्ये ठेवून ती खाली सोडू.

मी माझ्या देणेकऱ्यांना कशी चुकवत असे याबद्दलच्या गोष्टी ऐकून सगळ्यांनाच हसू आलं. एकदा मला बेडरूमपर्यंत जायला वेळ मिळाला नाही म्हणून मग मी दिवाणखान्यातील एका पडद्यामागे लपले आणि माझ्या एकदम लक्षात आलं की माझ्या हातात जळणारी सिगारेट होती. आग लागण्याच्या भीतीपायी मी पडद्याच्या कडेला माझा हात ठेवला आणि येणाऱ्या धुरामुळे शेवटी मी पकडले गेले.

आणखी एका देणेकऱ्याचाही माझ्या लहानग्या मुलाने 'मम्मा डॉक्टरकडे गेली आहे' असं सांगितल्यावर विश्वास बसला नाही, त्याने पूर्ण दिवाणखाना तपासून बघायचं ठरवलं. मी पुन्हा एकदा पडद्यामागे लपले.

"अल्लाकसम! तू मला तिथे दिसते आहेस. कसमसे, मी पाहू शकतो आहे तुला." तो ओरडला.

त्याने मला पाहिलेलं नाही पण उगाचच मला चकवण्यासाठी तो असं म्हणतो आहे अशी खात्री वाटून मी अगदी निश्चल उभी राहिले.

"मला तुझी पावलं दिसताहेत," तो म्हणाला, "अल्ला की कसम! तू लाल स्लीपर्स घातल्या आहेत."

संकोचून मी पडदा बाजूला सारला आणि माझा हात माझ्या तोंडावर ठेवला.

"शू -शू -" मी म्हटलं, "आवाज करू नका. माझ्याजवळ एक जरी पिस्ट्रे असता ना तरी मी कधीच अशी लपले नसते."

"सर्वशक्तिमान आणि अलौकिक असा फक्त अल्लाच आहे." तो पुटपुटला आणि त्याने जोरात हसायला सुरुवात केली.

माझ्या लहान मुलानेही नाचत सोफ्यावरून बागडत आणि स्वत:ला जमिनीवर लोटून देत त्याला साथ दिली.

माझ्यासाठी देणेकऱ्यांना तोंड देणं एवढंच पुरेसं नव्हतं. मला माझ्या सगळ्यात धाकट्या मुलालाही, ज्याने माझंच धूर्त व्यक्तिमत्व उचललं होतं, काळजीपूर्वक वागवावं लागत होतं. मी माझ्या या मुलाला पाचपेक्षाही जास्त वयाचा होईपर्यंत अंगावर पाजलं होतं. तो जसा शाळेतून येई, तो त्याची सगळी पुस्तकं जमिनीवर फेकून देई आणि मी माझ्या मैत्रिणींच्या गराड्यात असले तरी मला हाक मारी, माझ्या छातीकडे बोट दाखवी. मी त्याला बेडरूममध्ये घेऊन जाई आणि माझी छाती उघडी करत असे. अंगावर शाळेचा युनिफॉर्म तसाच असताना तो झोकून लहान बाळासारखं डोळे बंद करून पीत असे. मी माझे स्टॉकिंग्ज घालून घेत असताना किंवा मटार सोलत असताना तो असाच अंगावर पीत असे.

आणि आता तर त्याने मला धमकीच द्यायला सुरुवात केली होती.

"मला एक लिरा दे," तो मागणी करायचा. "नाहीतर मी आपण कोठे गेलो होतो ते अलीचाचांना सांगेन." मोहम्मदचा भाऊ अली, जो अजूनही माझ्या प्रेमात होता, आमच्यावर दबा धरून बसला होता.

"मला एक लिरा दे, नाहीतर मी सांगेन." माझा मुलगा अगदी हलक्या आवाजात पुन:पुन्हा म्हणत असे. माझा स्वत:चाच मुलगा अशा प्रकारे माझ्याकडून पैसे उकळत होता?

अली बऱ्याचदा आसपास रेंगाळत असायचा. मोहम्मद कमालची धमकी ऐकून त्याने डोळे बारीक केले.

मी माझ्या मुलावर खेकसले.

"जा मग, सांग त्याला."

तो तेथून पळून गेला, पण थोड्या अंतरावर जाऊन त्याने गाणे म्हणायला सुरुवात केली, "तू जर मला काहीतरी दिलं नाहीस, तर आपण बा ला गेलो, बा ला गेलो हे सांगेन."

त्याला 'बालबेक'[२२] हा शब्द पूर्णपणे म्हणायची खूप भीती वाटत होती, जिथे मी आणि माझी शेजारीण आमच्या मुलांना, आमच्या परिवारातील दुसऱ्या कोणाही पुरुषाला सोबत न घेता गेलो होतो. मी माझ्या मुलावर ओरडले, मी मोहम्मदच्या भावावर ओरडले. चिडून मी स्वत:ला अशा परिस्थितीत लोटल्याबद्दल ओरडले. मी जणूकाही एखादी धारदार सुरी गिळते आहे असं मला वाटलं.

काहीही इशारा न देता अलीने त्याचं रिव्हॉल्व्हर काढलं आणि सरळ माझ्या दिशेने रोखलं. मुलं रडत माझ्याभोवती गोळा झाली. शेजाऱ्यांच्या मुलाने पोलिसांना बोलावलं. त्यांनी येऊन अलीला नेलं. त्या दहशतीने मला जुन्या, शत्रूंनी, अडचणींनी घेरलेल्या कमिलाची आठवण आली, जी त्या फसवणुकीतून, दांभिकतेतून, अवमानातून आणि ओरड्यातून तरून गेली होती.

नंतर मी परिस्थिती सामान्य करण्यासाठी प्रयत्न केला, पण अहलाम या घटनेमुळे कमालीची भेदरलेली होती. माझं रक्षण करायचं आहे असं सांगून तिने शाळेत जाणं बंद केलं. ती थोडीशी आळशी झाली आहे असं स्वत:ला सांगून, मी तिची माझ्यासाठीची कळकळ बाजूला सारली. माझ्यावर लक्ष ठेवता यावं, यासाठी घराजवळच्या शाळेत घालावं असा माझ्या मुलानेही आग्रह धरला. मोहम्मदच्या परिवारातील अन्य सदस्यांकडून आधार मिळवण्याचा मी प्रयत्न केला, पण एक

---

२२. बालबेक : ज्युपिटरचं प्रसिद्ध मंदिर असलेली जागा, जी बैरुतच्या ईशान्येला साधारण ऐंशी कि.मी. अंतरावर आहे.

मिस्कीह सोडल्यास, त्या सगळ्यांचं, पुरुष आणि स्त्रियांचं, एकसारखंच मत होतं – ते म्हणजे मी मुलं आणि घर चांगल्या रीतीने अजिबात सांभाळू शकत नाही. मी स्वार्थी आणि उथळ आहे असंच त्यांना वाटत होतं. आम्हाला धमकवण्याबद्दल अलीला अटक करण्यात आल्यानंतरही त्याच्या तीव्र भावनांना काही उतार पडला नव्हता. उलट त्याचं वागणं जास्तच उर्मटपणाचं आणि वेड्यासारखं झालं.

मोहम्मदच्या फोटोसमोर उभी राहून मी जोरात ओरडले, ''खुदा के लिए खाली ये आणि मला या सगळ्यातून सोडव. तुझ्या भावाचं काय करायचं ते बघ!''

माझी आर्थिक स्थिती खूपच खालावल्यामुळे, ज्या लोकांकडे मी माझे पैसे ठेवले होते, त्यांच्या शोधात जाणं मला भाग पडलं. पहिल्यांदा मी 'साल्सीबल' नावाच्या स्त्रीकडे गेले, जी विधवांच्या बचतीची गुंतवणूक करत असे. तिच्या नावाचा अर्थ 'झरा' असा आहे, जो तिनं मला टाळून आणि वाहून गेलेल्या पाण्याप्रमाणे वागून सार्थ केला. शेवटी जेव्हा आम्ही एकदाच्या समोरासमोर आलो, आमच्यात कोणताही लेखी करार-मदार न झाल्यामुळे, तिने मी तिच्याकडे काही पैसे ठेवले होते या गोष्टीचा साफ इन्कार केला. ती नियमितपणे विधवांचा पैसा उधळून टाकतं आहे हे सत्य उघडकीला आलं. नंतर मी चप्पल विक्रेत्याकडे गेले आणि व्याजाच्या बदल्यात तो देत असलेल्या स्लीपर्स आणि शूजऐवजी मी माझ्या पूर्ण रकमेची मागणी केली. या आमच्या व्यवहारात मला आधीच त्याच्याकडून बरंच काही मिळालं आहे असं त्यानं कसम घेऊन सांगितलं. सुंदर नाइटशर्ट्स विकणाऱ्या माणसाकडे – ज्याच्याकडे मी मोहम्मदचा मिळालेला वार्षिक बोनस माझ्याकडून सगळा खर्च होऊन जाईल म्हणून ठेवला होता – जेव्हा गेले तेव्हा मी ठेवलेल्या पूर्ण रकमेइतक्या किमतीच्या गोष्टी मी घेतल्या असल्याचे पूर्ण तपशील त्याने मला दाखवले. सिल्कच्या, भरतकाम केलेल्या लेस आणि सॅटीन रिबीन लावलेल्या नाइटीज मी त्याच्याकडून घेतल्या होत्या. मी जेव्हा कधी त्याच्याकडून थोडेफार पैसे आणायला जायची तेव्हा तो बाजार कसा मंद आहे याबाबत कुरकुरायचा आणि त्याच्याकडच्या वस्तू देऊ करायचा. माझ्या मुली जरी अजूनही लहान होत्या तरीही मी त्याच्याकडून माझ्यासाठी आणि माझ्या मुलींसाठी नाइटीज घेतल्या होत्या. आम्ही त्या घालून इकडेतिकडे मिरवायचो. असे कितीतरी महिन्यांमागून महिने, आणखी जास्त सुंदर, जास्त महागाच्या अशा नाइटीज घरी आणत राहिले.

माझे दागिने विकायला सुरुवात करणं एवढा एकच उपाय होता. फक्त शंभर लिरांसाठी माझा सोन्याचा नेकलेस गहाण ठेवताना मला खूप यातना झाल्या; विशेषत: जेव्हा मला हे कळलं की त्या सराफाने मला फसवलं होतं. त्या नेकलेसची किंमत एक हजार लिरा एवढी होती.

मी सगळ्या दुकानदारांना कळवलं की माझी सही असल्याशिवाय त्यांनी माझ्या मुलांना कोणतीही वस्तू विकू नये. त्यामुळे मुलांनी माझ्या सहीची, जी अजूनही एक फूल आणि एक पक्षी अशीच होती, नक्कल करायला सुरुवात केली. मेजवानीसाठी मी माझ्या मुलांना नवीन कपडे घेऊ शकणार नाही असं जेव्हा मी ठरवलं तेव्हा मोहम्मद माझ्या स्वप्नात आला.

"काय चाललंय कमिला हे?" त्याने विचारलं, "लहान मुलांसाठी हा मेजवानीचा दिवस किती महत्त्वाचा असतो हे तू विसरलीस का? तुझ्या परिवारातील लोकांनी जेव्हा तुला ईदसाठी नवीन ड्रेस घेतला नाही, तेव्हा तुला काय वाटलं होतं ते तू विसरलीस का?"

आमची आर्थिक परिस्थिती इतकी डबघाईला आलेली असतानादेखील मी भिकाऱ्यांना उदारपणे भीक घालणं चालूच ठेवलं होतं, इतकं की कधीकधी मी माझ्याजवळ शिल्लक असणाऱ्या शेवटच्या लिराची नोट मोडून सुटी करून आणायला त्यांनाच सांगत असे, म्हणजे मग ते त्यातील निम्मी रक्कम त्यांच्याकडे ठेवू शकत असत. माझी पर्स जर पूर्णपणे रिकामी असेल तर मग मी त्या भिकाऱ्याला पुढच्या महिन्यात सुरुवातीच्या दिवसांत येऊन जायला सांगत असे आणि मग त्याच्यासाठी छानसं गाणं म्हणून त्याला खुशी खुशी रवाना करत असे.

एकदा आमच्यापैकी कोणाहीकडे सुट्टे पैसे नसताना टॅक्सी ड्रायव्हरचे पैसे चुकते करायचा मी प्रयत्न केला. मी माझ्या हॅन्डबॅगमधून माझ्या अब्बूंचा फोटो काढला आणि हसून त्याला तो देऊ केला.

"ठीक आहे." मी म्हटलं, "हा माझ्या अब्बूंचा फोटो घे."

तो ड्रायव्हर मी वेडी आहे की असा विचार करत सावधतेने माझ्याकडे बघू लागला.

"चला लवकर," मी परत म्हटलं, "त्याऐवजी हा माझ्या अब्बूंचा फोटो घे."

"तुमच्या अब्बाजानच्या फोटोचं मी काय करायचं?" त्याने हलक्या स्वरात विचारलं.

"तुला काय म्हणायचंय? ते दक्षिणेतील एका बड्या खानदानातील एक आहेत. ते शेख आहेत. त्यांचा हा फोटो तुझ्या घरात नुसता लटकव आणि तुला..."

पण त्या ड्रायव्हरने माझं बोलणं पूर्ण होऊच दिलं नाही.

"या फोटोने माझ्या मुलांचं पोट कसं भरणं अपेक्षित आहे?" त्याने विचारलं, "त्यांना शाळेत पाठवायला हा फोटो माझी काय मदत करू शकेल?"

मी जे काही त्याचं देणं लागत होते, ते घ्यायला मी त्याला दुसऱ्या दिवशी माझ्या घरी यायला सांगितलं. त्याला सूचना दिल्या आणि कमिलासाठी विचारण्यास सांगितलं.

"आमच्या इथे सगळे मला ओळखतात." मी त्याला हमी दिली.

पण त्याचा माझ्यावर विश्वास बसला नाही.

मी वेडी नाही हे त्याला ठामपणे सांगितलं. हे असंच होत होतं की माझ्याकडे पैसे आले की दरवेळेस त्यांना पंख फुटायचे आणि ते उडून जायचे.

मी जेव्हा अब्बूंना माझ्या दशेबद्दल सांगितलं, त्यांनी एकच उपदेश दिला, "अल्लाचा शुक्रिया अदा करणं थांबव. तू जर अल्लाचा शुक्रिया अदा करत राहिलीस तर अल्लाला वाटेल की तुझं सगळं व्यवस्थित आहे आणि तो तुला द्यायचा थांबेल."

सतत मोडलेल्या अवस्थेत असणंही मला हवं ते करण्यापासून मला अडवू शकलं नाही. सिरियात दमास्कसमध्ये राहत असणाऱ्या माझ्या सावत्र बहिणीला, माझं भेट देणं त्यामुळे अर्थातच थांबलं नाही. मोहम्मदच्या मृत्यूनंतर आम्ही खूपच जवळ आलो होतो आणि तिने मला भेटायला बैरुतला येणं सुरू केलं होतं.

आम्ही जेव्हा वाटेत होतो, माझ्या मुलांना आणि मला सिरियाच्या सीमेवर अडवलं गेलं. भरधाव वेगाने गाड्या सिरियामध्ये जात होत्या – फक्त ज्या गाडीने आम्ही प्रवास करत होतो एक ती सोडून. माझ्या पर्समध्ये एक फुटकी कवडीही नाही यावर ना त्या टॅक्सी ड्रायव्हरचा विश्वास बसला अन् ना त्या सीमाशुल्क अधिकाऱ्याचा. सीमाशुल्क न भरता सीमा पार करण्याच्या माझ्या प्रयत्नांनी तो अक्षरश: थक्क होऊन माझ्याकडे पाहात राहिला आणि त्याला माझी परिस्थिती समजावून सांगण्याच्या माझ्या आग्रहाने गोंधळून गेला. मी त्याला समजावलं की मी बेक्का प्रदेशातील ब्यूरोच्या प्रमुखाची विधवा आहे आणि मला सध्या आर्थिक अडचण आहे. तो आम्हाला सीमेपलीकडे जाऊ देणार नाही हे जेव्हा स्पष्ट झालं, तेव्हा मला संताप यायला लागला.

मला तिकडे जाण्याची किती कमालीची गरज आहे हे दाखवण्यासाठी मी गाडीतून बाहेर उतरले, एका खडकावर जाऊन उभी राहिले आणि कुराणातील काही ओळी मोठ्याने म्हणायला लागले, "भिकारी असतील, त्यांना झिडकारू नका; अनाथ असतील, त्यांच्यावर जुलूमजबरदस्ती करू नका." माझ्या त्या सफाईदार भाषणाने खूश होऊन मी रेडिओवरील बातम्यांच्या सुरुवातीला बोलणाऱ्या निवेदकाची नक्कल करायला लागले.

"इजिप्त, सिरिया, इराक, अल्जिरियातील माझ्या बांधवांनो..."

तो सीमाशुल्क अधिकारी भांबावून तसाच तिथे उभा राहिला. माझ्या मुलांची माझ्या वागण्याबद्दलची प्रतिक्रिया वेगवेगळी होती. काही जण हसत होती, बाकीची मला गप्प बसायला सांगत होती.

"मम्मा," ते म्हणाले, "आम्हाला लाज वाटते आहे. गप्प बैस."

पण मी ते तसंच चालू ठेवलं, जोपर्यंत तो अधिकारी ऑफिसमध्ये जाऊन त्याच्या सुपरवायझर (पर्यवेक्षकाला) घेऊन आला नाही.

त्या सुपरवायझरच्या युनिफॉर्मच्या खांद्यावरच्या पट्ट्या पाहिल्यावर मी पुन्हा एकदा आलंकारिक अरबीमध्ये सुरुवात केली, ''इजिप्त, सिरिया, इराक, अल्जिरियातील माझ्या बांधवांनो...''

तो सुपरवायझर समोर आला आणि त्याने सगळं ऐकून घेतलं. माझं जे म्हणणं होतं की सगळे अरब देश आपण एकच आहोत, एकच राष्ट्र आहोत असं म्हणतात, मग सीमाशुल्क कसं काय मागतात, ते त्याला समजत होतं हे मला कळत होतं. त्याच्या दुय्यम अधिकाऱ्याकडून त्याने माझं आयकार्ड घेतलं, तो त्या ऑफिसमध्ये गेला आणि त्यावर शिक्का मारून आणला.

माझी उधारी दिवसेंदिवस वाढत चालली होती. नियंत्रणाबाहेर जात होती. प्रत्येकाने मला काटकसरी कसं असावं याबद्दल सल्ले दिले. पहिली सूचना होती की मी सिगारेट ओढणं थांबवावं, कारण त्या सिगारेटी खूप महाग होत्या आणि त्याऐवजी हुक्का प्यावा. म्हणून मी अधूनमधून हुक्का प्यायला सुरुवात केली. मी एका सकाळी बटाटे तळल्याच्या खमंग वासाने जागी झाले. तो वास शेजारच्या रेस्टॉरंटमधून येत असेल असा विचार करून मी त्याचा तपास करायला निघाले. तो वास दिवाणखान्यातून येत असल्याचं माझ्या लक्षात आलं. हुक्क्याच्या खालच्या बाजूच्या नळीतून कोळसा उडून गालिच्यावर पडला होता आणि त्यामुळे पर्शियन गालिच्याची किनार जळायला लागली होती. मला खूप वाईट वाटलं. तो गालिचा मोहम्मदने आणला होता आणि कित्येक वर्षं मी तो सुस्थितीत सांभाळला होता. आता तो खराब झाला होता.

मला मिळालेला दुसरा सल्ला होता की मी पुन्हा शादी करावी. म्हणजे मग कोणीतरी आमच्या सगळ्या गरजा पूर्ण करेल आणि मला पैसे उधार मागत बसावं लागणार नाही. माझ्या आवतीभोवती पाच मुलं असतानाही एकापेक्षा जास्त पुरुष माझा हात मागायला पुढे आले. पण ते सगळे इजिप्तच्या विनोदी नाटकातील पात्रांप्रमाणे वाटले. प्रत्येकाकडे पाहिल्यानंतर माझ्या डोळ्यांसमोर दुःखाने मान हलविणाऱ्या मोहम्मदचं चित्र आलं. हे असं कसं होतं की मला मागणी घालायला आलेल्या त्या प्रत्येक पात्राला माझ्या उत्तराची खात्री वाटत होती. त्यांच्यापैकी एक जण सोडल्यास बाकीच्या सगळ्यांना मी वाटेला लावू शकले. तो इतकं प्रचंड मोठं डोकं असलेला माणूस होता की, त्याचे केस कापून झाल्यावर न्हावी त्याने या कामाचे खूपच कमी पैसे दिले अशी त्याच्याकडे तक्रार करतो का, असं त्याला न विचारण्यासाठी मला स्वत:ची जीभ चावावी लागली. अनाथांच्या समस्यांवर काम करणाऱ्या धर्मादाय संस्था आणि लोकांबरोबर तो काम करत होता. लवकरच आम्ही त्याचं नाव 'मि. गोट्या' असं ठेवलं; कारण एकदा तो घरी आला असताना त्याने मोहम्मदला गोट्या न खेळण्याबद्दल सुनावलं होतं.

"मला मुलं गोट्या खेळताना पाहावत नाहीत." त्याने टिप्पणी केली होती.

'तू कोण लागून गेला आहेस असं तुला वाटतं हे सगळं पुढे बोलायला?' मी माझ्या मनाशी विचार केला.

पुढच्या वेळी जेव्हा तो आमच्या घरी आला, गोट्यांनी भरलेली एक पिशवी त्याची वाट पाहात होती. तो जसा सोफ्यावर बसला माझ्या मुलाने (अर्थातच माझ्याच सांगण्यावरून) गालिच्यावर रिकामी केली आणि तो खेळायला लागला. 'ट्रिक-ट्रॅक, ट्रिक-ट्रॅक' करत गोट्या त्या माणसाच्या शूजवर आदळेपर्यंत तो खेळत राहिला. त्याने पार त्या माणसाचे पायही बाजूला ढकलले, सोफ्याखाली गेलेल्या गोट्या शोधण्यासाठी. श्रीयुत गोट्यांचा रागाचा पारा चढताना मला कळत होता पण तरीही शांत राहण्याचा तो कसोशीने प्रयत्न करत होता.

"अरे बाळा," तो म्हणत राहिला, "जरा सावकाश!"

अखेरीस, त्याच्याच्याने आणखी जेव्हा सहन होईना, तो गेला आणि कधीही परत आला नाही.

कोणत्याही सल्ल्याने, सूचनेने माझ्या आर्थिक काळज्या हलक्या झाल्या नाहीत. या सगळ्यात भर घालायला मला माझ्या आणि मोहम्मदच्या कुटुंबीयांमध्ये झालेल्या संभाषणांचीही माहिती होती. "कमिलाला काहीही सांभाळता येत नाही," त्यांनी म्हटलं होतं, "ती अगदीच गलथान आहे. कुचाळक्या करणं आणि कॉफी ढोसणं एवढंच काय ते ती करू शकते." पण एकदा माझा स्वयंपाक आणि धुणी-भांडी झाली की मग एवढा संपूर्ण दिवस काय करणार, मैत्रिणींना बोलावून त्यांच्याबरोबर गप्पा मारत, कॉफी पीत, सिगारेट ओढण्याशिवाय? माझ्या घराचं रूपांतर कॅफेमध्ये न करता मी माझं प्रेम आणि मोहम्मदला कशी विसरू शकणार होते?

अब्बू आले, अब्बू आले!

मोहम्मद गेला त्या दुर्दैवी उन्हाळ्यात आम्ही बेक्का व्हॅलीतील ज्या घरामध्ये राहत होतो, त्या घराची मालकीण एक दिवस मला भेटायला आली. ती दिसल्याने दु:खाची आणि हानीची भावना परत उफाळून आली. ब्युरोच्या मुख्य अधिकाऱ्याची बीबी असल्यामुळे मला मिळत असणारा मान, आदर आठवून मी परत एकदा उल्हसित झाले. तिने आम्हाला परत एकदा त्यांच्याकडे उन्हाळ्यात राहायला बोलावलं अन् तेही एक पैही न घेता. उन्हाळ्यात तिथे जाण्याच्या नुसत्या विचारानेही मला खूप आनंदी वाटलं. हे म्हणजे जणूकाही खूप दिवसांच्या गैरहजेरीनंतर मोहम्मद कदाचित माझ्याकडे परत येणार होता. तसंच बैरुतमध्ये राहण्यापेक्षा बेक्का व्हॅलीमध्ये उन्हाळा घालवणं कदाचित जास्त परवडणारं होतं.

त्यामुळे उन्हाळा सुरू होताच माझी मुलं आणि मी बसमध्ये बसून बेक्का व्हॅलीला निघालो. जसे आम्ही पर्वतांमधून आणि दरीच्या दिशेने प्रवासाला लागलो, माझं डोकं ठणकायला लागलं आणि माझ्या या निर्णयाचा मला पश्चात्ताप वाटू लागला.

"बाबांचा अपघात कोठे झाला होता?" माझी मुलं मला विचारीत राहिली, "इथे झाला होता का?"

फक्त अहलाम शांत बसली होती. बेशुद्ध होऊ नये म्हणून तिने तिचे डोळे मिटून घेतले होते. जेव्हा मी घरात प्रवेश केला, तेव्हा एखाद्या खोलीतून मोहम्मद बाहेर येईल किंवा बाल्कनीतून खाली बघत असेल किंवा बागेतील झाडांच्या पानांआडून सामोरा येईल असंच वाटत राहिलं. आमच्या बेडरूममधील भिंतीवरील ज्या हूकवर मी माझा ड्रेस अडकवीत असे, तो पाहिल्यावर मला रडू कोसळलं.

"ओह मोहम्मद!" मी कुजबुजले, "इतक्या तरुण वयात तुला का मरायचं होतं?"

जसजसे दिवस जात होते, गोष्टी सोप्या होत गेल्या. आता मोहम्मद कायमचा गेला आहे, त्यामुळे माझ्या आयुष्यातील त्याचं पान मी उलटलं आहे असं मी

स्वत:ला पटवून देऊ शकले होते. किती चुकीचा विचार करत होते मी!

एक दिवस पाचही मुलं ओरडत आत आली, ''बाबा आहेत इथे. बाबा आले!'' डोळ्यांत जीव एकवटून मी त्यांच्या मागोमाग धावले. मोहम्मदच्या फोक्सवॅगनसारखी एक कार येऊन थांबली. त्यातून हॅनन उतरली अन् तिच्या पाठोपाठ तिचा एक मित्र, जो कार चालवीत होता. लहान मुलांसारखा विचार केल्याबद्दल स्वत:वरच चिडत मी माझे हात एकमेकांवर घासत होते.

''मुलांना तो आहे असं का वाटलं, ते आलं माझ्या लक्षात.'' मी हॅननला म्हटलं. पण माझं काय? अशी कशी मी मोहम्मद परत आला आहे असा विश्वास वाटून घाईघाईने बाहेर गेले?

आणखी एका विधवेमुळे ओळख झालेल्या उम्म बस्सन या माझ्या विधवा मैत्रिणीला बरोबर घेऊन मी दर उन्हाळ्यात ते घर भाड्याने घ्यायला सुरुवात केली. आता ती माझ्या काही अत्यंत जिवलग मैत्रिणींपैकी एक झाली होती. आमच्या मुलांना आम्ही आमच्याबरोबर सगळीकडे घेऊन जायचो, आमची कुटुंबं म्हणजे जणू एक विस्तारीत कुटुंब झालं होतं, दोन्हीकडे. बैरुतमध्ये आणि उन्हाळ्यात बेक्का व्हॅलीमध्ये पण. उम्म बस्सन माझ्याबरोबर विरुद्ध होती; समर्थ आणि तिच्या पैशांचा हिशोब ठेवण्यात वाकबगार. तिने मला पत्ते खेळायला शिकवलं. पैशांचा जुगार टाळण्यासाठी आम्ही पैशांऐवजी पावाच्या लाद्या लावायचो. मी कितीही लक्ष देऊन पत्ते खेळले, तरी तीच नेहमी जिंकायची. या गोष्टीची मला इतकी चीड आली की, मला एकदा स्वप्न पडलं, ज्यामध्ये मी तिला पत्त्यांमध्ये कसं जिंकायचं, निदान एकदा तरी हे मला दाखवायला सांगितलं. ''तुझी चड्डी ओली कर,'' ती उत्तरली ''आणि मग मी तुला जिंकू देईन!'' स्वप्नात ते काही फारसं विचित्र वाटलं नाही; पण दुसऱ्या दिवशी सकाळी जेव्हा मी उठले, तेव्हा मी खरोखरीच बिछाना ओला केलेला होता.

विधवांचा क्लब

दर महिन्याला जेव्हा मी मला मिळणारा नफा घ्यायला जात असे तेव्हा माझ्या तक्रारी अन् इतर विधवांच्या तक्रारीत असणारं साम्य मला चांगलंच जाणवलं.

आमच्या परिस्थितीचा आणि आमच्या झालेल्या हानीचा लोक कसा गैरफायदा घेत होते याबद्दलच्या आमच्या सगळ्यांच्या कहाण्या एकसारख्याच होत्या. म्हणून मग मी विधवांचा क्लब स्थापन करायचं ठरवलं. त्यामध्ये आम्ही महिलांचा – जशी माझी गरीब बापडी मैत्रीण फादिला, जिच्या शादीनंतर दोन महिन्यांतच तिच्या शौहरने तिला तलाक दिला होता – समावेश केला, तो क्लब झपाट्याने वाढू लागला. आम्ही अविवाहित स्त्रियांनाही आमच्या क्लबमध्ये प्रवेश दिला. लवकरच हा अशा स्त्रियांचा क्लब बनला, ज्या इतर विवाहित मैत्रिणींच्या वाटेतला अडसर होत्या किंवा त्यांच्या कुटुंबावरील ओझं. बैरुतमध्ये इतक्या विधवा आणि अविवाहित स्त्रिया आहेत आणि कितीतरी पुरुष त्यांचं प्रेम शोधत आहेत हे पाहून मी सतत अचंबित होत होते.

बऱ्याचशा स्त्रियांपेक्षा मी स्वतःला पुरुषांपासून दूरच ठेवलं होतं. माझ्या हृदयातील मोहम्मदची जागा घेऊ शकेल अशा योग्यतेचा कोणीही नव्हता. माझा रिश्ता मागायला आलेल्या माणसांचे प्रयत्न हाणून पाडताना मला असं वाटायचं की मी माझ्यामध्ये आणि पुरुषांमध्ये एक भिंत उभी करण्यात यशस्वी झाले आहे, पण लवकरच मी कसा चुकीचा विचार करत होते हे मला जाणवायचं. जेव्हा तेव्हा मला मोहित करू इच्छिणाऱ्या पुरुषांच्या नजरा माझ्यावर पडायच्या, जशा मी हाजीशी शादी केल्यावर पडत असत. एक विधवा असल्यामुळे मी म्हणजे जणू 'नंदनवनातील मनाई असलेलं फळच' होते. पुरुषांनाही मी उपेक्षित, इतरांचं लक्ष वेधून घेण्यासाठी हपापलेली वाटत असे. त्या सगळ्या कामुक नजरा झटकून टाकायला खरं तर एखादा झाडूच घ्यावा लागला असता; पण मला हे मान्य करावंच लागेल की त्या नजरांमुळे मी अजूनही आकर्षक दिसते हे जाणवून मला माझा अभिमान वाटायचा. मनातल्या मनात मी

त्या नजरांचं स्वागत करायची. मला परत एकदा किशोरी झाल्यासारखं वाटू लागलं.

दिवस भराभर मागे पडत होते आणि घराबाबतच्या, मुलांबाबतच्या जबाबदारीचं ओझं हळूहळू कमी होऊ लागलं होतं. नजर या गायकाचं एक गाणं होतं, 'तो माझ्याजवळ राहतो... माझं प्रेम आहे त्याच्यावर, माझं प्रेम आहे त्याच्यावर' त्यामुळे माझ्या कल्पनाशक्तीला चालना मिळाली. एका तरुणाने माझ्याकडे लक्ष द्यायला सुरुवात केली. मलाही एकदा त्याच्यामध्ये रुची वाटली; तो काही अंतरावरच्या एका छानशा इमारतीत राहत होता. तो आमच्याजवळ इतका राहत होता की तो आमचे आवाज ऐकू शकत होता आणि आम्हाला आमच्या घरात वावरताना पाहू शकत होता. ही परिस्थिती मला खूपच आवडली. मी त्याला टेलिफोनवर बोलताना ऐकू शकत होते, त्याचा टेलिव्हिजन, अगदी त्याने फ्रीजचं दार उघडल्याचा आवाजही ऐकू शकत होते. पण नंतर मी पाहिलं की तो आमच्या शेजाऱ्यांच्या मुलीवरही प्रेमजाळं पसरवत होता. भावनेच्या भरात मी माझं आयडेंटिटी कार्ड काढलं. त्यावरील दोन अंकाला एक हलकासा फटकारा दिला ज्यामुळे माझी जन्मतारीख १९२५ ची १९३५ झाली. मला मिळणारी पेन्शन घ्यायच्या वेळी मला जेव्हा माझं आयकार्ड दाखवावं लागलं, त्यावरची बदललेली तारीख ताबडतोब लक्षात आली. ते सारं प्रकरण अधिकाऱ्याकडे सोपवलं गेलं, ज्याने त्याचा पराचा कावळा केला. मी समजवण्याचा प्रयत्न केला; पण त्या अधिकाऱ्याने माझं म्हणणं ऐकून घ्यायला नकार दिला.

"मॅडम," तो ठाम स्वरात म्हणाला, "ही तर बनवेगिरी आहे. तुम्हाला कळतंय का? बनवेगिरी आहे ही!"

'हे बघा, ऐका,'' मी म्हटलं, "एक जण माझ्याशी शादी करू इच्छितो. तुम्हाला कळत नाही का? माझा नियोजित दुल्हा (मंगेतर) आहे, त्याच्यामुळेच मला माझं वय कमी करावं लागलं. तो हलकासा फटकारा माझं संपूर्ण आयुष्य बदलवू शकतो. माझ्यासाठी परिस्थिती किती कठीण आहे हे समजून घ्या. पाच मुलं, त्यांच्या जबाबदाऱ्या, वाढत्या किमती... एक हलकासा फटकारा. असा काय मोठा फरक पडतो त्यानं?"

त्याला ते ऐकून हसू आलं.

"ठीक आहे.'' तो म्हणाला, "या वेळेस मी तुम्हाला सोडतो कारण तुम्ही मला हसवलंत!"

त्या तरुण सुशिक्षित माणसाबरोबर बाहेर जाणं फारच अवघड ठरलं. आम्ही जेव्हा सिनेमाला गेलो, मी माझ्या मोठ्या मुलाला पण सोबत घेतलं. तो अरबी भाषेतील सब-टायटल्स मोठ्याने वाचून दाखवीत होता. त्यामुळे मला सिनेमा समजत होता. मला लिहिता-वाचता येत नाही हे मला माझ्या मित्राला कळू द्यायचं नव्हतं.

काही दिवसांनंतर मला तो परत कोणाच्या तरी मागावर असलेला आढळला, या वेळेस दुसऱ्या एका शेजाऱ्यांच्या मुलीबरोबर त्याच्या प्रणयचेष्टा चालू होत्या.

संतापून, तो मला दिसू नये यासाठी खिडक्या रंगवून घेतल्या. मला जेव्हा परत कळवळा आला आणि मी तो रंग खरवडून काढला, पण तोपर्यंत त्याने आपलं बस्तान हलवलं होतं. एवढ्या मोठ्या बैरुत शहरात तो नाहीसा झाला होता.

तो गेल्यामुळे मी परत बैरुतशी, त्याच्या गोंधळाशी, मुलांबरोबर, त्यांच्या शाळेशी, त्यांच्या मित्रमंडळींशी जोडली गेले. माझी मैत्रीण फादिला ज्या स्पिरीच्युअल हीलरच्या प्रेमात पडली होती, त्याच्याबरोबर बाहेर जाताना मला पण सोबत घेऊन जाऊ लागली. आम्ही रेस्टॉरन्ट्स किंवा कॅफेमध्ये जात असू. कधी कधी त्या हीलरची मित्रमंडळीही आमच्यासोबत असत. मला हे सगळं आवडत होतं. हे आता स्पष्ट होतं की मी जे सिनेमात दाखवतात तसं आयुष्य मोहम्मदसोबत जगण्याचं जे स्वप्न रंगवलं होतं, तसं आयुष्य मी आत्ता जगत नव्हते. शेवटी मोहम्मदच्या मंत्र्यांशी आणि खासदारांशी ओळखी होत्या, तो धडाधडा प्रेमकविता म्हणून दाखवीत असे याचा मला काय उपयोग झाला होता? मोहम्मदच्या भल्यामोठ्या ऑफिसचा, त्याच्या डाव्या-उजव्या बाजूला असणाऱ्या त्याच्या दुय्यम अधिकाऱ्यांचा मला काय उपयोग होता? आमच्या शादीशुदा आयुष्यात माझी सततची गरोदरपणं आणि दमणुकीमुळे मी माझ्या मित्रपरिवारापासून, नातेवाइकांपासून एकटी पडले होते. मी त्याच्या नजरेतून दुनिया पाहिली होती. त्याच्या मृत्यूनंतर जणूकाही मी सर्व नव्याने सुरुवात करत होते. समाज कसा बनतो? दुकानांतून आणि ऑफिसेसमधून रोजच्या नीरस व्यवहारांतून काय काय चालतं हे मला शिकावं लागलं.

अजूनही माझा आवडता काळ, हा उन्हाळ्याचे दिवस होता. जेव्हा आम्ही बेक्का व्हॅलीतील त्याच घरात राहायला जात असू आणि मला पर्वतांवरून, कुरणांवरून, टेकड्यांवरून नजर फिरवता येत असे. तिथे असताना आम्ही बैरुतचे आहोत हे तेथील स्थानिक लोकांना आवडायचं आणि त्यामुळे आमच्याकडे जे विशेष लक्ष पुरवलं जायचं ते मला खूप आवडायचं. एकदा उम्म बस्सनबरोबर मी बाहेर फिरायला गेले असताना एका बाल्कनीतून मला एक तरुण माझ्याकडे पाहून हात करताना दिसला. बेक्का व्हॅली तेथील जोरदार उन्हाळी वाऱ्यांसाठी प्रसिद्ध आहे, आणि ते वारं त्याचा स्वच्छ, ढगळ शर्ट लाटेसारखा उसळवत होतं. अत्यानंदाने मी माझे केस नीट केले आणि परत त्या तरुणाकडे पाहिलं. बाल्कनीकडे इशारा करून आणि तिला तिकडे न पाहाण्याबाबत बजावत मी माझ्या मैत्रिणीच्या कानात कुजबुजले. उम्म बस्सन खो-खो हसत सुटली. ती हसत राहिली आणि हसतच राहिली.

"तू तर वटवाघुळासारखी आंधळी आहेस!" ती म्हणाली.

मी पाहिलेला तरुण म्हणजे फक्त तारेवर वाळत घातलेला शर्ट आणि चादर होती.

मौसम

बीबी अल्लाला प्यारी झाल्यानंतर लवकरच शादी करणाऱ्या लोकांच्या रांगेत अब्बू पाहिले होते. निरोपादाखल त्यांनी मला एक म्हण पाठवली, "जरी ते

म्हातारे आणि शहाणे झाले होते, पश्चात्तापापासून अजून फारच लांब होते." यावरून त्यांनी नक्कीच एखाद्या वयाने खूप लहान असणाऱ्या स्त्रीबरोबर शादी केली असणार हे मला समजलं आणि खरोखरीच ती लहान होती, अक्षरश: माझ्यापेक्षाही लहान.

दुसरी शादी झाली हॅननची. फातिमाने जेव्हा मला हॅननने शादी केल्याचं सांगितलं, सगळ्या जन्नतचा आनंद मी अनुभवला असं मला वाटलं. हॅननने तिचं गुपित मला कधीच सांगितलं नव्हतं किंवा ती काय करणार आहे याबाबतही ती कधीच बोलली नव्हती. ती अगदी माझ्याच वळणावर गेली आहे, लेबनीज ख्रिश्चन तरुणाशी शादी करण्यास असणारा तिच्या परिवाराच्या आणि समाजाच्या विरोधाला न जुमानता तिने तिला हवं तेच केलं आहे असं स्वत:ला सांगून मी माझी समजूत घालून घेतली.

हॅननची बरीचशी वर्षं कैरोमध्ये गेली होती आणि आता बैरुतला परत आल्यावर ती वार्ताहर म्हणून करत असलेल्या कामात पूर्णपणे बुडालेली असल्यामुळे हॅननचं मला भेटणं कमी-कमीच होत गेलं.

शादी करणाऱ्यांमध्ये फातिमा तिसरी होती. तिने तिच्या मंगेतरशी माझी ओळख करून दिली, ज्यामुळे एका दुल्हनच्या अम्मीला जी समाधानाची, आदर मिळाल्याची जी भावना येते, ती मला आली. माझ्या दोन्ही मुलींना शौहर मिळाल्यामुळे मला खूपच हायसं वाटलं. यासाठी नव्हे की शादी – विशेषत: स्त्रियांच्या बाबतीत – त्यांना सुरक्षितता मिळवून देते, तर यासाठी की त्यांच्या अम्मींचा तलाक झाला आहे ही बाब त्यांच्या शादीच्या बाबतीत अडसर ठरली नाही म्हणून. फातिमाच्या शादीच्या आधी ती दुसऱ्या एका पुरुषाच्या प्रेमात पडली होती. त्याचे आई-वडील

तिच्या परिवाराला आणि तिला भेटायला गेले. त्या घरातील अम्मी त्यांचं स्वागत करेल या अपेक्षेने ते लोक दारात आले आणि त्यांना कळलं की त्या मुलीची अम्मी तिथे राहत नाही आणि तिची सावत्र अम्मीपण त्या दिवशी घरी नव्हती. फक्त फातिमा आणि हॅननच त्यांचं स्वागत करायला होत्या, अर्थात त्यांची सावत्र अम्मी घरात असती तर काही फारसा फरक पडला नसता. निराश होऊन ते गेले आणि फातिमाशी शादी मुळीच न करण्याबाबत त्यांनी त्यांच्या मुलाचं मन वळवलं.

शेवटी माझी मुलगी अहलाम, जी जेमतेम अठरा वर्षांची होती, तिने एका पॅलेस्टिनी विद्यार्थ्याबरोबर शादी केली, जो आमच्यासमोरच राहत होता. तिथेच, जिथे मला आवडत असलेला तरुण कधीकाळी राहायचा. ती जरी खूप लहान होती, मोहम्मदच्या मृत्यूचा तिच्यावर खूपच परिणाम झाला होता. प्रेम शोधणं एवढीच तिची अभिलाषा होती. ती तिच्या शौहरबरोबर कुवैतला राहायला गेली. दरम्यान माझ्या मोठ्या मुलाने, तौफिकने लंडनला शिकायला जायचं ठरवलं. त्याच्या जाण्याचा खर्च, फी वगैरे सगळ्यासाठी मला आमचे दोन फ्लॅट्स विकावे लागले. त्याच वेळी मला कळलं की आमचा 'पालक' असलेल्या मोहम्मदच्या मेव्हण्याने, आम्ही ते फ्लॅट घेतल्यापासून त्यावरचा कर भरलाच नव्हता. मला ते कर चुकते करावे लागले, त्यामुळे फ्लॅट विकूनही माझ्या हातात फारच कमी रक्कम राहिली.

आता फक्त मी, मजिदा, कदसुमा आणि मोहम्मद कमाल एवढेच होतो.

हॅननच्या शादीनंतर पाच वर्षांनी तिने तिच्या पहिल्या बाळाला, मुलाला जन्म दिला. वयाच्या अठ्ठेचाळिसाव्या वर्षी मी 'नानी' झाले होते. हॉस्पिटलमधील तिच्या खोलीसमोर समुद्र पसरलेला होता आणि मी जेव्हा खोलीत प्रवेश केला, ती गुलाबाच्या फुलांच्या गुच्छांनी वेढलेल्या पलंगावर झोपली होती. मला खूप आनंद झाला. ही माझी मुलगी होती. मला जसं आयुष्य जगावंसं वाटत होतं – सगळीकडे सुगंधी फुलं असणारं आणि शौहरच्या घरच्यांनी चॉकलेट्स आणि भेटवस्तूंचा वर्षाव करण्यासाठी तिच्या आवतीभोवती गर्दी केलेलं – तसं ती जगत होती. हॅनन प्रेमाने तिच्या सासूबरोबर बोलत असताना मी तिला न्याहाळत राहिले. काही क्षणांसाठी तर मला तिच्याबद्दल असूयाही वाटली, पण मी ती भावना बाजूला सारली. हॅनन मला फार कमी ओळखत होती आणि मी तिला. पण तरीही माझं तिच्यावर अतोनात प्रेम होतं आणि तिच्या स्वत:च्या पद्धतींनुसार तिचं माझ्यावर.

आणखी दोन वर्षांनी जेव्हा हॅननने दुसऱ्या बाळाला, मुलीला जन्म दिला, तोपर्यंत आम्ही खूपच जवळ आलो होतो. मी तिला भेटायला यावं यासाठी ती खूप उत्सुक असे. मी माझ्यासोबत शेजारणीला किंवा मैत्रिणीला, बाळाला बघायला घेऊन जायची. माझ्याबरोबर आलेल्या त्या आगंतुक पाहुण्याबद्दल तिला वाटणारा राग स्पष्ट दिसत असतानाही मी स्वत:ला त्याकडे दुर्लक्ष करायला सांगायची, निदान

वरकरणी तरी. तिला माझ्या मैत्रिणी आवडत नसत – त्या सगळ्या तिला हव्या तशा सुसंस्कृत नव्हत्या आणि त्यांच्यामुळे तिला खूप शरमिंदेपणाची भावना यायची असं मला वाटतं. मनातल्या मनात मी पण तिचे, फक्त तिचे दोष काढायची, कारण माझ्या दुनियेतील लोकांपैकी तिला फक्त तिच्या भावांना आणि बहिणींना भेटायचं असे. माझ्या मुलीची शादी झाली आहे आणि ती बैरुतच्या एका प्रतिष्ठित भागामध्ये राहते हे माझ्या मैत्रिणींना दाखवण्याची माझी गरज तिला समजत नव्हती.

तिने कधीच, अगदी क्षणभरासाठीसुद्धा, स्वतःला माझ्याजागी ठेवून बघितलं नव्हतं. मी तिच्याकडे अशा घरातून आले होते जे शेजाऱ्यांनी, मुलांनी पाहुण्यांनी ओसंडून वाहात असे, जिथे कॉफी उकळत असे आणि देणेकऱ्यांचा कलकलाट चाललेला असे. मी सतत भीतीच्या दडपणाखाली असायची; विजेचं महिन्याचं बिल भरू न शकल्याने वीज तोडली जाईल का, गॅस सिलिंडर संपेल का, टेलिव्हिजन अचानकच बंद पडून दुरुस्तीला द्यावा लागेल का? मी विचार केला – कधीतरी तिच्या मनात येत असेल का की, तिच्याकडे येतानाचं गाडीभाडं मी कसं जमवत असेन? तिच्या मजल्यावर पोहोचण्यासाठी लिफ्टमधलं कोणतं बटण दाबायचं यासाठी मला त्या बटणांशी किती झगडावं लागत असेल?

एकदा मी हॅननला तिच्या घरी भेटायला गेले असताना तिथे एका पिंजऱ्यात गाणारे छोटे पिवळे पक्षी (canaries) ठेवले होते, जे पिंजऱ्यात ठेवलेल्या चिमुकल्या पाण्याच्या ट्रेमध्ये अंघोळ करीत. दुसऱ्या एका पिंजऱ्यात फातिमाने हॅननच्या मुलांसाठी आणलेला उंदीर ठेवला होता, त्याने चाकावरून उडी मारली आणि तो खेळू लागला. मग तो जमिनीवर त्याच्यासाठी तयार केलेल्या लाकडाच्या भुश्श्याच्या घरात गेला. त्या चिमुकल्या उंदराने त्याच्या तोंडात इतक्या बिया भरून घेतल्या की त्याला अक्षरशः गालगुंड झाल्यासारखं दिसायला लागलं.

हॅनन तिच्या टेबलापाशी लिहीत होती. ''मला तो उंदीर व्हावंसं वाटतंय.'' मी तिला म्हटलं.

''त्याचं नाव हॅमस्टर आहे.'' ती हसत हसत म्हणाली.

''ठीक आहे मग.'' मी उत्तर दिलं, ''मला वाटतंय की हॅमस्टर व्हावं. तो खेळतो अन् उड्या मारतो, खातो, पितो आणि झोपतो, आजूबाजूला काय घडतं आहे याची त्याला जाणीवही नसते.''

हॅनन आणखी जोराने हसली.

''नशीबवान आहे तो. त्याला कोणाची देणी नाहीत.'' मी म्हटलं किंवा ''विजेची आणि गॅसची बिलंही भरावी लागत नाहीत.''

मला वाटलं होतं की माझ्या बोलण्यातून ती काहीतरी जाणून घेईल आणि माझ्या हॅन्डबॅगमध्ये या वेळेस थोडेफार पैसे सरकावेल. पण ती अजून थोडी हसली

आणि मग तिच्या स्वत:च्या लिखाणाच्या, त्या पिवळ्या पक्ष्यांच्या, तिच्या स्वत:च्या दोन मुलांच्या जगात परत गेली. मला नाही वाटत की मी तिच्याकडे मदत मागते आहे हे तिच्या लक्षात आलं असेल म्हणून.

१९७५

१९७५च्या वसंत ऋतूमध्ये ख्रिश्चन लोकांच्या एका जमावाने, ख्रिश्चन भागातून बसमधून जात असणाऱ्या पॅलेस्टिनी निर्वासितांपैकी काही निर्वासितांना ठार

केलं. बैरुतमध्ये ख्रिश्चन मुस्लिमांमध्ये उसळलेल्या हिंसक घटनांनी बैरुतला परत एकदा हादरवून टाकलं. हे सर्व १९५प्रमाणेच आत्ताही लवकरच शांत होईल अशी बाकी इतर लोकांप्रमाणेच माझीही अपेक्षा होती.

वर्तमानपत्रामध्ये मी पंतप्रधान रशीद करामी यांचा पोलो-नेक शर्ट घातलेला फोटो पाहिला.

"ही उद्भवलेली आणीबाणीची परिस्थिती लवकर निवळली पाहिजे," मी काळजीने म्हटलं, "नाहीतर त्यांना काळा सूट घालावा लागेल."

ड्रूझ, मॅरोनाइट, शिया आणि सुन्नी नेत्यांचे हसणारे फोटो मी पाहिले आणि लवकरच सर्वकाही ठीक होईल असा अंदाज बांधला. पण हे सगळे नेते तर जणूकाही हातात तलवारी घेतलेले आंधळे लोक बनले होते, त्यांच्या आसपासच्या प्रत्येकाला भोसकत सुटले होते. प्रत्येकाने एका लोकांची टोळी बनवली होती आणि बैरुतच्या वेगवेगळ्या भागाचा कब्जा घेतला होता. पूर्ण शहरात सगळीकडे जखमी नि मुडदे पडले होते. स्फोट आणि सभा चालू होत्या. माझ्या शेजारणी आणि मी – आम्ही रेडिओला आपापले कान चिकटवून, वृत्तनिवेदक शरीफ-अल-रबी काय सांगताहेत ते ऐकत होतो, कारण आमच्यासाठी तेच एक विश्वासू लेबनीज होते. ते त्यांच्या श्रोत्यांना कोणकोणते रस्ते वापरण्यासाठी सुरक्षित आहेत ते सांगत होते. आम्हाला माहीत असलेलं जगणं जणू थांबून गेलं होतं – बेकरीसमोरील रांगेत उभं राहाणं, रस्त्यावर पाण्यासाठी रांगा लावणं, पेट्रोल पंपावर रांगा लावणं अशा प्रकारच्या जगण्याने आमचं अस्तित्व बदलून टाकलं होतं. मला हे सगळं असं वाटत होतं की मी पुन्हा नऊ वर्षांची झाले होते. दक्षिणेतून नुकतीच बैरुतला आले

होते. एक दिवस जेव्हा मी कारच्या हॉर्नच्या आवाजात एक खेचर रॉकेलची गाडी खेचताना पाहिलं, मला माझ्या आयुष्यातील ओझं वाहणाऱ्या गाढवासारखी घालवलेली वर्षं आठवली.

दु:खाच्या कालावधीच्या विचारांबरोबरच मोहम्मदच्या आठवणी पण आल्या. आत्ता मोहम्मद जर त्याच नोकरीत राहिला असता तर एव्हाना तो संपूर्ण लेबाननच्या ब्युरोचा प्रमुख झाला असता. तो जर आत्ता जिवंत असता तर किती वर्षांचा असता हे मोजायचा मी प्रयत्न केला आणि तो आत्ता सत्तावन्न वर्षांचा असता या विचाराबरोबर मला एक हुंदका फुटला. पण जेव्हा मला १९५८मध्ये त्याला नाझराईट्सनी दिलेली धमकी आठवली, तेव्हा तो आताच्या नवीन आणीबाणीच्या परिस्थितीला तोंड द्यायला जिवंत नाही याचा आनंद वाटला.

युद्ध सुरू असणाऱ्या दोन शेजाऱ्यांच्या सीमेलगत ज्यांची घरं होती अशा नातेवाइकांची आणि ओळखीच्या लोकांची माझ्या घरात दाटी झाली होती. त्यांच्यामध्ये माझी मैत्रीण उम्म बस्सन, कमील आणि त्याचा परिवार, माझा भाचा, लाकडी पाय बसवलेला मरियमचा भाऊ, जो खूप वर्षं रस्त्यावर आयुष्य काढल्यावर त्याच्या कुटुंबात परत आला होता, अशा सगळ्यांचा समावेश होता. माझं घर म्हणजे वसतिगृहच झालं होतं. आम्ही व्हरांड्यात, दिवाणखान्यात, स्वयंपाकघरात आणि बेडरूममध्ये, अगदी बाथरूमच्या बाहेरच्या कॉरीडॉरमध्येही दाटीवाटीने राहत होतो. घसा खाकरण्याचे, हसण्याचे, खोकण्याचे, पादण्याचे कर्कश आवाज सतत येत होते, गुपितं उघड होत होती. तौफिक, जो लंडनहून परत आला होता आणि बैरुतच्या विमानतळावर एका आंतरराष्ट्रीय विमान कंपनीत काम करत होता, त्याने एका रात्री उठून घोरण्याच्या आवाजाचं रेकॉर्डिंग करून ठेवलं. जेव्हा सगळे जण झोपले तेव्हा त्याने घोरण्याची टेप लावली. कोणीतरी जागं झालं आणि त्याच्या शेजारचा माणूस घोरतो आहे असं वाटून त्याला ढोसलं, असं करता करता प्रत्येकाने दुसऱ्याला बोटाने ढोसून एकमेकांना उठवलं, सगळ्यांचीच हसून मुरकुंडी वळली.

असेही दिवस होते जेव्हा खिडकीसमोरून जायची आमची हिम्मत नव्हती. आम्ही जरी विनोद करायचा, हसण्याचा प्रयत्न करायचो तरीही आमची भीती वाढत आणि वाढतच गेली. माझी भीती तर इतकी प्रबळ झाली की जेव्हा एक दिवस तौफिक त्याच्या मैत्रिणीला भेटायला हळूच घराच्या बाहेर निसटण्याचा प्रयत्न करत होता, मी त्याच्यावर त्याची शिकारीची बंदूक रोखली.

“माझ्यासाठी मीच तुला मारलेलं चांगलं असेल,” मी त्याला म्हटलं, “आणखी इतर कोणीतरी मारण्यापेक्षा! निदान मग मी तुला पुरू तरी शकेन आणि तुझ्या कबरीची जागा मला माहीत असेल.”

परिस्थिती इतकी चिघळली की शेवटी अशी वेळ आली, जेव्हा बाहेर जे काही

घडत होतं, त्याला लोक युद्ध म्हणू लागले. रस्ते ओस पडले होते. फातिमाला आणि हॅननला भेटायला जाणं मला थांबवावं लागलं. काही दिवसांकरिता जर त्या युद्धात शांतता निर्माण झाली तर सोडून जायला अधीर लोक लगोलग प्रवासाला निघण्याच्या योजना आखत. हॅनन तिच्या दोन्ही मुलांना घेऊन लंडनला गेली. तिच्यापाठोपाठ फातिमा आणि तिचा शौहर गेले. तौफिक अमेरिकेत त्याच्या मैत्रिणीकडे गेला आणि त्या दोघांनी शादी करण्याचं ठरवलं. माजिदा आणि कदसुमा कुवैतला अहलमाकडे निघून गेल्या. मी बैरुतमध्येच थांबले, आजारपण येईल इतकी मोहम्मद कमालची काळजी करीत. तो आता सोळा वर्षांचा झाला होता. त्याला बैरुतमधील इतर किशोरवयीन मुलांप्रमाणे आणि पुरुषांप्रमाणे पॅलेस्टिनी, सुन्नी, शिया आणि ड्रूझ लोकांनी बनवलेल्या शिबंदीचा शिलेदार व्हायचं होतं. ते नियमितपणे ख्रिश्चनांशी[२३] लढत होते. शेवटी आम्ही लवकरच घरी परतू अशी आशा करत मी त्याला कुवैतला घेऊन गेले. युद्ध जास्तच भडकत गेल्यामुळे ते सारं व्यर्थ ठरलं.

इतक्या मोठ्या प्रमाणावर लोक बैरुत सोडून गेले होते, तरीही माझं बैरुतमधील घर कधीच रिकामं झालं नाही. मित्रमंडळी आणि परिवार तिथे राहतच राहिले आणि युद्धापासून ज्यांना आश्रय हवा होता, अशांसाठी त्याचं दार उघडं राहिलं. माझं घर हे खूप जणांसाठी आश्रयस्थान झालं आणि डझनावारी लोकांकडे त्याच्या किल्ल्या होत्या.

२३. त्या वेळी तेथे हिज्बुल म्हणजे शियांचा सशस्त्र संघ नव्हता.

बटुटाची मुलगी[२४]

ती भीतीच होती, ज्यामुळे मला लेबनान सोडावं लागलं. मला माझ्या मुलांबरोबर राहायचं होतं आणि मोहम्मद कमालला सुरक्षित ठेवायचं होतं. म्हणून मग मी माझ्या मैत्रिणी, माझा रस्ता, माझा शेजार सोडला आणि माझ्या घरात राहिलेल्यांची गुपितं माझ्याबरोबर घेऊन गेले. मला सोडून जावं लागल्यामुळे मी उद्‌ध्वस्त झाले होते आणि ज्या प्रकारे ख्रिश्चन आणि मुस्लीम एकमेकांशी लढत होते, त्यामुळे संतापलेली होते.

कुवैतमध्ये आम्ही अहलामकडे राहिलो. तेथील हवामान, उकळती गरमी, वाळूची वादळं, दमटपणा – इतक्या टोकाचा होता की, त्याने मला चिरडून टाकलं होतं. संध्याकाळी जेव्हा वारं वाहायला लागायचं, एक तेवढीच काय ती वेळ होती जेव्हा मला जरा बरं वाटत असे. मग तेव्हा मी एअरकंडिशनरचं वारं घेत बसण्यापेक्षा खिडकी उघडून मोकळ्या हवेत श्वास घेत असे. त्या वाऱ्याबरोबर वाइनचा आणि अंजिरांचा सुगंध येई, तेव्हा मी मनाशी कल्पना करत असे की, मी आत्ता माझ्या उन्हाळी घरात आहे. पण वाऱ्याने उडवलेल्या धुळीमुळे आणि वाळूमुळे दर सकाळी मला पुन्हा गुदमरल्यासारखं वाटत असे. आमच्यावर धुळीचा एक पातळसा पांढरा थर बसत असे. पीठ भुरभुरुन कढईत टाकायला तयार ठेवलेल्या माशासारखे आम्ही दिसायचो.

कुवैतमध्ये असताना येणाऱ्या-जाणाऱ्यांना बघत आम्ही कधीच बाल्कनीत बसलो नाही आणि अहलामचं इतकं सुंदर घरही तुरुंग वाटू लागला. स्वयंपाक करण्याचं, वेगवेगळे पदार्थ बनवण्याचं काम मी माझ्याकडे घेतलं. पहिल्यांदा माझ्या या नव्या भूमिकेमुळे मी खूपच उल्हसित होते. मी आता कशी आदर्श अम्मी आणि नानी होते, हे बघायला खरं तर मोहम्मद हवा होता. फार दिवस लोटायच्या आधीच

---

२४. इब्न बटुटा : चौदाव्या शतकातील अरबी शोधक-प्रवासी.

या बंधनाच्या ताणामुळे माझा सुरुवातीचा उत्साह ओसरला. एकदा मी कोंबडी भाजली आणि ती जेव्हा ओव्हनमधून बाहेर काढली, ती छान खरपूस भाजलेली आणि तोंडाला पाणी सुटावं अशी दिसत होती. जेव्हा माझ्या जावयाने ती कापायला सुरुवात केली, त्याला त्यात कोंबडीचे हृदय तसंच मिळालं, ज्यामुळे मला खूपच लाजल्यासारखं झालं.

मला बैरुतची आणि विधवांच्या क्लबची खूपच आठवण येत होती. स्वत:ची समजूत काढण्यासाठी मी टेलिव्हिजनवर रोज दाखवला जाणारा 'द हेड ऑफ गोलियाथ' हा कार्यक्रम पाहायला सुरुवात केली. तो कार्यक्रम एका बदायुनी माणसावर होता, जो पळून जाण्याच्या प्रयत्नात असतो. मी त्याच्या आदिवासी जगात अक्षरश: गुरफटले गेले आणि त्यातील पात्रांबरोबर मैत्री करायला सुरुवात केली. मी त्यात इतके गुंतले की, माझं बैरुतला जाणं बरेच महिने पुढे ढकललं. (जेव्हा युद्धजन्य परिस्थिती थोडी शांत होई, तेव्हा मी बैरुतला जात असे.)

दरम्यान माजिदा आणि कदसुमा दोघीही जणी लेबनीज पुरुषांच्या प्रेमात पडल्या आणि त्यांनी कुवैतमध्येच शादी करायचं ठरवलं. मग मोहम्मद कमालने अमेरिकेत तौफिककडे जायचं ठरवलं. माझ्या मुलांची माझ्यावरची जबाबदारी आता संपत आली आहे, असं मला वाटू लागलं. काही दिवसांनी एक छोटी ट्रीप करण्याच्या हेतूने मी त्याच्यापाठोपाठ कुवैतवरून यू.एस.ला गेले. विमानात मी स्वत:लाच विचारलं की, मी, कमिला, नैबिताहमधील एक स्त्री, जी आयुष्यात कधीही लिहायला-वाचायला शिकली नाही, ती अमेरिकेला जाऊ शकते, अशी कल्पना करता येते? विमानाने जेव्हा आकाशात झेप घेतली, माझा जीव माझ्या बुटात गोळा झाला होता. खूप घाबरून मी आजूबाजूला पाहिले आणि एक अरब वाटावा असा माणूस टिपला.

"हम्पा?" मी त्याला विचारलं, "हम्पा?"

काही तासांनंतर मी त्याला पुन्हा प्रश्न विचारला.

"हे बघा बाई," तो अस्वस्थपणे मला म्हणाला, "तुम्ही विमानात बसला आहात. समजा हे विमान ब्राझीलला चाललं असेल, तर तुम्हाला असं वाटतं का की आपण त्याची दिशा बदलू शकतो म्हणून?"

मग मला पण राग आला.

"ठीक आहे." मी उत्तरले, "पण हे लक्षात असू देत की आपल्या पूर्वजांनी गाढवावरून आणि उंटावरून प्रवास केला होता, विमानाने नव्हे."

आम्ही जेव्हा पोहोचलो तेव्हा मी अशिक्षित आहे, हे बरोबरच्या बाकीच्या प्रवाशांपासून लपवण्यासाठी मी उतावीळ झाले होते. मी माझा चश्मा सापडत नसल्याचा बहाणा केला आणि कोणाला तरी माझ्यासाठी इमिग्रेशनचा फॉर्म भरण्यास सांगितलं.

अमेरिकेच्या आकाराने तर मी चाट पडले. माझ्या मुलाबरोबर कारमधून प्रवास

करताना त्या ट्रक्स, ट्रेन्स आणि गगनचुंबी इमारतींच्या वजनाने पृथ्वीची अजून शकलं कशी झाली नाहीत, असा विचार माझ्या मनात आल्याशिवाय राहिला नाही. शॉपिंग मॉलमध्ये ठेवण्यात आलेल्या वस्तू बघून मी आश्चर्यचकित झाले. तेथील दुकानं, सुपरमार्केट्स ही शहराची छोटी प्रतिकृतीच वाटत होती. मला एखाद्या अधाशी टोळासारखं, आणखी-आणखी वस्तू विकत घ्याव्याशा वाटल्या. मग मी स्वत:ला त्या म्हणीची आठवण करून दिली की, 'जरी डोळे बघू शकतात तरी हातात जे आहे, त्यालाच अर्थ आहे.' कपचा टवका उडाला आहे का किंवा ब्लाउजवर लिपस्टिकचा लाल डाग पडला आहे का, याची काळजी न करता मला दुय्यम वस्तू खरेदी करून माझी खरेदी कशीबशी संपवावी लागे. अमेरिका म्हणजे एखाद्या अवाढव्य राक्षसासारखी बाजारपेठ होती, अगदी बागेचाही उपयोग ते वस्तू विकण्यासाठी करत होते.

मला सगळ्यांत जास्त काय आवडलं असेल, तर ते म्हणजे जत्रेला जाणं. एखादं अस्वल किंवा कुत्रं जिंकणं मला खूपच आवडत असे. मिळालेलं बक्षीस छातीशी घट्ट धरून विजयोन्मादाने मी घरी परतत असे. माझ्या सगळ्या गोळा केलेल्या वस्तू ठेवायला मी माझी सूटकेस वापरत होते. मी माझ्या बॅगेला मोठा देवमासा म्हणायची आणि त्यात मी मॅकडोनाल्डचा ॲल्युमिनियमचा, पानाच्या आकाराचा ॲश ट्रे, मत्स्यालयातील चांदणीच्या आकाराचा शिंपला, जो अजूनही जिवंत आहे हे मला माहीत नव्हतं, यांसारख्या वस्तू ठेवल्या होत्या.

'टम्पा' हा उच्चार शिकून अजून थोडे दिवस होईपर्यंत तौफिक आणि मोहम्मद कमालनी सॅनदिएगोला आपलं बस्तान हलवलं, जिथे फातिमा राहत होती. मी त्यांच्याबरोबर गेले. जेव्हा माझ्या बाकीच्या तिघी मुलीही तिकडेच आल्या, मला अत्यानंद झाला. सॅन दिएगोने मला बैरुतची आठवण करून दिली. तेथील हवामान आणि निसर्ग जवळपास बैरुतसारखंच होतं. मला प्राणिसंग्रहालय खूप आवडलं. गोष्टींत ऐकलेले सगळे प्राणी मी तिथे पहिल्यांदा पाहिले. फातिमा आणि तिच्या अमेरिकन शौहरबरोबर बागेत सहलीला जायला मला आवडत असे. एकदा तर आधी कधीही न ऐकलेल्या संगीतावर मी नृत्य केलं. ते क्यूबाचं संगीत आहे असं मला सांगितलं गेलं. शार्लेस्टन, बेली डान्सिंग आणि लेबनीज आदिवासी नृत्य 'डबके' अशा सगळ्यांची सरमिसळ करून मी नाचले.

लवकरच माझ्या लक्षात आलं की, माझ्या दोन्ही मुली, माजिदा आणि अहलाम त्यांच्या शादीशुदा आयुष्यात सुखी नाहीत. त्यांनी तलाकच्या बाबतीत विचार करू नये, असं मला ठामपणे वाटत होतं. बऱ्याचशा लोकांसाठी जरी तलाक देणं पाण्याचा घोट घेण्याइतकं सोपं, सहज होतं तरीही माझ्या नातवंडांना काही त्रास होऊ नये असं मला वाटत होतं. त्यांच्या दु:खाने माझं हृदय विदीर्ण होत होतं. त्यांचे

शौहर अजिबात बदलणार नाहीत, हे मला दिसत होतं. अजिबात मध्ये पडायचं नाही असं पक्कं ठरवूनही शेवटी दोष देत, शिव्याशाप देत, भांडत आणि लवकरच माझ्या मुलींनी 'तलाक'साठी दावा लावावा यासाठी त्यांना प्रोत्साहन देत मी मध्ये पडलेच. "तुम्ही कधीही तुमच्या मुलाबाळांसकट परत येऊ शकता आणि लहान असताना राहायच्या तशा माझ्याजवळ राहू शकता." असं मी त्या दोघींनाही सांगितलं.

मोहम्मद कमालमुळे होणाऱ्या त्रासाने, माझा माझ्या जावयांबद्दलचा कडवटपणा आणि त्यांचा सूड घ्यावा ही भावना जास्त धारदार झाली. नुकताच मोहम्मद कमाल आमच्या शेजारच्या हिप्पींच्या कंपूत सामील झाला होता. मी त्याच्यावर आणि त्याच्या कंपूवर दिवसरात्र नजर ठेवायला सुरुवात केली. अहलामने मला अडवण्याचा प्रयत्न केला, पण मी स्वत:ला रोखू शकले नाही. माझ्या लक्षात आलं की मी खरोखरीच एकटी होते. दुनियेपासून दूर, सगळ्यांपासून तुटलेली आणि असहाय; बैरुतमध्ये मी अगदी विजेच्या खांबाकडून किंवा दाराकडून किंवा भिंतीकडूनही मदत मागू शकत होते.

पुढे माजिदा आणि कदसुमा कुवैतला परतल्या, पण आमच्या परिवारातल्या या उलथापालथीने मला खूपच दु:खी केलं. मी डॉक्टरकडे गेले, ज्याने मला वेगवेगळ्या गोळ्या लिहून दिल्या. मी घेत असलेल्या गोळ्यांच्या प्रमाणाबद्दल जर माझ्या मुलांपैकी कोणी काळजी दाखवली, तर मी छोट्या गोल कॅप्सूल्सचं समर्थन करायची. ती प्रत्येक गोळी तयार करायला कितीतरी लोकांनी मेहनत घेतली होती, म्हणजे त्याचा अर्थ हाच होता की, त्या गोळ्या माझ्या तब्येतीसाठी खूपच फायदेशीर होत्या. तरीही मला अजून अस्वस्थ आणि एकाकी वाटत होतं. मला असं नेहमीच वाटायचं की मी कोणाही बरोबर, अगदी चिंपांझींच्या कळपाशीसुद्धा संभाषण करू शकते; पण अमेरिकेत मात्र मी पूर्ण अपयशी ठरले. हे अमेरिकन लोकही माझे रिश्तेदार नव्हते का? आम्ही सगळे एकाच आई-वडिलांचे, ॲडम आणि ईव्हचे वंशज नव्हतो का? – मी स्वत:लाच विचारलं. ते का नाही मला समजून घेत? मी जर उसासा टाकला, त्याचा अर्थ आहे की मी दु:खी आहे. मी जर हसून 'गुडमॉर्निंग' म्हटलं, तर त्याचा अर्थ आहे की मला बोलायला आवडेल.

एकदा मी शेजारणीकडे गेले. हसून मी कॉफीचा कप पुढे केला आणि हावभावांवरून असं दर्शवलं की मी भविष्य सांगू शकते. तिने एवढंच केलं की एक हलकंसं स्मित करून ती तिच्या घरात दिसेनाशी झाली.

अशा प्रकारच्या गैरसमजांमुळे आमच्या घरात सगळ्यांचं खूप मनोरंजन व्हायचं, पण मला त्याचा खूप त्रास होत असे. भाषेचा अडसर एवढा मोठा होऊ शकतो? अगदी प्राण्यांच्या बाबतीतही? यावर माझा विश्वासच बसत नव्हता. एक दिवस एक भला-दांडगा कुत्रा आमच्या घरात शिरला. मी आणि माझी सून खूप घाबरलो आणि लपून बसलो. जोपर्यंत माझ्या मुलाने घरी आल्यावर त्याला 'गो' अशा साध्या

हुकमाने बाहेर हुसकावून लावलं नाही, तोपर्यंत तो कुत्रा छानपैकी दिवसभर सोफ्यावर बसला होता.

एक दिवस आमच्या शेजारी राहणारा एक वृद्ध माणूस मोहम्मद कमालच्या मैत्रिणीबरोबर रडत रडत बोलताना दिसला. त्या मुलांपैकी कोणाला काही झालं की काय अशी धास्ती वाटून मी एकदम माझी छाती गच्च पकडली. मग मोहम्मद कमालच्या मैत्रिणीनी नीट सगळं सांगितलं की तो वृद्ध माणूस, त्याच्या बीबीला कसा कॅन्सर झाला होता आणि मग ती कॅन्सरमुळे अल्लाला प्यारी झाली होती हे आठवत होता. त्याचं दुःख जाणून मी पण त्याच्याबरोबर रडायला लागले. मी का रडते आहे हे त्या वृद्ध माणसाने तिला विचारलं. कारण मी त्याच्या मृत बीबीला भेटले नव्हते हे त्याला पक्कं ठाऊक होतं.

काही दिवसांनंतर माझे अब्बू गेल्याची बातमी आली. मी आमच्या त्या शेजाऱ्याकडे गेले आणि त्याला माझे अब्बू गेले हे सांगायचा प्रयत्न केला, या आशेने की, तो माझ्यासाठी दोन अश्रू ढाळेल. मी त्यांना काय सांगायचा प्रयत्न करत होते त्याचा त्यांना काही अंदाज येईना. मी आणखी जास्त रडू लागले, कारण मी अब्बूंपासून खूपच दूर होते. माझी मुलंही माझ्याबरोबर रडली नसती.

"चला पाहू," मी मुलांना आग्रह केला, "जरा दोन अश्रू ढाळा. माझ्याकरता तुम्हाला थोडंसं दुःख वाटू देत. शेवटी काही झालं तरी ते तुमचे नानाजी होते. ते माझे अब्बू होते आणि आता ते अल्लाघरी गेले आहेत."

मी लहान असताना त्यांनी माझ्याकडे दुर्लक्ष केलं असतानाही मला माझ्या अब्बूंबद्दल असं वाटावं, या गोष्टीचं माझ्या मुलांना खूपच नवल वाटलं. मी त्यांना सांगितलं की, मी थोडी मोठी झाल्यावर परिस्थिती बदलली होती. आम्ही एकमेकांशी पुन्हा एकदा बोलायला लागलो होतो आणि मी त्यांचे काही गुण कसे उचलले आहेत, तेही मी पाहिलं होतं. त्यांचं माझ्यावर प्रेम होतं आणि त्यांच्यासाठी माझं प्रेम, माझी त्यांच्यावरची निष्ठा खूप मोलाची होती. भूतकाळातील दुर्दैवी घटनांवर मी जास्त विचार करत नाही, त्याऐवजी त्यांच्या ज्या गोष्टी मला आवडायच्या –त्यांचं ज्ञान, ते म्हणत असत त्या कविता अन् म्हणी या गोष्टींवर माझं ध्यान केंद्रित करते.

अब्बूंनी जर इमाम अलींच्या कविता मला वरचेवर म्हणून दाखविल्या नसत्या, तर मला प्रवासाचे पाच फायदे कसे कळले असते?

देश सोडा तुमचा ज्ञानाच्या शोधात
प्रवास करा, कारण प्रवासाचे फायदे आहेत पाच –
प्राप्ती ज्ञानाची, विज्ञानाची, साहित्याची
आणि संगत आदरणीय जनांची

युद्ध संपलं

युद्ध संपेपर्यंत मी अमेरिका ते कुवैत अशा चकरा मारीत राहिले. मग सोळा वर्षांच्या हद्दपारीनंतर मी घरी परतले. मी मनाशी विचार केला की ज्याला कोणी खुदा प्रवासाला जाऊ देत असेल, तो खरंच सुदैवी असेल. इथे बैरुतमध्ये मी एकटी होते आणि युद्धामुळे माझी सातही मुलं त्यांच्या देशांतून, त्यांच्या संस्कृतीपासून हद्दपार होऊन परदेशात राहत होती. सोळा वर्षांच्या युद्धाने मला रागीट आणि कठोर बनवलं होतं. शेवटी ज्या लोकांनी हे युद्ध थांबवलं, ती तीच होती, ज्यांनी हे युद्ध सुरू केलं होतं आणि त्यांनी काय मिळवलं होतं? कडवटपणाने, उपरोधाने माझ्या लक्षात आलं की, मी सामानाचे सोळा डाग घेऊन परतले होते.

माझ्या दिवाणखान्यातील एका कोपऱ्यात मी त्या सूटकेसेस रचून ठेवल्या, पण त्या तशा न उघडलेल्या सूटकेसेसमुळे मी कमालीची अस्वस्थ झाले. एका चादरीखाली मी त्या लपवून टाकल्या. मला वाटतं, त्या जास्तीच्या सामानामुळे मला घाबरल्यासारखं झालं होतं. काही दिवसांनंतर जेव्हा माझं डोकं गरगरायचं थांबलं, मी त्या सगळ्या सूटकेसेस उघडल्या आणि त्यातील भेटवस्तू जमिनीवर पसरल्या.

मला काय हवं होतं, ते मी घेतलं आणि मग माझ्या काही नातेवाइकांना आणि शेजाऱ्यांना बोलावून सांगितलं की, या सगळ्याची विल्हेवाट लावण्यास मला मदत करा.

जेव्हा अगदी थोड्याशाच वस्तू उरल्या, मी माझ्या बाल्कनीत गेले आणि खाली खेळत असलेल्या लहान मुलांना हाक मारून म्हणाले, ''लवकर वर या आणि तुम्हाला काय हवं ते घ्या.''

आणि मग मुलं तिथे घोळक्याने जमली, एकमेकांच्या वस्तू त्यांनी हिसकावल्या. डिस्नेलँडमधून घेतलेली मुलांची पांढरी छत्री, मी हॅननच्या मुलीला देण्यासाठी वाचवून ठेवली. हॅननच्या बैरुतभेटींमधल्या एका भेटीत जेव्हा मी ती तिला दिली,

तेव्हा आम्ही खूप वेळ हसलो. हॅनन आणि तिचा परिवार दर एक-दोन वर्षांनी कुवैतला अन् मग अमेरिकेला भेट द्यायचे तेव्हा जरी मी त्यांना पाहिलं होतं, तरीही माझी नात आता मला आठवत होतं त्यापेक्षा कितीतरी मोठी आणि उंच झाली होती.

बैरुतमध्ये करमणूक, हास्य-विनोद आणि भविष्यकथन असा माझा जुना परिपाठ पुन्हा सुरू झाला. माझ्या शेजाऱ्यांमध्ये, नातेवाइकांमध्ये – माझे दोन्ही भाऊ हसन आणि कमिल – आणि माझ्या मित्रपरिवारामध्ये परत यायला मिळाल्यामुळे मी खूपच आनंदात होते. माझ्या हद्दपारीच्या काळात, मला माझ्या स्वत:च्या पलंगावर परत झोपायला मिळेल किंवा मी परत येईन तेव्हा माझं घर माझी वाट पाहात असेल हा विश्वासच संपून गेला होता.

अम्मीने नैबिताहमध्ये जसा बागेचा एक कोपरा तयार केला होता तशीच एक छोटी बाग मी माझ्या बाल्कनीच्या छोट्या जागेत कुंड्यांमध्ये झाडं लावून तयार केली. मी दक्षिणेत अब्बूंच्या कबरीला भेट देऊन आले आणि त्यांच्या बीबीचं सांत्वनही करून आले. अब्बूंच्या हस्तलिखितांच्या लायब्ररीबद्दल, ज्यातील काही हस्तलिखितं त्यांनी अहलामच्या नावाने केली होती, विचारलं. दरवेळेस आम्हाला भेटून दक्षिणेत परतताना अब्बू आमच्या घरात इकडेतिकडे पडलेली पुस्तकं, त्यातील बरीचशी, कधी कधी अहलामची पाठ्यपुस्तकं आहे हे लक्षातही न घेता उचलून घेऊन जात असत. 'द प्रॉफेट'चं लेखन खलील जिब्रान आणि मिखाईल न्युएमा (Mikhail Nuayma) वाचायला त्यांना आवडत असे. त्यांच्या बीबीने सांगितलं की, तिने ती सगळी पुस्तकं 'हुसनियाँ'ला[२५] दिली आहेत.

"पण का? ती तर त्यांनी अहलामच्या नावाने केली होती?" मी तिला तीव्र निराशेने विचारले. मी तिला आठवण करून दिली की, अब्बूंना ती लायब्ररी त्यांच्या अब्बूंकडून अन् त्यांच्या दादाजींकडून वारसाहक्काने मिळाली होती.

"मला वाटलं की, तू खूप दूर आहेस आणि आता कधीच परत येणार नाहीस." ती उत्तरली.

तिथल्या प्रमुख शेखला, अब्बूंनी त्या पुस्तकात मधेमधे घालून ठेवलेल्या प्रेमाच्या उत्कट आणि शृंगारिक कहाण्या दिसल्या असतील का, असा मी मनाशी विचार करत होते. त्यांच्या शेवटच्या दिवसांत अब्बू डॉक्टरला काय म्हणाले होते ते तिने मला सांगितलं.

"हं, तर डॉक्टर तुम्हाला तुमच्यासमोर उभी असलेली चार मुलं दिसताहेत ना? ती सगळी सर्वशक्तिमान अशा खुदाच्या फॅक्टरीतून आलेली आहेत अन् त्यांच्यातलं पाचवं अमेरिकेत आहे." मग ते खाली पाहात बोलू लागले, "मी अजूनही काही

---

२५. हुसनियाँ : शियांच्या मशिदीशेजारील समाजाची एकत्र भेटण्याची जागा.

बनवू शकतो, जर तुम्ही मला उठू दिलंत तर मी तुम्हाला ते करून दाखवेन.''

ते सगळं दृश्य माझ्या नजरेसमोर उभं राहिलं आणि त्यांच्या उंच लाल टोपीकडे पाहात असताना मला माझं हसू आवरलं नाही.

त्यांच्या मृत्यूनंतर मी ठरवलं की आता मी माझ्या इतक्या जुन्या भूतकाळाचं आणि युद्धाचं हे पुस्तक बंद केलंच पाहिजे. पण ते तितकं सोपं नव्हतं. मला टेलिव्हिजनवर दाखवलेल्या माकडासारखं वाटलं, जे एक दगड उचलतं आणि त्याखाली गारव्याला बसलेल्या सापाच्या नुसत्या दर्शनाने बेशुद्ध होतं. जसं ते त्याच्या त्या धक्क्यातून सावरतं, ते परत घाईघाईने त्या दगडाकडे जातं, तो दगड उचलतं आणि परत बेशुद्ध होतं.

मी जेव्हा पहिल्यांदा बैरुतला परत आले, तेव्हा अनुभवलेला आनंद मला आता जाणवत नव्हता. आनंद – आपल्या घरात, बाल्कनीत, माझ्या स्वतःच्या पलंगावर असण्याचा. आता ते असं वाटत होतं की परत येण्यामुळे निद्रिस्त भूतकाळ जागा झाला आहे. माझ्या अंतर्मनात गाडल्या गेलेल्या अपराधाच्या भावना परत चेतवल्या गेल्या आहेत. मी अगदी अम्मीसारखीच झाले होते. डोक्यातला कल्लोळ थांबवता न येणारी मी, अम्मीला, हॅननला आणि फातिमाला दिलेल्या दुःखावर, मोहम्मदच्या मृत्यूनंतर माझ्या पाचही लहान मुलांना दिलेल्या असुरक्षिततेच्या आणि अनिश्चिततेच्या भावनांवर लक्ष केंद्रित केलं आणि सगळ्यात शेवटी, पण महत्त्वाचं म्हणजे मला माझ्या नातवंडांची आणि अमेरिकेतील त्यांच्या समस्यांची काळजी वाटत होती.

डॉक्टरांनी जितक्या जास्त गोळ्या मला लिहून दिल्या, मी तितकी कमी झोपू लागले. त्या वेगवेगळ्या भडक रंगांच्या गोळ्या म्हणजे जणूकाही मायक्रोस्कोपच्या लेन्स होत्या, ज्या जुन्या गोष्टींच्या आणि आठवणींच्या जखमा त्यांच्या बारीक तपशिलांसकट दाखवत होत्या. शेवटी जेव्हा मी हॅननसमोर माझा सगळा भूतकाळ उभा केला आणि तो लिही असं तिला सांगितलं, मग मला शांती मिळाली. उच्चारलेल्या प्रत्येक शब्दाबरोबर, मला आठवणाऱ्या प्रत्येक गोष्टीबरोबर, सुरकुत्यांचं जाळं कमी होत जाताना जाणवलं.

येता परतुनी...!

अम्मीबद्दल, नैबिताहमधल्या माझ्या जुन्या घराबद्दल आणि तेथील माझ्या लहानपणाबद्दल मी सतत विचार करत होते. म्हणून आम्ही एकत्र दक्षिणेत जाऊन यावं, असं हॅननने सुचवलं. आम्ही रेंजरोव्हरमधून नैबिताहला गेलो. मला सैन्याच्या किंवा पोलिसांच्या तुकडीत असल्यासारखं मला वाटतं आहे, असं मी हॅननला सांगितलं. हळूहळू त्या मोठ्या कारमधून प्रवास करायची मला सवय झाली. त्यामुळे माझा गाडी लागण्याच्या, वास कोंडण्याच्या आणि उष्णतेच्या त्रासापासून बचाव झाला. काहीतरी विनोद करून मी अलीला, गाडीच्या ड्रायव्हरला गोंधळवून टाकू नये असं हॅननने मला बजावलं, पण माझी जीभ माझ्यापेक्षा जास्त चतुर ठरली आणि माझ्या नकळत मी प्रसिद्ध लोकप्रिय गाणं म्हणू लागले, "अली, अली, तेल विकणारा अली!" आम्ही सगळे हसलो.

"ममा," हॅनन म्हणाली, "तू खरोखरीच खूप विनोदी आहेस!"

आम्ही नैबिताहच्या वरच्या भागात असणाऱ्या आमच्या घराच्या दिशेने जात होतो, जिथे अम्मीने खूप प्रेमाने मला वाढवलं होतं. नऊ वर्षांची असताना जेव्हा आम्ही बैरुत सोडलं, त्यानंतर कधीही मी त्या घराकडे ढुंकूनही पाहिलं नव्हतं; पण ते घर परत एकदा पाहायला आवडेल, असं मी हॅननला सांगितलं होतं.

आम्ही जसे किनाऱ्याच्या रस्त्यावरून खाली उतरलो, मी उद्गारले, "या अल्ला! कशी तुझी आजी – अल्ला तिच्या आत्म्यावर कृपा करो! – तिच्या मुलांना भेटण्यासाठी नैबिताह ते बैरुत चालत जायची? ती जरी एक रात्र तेथील हॉस्टेलमध्ये राहायची तरी. केवढं अंतर आहे हे. काश एवढं अंतर चालण्याची माझ्यातही ताकद आणि इच्छाशक्ती असती!"

नैबिताहच्या बाहेरच्या बाजूला मी कारमधून उतरले आणि प्रवासी उतरायचे ते हॉस्टेल शोधण्याचा प्रयत्न करू लागले. मी बाजारातला तो चौकही शोधला, जिथे

आम्ही अब्बूंचा पाठलाग केला होता, जिथे सराफाच्या दुकानात मी पहिल्यांदा सोनं पाहिलं आणि जिथे कोणे एकेकाळी माझा मामा चांभारकाम करायचा. हॅननलासुद्धा नैबिताहचा बाजार आठवत होता. अशुरा स्मृतिदिनी तिथे आल्याचं आणि शापित शिम्रची – ज्यांच्या प्राणघातक फुंकरीने प्रेषितांच्या नातवाचा, अल्-हुसेनचा वध झाला – भूमिका करणाऱ्या दुर्दैवी कलाकारावर एक स्त्री थुंकत असताना आठवत होती.

तो बापडा माणूस स्वत:ला वाचवण्याचा प्रयत्न करत होता.

"थांबा!" तो किंचाळला, "हे तर फक्त त्या घटनेचं नाट्य-रूपांतर आहे. मी काही तो खुनी शिम्र नाही. मी मुस्तफा आहे, बेकरीवाला."

आम्ही नैबिताहच्या वरच्या भागात गेलो, जिथे अजूनही तंबाखूची शेतं आहेत. हॅनन हाजीच्या लहानपणीच्या मित्राचं, अबू-घालेबचं घर शोधत होती, पण तिला ते काही सापडलं नाही. आम्हाला एक स्त्री ऑलिव्हच्या झाडाखाली उभी असलेली दिसली, ती झाडांच्या फांद्या हलवीत होती. म्हणजे मग हिरवे ऑलिव्ह तिने खाली जमिनीवर पसरलेल्या रंगीत चादरीवर पडले असते. तिला पाहून आम्ही थांबलो. हॅनन उतरून त्या झाडाच्या दिशेने गेली; पण मी मागेच रेंगाळले; त्या शांत प्रसन्नतेत, शिशिरातल्या निळ्या आसमानाच्या खाली मला सिगारेट ओढायची होती.

हॅननने पाहताक्षणीत त्या स्त्रीला ओळखलं.

"काय?" हॅननने तिला आश्चर्याने विचारलं, "तुला मी माहीत नाही?"

"जवळ ये," ती स्त्री म्हणाली, "म्हणजे मग मी तुला एक मिठी मारू शकेन, चुंबन घेऊ शकेन आणि तुझा गंध पण. मग मी तुला ओळखेन."

"मी ती मुलगी आहे, जी तुला वेडं करायची."

ती स्त्री हॅननजवळ आली आणि त्यांनी गळाभेट घेतली.

"तू हॅनन आहेस." तिच्याकडे नीट पाहिल्यावर ती स्त्री चीत्कारली.

त्यांनी परत एकमेकींना जवळ घेतलं. या वेळेस अगदी नीट मिठी मारली. मग हॅनने माझी समीराशी – अबू घालेबच्या एका मुलीशी ओळख करून दिली. तिने हॅननने करून दिलेल्या ओळखीत सुधारणा केली.

"मी माझं आधीचं खरं नाव, अमीना, परत वापरायला लागले आहे, हे तुला माहीत नव्हतं का? आता मी हज्जा अमीना आहे." ती म्हणाली. लहान असताना तिला ते नाव अजिबात आवडायचं नाही, तिने आम्हाला स्पष्ट केलं.

आत्ता हज्जा अमिना जवळजवळ सत्तर वर्षांची होती, माझ्यापेक्षा वयाने थोडीशी लहान. आम्ही चालत असताना तिच्या अम्मीचं हॅनन आणि फातिमावर किती प्रेम होतं आणि तिला कसं नेहमी त्यांच्यासाठी वाईट वाटायचं हे ती सांगत होती.

"किती शरमेची गोष्ट आहे ही. माझी अम्मी नेहमी म्हणायची," हज्जा अमीना मला म्हणाली, "बिचाऱ्या हॅननला तिची अम्मी आणि तिचं घर हवं आहे. जा आणि

तिच्यासाठी थोडी चॉकलेटं घेऊन ये. एखादी डफली आणि चुडियाँ पण आण तिच्यासाठी.'' हज्जा अमीना मला सांगत राहिली. तिला आठवतं की, एकदा हॅनन बैरुतला जायचं आहे, असं म्हणून रडायला लागली. हज्जा अमीनाची मोठी बहीण उठून उभी राहिली आणि तिला म्हणाली, ''ठीक आहे, जा तू. एखादी मांजर पकड, तिच्यावर बैस अन् मग ती तुला बैरुतला घेऊन जाईल.''

हॅनन आणि हज्जा अमीनाला तेथेच सोडून मी मागच्या बागेत आणखी एक सिगारेट ओढायला गेले. मला वाटलं की, माझं हृदय परत एकदा आवळून, दोन तुकड्यांत फाटतं आहे. काळजीने हॅनन मला शोधत आली. मी फार वाईट वाटलं नाही असं दाखवण्याचा प्रयत्न केला, पण हॅननने जोर केला म्हणून मग मी तिला म्हटलं की, अमीना तर असं बोलते आहे की जणूकाही तिला अम्मी नव्हतीच.

''या रब!'' मी तिला म्हटलं, ''१९५८मध्ये तुमचं काय झालं ते मला माहीत नाही. तू आणि तुझी बहीण कोठे होतात याची मला काही कल्पना नव्हती. मी तुम्हाला एकदा फक्त तुमच्या मामाच्या, इब्राहिमच्या घरी पाहिलं होतं, जेव्हा या संकटांना नुकतीच सुरुवात झाली होती. तुम्ही दोघी मजेत असाल अशी कल्पना करणारी मी किती मूर्ख होते. तुमचं तुम्ही आयुष्याशी कसं जुळवून घेतलं असेल? तुला जेव्हा पहिल्यांदा पाळी आली असेल तेव्हा काय झालं होतं? तू स्वत:ला स्वच्छ करणं, त्या वेदना सहन करणं हे कसं जमवलं असशील?''

''काहीच त्रास झाला नव्हता.'' हॅननने उत्तर दिलं, ''माझी पाळी आली तेव्हा मी खूप आनंदात होते. आता तू हे विचारायला हवं आहेस की, कानामागचा भाग, माझ्या बेबीच्या आतला भाग स्वच्छ करायचा हे मी कशी आठवत होते?''

तिने मला एक घट्ट मिठी मारली. ''तो विषय बंद कर आता, ममा!'' ती म्हणाली, ''तुला वर्तमानात जगायचं आहे.''

ती घाईने परत गेली, तेथील स्वयंपाकघर, मागचं अंगण आणि तो तंबू जिथे तो परिवार तंबाखूची पानं वाळवत घालायचा, ते बघायला ती उत्सुक होती. कारमध्ये बसलेलो असताना हॅनन माझ्याजवळ बोलली होती की, तिच्या 'बैरुत ब्ल्यू' या कादंबरीमध्ये तिने अबू घालेमचं घर आणि जमिनीचा पार्श्वभूमीसाठी वापर केला होता.

आम्ही दोघी एकमेकींच्या आयुष्यात परत आल्यापासून हॅननने परत एकदा माझी अपराधीपणाची आणि दु:खाची भावना हलकी केली. ते तिने बऱ्याचदा केलं होतं. आम्ही पहिल्यांदा कशा एकत्र आलो होतो ते मला आठवलं. कशी मी तिच्याजवळ गेल्याची भावना जाणवली होती! पंधरा वर्षांपूर्वी जेव्हा ती लंडनहून बैरुतला आम्हाला भेटायला आली होती, तेव्हा ती आणि तिचं कुटुंब ज्या हॉटेलमध्ये उतरले होते, त्या हॉटेलमध्ये तिने मला रात्रीच्या जेवणासाठी बोलावलं होतं. मी

तिच्या खोलीत बसून वाळूने भरलेला समुद्रकिनारा निरखीत होते. जसजसं आमचं बोलणं पुढे सरकत गेलं, तिने मला एकटीलाच का बोलावलं, ते माझ्या लक्षात आलं. आम्ही दोघीच अशा फारच क्वचितच बरोबर असत असू; साधारणत: जेव्हा कधी आम्ही भेटत असू तेव्हा आम्ही काही थोडंफार बोलत असू, शांत बसत असू, नाहीतर खात असू आणि बास इतकंच ते असे. ज्या पद्धतीने मुलं-शौहर यांनी यावं, आमच्याबरोबर बसावं, याबाबत ती आग्रही होती, तिने मला, मी तिच्या मुलांची आजी आणि तिच्या शौहरची सासू आहे ही भावना दिली – मला पाहून तिला होणारा आनंद आणि ती दाखवत असलेलं माझ्यासाठीचं प्रेम या दोन्ही गोष्टी भूतकाळात गाडून टाकलेली दु:खं पुसून टाकू शकेल असा मी माझ्या मनाशी विचार करत होते.

जेव्हा आम्ही एकत्र बसलो, हॅनन माझ्याकडे एकटक पाहात राहिली. ती माझ्यामध्ये स्वत:ला पाहात होती, हे मला माहीत होतं. माझ्या अगदी जवळ येऊन स्वत:चा चेहरा तिने माझ्या चेहऱ्याजवळ आणला आणि आमच्या जवळच बसलेल्या तिच्या मुलीला आम्ही सारख्याच दिसतो का म्हणून विचारलं. मला असं जाणवलं की आता हॅननने मला अम्मी म्हणून मनापासून स्वीकारलं आहे, जिने तिला जन्म दिला होता. ती म्हणत असे की, ती तिला तिच्या अब्बूंबरोबरच्या आयुष्यात सापडली होती ती अम्मी याच्या अगदी विरुद्ध होती.

आमचं घर शोधायला म्हणून आम्ही हज्जा अमीनाला आमच्याबरोबर घेतलं. ड्रायव्हरने तिला देऊ केलेली मदत तिने नाकारली, त्याच्याऐवजी हॅननच्या अंगावर झुकत तिने कारमध्ये बसायचा प्रयत्न केला.

"काय झालं?" हॅननने तिला विचारलं, "तो एक परका आहे म्हणून तुम्हाला त्याची मदत घ्यायची नव्हती का?"

"फक्त सैतानच परका आहे." हे तिचं उत्तर होतं.

आम्ही परत प्रवासाला लागलो आणि मग एकदम समोर चिंचोनाची झाडं आणि द्राक्षांचे मळे आले. मी ओरडायला लागले आणि तो रस्ता सुटू नये या विचाराने रेंजरोव्हरच्या खिडकीतून जवळजवळ अख्खी बाहेर आले.

"हेच आहे ते." शेवटी मी किंचाळले, "हेच आहे ते. अली, थांब, थांब इथेच!"

आम्ही सगळे उतरलो, पण अचूक घर शोधायला मला धडपडावं लागलं. राणी हरवलेला माश्यांचा थवा कसा इकडे तिकडे गूं-गूं करत अर्थहीनपणे फिरत राहतो तसं मला वाटायला लागलं. एका पडझड झालेल्या दारावरील लिंटेल रंगवलेल्या घराकडे हज्जा अमीनाने बोट दाखवलं. नाही! आमचं घर रस्त्याच्या वरच्या बाजूला नव्हतं, तर डाव्या बाजूला होतं. मी तिला म्हटलं. मी त्या दिशेने काही पावलं गेले आणि मग त्या काळी माझी पावलं कशी त्या रस्त्यावर पडायची, त्या लाकडी

बुटांवरून मी पडू नये म्हणून कसा मला माझा तोल सावरावा लागायचा मला आठवायला लागलं.

एका घरासमोर उभी राहत मी ओरडले, "हेच आहे ते! या फाटकाने मला चकवलं. आम्ही इथे राहत असताना हे फाटक इथे नव्हतं."

वरती गच्चीत बसलेल्या दोन स्त्रियांनी आम्हाला बोलताना पाहिलं आणि दार उघडायला त्या खाली आल्या. हज्जा अमीनाने त्यांना सांगितलं की, मी ज्या घरात जन्मले, ते घर शोधत होते. त्यांनी आमचं प्रेमाने स्वागत केलं आणि आम्ही आत गेलो.

"ते भांडं आहे तेथे." मी उद्गारले, "आणि खिडकी!"

"ती म्हण खरीच आहे म्हणायची," हज्जा अमीनाने मोठ्यांदा म्हटले, "एक दगड तुम्हाला दूर घेऊन जातो, दुसरा तुम्हाला परत माघारी आणतो! बैरुतने तुला दूर नेलं होतं आणि आता तुझ्या जुन्या घराने तुला परत बोलावलं आहे."

"त्या खिडकीच्या बाहेर अंजिराच्या फांद्या लटकत असायच्या." मी उत्साही स्वरात म्हटलं, "आत्ता मी जिथे उभी आहे अगदी तेथूनच अम्मी अंजीरं तोडत असे. अंजिराच्या झाडाला काय झालं?"

मी त्या दोन्ही स्त्रियांकडे वळले, जणूकाही त्यांनी मला उत्तर द्यावं अशी माझी अपेक्षा होती. जणूकाही मी तेथून गेले त्याला सहासष्ट वर्षं सरली नव्हती. भौमितिक नक्षी असलेली खिडकीच्या बाहेरची सपाट जागा आणि मध्यभागी असणाऱ्या दोन तुळया हॅनने फिरून पाहिल्या.

"ममा, इतकी सुंदर रचना असणाऱ्या घरात तू मोठी झालीस हे माझ्या कधीच लक्षात आलं नव्हतं." ती म्हणाली.

"माझ्या मुलाने त्या तुळया आणि खिडकी होत्या तशाच राहू दिल्या कारण त्या खूपच प्राचीन आणि दुर्मीळ आहेत." त्या दोघींपैकी एका स्त्रीने सांगितलं.

पाठीमागची बाग आणि रस्ता बघता यावा म्हणून आम्ही त्या दोघींबरोबर बाल्कनीत बसावं, यासाठी त्या दोन्ही स्त्रियांनी आग्रह धरला. आमच्या मागे बाग होती जिथे मी एकेकाळी खेळले होते. माझ्या समोरचे भिंतीचे दगड कोणीतरी त्यांच्या भेगांमध्ये वाळू, चुना आणि मातीचे मिश्रण ओतल्यासारखे खडबडीत दिसत होते.

आम्ही कॉफी प्यायलो आणि मग मी स्वत:ला हे म्हणण्यापासून रोखू शकले नाही. "या अल्ला! इथलं आयुष्य किती सुंदर आहे. मी जर इथेच आयुष्यभर राहिले असते तर मला एकही औषध घ्यावं लागलं नसतं, अगदी प्रोझॅकसुद्धा."

मला काय म्हणायचं आहे ते न समजल्यामुळे त्या दोघी स्त्रियांनी एकमेकींकडे आणि हज्जा अमीनाने हॅननकडे पाहिलं.

"ममावर सगळे जण प्रेम करतात." मी जे काही बोलून गेले होते, त्याची

तीव्रता कमी करण्यासाठी हॅनन म्हणाली, ''ती रोज एक गोळी घेते, म्हणजे मग ती तिला भेटायला येणाऱ्या सगळ्या लोकांना तोंड देऊ शकते.''

अम्मी कोठे असेल आत्ता? मी मनाशीच नवल केलं. गायी कोठे असतील? ते गाढव, माझी मैत्रीण ॲपल आणि बाकीच्या मुली कोठे असतील? या जागेपासून कसं काय मला जगाने दूर नेलं असेल – बैरुतला, रोस-अल्-बकारहला, सिरिया, कुवैत आणि अमेरिकेला?

आम्ही त्या घरातून निघून कबरस्तानाच्या दिशेने निघालो. मला माझ्या दोन बहिणी आणि अम्मीसाठी कुराणातील सुरुवातीचे शब्द – 'फातिह' म्हणायचे होते. तिथे माजलेल्या गवतामधून आम्ही त्यांच्या कबरी शोधायचा प्रयत्न केला, पण आम्हाला त्या सापडल्या नाहीत. हज्जा अमीनाने आम्हाला सुचवलं की, ती स्वत: 'फातिह' म्हणेल किंवा ते कसं म्हणायचं ते आम्हाला सांगेल. आम्हाला अम्मीच्या आणि माझ्या दोन्ही बहिणींच्या कबरी सापडल्या नाहीत, तरीही ते स्वत: मार्ग काढत त्यांच्या आत्म्यापर्यंत पोहोचेल. दरवेळेस अम्मीसाठी 'किबेह' बनवण्यासाठी नकार दिल्याबद्दल मला अम्मीकडून माफी हवी होती. मला माझ्या मोठ्या बहिणीला सांगायचं होतं की माझी तिच्या शौहरशी जबरदस्तीने शादी लावून दिली गेली होती आणि आता मी त्याला तलाकही दिला होता. माझ्या दुसऱ्या बहिणीला मला सांगायचं होतं की तिची सगळी मुलं, अगदी लाकडी पाय बसवलेला तिचा मुलगा पण, जो आता त्याच्या कुटुंबामध्ये परत गेला होता, असे सगळे अमेरिकेत राहत आहेत.

आमच्या प्रत्येकाच्या हाताला घट्ट धरत हज्जा अमीनाने फातिह म्हटले.

''आता माझ्या प्रियांनो, मला हे अतिशय नम्रतेने म्हणू देत, जे तुम्हा प्रिय लाडक्या दुरावलेल्या व्यक्तींपर्यंत हमखास पोहोचेल.''

भेटू देत त्यांच्या आत्म्यांना या कबरी,
आणि घेऊ देत भरारी सर्वांत उंच गढीवरी
आणि घेऊ देत मधुर सुगंध धूप आणि उदीचा
त्यांना आणूयात निर्भेळ आनंदाच्या बागेत
आणि मुक्त करूयात त्यांना जहन्नमच्या आगीतून
हे मानवजातीच्या स्वामी
प्रेषितांच्या स्वामी,
विश्वस्ता सर्वोत्तमा

''मी हे तुझी पैगंबरवासी अम्मी आणि दोन्ही बहिणींना अर्पण करते.''

मला हज्जा अमीना खूपच आवडायला लागली होती आणि तिला आमच्याबरोबर

थोडी मौजमजा करता यावी, यासाठी मी तिला बैरुतला येण्याचं आमंत्रण दिलं.

"अल्ला की मर्जी," तिने उत्तर दिलं, "आपण कशाचाच भरवसा देऊ शकत नाही..." असं म्हणत तिने परत एकदा आमचे हात घट्ट धरले आणि एक कविता म्हणायला सुरुवात केली –

प्रत्येकाला जर त्यांची चांगली जाण असती

आणि त्यांनी स्वत:ला अभ्यासाची वस्तू बनवलं असतं,

तर जगात युद्धे झालीच नसती,

ना ही कोणी आळशी, गोष्टीवेल्हाळ

अन् मग न्यायाधीशांना बंद करावे लागले असते त्यांचे तुरुंग.

"माझ्या प्रिय जनांनो, हे कधीच विसरू नका की, तेलाचा एक छोटासा थेंब भलेमोठ्ठे प्रश्न सोडवू शकतो."

आम्ही बैरुतच्या परतीच्या वाटेवर असताना हॅननने मला सांगितलं की, मी सिगारेट ओढत असताना हज्जा अमीनाने तिला बाजूला घेतलं होतं.

"तुझी अम्मी तिचं डोकं तिच्या हातात का खुपसते?" तिने विचारलं होतं. "ती त्या घरावरून एवढी अस्वस्थ का होते आहे? त्या जुन्या ढिगापेक्षा लखपटीने चांगली अशी हजारो घरं आहेत."

मी रडायला लागले, हॅननने माझा हात धरला. आम्ही जसे पुढे जात होते, गडद होत जाणाऱ्या रात्रीमुळे मला भूतकाळाची ओढ वाटत होती का? रडायला येत होतं का असं हॅननने मला विचारलं. खरं तर आज तिचा वाढदिवस होता, याची तिने मला आठवण करून दिली. ती मला बिलगून बसली, ज्यामुळे मला आणखी जोरात रडू आलं. तिला सिगारेटचा वास येऊ नये म्हणून मी बाजूला सरकले. तिने मला मिठी मारू नये असं तिला वाटेल, याची मला भीती वाटली.

"माझ्याजवळ सिगारेटचा वास येतो आहे." मी तिला स्पष्टीकरण दिलं.

"ममा," ती उत्तरली, "माझं प्रेम आहे तुझ्यावर. मग आता तू का रडते आहेस?"

मला वाटलं की, तिचं माझ्यावर प्रेम आहे याची खात्री मला न वाटल्यामुळे मी रडते आहे, हे तिला समजलं.

"मला प्रामाणिकपणे सांग," मी तिला विचारलं, "तू खरंच अजूनही माझ्यावर प्रेम करतेस?"

तिने मला परत एकदा मिठी मारली.

"ममा," तिने परत एकदा म्हटलं, "मी खरंच खूप प्रेम करते तुझ्यावर. आपण बोलायला सुरुवात केली तेव्हापेक्षाही जास्त. मी इतका उशीर केला यासाठी मला अपराध्यासारखं वाटतं."

"तू एवढीशी असताना मी तुला सोडून गेले असतानाही तू कशी काय माझ्यावर प्रेम करू शकतेस?"

"त्याने काही फरक पडत नाही. तुला अब्बूंना सोडावं लागलं, हे जास्त महत्त्वाचं आहे आणि आता तसंही ही गोष्ट आता इतिहासजमा झाली आहे. तू वर्तमानकाळाचा विचार कर. भूतकाळाचा नको."

दक्षिणेतील ही ट्रप केल्यानंतर मी माझं दु:ख कसं हलकं करणार होते? हज्जा अमीनाशी झालेल्या बोलण्यातून मला हे स्पष्टपणे दिसलं होतं की, माझ्या दोन मुलींना सोडून देऊन मी केवढी मोठी चूक केली होती. हॅनन लहान असताना मी घर सोडल्यामुळे कोणकोणते फायदे झाले, त्यांची हॅननने यादी वाचायला सुरुवात केली.

"ममा," ती म्हणाली, "मी बाकीच्या मुलांना माझ्यासाठी वाईट वाटायला लावायची. मी माझ्या शिक्षिकांना सांगायची की, मी गृहपाठ केला नाही कारण आम्हाला कोर्टात जावं लागलं. कारण आम्हाला अम्मीकडे राहायचं आहे की, अब्बूंकडे हे शेख आम्हाला विचारणार होते."

हे सगळं सफेद झूठही मला हसवू शकलं नाही.

"तू आणि तुझी बहीण दोन माणकं आहात," मी म्हटलं, "आणि मी तुम्हाला घाणीत फेकून दिलं."

यामुळे हॅननला रडू आलं. मी स्वत:ला सावरलं. मला तिला दुखवायचं नव्हतं. पण हॅननने डोकं वर केलं आणि सांगितलं की, मी तिला लहान मुलगी असताना सोडलं म्हणून ती रडत नव्हती, तर ती रडत होती या कारणाने की, जेव्हा कधी ती मला अलंकारिक अरबी भाषेत बोलण्याचा प्रयत्न करताना ऐकायची, तेव्हा-तेव्हा मला शिकण्याची कधीच संधी मिळाली नाही, या सत्याची तिला जाणीव व्हायची.

"तुला जर लिहिता-वाचता येत असतं तर –" ती म्हणाली, "मी नव्हे तूच लेखिका झाली असतीस."

हॅनन काय लिहिते आहे, हे मला ती नेहमीच सांगायची. मी तिला एखादी म्हण किंवा उपमा सुचवायची, "जेव्हा तुम्ही खिन्नतेने भरलेले असता, एखाद्या थडग्याला भेट द्या किंवा जेव्हा कधी अमावास्या येते, माझे आयुष्य किती छोटंसं आहे, याची मला जाणीव होते. ती या सुचवलेल्या म्हणी, उपमा तिच्या गोष्टींमध्ये वापरत असे अन् मला परत वाचून दाखवीत असे. ती माझ्या कल्पना आणि प्रतिकांची चाहती होती याचा मला अभिमान वाटायचा, पण तिने माझ्यासाठी मला जे करायला हवं होतं, ते म्हणजे तिने माझ्या आयुष्याची कहाणी लिहिणं.

जेव्हा-जेव्हा हॅनन माझ्याशी बोलायची, ती मला उलगडून दाखवायची. अजिबात विचारही न करता मला हे माहीत होतं की, वर्तमानकाळ हा भूतकाळच आहे. मला तर जवळजवळ असं वाटायचं की, मी तिचं व्यक्तिमत्त्व धारण केलं आहे आणि

हॅनन बनले आहे. जिथे माझी शादी झाली होती, जिथे मी तिला जन्म दिला होता, ते घर बघायला मी तिच्याबरोबर गेले होते, तेव्हा मी अगदी असाच विचार करत नव्हते का? आम्ही दोघी जणी त्या जुन्या घराचा आणि शेजाऱ्यांचा विचार करत शेजारी-शेजारी उभ्या होतो. त्या घराची ज्या पद्धतीने मोडतोड केली होती, ते बघणं खूपच दुःखदायक होतं. सुंदर बगीचे अदृश्य झाले होते आणि त्यांच्या जागी सिमेंटचे ठोकळे उभे राहिले होते.

"ही ती जागा आहे, जिथे मी उभी राहायची. शेजारच्या त्या मुलाला पाहाण्यासाठी." मी हॅननला सांगितलं.

जिना अजून त्याच जागी होता. माझे गुडघे दुखत, त्यामुळे त्या जिन्याचं काळं रेलिंग हळूहळू चढायला लागण्यापूर्वी आम्ही एकदमच त्या जिन्याकडे पाहिलं.

मी माझ्या जुन्या खोलीत प्रवेश केला.

"इथून मी मोहम्मदच्या पावलांची चाहूल घेत असे. त्या दुसऱ्या खिडकीच्या बाहेरच्या बाजूला तो माझ्यासाठी गुलाब ठेवून जात असे." मी हॅननला सांगितलं.

आम्ही तेथून लाउंजमध्ये आलो. तिथे टोप्या अडकवण्याचा एक स्टँड होता, ज्याला आम्ही 'बूर शबूर' म्हणत असू. तो महोगनी लाकडाचा एक कलात्मक नमुना होता आणि माझ्या अभिमानाचा अन् आनंदाचा ठेवा. मला आठवतं की, कसा मी त्याला असणाऱ्या काचेच्या शेडमध्ये बल्ब बसवण्याचा नेहमीच विचार करत असे, पण बऱ्याचदा ते तसंच राहून जाई आणि नंतर तर मी ते घर नेहमीकरिता सोडलं. मी ठरवलं की, ते मी घेऊन जाऊ का असं माझ्या भाच्याला, हुसेनला विचारायचं, जो कट्टर अनुयायी होता अन् न्यायाधीशांना ठार मारण्याच्या प्रयत्नानंतर आफ्रिकेला पळून गेला होता; आता त्याला त्या गुन्ह्यातून सूट मिळाल्यामुळे तो आफ्रिकेतून परत आला होता. ॲश-ट्रे म्हणून आम्ही जो शंख वापरायचो, तो अजूनही त्याच जागी ठेवला होता. मी तो उचलला. मला खूप गंमत वाटली, जेव्हा हॅननने तो तिच्या कानाला लावला नेहमीप्रमाणेच, जे ती त्यात बंदिस्त असलेला लाटांचा आवाज ऐकण्यासाठी करायची. मग आम्हाला नेहमीच्या जागी लावलेला हाजीचा फोटो दिसला, ज्यामध्ये हाजीबरोबर माझे भाचे आणि मध्यभागी फातिमा होती. त्यांचे केस आणि चेहरे, फोटोला लागलेल्या कसरीमुळे विद्रुप दिसत होते. माझ्या भाच्याचे अलीचे डोळे वटारल्यासारखे दिसत होते, ते पाहून आम्ही हसलो.

"ते बाहेर येताहेत." हॅनन म्हणाली, "तो थेट तुझ्याकडे रोखून बघत होता, या आशेने की, तू अब्बूंच्या खिशातून पैसे चोरले होतेस तेव्हा तुला पकडता येईल म्हणून."

माझा तलाक झाल्यानंतर परत त्या घरी जाण्याची माझी काही ही पहिली वेळ नव्हती. याआधी एकदा मी हाजीला भेटायला गेले होते, जेव्हा तो अंथरुणाला खिळलेला होता. त्याची बीबी पण तेव्हा तिथे होती. ती मला कधीच आवडली नाही,

कारण ती फातिमा आणि हॅननशी कधीकधी फारच क्रूरपणे वागली होती. खरं तर हाजीला आता अंधत्व आलं होतं; पण त्याने ते कोणासमोर कबूल केलं नव्हतं.

"मी आहे एक किडा, डांबर." मी ओरडून सांगितलं. "ती स्त्री, जिने तुम्हाला दुःख आणि संकटाशिवाय दुसरं काही दिलं नाही. तुम्हाला आठवते का मी?"

"तू चंद्रासारखी खुबसूरत आहेस." त्याचं उत्तर आलं.

एक आठवड्यानंतर तो अल्लाला प्यारा झाला.

हॅनन आणि मी, माझा भाऊ कमील आणि त्याच्या कुटुंबाला भेटायला गेलो आणि माझा भाऊ हसनलासुद्धा. तो आता खूप आजारी होता, पण तरीही त्याने 'द व्हाइट रोझ'मधील ते गाणं म्हटलं, जे त्याने खूप वर्षांपूर्वी मला म्हणून दाखवलं होतं. ते म्हणत असताना त्याला हुंदका फुटला.

हे विशुद्ध प्रेमाच्या गुलाबाच्या फुला,
तुला सांभाळणाऱ्या हातांवर अल्लाची मेहेरनजर होवो
असे मज वाटे... असे मज वाटे

सगळ्यात शेवटी आम्ही गेलो इब्राहिम आणि खदिजाकडे. आता वाटतं की बरं झालं की, आम्ही तेव्हा गेलो, कारण त्यानंतर दोन आठवड्यांतच इब्राहिम पण गेला. अल्लाला प्यारा झाला. इब्राहिम हॅननला ती कोण आहे, असं विचारत राहिला आणि माझ्याशी तो फ्रेंचमध्ये बोलला, अशा भाषेत जी तो किंवा मी कधीच शिकलेलो नव्हतो.

मी त्याला म्हटलं, "अरे माझ्या बंधुराया, माझं आयुष्य जहन्नम बनवण्यापेक्षा तू माझ्याशी फ्रेंचमध्ये बोलला असतास तर....?"

हे कसं आहे, मी मनाशी नवल करत होते – जसे आपण वयाने मोठे होत जातो आणि आपल्या आयुष्यातील अभिलाषा पुसट होत जातात, आपण आपला भूतकाळ स्वीकारतो. हे कसं होतं की, आपला भूतकाळ आणि वर्तमानकाळ यांची एक वीण होते आणि मग ते एक फाटकंतुटकं ठिगळं लागलेलं आयुष्य होतं – अगदी त्या कपड्यांसारखं, जसे कपडे पोटात साप असलेली माझी मावशी घालत असे.

आम्ही घरी गेलो आणि हॅननने माझी पत्ते लिहिलेली वही, त्यातील काही पानं उतरवून घ्यायला घेतली. दरवेळेस ती बैरुतला मला भेटायला आली की, ती वही चाळून आणखी कोणती नवी चित्रं आणि नंबर मी त्यात घातलेत हे बघायची. चित्ररूपाने गोष्टी लिहून ठेवण्याची युक्ती मी खूप आधीपासून शोधून काढली होती. फोननंबरच्या बाजूला दोन गलेलठ्ठ फुगे काढलेला नंबर, दोन जाड मुलगे असलेल्या मैत्रिणीचा होता; एक भलंमोठ्ठं तोंड वासलेली फादिला होती; केळं आणि सफरचंद ठेवलेली प्लेट असलेला नंबर, स्थानिक रेस्टॉरंटचा होता; शेजारी विमान काढलेलं असलेला नंबर एका नातेवाईक स्त्रीचा होता, जिचा शौहर वैमानिक होता; पाण्याचा

जग आणि वॉशिंग मशीन, दुरुस्ती करणाऱ्या कंपनीचा नंबर दाखवत होतं; कारची चाकं हॅननच्या सासूबाईंच्या ड्रायव्हरचा नंबर दर्शवीत होती; आजूबाजूला आग असलेला माणूस असलेल्या चित्राच्या शेजारचा नंबर एका मैत्रिणीचा होता, जिचा मुलगा अग्निशामक दलात होता.

विजेच्या गोष्टी दुरुस्त करणाऱ्या माणसाच्या नंबरपाशी ती थबकली. जवळजवळ जीव जाईल इतकी ती हसली. मी ज्या पद्धतीने त्या माणसाचे दात काढले होते, त्याबद्दल तिने मला विचारलं. त्याचे दात आणि तोंड पण शार्कसारखं अवाढव्य आहे, असं मी तिला सांगितलं. मग हॅननची नजर पडली कबुतरावर, जे मी तिच्या नंबरशेजारी काढलं होतं, कारण ती सततच कोठे ना कोठे विमानाने उडत असायची. ती हसली आणि माझ्या नावाशेजारी, जे मी माझ्या नंबरशेजारी, माझ्या हाताने लिहिलं होतं, तिने एक गुलाब काढला.

हॅनन

इब्राहिमच्या दोन मुलींसह
कमिला (डावीकडे मागे) आणि हॅनन (मध्ये)

अखेरचा सलाम!

मी माझ्या ममाच्या वहीत, तिच्या टेलिफोन नंबरच्या शेजारी गुलाबाचं ते चित्र का काढलं असेल? तिच्या आयुष्याची कहाणी लिहिण्याचं शेवटी मी का ठरवलं असेल? अहलामने जेव्हा सॅनदिएगोवरून मला हे सांगायला फोन केला की, ममा खूप आजारी आहे, इतकी आजारी की, आता तिची ती एकटी लेबनानला परत जाऊ शकत नाही. अहलाम तिच्यासोबत येणार होती. तेव्हा मी हे दोन प्रश्न स्वत:ला विचारीत राहिले.

दोन महिन्यांपूर्वी, माझ्या लेबनानच्या मागच्या भेटीत आम्ही दोघी जेव्हा एकत्र दक्षिणेत गेलो होतो, तेव्हा ममा अहलाम, तौफिक आणि फातिमाला कॅलिफोर्नियात भेटायला जाण्याबाबत अखंड बडबडत होती. ती जेव्हा सॅनदिएगोला होती तेव्हा अहलामचं दुर्दैव बघून तिला किती दु:ख झालं होतं, याची तिला आठवण करून देत, तिकडे न जाण्यासाठी मी तिचं मन वळवायचा प्रयत्न केला. तलाक झाल्यानंतर अहलामचं आयुष्य आणखीच बिघडलं होतं, ज्यामुळे ममाला खूप असहाय वाटत असे. पण माझी ममा... ती नेहमीसारखीच हट्टी होती आणि तिने तिथे का जायलाच हवं यासाठीच्या कारणांची यादीच मला सांगितली. ती मला, कदाचित स्वत:लाच पटवून देण्याचा प्रयत्न करत होती की, आता ती वृद्ध स्त्री होती आणि तिचा बैरुतमधील सोफा आणि बाल्कनी सोडून ती उड्या मारत विमानात बसू शकण्याइतकी तंदुरुस्त, छान होती का हे पाहाण्यासाठीही ट्रिप म्हणजे तिच्या ताकदीची परीक्षाच होती.

"हं, चल हॅनन," ती म्हणाली, "तू मला विचार की, माझ्यात एवढी शक्ती आणि ताकद कोठून आली आहे? मला इतकं हलकं-हलकं, इतकं समाधानी कधीच वाटलं नव्हतं, कारण मी माझं आयुष्य आणि संघर्ष तुझ्या खांद्यावर दिला आहे आणि आता आपल्यात परत बंध निर्माण झाले आहेत. तुला माझ्या आयुष्याची कहाणी सांगणं, हे शंभर प्रोझॅक गोळ्या घेण्यापेक्षा हजारो पटींनी चांगलं होतं." ती

मला असंच काही-काही सांगत राहिली आणि मग तिने शेवटचा फासा टाकला, "खरं तर मला ना आता या बैरुतमधील सगळ्या गोष्टींपासून थोडे दिवस सुटका हवी आहे."

फातिमा आणि मी, अम्मीला तिच्या सतत मैत्रिणी, नातेवाईक आणि विशेषत: शेजारी – अगदी मग ती आक्रमक आणि मत्सरी असल्याने तिला न आवडणारी स्त्री असली तरी तिला अजिबात आवडत नव्हती – अशा सगळ्यांचं आदरातिथ्य करण्याबद्दल, त्यांची करमणूक करण्याबद्दल नेहमीच रागवायचो. जेव्हा-जेव्हा मी तिच्याकडे जायची, मी हळूच स्वयंपाकघरात शिरायची, म्हणजे मग मला आणि अम्मीला खाजगीमध्ये काही गोष्टी बोलायला मिळत असत. भल्या पहाटेपासूनच घरी लोकांचा ओघ सुरू होई. ते अजूनही अक्षरश: नाइटड्रेसमध्येच असत आणि दिवाणखान्यातील सोफा अडवून नर्सची वाट बघत बसत, जिच्यावर ममाने भेटवस्तूंचा वर्षाव करून ती रोज तिची नाडी आणि रक्तदाब बघायला येईल इतकी तिच्याशी घसट वाढवली होती. एकदा अशीच ममाला सकाळी भेटायला गेले असताना, मी पाहिलं की, जिन्यावर त्या नर्सच्या पायांचा आवाज ऐकू येताक्षणीच त्या सगळ्या स्त्रिया आपापल्या बाह्या वर घेत होत्या. इतक्या वर्षांनंतर ममाने तिच्या 'विधवा क्लब'चं नाव बदलून, 'रुग्णांचा क्लब' आणि कॅफेचं नाव बदलून 'क्लिनिक' ठेवलं होतं. ती तिच्याकडे येणाऱ्या प्रत्येकाला चहा, कॉफी आणि जेवणाबरोबर, तिच्या औषधांच्या दुकानातून, एका मोठ्या प्लॅस्टिकच्या बॅगमधून – ज्यामध्ये हरप्रकारची औषधं, पुड्या आणि बाटल्यांमध्ये कोलेस्टेरॉल, डोकेदुखी, मधुमेह, पोटातल्या अल्सर्ससाठी औषधं आणि अगदी प्रोझॅकसुद्धा देऊ करत असे. त्या स्त्रियांना कोणत्याही गोळ्या घेण्याची मोकळीक होती, फक्त तिच्या अंजायनाच्या किंवा ती म्हणत असे त्याप्रमाणे ऑरेंजायनाच्या गोळ्या सोडून.

ममा तिने जे ठरवलं होतं, त्याप्रमाणेच वागली आणि सॅनदिएगोसाठी तिने सतरा तासांच्या प्रवासाची फ्लाइट घेतली. जेव्हा ती व्यवस्थित आणि सुरक्षित अशी विमानातून उतरली, तेव्हा एवढं मोठं आव्हान यशस्वीरीत्या पेलल्याबद्दल स्वत:चं अभिनंदन केलं. पण तासाभरानंतर अहलामच्या घरी तिला फार भयंकर त्रास झाला.

फोनवर तिला काय होत होतं त्याचं तिने वर्णन केलं.

"मला असं वाटतं आहे की, मी जणूकाही एखादं निलगिरीचं झाड आहे, जे त्याची मऊ, हलकी सालं गाळतं आहे, आतले रक्तासारखे पापुद्रे दाखवीत."

ती मला सांगत होती, तिच्या या अस्वस्थपणात भर पडली ती तौफिकच्या बीबीमुळे. चौदा वर्षांची असल्यापासून ममा तिला ओळखत होती आणि इतकी वर्षं जिच्याबरोबर ममाचं मैत्रिणीचं आणि अम्मीचं नातं होतं, तिने तिला अम्मी म्हणायचं बंद केलं होतं, ती नको असल्याची भावना दिली होती. सगळ्याच सुना त्यांच्या

सासवांना वैतागतातच असं मी तिला सांगायचा प्रयत्न केला. मला जाणवलं की, तिने तौफिक आणि त्याच्या बीबीला एकटं सोडून, मरियमकडे डेट्रॉईटला जावं असं मी तिला सुचवीत होते.

ममा एकदम खेकसली, ''मरियमकडे कुठे जाऊ? तुला असं वाटतं का की, त्या डेट्रॉईटच्या वाऱ्यामध्ये पिसं झडत असणाऱ्या मरियमला भेटण्याइतकी ताकद आणि हिंमत माझ्यात आहे म्हणून? विशेषत: तिच्या शौहरने तिला जे काही केलं त्यानंतर? जेव्हा तो आजारी पडला अन् कॅन्सरने मरत होता, तेव्हा रात्र-दिवस तिच्यावर गन रोखून त्याला तिलापण स्वत:बरोबर मारायचं होतं. मुलांनी तिचं रक्षण केलं. सरतेशेवटी त्याला एकदाचं संपवून तिचं रक्षण करणारा अल्लाच होता.''

ममाला बऱ्याचदा डॉक्टरकडे नेलं होतं. पण तरीही जेव्हा तिने काहीही खाल्लं किंवा प्यायलं तरी तिला गुदमरायला लागलं, तेव्हा कुठे डॉक्टरांनी तिचं आजारपण गंभीरपणे घेतलं. मग त्यांनी ती जरा नैराश्यामध्ये आहे आणि ही सगळी लक्षणं मनोकायिक (psychosomatics) आहेत, असं पुन:पुन्हा सांगणं थांबवलं. त्यांनी तिच्या वेगवेगळ्या तपासण्या करवल्या, पण त्याचा निकाल हातात येईपर्यंत ममा थांबली नाही. तिने ठरवलं की, तिने आता बैरुतला परत गेलंच पाहिजे, जिथे तिला तिच्या घरात आश्रय मिळेल आणि तिचे डॉक्टर तिची काळजी घेतील.

हे तिचं हृदयच आहे, जे तिला गुदमरायला लावतं आहे, याची खात्री वाटून सोबत अहलाम असताना पूर्ण सतरा तासांच्या प्रवासात ती आपलं हृदय घट्ट धरून बसली होती.

बैरुतमध्ये परतल्यावर तिला हॉस्पिटलमध्ये भरती केलं होतं आणि तिच्या थायरॉइडला सूज आली असल्याचं निदान झालं होतं. तिला श्वास घ्यायला मदत व्हावी म्हणून तिच्या घशावर एक छेद घेण्याविषयी डॉक्टरांनी सुचवलं, पण तिने ती कल्पना धुडकावून लावली. आमच्या अशाच एका टेलिफोनवरच्या संभाषणात, तिने डॉक्टरांचं ऐकावं आणि ऑपरेशन करू द्यावं, यासाठी तिचं मन वळवण्याचा मी प्रयत्न केला.

''आपल्या शेजारच्या माणसासारखी माझी अवस्था व्हायला हवी अशी तुझी इच्छा आहे का? त्याला जेव्हा कधी बोलायची इच्छा होई, त्याच्या घशावरचं बटण दाबावं लागायचं. त्याच्या पोटाच्या खड्ड्यातून खोलवरून येणारा आवाज अलीबाबा आणि चाळीस चोरांच्या गुहेतून यायचा. लोकांना माझी फक्त दया येईल.''

मी बैरुतमधल्या डॉक्टरांशी बोलले. त्यांनी मला समजावून सांगितलं की, ममाला थायरॉईड कॅन्सर झाला आहे आणि आता तिच्या हातात काहीच महिने उरले आहेत.

''हे बरोबर नाहीये.'' मी किंचाळत होते, ''हे बरोबर नाहीये.''

का मी तिच्या टेलिफोनच्या वहीत गुलाब काढला होता? तिच्या आयुष्याची

कहाणी लिहायचं मी का मान्य केलं? मला हे का नाही आठवलं की, माझी एक मैत्रीण, तिने तिची संस्मरणिका लिहून संपल्यावर कॅन्सरने आजारी झाली होती?

मी ताबडतोब विमान पकडलं आणि तडक हॉस्पिटलमध्ये गेले. तिथे माझ्या चारही बहिणी आणि दोन्ही भाऊ मला भेटले. मी ममाबरोबर सामान्य आणि सहज राहण्याचा प्रयत्न केला आणि खंबीरही. मला हे जाणवत होतं की, ती एखाद्या शिकाऱ्यासारखी आमच्यात काही थोडीही अस्वस्थता, थरथर होते आहे का, हे शोधायचा प्रयत्न करत होती. तिला चालू असलेली रेडिओथेरपी हे एक लेसर मशीन आहे, जे तिच्या थायरॉईडला झालेली लागण बरी करणार आहे, जसा काही वर्षांपूर्वी लेसर मशीनने तिचा दुखावलेला डोळा बरा केला होता, अशी आम्ही सगळे जण तिला हमी देत होतो.

काही दिवसांसाठी जेव्हा हॉस्पिटलमधून तिला घरी सोडलं तेव्हा आम्ही सगळ्यांनी – मुलं, नातेवाईक, शेजारी आणि मैत्रिणी – मिळून तिच्या घरी येण्याचं खूप स्वागत केलं. पण तिला हॉस्पिटलमध्येच परत जायचं होतं – तिला तिथे डॉक्टर्स आणि नर्सेसच्या संगतीत औषधं, मशीन्स, ब्लडप्रेशर गेज आणि हार्ट मॉनिटरच्या गराड्यात सुरक्षित वाटत होतं. घरातून बाहेर, शेजाऱ्यांच्या आणि हितचिंतकांच्या अखंड बडबडीपासून आणि टेलिव्हिजनच्या आवाजापासून दूर, तिथे तिला शांतता मिळत होती. मला नाही वाटत की, तिची तब्येत किती ढासळली होती, हे तिच्या तोपर्यंत लक्षात आलं होतं, जेव्हा तिला भेटायला आलेल्या शेजारणीची तिच्या मुलीबरोबर वादावादी झाली आणि ममाच्या बाल्कनीतून खाली उडी मारण्याची त्या मुलीने धमकी दिली.

"तुला जर बाल्कनीतून उडी मारायची असेल तर तू घरी जा आणि मग तुला काय करायचं ते कर!" ममा तिच्यावर ओरडली, "कमिला किती आजारी आहे, हे तुला दिसत नाहीये का? ती आता पोलिसांचा मामला निस्तरू शकणार नाही."

हे पचवण्यासारखं होतं का की, कमिला, जी कॉफीकंपूची एक प्रतिष्ठित सदस्या, विधवांच्या क्लबची प्रमुख आणि हर प्रकारची मजा, खेळांची उद्गाती होती, अशी कमिला आता अपंग झाली होती? हे पचवण्यासारखं होतं का की, ती आता तिच्या शरीरासाठी काहीच युक्ती शोधू शकत नव्हती; त्या शरीरावर उभं राहण्यासाठी, झोपण्यासाठी, खाण्या-पिण्यासाठी, चालण्या-फिरण्यासाठी, हसण्यासाठी आणि गाणी म्हणण्यासाठी सक्ती करू शकत नव्हती? पण तिला माझ्या मनात काय चाललं आहे, ते लगेचच समजलं.

तिने अचानक मला विचारलं, "मी आता कायमच अशी राहणार का? की हे दुःस्वप्न संपणार आहे, म्हणजे मग मला परत एकदा आधीची कमिला होता येईल?"

बऱ्याचशा बाबतीत ती अजूनही पूर्वीचीच कमिला होती. ती तिथे तशी

झोपलेली असताना एक डॉक्टर तिचं पांघरूण काढायचे, तर दुसरे तिला कुशीवर वळवायचे. तिचा शुद्धी-बेशुद्धीचा खेळ चालला होता. पण एकदा एक नर्स कॅथेटर लावायला आली असताना तिच्या तोंडून गाणं निघालं.

मी लपवते तुला, मी लपवते तुला,
आणि आम्ही तुला सुरक्षित ठेवलं आहे
आता सगळे जण तुला पाहात आहेत....

मृत्यूच्या भीतीने तिने तिच्या खोलीत फुलं ठेवून दिली नाहीत. ती बाहेर बाल्कनीत ठेवावीत, असा तिचा आग्रह होता. फुलं ही फक्त मृतांसाठी किंवा मरण्याच्या वाटेवर असणाऱ्यांसाठी होती.

"ते मला काय सांगायचा प्रयत्न करत आहेत?" ती म्हणाली.

एका सकाळी जेव्हा अहलाम काळा कुडता घालून आली तेव्हा ममाने तिला हाताला धरलं आणि तो काळा टॉप काढून टाकण्यास सांगितलं. "हे फारच लवकर होतं आहे," ती म्हणाली.

एका सकाळी ती आणि मी तिच्या हॉस्पिटलमधील रूमच्या बाल्कनीत बसलेलो असताना तिने माझ्याकडून एका प्रश्नाच्या उत्तराचा आग्रह धरला.

"मी जेव्हा काही खाते किंवा पिते, मला अजूनही का गुदमरायला होतं? का अजूनही त्या अवाढव्य मशीनची किरणं माझ्या शरीरात शिरून काम करत असतात? तू मला खरं काय आहे ते सांगावंसं, असं मला ठामपणे वाटतं. ते तसं काही नाहीये ना? हो ना?" ममाला तो शब्द उच्चारायचा नव्हता म्हणून मग तिने तो इंग्रजीमध्ये म्हटला, "किन्सर."

स्वत:ला चादर नीट करण्यात गुंतवून ती मला काय विचारते आहे, हे मला कळलंच नाही, असं मी भासवत राहिले. चेहऱ्यावर हसू आणण्याचा प्रयत्न करत तिने मला विचारलं की, 'किन्सर' हा शब्द अरबी भाषेत गरुडासाठी असणाऱ्या नस्र (Nasr) वरून घेतला आहे की, मोडून जाणं अशा अर्थाच्या 'इन्कासर' (Inkasar) या शब्दावरून घेतला आहे? मी माझं सगळं धैर्य एकवटून तिला त्या शब्दांचं इंग्रजीतून स्पेलिंग सांगितलं, ज्यातील पहिला स्वर 'अॅ' होता – 'कॅन्सर'. माझे हात कवटाळत, तिने मला पुन्हा विचारलं की, जे तिला होतं आहे तो कॅन्सर आहे का?

मी तिला विचारलं की, तिला हे सगळं कशासाठी कळायला हवं आहे? तिने उत्तर दिलं – मला हे माहीत असणं गरजेचं आहे की, आता इथून पुढे मी कशी जगणार आहे?

माझ्या नकळत मी तिला म्हणून गेले होते की, तिला कॅन्सर झाला आहे, पण

मी तिला हेही पटवून दिलं की, आता तिच्यात सुधारणा होते आहे.

"आता फक्त अजून एकदा हे करावं लागेल," मी तिला म्हटलं, "आणि मग ते सगळं गेलेलं असेल. हे सगळं म्हणजे तू पाहिलेलं एक दु:स्वप्न आहे, जे थोड्या काळाकरिता होतं."

तिला असं सांगितल्याचा मला लागलीच पश्चात्ताप झाला. ती एकदम किती खचली हे मला जाणवलं आणि तिचे गुडघेही थरथरताना दिसले.

"छे, मला तो आजार झाला आहे यावर माझा विश्वासच नाहीये," ती म्हणाली, "मला त्याच्यापासून दूर पळून जायचं आहे. त्या गरुडापासून दूर जो माझ्या आयुष्याचं चैतन्य खुडून घ्यायला इतका उत्सुक आहे. जेव्हापासून मी आजारी झाले आहे, मी स्वत:ला सांगत होते की, कदाचित हा कॅन्सर आहे आणि माझ्याभोवतीच्या तुम्ही सर्वांनी ते मान्य केलं नाहीत."

"अल्ला तुला मदत करो कमिला." जसं तिने कण्हत हे म्हटलं मी तिला मिठीत घेतलं. मग तिने डोकं तिच्या ओंजळीत धरलं अन् ती स्वत:शीच पुटपुटली, "ते तुझं काय झालं आहे?"

दुसऱ्या दिवशी सकाळपर्यंत तिचा मी सांगितलेल्या गोष्टीवर विश्वास बसला की, ती हळूहळू सुधारते आहे. आणखी एकदा रेडिएशन झालं की, कॅन्सर संपलेला असेल. माझ्या मते, तिने स्वत:ला पटवून दिलं होतं की, जर असं नसतं तर तिला खरोखरीच काय आजार झाला आहे, हे सांगायची हिंमत मी केली नसती.

तिच्या आजाराबद्दल कोणालाही काहीही न सांगण्याबद्दल तिने मला वचन द्यायला लावलं. तिला असं वाटत होतं की, त्यामुळे तिच्यातला दुबळेपणा दिसून येईल, जो जणूकाही गरिबी किंवा कोड किंवा तोंडाची दुर्गंधी किंवा उवांनी भरलेल्या डोक्याइतका लाजिरवाणा असेल. तिला अशी भीती होती की, या बातमीने तिच्या शत्रूंना आसुरी आनंद होईल, विशेषत: तिच्या त्या शेजाऱ्यांना, ज्यांनी तिला दहशत बसवली होती.

सत्य परिस्थिती अशी होती की, डॉक्टरांनी आणि नर्सेसनी तिच्याकडे खूप जास्त लक्ष दिल्यामुळे पुढे ममाची खात्री पटली की, ती आता त्यातून पूर्ण बरी होण्याच्या मार्गावर आहे. ती जर कबरीच्या दिशेने वाटचाल करत असती, तर त्यांनी तिच्याकडे इतकं लक्ष दिलं नसतं ना? त्यांनी तिचं धूम्रपान थांबवण्याचा, जे ती कधीच करू शकली नव्हती, एक अयशस्वी प्रयत्न करून पाहिला होता. ममाला अजूनही सिगारेटची तल्लफ येत होती. या बाबीमुळे ती अजून तंदुरुस्त आहे, अशी मला आशा वाटत होती. सिगारेट मिळवण्यासाठी तिने तिच्याकडे असणाऱ्या सगळ्या युक्त्यांचा – साम, दाम, दंड अशा सगळ्या गोष्टींचा वापर केला. जेव्हा एका नर्सने तिचं सिगारेटचं पाकीट घेतलं तेव्हा एकदम खालच्या आवाजात ती –

"ठीक आहे गॉगल आईज" असं पुटपुटली. तिने अगदी हॉस्पिटल सफाई कर्मचाऱ्यालाही एक सिगारेट विकत मागितली. तोही पडला कनवाळू, सिगारेट ओढण्यास केलेली मनाई ही कोणत्याही आजारापेक्षा जास्त वाईट आहे, हे तिचं म्हणणं मान्य केलं आणि त्याने तिचं टोपणनाव 'मॅडम सिगारेट' ठेवलं.

तिच्या हॉस्पिटलच्या रूमच्या बाल्कनीत, छपरावरची कबुतरं बघत सिगारेट ओढायला तिला खूप आवडत असे. एकदा तिने नर कबुतराला, मादी कबुतराचं चुंबन घेताना पाहिलं. मग ते दोघं जण बाजूला झाले, उडून गेले, परत आले आणि परत त्यांनी तसंच केलं. तिने अस्माहनचं 'एकदा मी बागेत गेले...' हे गाणं म्हणायला सुरुवात केली, जणूकाही ती तिच्यातच होती, ती तेव्हा समोरच्या बागेत फेरफटका मारत होती. ज्या सगळ्या गोष्टींची तिची योग्यता होती, अशा सर्व गोष्टींसाठी ती गात होती. या आनंदात की, श्वास लागण्याच्या त्रासाने तिचा आवाज बंद केला नव्हता.

तिचा आवाज ऐकताक्षणीच, जो अजूनही खूप कोवळा आणि दु:खी होता. मी रूममधून घाईघाईने बाहेर आले. त्या आवाजाने मला त्या काळात नेलं, जेव्हा ती मोहम्मदच्या प्रेमात पडली होती आणि ते गुप्तस्थळी भेटलेले असताना, आम्ही आसपास खेळत असताना त्याच्यासाठी गाणं म्हणायची. तिच्या आवाजाने, मी माझ्या दोन महिन्यांपासून दाबून ठेवलेल्या अश्रूंना वाट मिळाली, ते अविरतपणे माझ्या गालांवरून माझ्या रडणाऱ्या हृदयाच्या दिशेने बांध फुटल्यासारखे वाहू लागले.

मला माहीत होतं की, मी रडले आहे हे ती बोलून दाखवेल. पण ती काही बोलली नाही, फक्त विचारलं की, सहा महिन्यांपूर्वी आम्ही तिच्या लहानपणीच्या घराला भेट दिली तेव्हा तिच्या अम्मीची आणि दोन्ही बहिणींच्या कबरी आम्हाला का सापडल्या नाहीत? त्या तिला बोलावत होत्या का? मी तिच्या आयुष्याची कहाणी ऐकायला का तयार झाले होते? मी तिच्या आयुष्याची कहाणी ऐकावी, यासाठी का ती इतकी अधीर झाली होती? फादिल जेव्हा पहिल्यांदा तिला भेटायला आली होती तेव्हा का तिला रडू कोसळलं? ती का म्हणत होती की, 'मला वाटलं तू अल्लाला प्यारी झालीस. त्यांनी मला सांगितलं की कमिला अल्लाघरी गेली!'

एकदा एका रुग्णाचा शौहर चुकून ममाच्या खोलीत आला असताना, ममाने तिला सिगारेट ओढता यावी म्हणून तिला उचलून बाल्कनीमध्ये घेऊन जाण्यासाठी त्याची विनवणी केली होती. असं असलं तरीही ममाने तिच्या आजूबाजूच्या दुनियेतून स्वत:ला काढून घेतलं होतं. ती वरकरणी असंबद्ध वाटणाऱ्या बऱ्याचशा गोष्टींवर सलगपणे व्यक्त होत होती; पण अर्थात त्या सगळ्यांमध्ये एक गोष्ट समान होती : मृत्यू.

असं कसं आपलंच शरीर आपल्याला दगा देतं? एका इजिप्शियन सिनेमात, 'नाइट ऑफ लाइफ'मध्ये फतिन हमामा आजारी असताना मृत्यूच्या वाटेवर असताना

आपण कसे काय तिचा ड्रेस वाखाणत होतो? कोणीतरी तिच्यासाठी म्हटलेलं, 'जगणं सुंदर आहे, क्षण थोडे आहेत...' हे गाणं ऐकत होतो?

चांभारकाम करणारा माझा मामा रात्रभर वेदनेने तळमळत कण्हत 'मला दुखतं आहे, मला दुखतं आहे' असं म्हणत असताना, मी त्याला त्याऐवजी 'या खुदा' किंवा 'खुदा रहम कर' असं म्हणायला सुचवलं असतानाही, मी का त्याला हसले होते?

मोहम्मदच्या गावी मला शोभेलसा माझा दफनविधी तुम्ही सगळे कराल याची काळजी घ्या... आजपर्यंत मी कितीतरी सुंदर शूज घातले नाहीत, याचा मला खेद वाटतो आहे... माझ्या बाल्कनीतील झाडांना कोणीतरी पाणी घातलं पाहिजे. मला त्यांची आठवण येणार आहे.

हं, तर हे सगळं असं आहे कमिला. अल्ला तुला मदत करो! कॅन्सरने तुला जखडलं आहे आणि इतका वेळ तुला वाटत होतं की ते तुझं हृदय होतं म्हणून.

तिच्या आजारपणात आम्ही पाचही बहिणी आणि दोघं भाऊ, आळीपाळीने ममाला भेटण्यासाठी जगाच्या चारही कोपऱ्यांतून येत होतो. ज्या दिवशी फातिमा आली, ममाने उत्साहानं तिचं डोकं वर उचललं. तिने बोलायचा प्रयत्न केला, पण जमलं नाही. तिचे डोळे बोलले, ओठ हलत होते, पण आवाज काही फुटला नाही. डॉक्टरांनी आम्हाला सुचवलं की, तिला आम्ही कागद आणि पेन द्यावं म्हणजे तिला आम्हाला जे सांगायचं आहे, ते ती लिहून देऊ केला. आम्ही वाचा नसल्यासारखे उभे राहिलो, चुळबुळत. आमच्यापैकी कोणालाही डॉक्टरना हे सांगायची इच्छा नव्हती की, ममा लिहू वा वाचू शकत नाही.

त्या दिवसानंतर ती कधी शुद्धीवर असायची तर कधी बेशुद्धीत. जेव्हा तौफिक आणि मोहम्मद कमाल अनुक्रमे सॅन दिएगो आणि कुवैतवरून येऊन तिच्या शेजारी, तिचा एकेक हात हातात घेऊन बसले, तिने तिचे डोळे उघडले आणि तिच्या लक्षात आलं की, ती अतिदक्षता विभागात होती. मग ती माझ्याकडे आणि माझ्या केसांकडे रोखून बघत राहिली, जे मी हेअरबँडने वर बांधले होते. कारण बैरुतमध्ये खूपच गरम आणि दमट हवामान होतं.

तिला काय म्हणायचं होतं ते मला अचूक माहीत होतं.

"तुझा हेअरबँड मस्तच आहे. अगदी 'दा' (dah)" लहानपणी नैबिताहमध्ये असताना कोणत्याही नवीन किंवा सुंदर गोष्टीचं वर्णन ती याच पद्धतीने करायची.

ममा अधूनमधून शुद्धीवर यायची आणि आमच्याबरोबर हावभाव करत, हसत रमायची. ही आमच्यासाठी आणि डॉक्टरांसाठी आश्चर्याची बाब होती. तिची चौकस नजर संपूर्ण खोलीभर असायची. एका दुपारी अतिदक्षता विभागातल्या नर्सेस टेलिव्हिजनसमोर जमलेल्या असताना त्यांच्या देखत तिने आपला राग आणि

नापसंती नोंदवली. स्फोट आणि कोसळणाऱ्या इमारती एवढंच काय, ते ममाला समजत होतं. हाताच्या इशाऱ्याने तिने काय चाललं आहे, असं एका नर्सला विचारलं. अहलामने मला नंतर सांगितलं की, त्या नर्सला या गोष्टीचं खूप आश्चर्य वाटलं की, झोपेच्या औषधांच्या अमलाखाली असतानादेखील ममा टेलिव्हिजनवर लक्ष केंद्रित करू शकत होती. माझ्या ममाला अस्वस्थ वाटू नये म्हणून त्या नर्सने टेलिव्हिजन बंद केला, पण ती तरीही हावभाव करीत, अखेरीस त्या नर्सने समजावून सांगेपर्यंत, जाणून घेण्याचा हट्ट करत होती.

"न्यू यॉर्कमध्ये काही इमारतींमध्ये काही विमानं घुसली आहेत." ती म्हणाली.

ममाला एकदम मोकळं, सुटल्यासारखं वाटलं की, त्या आपत्तीचा, तिच्या मुलांवर किंवा नातवंडांवर काही दुष्परिणाम होऊ शकत नाही.

तिचे डोळे मिटले. बेशुद्धीच्या मधुर दुनियेत तिला प्रवेश करताना मी पाहात राहिले. तिच्या आजारपणाच्या सुरुवातीच्या काळात हॉस्पिटलमध्ये, तिच्याबरोबर आमच्यापैकी कोणालाही झोपू द्यायला नाकारून तिने स्वत:लाच कसं कवटाळून घेतलं होतं याच्यावर मी विचार करत राहिले. जरी लोक त्यांच्या प्रिय व्यक्तींच्या शेजारी झोपत असले, ती मला म्हणाली, "एकदा त्यांना झोप लागली की प्रत्येक जण आपापला एकटाच असतो." ममाला ती तिच्या जन्मानंतर एकूण किती रात्री झोपली हे मोजून हवं होतं. अहलामने तिच्यासाठी मोजल्या – सत्तावीस हजार तीनशे पंच्याहत्तर रात्री. लोक अजूनही तिला भेटायला येत आहेत हे तिला माहीत नव्हतं; अतिदक्षता विभागाच्या शेजारच्या खोलीमध्ये आम्ही घोळक्याने जमलो होतो. तिची सातही मुलं तिच्याभोवती गोळा झाली होती. आम्ही सातही जण तेव्हा का नाही एकत्र जमलो जेव्हा ती उड्या मारू शकत होती आणि गाऊ शकत होती? का हे फक्त आत्ता का होत होतं, जेव्हा ती आमच्याबरोबर असू शकत नव्हती? आता आम्ही बाहेर रेस्टॉरन्टमध्ये एकत्र जात होतो आणि एकमेकांच्या सहवासाची ऊब घेत होतो. तिच्या नितळ शुभ्र त्वचेचं माझ्या बहिणींनी आणि मी कौतुक केलं. अहलामने त्या नर्सकडे तक्रार केली, जेव्हा त्यांनी आमच्या परवानगीशिवाय तिचे केस कापले आणि ममाच्या आनंदाची आणि अभिमानाची गोष्ट असणारी तिची लांबसडक नखं कापली.

मी जेव्हा माझ्या मामाला, कमीलला अतिदक्षता विभागात पाहिलं, मी त्याच्याकडे धावले आणि अजूनही तो त्यांचे अब्बू आणि सौतेली अम्मी त्यांना पकडण्याआधी, खिशामध्ये मसूर ओतून पळतानाच्या वेळी असणारा लहान मुलगा असल्यासारखी मी त्याला घट्ट मिठी मारली. मला एक विचित्र ऊर्मी जाणवली की, ममाला गदागदा हलवावं आणि तिला कमीलबरोबर हसण्यासाठी, खदिजाला भेटण्यासाठी – जी इतकी म्हातारी झालेली असतानाही तिला बघायला आली होती आणि हॉस्पिटलच्या

फॉयरपासून (Foyer) ते तिच्या पलंगापर्यंत 'कमिला, कमिला, बाकी कोणीतरी मरू देत, तू नको!' असं म्हणत आली होती – ममाची विनवणी करावी.

खोलीत आल्यावर फादिला खूप रडली, पण मग नंतर तिने आपले डोळे पुसले आणि घाईघाईने ती पलंगाजवळ गेली.

"अल्ला के नाम पर," तिने सुरुवात केली, "कमिला, माझं ऐक. मी तुझ्यासाठी दोन रक्कांची दुवा मागितली आहे. खुद्द प्रेषितांच्या कुटुंबीयांची. माझ्या प्रिय लाडक्या मैत्रिणी, ते तुला एकामागोमाग एक, खास करून सिट् झिन्यब आणि तुला मायेने कुरवाळू देत." ती ममाच्या चेहऱ्यावरून हात फिरवीत असे, जणूकाही ती गच्चीत वाळवायला ठेवलेल्या गव्हाच्या ओंब्या झटकत होती.

एक दिवस फादिलाने आम्हाला सांगितलं की, आम्ही मुळीच आशा सोडू नये, आम्ही कमिलाला वाचवायला प्रयत्न केलेच पाहिजेत. तिने आम्हाला कुराणातील सुरा-अल्-वकियाच्या ओळी दहा वेळा उतरवून ते कागद पाण्यात उकळवून, गाळून मग त्या कागदाचे तुकडे कुंड्यांतील झाडांत पसरवायला सांगितले. मग आम्ही ते कुराणातील कडवी असणारं पाणी हॉस्पिटलमध्ये आणून ममाला प्यायला द्यावं, त्यामुळे ती खडखडीत बरी होईल. आम्ही ते नक्की करू अशी तिने आम्हाला मनापासून कसम घ्यायला लावली. माजिदाने एक मुद्दा काढला की, ममा तर काही खाऊ-पिऊ शकत नाहीये. तिला सगळं नाकात खुपसलेल्या नळीवाटे दिलं जात होतं. मग आम्ही ते पाणी तिला त्या नळीतून पाजावं असं फादिलानं सुचवलं. ती नर्स जर ख्रिश्चन असेल, तर ते पाणी बायबलचं आहे असं तिला सांगावं.

मग ती माझ्या मामेबहिणीकडे, इब्राहिमच्या एका मुलीकडे वळली.

"मी पाया पडते तुझ्या," ती तिच्याकडून खात्री मिळण्याची अपेक्षा करत म्हणाली, "माझ्या प्रिय मुली, आपण आणलंच पाहिजे, माझी प्रिय, प्रिय मैत्रीण कमिलाला परत. ती जर मेली तर मी पण मरून जाईन." तिनं तिच्या बोटातून खटपट करून अंगठी काढली. "कृपा कर," ती बोलतच राहिली. "ही अंगठी घे, तिची किंमत १०० लिरांच्या आसपास असेल. तुला ती मिळावी अशी खुदाची मर्जी आहे. मला फक्त एवढंच वचन दे की, तू सुरा-अल्-वाकियाच्या प्रती तयार करशील म्हणून."

फादिलने मान्य केलं की, तिला लिहिता-वाचता येत नाही. तिला जर येत असतं, तर तिने स्वतःच ती कडवी उतरवून काढली असती.

"तुझ्या म्हणण्याचा अर्थ हा आहे की तू पण ममासारखीच आहेस." माजिदा म्हणाली, "तुला पण कोणीच शिकवलं नाही?"

तिने हुंदके द्यायला सुरुवात केली.

"जर मला एकापासून दुसरं अक्षर वेगळं करता आलं असतं –" ती शोक

करत म्हणाली, ''तर माझ्याच एका नातेवाईकाने, कर भरण्यापासून सुटका मिळवण्याचा एक नवीन मार्ग सापडला आहे असं खोटं सांगून, मालकीहक्कांच्या कागदपत्रांवर माझा अंगठा द्यायला लावून माझी संपत्ती आणि जमीन लुबाडली नसती.''

माजिदा घाईघाईने घरी गेली आणि तिने सुरा-अल्-वाकिया दहा वेळा उतरवून काढलं आणि बाटली घेऊन हॉस्पिटलमध्ये आली. पण तिने त्याचं काही केलं नाही, तशीच तिच्या हॅन्डबॅगमध्ये तिने ती ठेवून दिली. अशा रीतीने त्या संध्याकाळी आम्ही नेहमीप्रमाणे ममाला सोडून निघालो. आम्ही सगळे एकत्रच जेवलो, मग मी माझ्या हॉटेलमधल्या खोलीत गेले. दर संध्याकाळप्रमाणे मी माझे कपडे तयार ठेवले, जर हॉस्पिटलमधून अचानक मध्यरात्री काही फोन आला तर... त्या रात्री त्यांनी फोन केलाच आणि तिथे पोहोचणाऱ्यांमध्ये मीच पहिली होते. तिच्या फोन नंबरच्याशेजारी मी फूल का काढलं होतं? तिच्या आयुष्याची कहाणी लिहायला मी का तयार झाले?

मी तिच्या खोलीत गेले.

''ममा,'' मी तिच्या गार अंगावरून हात फिरवत तिला हलकेच हाक मारली. जरी तिच्यावर लाइट टाकलेला होता, तिला ब्लॅंकेट्समध्ये, चादरींमध्ये आणि गरम बाटल्यांमध्ये लपेटलेलं होतं, तरी आतापर्यंत ती बर्फासारखी थंड झाली होती,

''तू एक शुभ्र देवदूत आहेस.'' मी तिला म्हणत होते, ''आता इथे आणखी एक देवदूत आला आहे तुला तुझ्या सुंदरशा गाउनमध्ये आणि नवीन शूज घालून घेऊन जाण्यासाठी. आता तू त्यांच्याबरोबर लपाछपी, पकडापकडी, दोरीवरच्या उड्या असे खेळ खेळू शकशील आणि आता तू ते रसदार फळ भिंतीवर घासू शकशील, मग त्याच्यावर मीठ टाकून तुला ते खाता येईल. तुझ्या त्या चिमुकल्या गर्भाशयासाठी – जे माझं घर होतं – मला माझं नाव आणि चारित्र्य देण्यासाठी मी तुझी आभारी आहे आणि यासाठीही मी तुझी आभारी आहे की, दरवेळी मी जेव्हा तुझा विचार करते, माझ्या चेहऱ्यावर स्मित येतं, हसू फुटतं.''

मी तिचे पाय बघितले. ते शुभ्र पांढऱ्या पोर्सेलिनसारखे दिसत होते; जणूकाही ती रेशीम सोडून इतर कशाहीवरून चाललीच नव्हती; जणूकाही ती नैबिताहच्या रानावनातून कधी अनवाणी चाललीच नव्हती.

आयुष्याचा प्रवास

माझ्या ममाने हारांनी, गुलाबाच्या आणि तुळशीच्या गुच्छांनी आच्छादलेल्या अवस्थेत रुग्णवाहिकेतून हॉस्पिटल सोडलं. मोहम्मद कमाल तिच्याबरोबर रुग्णवाहिकेत मागच्या बाजूला बसला होता, फिकुटलेला; त्या फुलांच्या उग्र वासाने... की मृत्यूच्या... आजारल्यासारखा झालेला. किती अजब! लहानगा असताना तिच्या प्रत्येक योजनेचा आणि गुपितांचा तो साक्षीदार होता आणि आता तो तिच्या अंतिम प्रवासाच्या वेळी, जो सगळ्यात जास्त महत्त्वाचा होता, तिला सोबत करत होता. रस्ते नेहमीच बंद होतात, पण हा नाही; मृत्यूकडे जाणारा रस्ता नेहमीच उघडा असतो. रस्त्यावरचे पुरुष रस्त्यातच थबकले आणि आम्ही तेथून पुढे सरकत असताना आदराने निश्चल उभे राहिले. काही ड्रायव्हर त्यांच्या कारमधून बाहेर आले. गाड्यांच्या कर्कश हॉर्नचा आवाज थांबला. जशी ती रुग्णवाहिका रास-अल्-नच्या परिसराकडे – जुन्या घरात, जिथे ममा आम्हाला सोडून मोहम्मदशी शादी करण्यापूर्वी राहिली होती – वळली, फातिमा आणि मी स्वतःला सावरू शकलो नाही आणि आम्ही बेभानपणे हुंदके देऊ लागलो.

तरुण ड्रायव्हर, ज्याला माझ्या ममाच्या आरंभीच्या गोष्टी माहीत नसताना, तिला निरोप देतेवेळी अशी सहल घडवत होता. हे कसं झालं? हे जर जवळ-जवळ असं होतं की, जणूकाही त्याने तिच्या, माझ्या बहिणीच्या आणि माझ्याही अंतरंगात डोकावून पाहिलं असावं आणि मग आम्ही जिथे लहानाच्या मोठ्या झालो, अशा ठिकाणी आम्हाला घेऊन जायचं ठरवलं असावं.

आम्ही त्या किराणा मालाच्या दुकानावरून पुढे आलो, जिथून मोहम्मद तिथे काम करणाऱ्या मुलाकरवी निरोप आणि फुलं पाठवायचा. हे ते रस्ते होते, जे ममा आम्हाला सोडून गेल्यानंतर तिला गुपचूपपणे भेटायला जायला फातिमा आणि मी वापरले होते. इथे आमची शाळा होती, आमच्या वडिलांनी आम्हाला हव्या तितक्या

वेळा भेटायला मज्जाव केल्यावर ती आम्हाला इथे भेटायला यायची. इथे तीच झाडं होती आणि तेच, डॉक्टरांच्या दवाखान्याच्या खडबडीत काचेवरचं घडीव लोखंडाचं ग्रिल, जे ममा मला घेऊन मोहम्मदच्या खोलीवर घेऊन गेल्यावर मी दरवेळेस बघत असे. हे होतं, बाल्कनी असलेलं पंतप्रधानांचं निवासस्थान, जिथे मरियम प्रेमात पडली होती. त्याला जोडूनच आमचं जुनं घर होतं. एव्हाना त्याचा सिमेंटचा बराचसा भाग कोसळला होता; फक्त काही भिंतींच्या कडा राहिल्या होत्या. मला आठवत होतं की, एकदा कसं ममा आणि मरियमने एका मुलाला वर चढवून एक सिमेंटचा ठोकळा आणायला सांगितलं होतं, ज्या तुकड्याच्या अगदी अचूक चौकोनी आकाराने त्यांचं लक्ष वेधून घेतलं होतं आणि मग त्यांनी तो तुकडा कुदळीने फोडला. त्या रेतीच्या दगडामध्ये आम्हाला आमच्या मच्छरदाणीचा कापलेला एक छोटासा तुकडा मिळाला, जी आम्ही गच्चीवर झोपताना वापरत असू. खूप वर्षांनंतर ममाने आम्हाला सांगितलं की, ते शेजारी राहणाऱ्या मुलाच्या अम्मीचं काम होतं. तिने तिच्या मुलाने माझ्या ममाच्या प्रेमात पडू नये म्हणून केलेला जादूटोणा होता.

आता रुग्णवाहिका मोहम्मदच्या घरासमोर आणि हौदा खोलीच्या खिडकीसमोर आली होती, जिथे एकदा ममा आणि मी दारामागे थरथर कापत, मोहम्मद परत येण्याची वाट बघत लपलो होतो. खिडकी सताड उघडी होती आणि माझ्या डोळ्यांसमोर कमिलाची वाट बघत बसलेला मोहम्मद तरळला.

अखेरीस आम्ही ममाच्या घरी पोहोचलो. जसे तिथले शेजारपाजारी रुग्णवाहिकेच्या दिशेने आले, आमच्या रडण्याचा जोर वाढला, ममाच्या शेजारणींचा दुकानदारांच्या बायकांचा आणि आजूबाजूच्या परिसरात ज्यांना ती माहीत होती, अशा प्रत्येकाचासुद्धा. एका लहान मुलीने तिच्या अम्मीला विचारलं की, ही अंत्ययात्रा त्या स्त्रीची आहे का, जी अमेरिकेहून भेटवस्तू आणत असे? आता विलाप आणखीच तीव्र झाला होता. रुग्णवाहिका थांबली होती. दुकानदारांनी रस्ते झाडून त्यांच्यावर पाणी शिंपडलं, त्यांच्या दुकानाची कापडी छपरं त्यांनी खाली ओढून घेतली होती आणि रेडिओच्या ज्या केंद्रावरून कुराणाचं प्रक्षेपित केलं जायचं ते केंद्र लावलं होतं. ममाचं तिच्या घरात आणि परिसरात थांबून होईपर्यंत – जे आता ती पुन्हा कधीच पाहाणार नव्हती – सगळे जण थांबून राहिले. आम्हा मुलींचं काय? आम्ही आता पुन्हा त्या बाल्कनीकडे पाहाणं सहन करू शकत होतो का? – हे माहीत असताना की, आता ती येणाऱ्या-जाणाऱ्यांना बघत किंवा तिची झाडं बघत तिथे बसलेली असणार नाही. आमच्यासाठी तेथून पुढे सरकणं खूपच कठीण होतं. वाहतूक अगदी शांतपणे थांबून राहिली होती.

माझ्या ममाने तिचं घर कायमचं सोडलं आणि अगदी अनपेक्षितपणे आम्ही त्या घरावरून पुढे गेले, ज्या घरामध्ये नानी, ममा आणि कमील बैरुतला आल्यावर

सुरुवातीला राहत होते. मग आम्ही बैरुतमधून बाहेर पडलो. हे ते शहर होतं, जिथे एक दिवस ममा आणि मोहम्मद पर्वताच्या शेजारी भेटले होते. आम्ही मोहम्मदच्या गावी निघालो. त्या जागेच्या दिशेने, जिथे तिचं दफन केलं जाणार होतं, ती होती मोहम्मदच्या कबरीशेजारी – हिरव्यागार झाडाखाली, ज्यापलीकडे डोंगर आणि दऱ्या दिसत – तिथे आम्ही त्यांना परत एकत्र आणणार होतो, एखाद्या लव्ह बर्ड्सच्या जोडीसारखं एका पिंजऱ्यात, कबरस्तानमध्ये! जिथे माझी ममा मोहम्मदची कबर स्वच्छ करायची, तिच्यावर फुलं ठेवायची आणि फातिह म्हणायची; अशा सगळ्या लोकांकडे पाठ फिरवून, ज्यांनी तिला तिच्या आयुष्यातील प्रेमापासून तोडण्याचा प्रयत्न केला होता.

रिवाजानुसार प्रार्थना आणि कुराणातील कडव्यांच्या निनादात पुरुषांनी तिचं दफन केलं, तेव्हा आम्ही स्त्रिया माजिदाच्या उन्हाळी घरामध्ये थांबलो होतो आणि इतक्या अंतरावरून तिच्यासाठी विलाप करत होतो, या भावनेने की कोणीतरी तिला आमच्यातून पळवून नेलं आहे आणि जमिनीखाली लपवलं आहे. कदसुमाला हृदयाचा त्रास होता म्हणून तिच्या काळजीपोटी माझ्या बहिणींनी त्या धंदेवाईक शोक करणाऱ्यांना विनवणी केली की, त्यांनी अस्वस्थ करणारं धार्मिक गोष्टींचं किंवा अशुराच्या विधींचं वाचन न करता फक्त कुराणाचंच वाचन करावं. एवढी विनंती करूनही त्या व्यावसायिक शोक करणारीने दुःखद आणि शोकात्म अशा करबलाच्या युद्धाच्या गोष्टीचं वाचन सुरू केलं, त्यामुळे स्त्रिया डोलत आणि रडत राहिल्या.

ती खूप उत्कटतेने वाचत राहिली, ज्यामुळे शोकाची आग भडकावत गेली; इतकी की, ती 'सुकयना'सारखी अल्-हुसेनच्या मुलीसारखी झाली, जेव्हा तिने तिच्या अब्बूंचा घोडा, त्यांच्याशिवाय पाहिला अन् शोक केला, "ए माझ्या अब्बूंच्या घोड्या, मला सांग त्यांना पाणी मिळालं का? की ते तहानलेलेच अल्लातालाला प्यारे झाले?" या सगळ्याने आमच्या मनात खळबळ माजली अन् आम्ही बेभान झालो. आम्ही जेव्हा तिला थांबवायचा प्रयत्न केला, तिने त्या समारंभाची सांगता इराणच्या सत्तेच्या स्तुतीपर राजकीय घोषणा देऊन केली.

त्यानंतर पुरुषही स्त्रियांमध्ये येऊन मिसळले. ममाच्या आत्म्यासाठी एका मेंढीचा बळी दिला. त्या गावातून आणि आसपासच्या भागातून जवळजवळ पन्नासच्या वर मांजरी जमा झाल्या होत्या आणि त्या घराला वेढा घालून घराभोवतालच्या रिकाम्या जागी शांत बसून होत्या. एक भिकारी, ज्याला ममाने त्या गावात पाय ठेवताक्षणी ती आल्याची खबर मिळत असे, तो पण त्या दुःखद प्रसंगात, त्याची मदत देऊ करण्यासाठी हातात पावाच्या काही लाद्या घेऊन उभा होता. लवकरच तिच्या कबरीभोवती, तिच्यासाठी रिवाजानुसार संपूर्ण तीन दिवस अन् तीन रात्री कुराणाचं पठण करणाऱ्यांसाठी आणि तिला एकटं वाटू नये – विशेषतः रात्रीच्या

अंधारात – म्हणून एक कंदील लावून ठेवण्यासाठी एक तंबू उभारण्यात आला.

ममा त्या दिवशी दफन झालेली एकटीच व्यक्ती नव्हती. मोहम्मदची बहीण, मिस्कीह, त्यांची दूत आदल्याच दिवशी अल्लाच्या घरी गेली होती. आम्हाला सांगितलं गेलं होतं की, खूप वर्षांपूर्वी ममाने मिस्कीह आणि तिच्या इतर मैत्रिणींना, तिला दफन करतेवेळी एकटं सोडू नका असं म्हटलं होतं. ''मला माझी मैत्रीणही माझ्यासोबतच अल्लाला प्यारी व्हायला हवी आहे.'' असं ती म्हणाली होती आणि त्या सगळ्या हसल्या होत्या.

दुसऱ्या दिवशी पहाटे आम्ही सगळ्या अत्तर आणि मेणबत्त्या घेऊन कबरस्तानच्या वाटेवर होतो. फादिला त्या कुराण पठण करणाऱ्यांच्या शेजारी बसली आणि ममा त्यांचं पठण ऐकत होती का, असं त्यांना विचारलं. मग तिने त्यांना पॅस्टिल (खास घशासाठीची औषधाची गोड गोळी.) चोखायला दिली म्हणजे मग त्यांचा कमिलापर्यंत पोहोचणारा आवाज आनंददायक आणि गोड झाला असता, बैरुतमधील त्या दृष्टिहीन शेखसारखा नव्हे ज्यांच्या आवाजामुळे तिला आणि ममाला त्यांचे कान बंद करावे लागले होते आणि घाणेरड्या वासामुळे त्यांना त्यांची नाकं चिमटीत धरावी लागत होती.

नुकत्याच खोदलेल्या कबरीभोवती मी माझ्या बहिणींसोबत आणि मोहम्मद कमालसोबत उभी होते. ममा जेव्हा मृत्यूच्या वाटेवर होती तेव्हा तौफिक परदेशात प्रवास करत होता, पण सतत संपर्कात होता. जे काही होत होतं, त्याचे क्षणाक्षणाचे फोटो त्याला हवे होते. त्याचं हृदय शोकाने विव्हल झालं होतं. आम्ही त्याला सांगितलं की, आम्ही कबरीच्या दगडावर, तिच्या आवडत्या वाक्याच्या वरच्या बाजूला, 'सगळ्यांची सर्वांत लडकी स्त्री – कमिला' असं खोदलं होतं. तिच्या बैरुतमधील बाल्कनीतील फ्रांजीपानी आणून ती कबरीच्या शेजारी लावली. माजिदाच्या मुलाने कबरीवर सिगारेट ठेवली आणि त्याच्या नानीला 'कबरस्तानातील सौंदर्याची राणी' असं म्हटलं; मला माहीत होतं की, त्यालाही तरंगण्यासाठी भांग हवी होती. वरून तिच्यावर सावली धरणाऱ्या झाडातून तो डिंक पाझरत होता, तो आमच्या कपड्यांना आणि शूजना चिकटत होता. आम्ही सगळे हसलो. सुगंधी फुलांमध्ये, पक्ष्यांच्या किलबिलाटांत दूरवर दिसणारे डोंगर आणि दऱ्या पाहात ममा आता जरी कायमसाठी झोपणार होती, तरीही ती आम्हाला तिला घेतल्याशिवाय तिथून जाऊ द्यायला तयार नव्हती.

'ईद'च्या दिवशी तिला परत भेटण्याच्या आशेने, आम्ही तिला सातव्या दिवशी अखेरचा अलविदा केला, पण तरीही आम्ही आनंदात किंवा दुःखात असताना झोपलेले किंवा जागे असताना ती आम्हा सगळ्यांना नेहमीच भेटते. आमच्यापैकी प्रत्येक जण तिला काहीतरी म्हटल्याबद्दल किंवा न म्हटल्याबद्दल पश्चात्ताप करत

जगत आलो आहोत. तरीही ममा आम्हाला अजूनही हसवते – खास करून तेव्हा, जेव्हा तिच्या दफनविधीच्या वेळी, तिच्या मैत्रिणी तिने त्यांना उदारपणे दिलेल्या भेटवस्तूंनी सजून, ज्या वास्तविक आम्ही तिला दिलेल्या होत्या, आल्या होत्या. एक मैत्रीण सोन्याची अंगठी घालून, फादिल सापाच्या कातड्याची पर्स घेऊन आणि लैला हर्मिस स्कार्फ बांधून; कारण ममाला त्याच्यावरची घोड्याची नक्षी कधीच आवडली नव्हती.

जेव्हा मी तिला अलविदा म्हटलं तेव्हा मी विचार केला की, आत्ता जर समजा की स्वत:च्या कबरीकडे बघत असेल, तर ती काय म्हणत असेल?

''आपल्या आयुष्यात खूप चढ-उतार येतात, आपण कधी या जागी तर कधी त्या जागी धावतो; इकडे-तिकडे सगळीकडे भटकतो आणि शेवटी तिथेच येऊन थांबतो, जिथून सुरुवात केलेली असते. ही मी आता परत आले आहे, मोहम्मदच्या शेजारी, आता कायम त्याच्याबरोबर राहण्यासाठी.''

समारोप

माझ्या मुलीची आता शादी झाली आहे आणि मला असं वाटतंय की, माझी ममा माझ्याबरोबर लिमोझिनमध्ये बसली आहे. माझ्या दृष्टिआड न्यू यॉर्कमधील आवाज-गजबजाट कानांत साठवत. माझ्या मनात तिने निळा आणि पांढरा ड्रेस घातला होता, जो ती तिला जेव्हा-जेव्हा तिच्या भाषेत 'चिक' दिसावंसं वाटत असे, तेव्हा-तेव्हा घालायची.

शादीसाठी मी मला नवीन कपडे न घेऊ शकल्याबद्दल ती मला रागावते आहे.

मी तिला म्हणते, "मी अजूनही तुझ्या दुःखात आहे. खूप छान दिसावं यासाठी माझ्यात ना ताकद आहे ना इच्छा. असं असताना मी कसे नवीन कपडे घेणारे? आत्ता एक महिन्यापूर्वीच मी तुझं दफन केलं आहे." मी तिला सांगते की, मला तिची किती आठवण येते आहे. आणि तिला मला माफ करायला सांगते; तेहेतीस वर्षांपूर्वी मी शादी करते आहे, हे तिला न सांगितल्याबद्दल. मी जेव्हा माझ्या मुलांना जन्म देणार होते, तेव्हा तिला एका शब्दानेही न कळवल्याबद्दल.

दुल्हा आणि दुल्हनबरोबर ती हसते आणि मला जन्म दिलेलं आपलं गर्भाशय घट्ट धरते.

बघ, माझ्या वंशजांनी काय साध्य केलं आहे; दक्षिण लेबनानमधील एका खेड्यातून न्यू यॉर्कपर्यंत.

मी तिला हलकेच म्हणते, तुझी धाडसी गुणसूत्रं माझ्या रक्तात आहेत. तू माझ्या हिमतीचा आणि स्वातंत्र्याचा स्रोत आहेस.

माझी ममा गेल्यानंतर दोन वर्षांनी मी तिची कहाणी लिहायला बसले. माजिदाने माझ्या मदतीला म्हणून मोहम्मदच्या डायऱ्या आणि पत्रं पाठवून दिली. जेव्हा मी लिहिलं तेव्हा पुसट झालेले, अगदी सुकलेल्या बागेइतके पिवळे झालेले कागद इतस्ततः विखुरलेले होते.

शाळेच्या वह्यांमध्ये, कार्डबोर्डच्या तुकड्यांवर, सरकारी कागदांवर, बैरुतमधील मोठ्या दुकानांतून – जी मला त्यांच्या स्थापत्यामुळे आवडत असत – घेतलेल्या कागदांवर ज्यावर वरच्या बाजूला फुलं, फुलपाखरं असत या सगळ्यांवर मोहम्मदने लिहिलेलं मी पाहिलं. मी जेव्हा ते पाहिलं, मला नॉस्टॅल्जियाचा अनुभव आला. त्याने पेन्सिलने, काळ्या आणि गडद निळ्या शाईने लिहिलं होतं. इथे माझ्या हातात मोहम्मदने स्वत:च्या हाताने लिहिलेली १९३०पासून ते १९६०पर्यंतची सगळी वर्षं होती. त्या रेषा, शाईचा रंग आणि पेन्सिलीमुळे माझ्या अंगावर काटा उभा राहिला. मी माझ्या ममाला तिच्या आनंदात आणि तिच्या संघर्षात पाहिलं, मी ऐकलं आणि मग मला ऐकू आलं. त्याचं कण्हणं, त्याची निराशा, पुरुषी अहंकार आणि स्वत:बद्दलचा गर्व जाणवला.

मोहम्मदने एक इंचही जागा मोकळी न सोडता संपूर्ण पानावर लिहिलं होतं, जणूकाही तो तुरुंगात होता आणि कागदाचं दुर्भिक्ष्य होतं. त्याने एका घडी घातलेल्या कागदाच्या प्रत्येक बाजूवर वेगवेगळ्या कविता लिहिल्या होत्या. त्याने काही नाटकं, गोष्टी लिहिल्या होत्या, तीन पानांवरचा मजकूर एका पानावर लिहिला होता. असं भासत होतं की, जणू तो श्वास घ्यायलाही थांबला नव्हता. मी त्याचा आवाज ऐकला. त्याची मन:स्थिती कशी आहे हे जाणून घेण्याचा प्रयत्न केला, त्याची नाडी बघितली. मोहम्मदच्या आणि त्याच्या मित्रांच्या, त्याच्या नातेवाइकांच्या मनात प्रेम होतं. मी जेव्हा त्यांची पत्रं वाचली तेव्हा मी पाहिलं की, अगदी पुरुषांनाही प्रेमाचा आणि विश्वासघाताचा त्रास होतो. 'प्रेम खडकासारखं मजबूत आहे, ' मोहम्मदने लिहिलं होतं, 'मी माझ्या जगण्यावर करतो, त्यापेक्षाही माझं तुझ्यावर जास्त प्रेम आहे, ' आणि माझ्या ममाशी शादी झाल्यानंतर त्याने तिला नेहमीच 'लाडक्या बीबीस' असंच संबोधलं होतं.

त्याने माझ्या ममाला लिहिलेल्या एका पत्रात मला माझं नाव दिसलं. दोन वर्षांची असताना कॉफीमुळे माझा चेहरा भाजला होता. मोहम्मदला खूप काळजी वाटली होती. त्याने माझी चौकशी केली होती; त्याला मला पाहायचं होतं. हे वाचताक्षणीच माझ्या नकळत मी माझा चेहरा हाताने चाचपून पाहिला, पण त्यावर भाजल्याची खूण किंवा व्रण नव्हता. अचानक त्याने माझ्या मनातली असूया पुसून टाकली होती. असूया तेवढी कधीच तीव्र नव्हती, जेव्हा एकदा मी माझ्या सावत्र आईबरोबर भांडण झाल्यानंतर त्यांच्या दारात उभी होते. ते कबाब भाजत होते आणि ममाने मला आत बोलवण्यासाठी खूप निष्फळ प्रयत्न केले; मोहम्मदनेही माझ्या खूप नाकदुऱ्या काढल्या, पण माझे पाय जमिनीला खिळे ठोकल्यासारखे खिळले होते. मला खूप असूया वाटत होती, खूप अवघडल्यासारखं आणि वेंधळ्यासारखं वाटत होतं. मला माझी गुलाबी पायजमा घातलेली बहीण व्हायचं होतं, जी अजून

बाळ होती. त्या क्षणी मला त्यांच्यातीलच एक व्हायचं होतं, पण कसं ते मला माहीत नव्हतं.

एका शाळेच्या वहीतून फाडलेल्या पानावर लिहिलेलं एक पत्र मला सापडलं, जे लहान मुलाच्या अक्षरांत मोहम्मदला उद्देशून लिहिलेलं होतं. कोणीतरी माझ्या ममाचा हात पकडून तिला ते पत्र लिहायला मदत केली होती का? जसं मी ते पत्र वाचलं, माझ्या काळजाचा एक ठोका चुकलाच. ते माझ्या बहिणीनं, फातिमानं लिहिलेलं पत्र होतं, जे तिने आणि ममाने बाथरूममध्ये लपून लिहिलेलं होतं. ते वाचून त्यातल्या शुद्धलेखनाच्या चुका पाहून आणि एका मुलीची दोलायमान मनःस्थिती जाणवून माझं मन दुःखाने आणि खेदाने भरून आलं. फातिमा तेव्हा गोंधळली होती की, आपण एका मोठ्या माणसासाठी पत्र लिहू शकतो, याचा तिला अभिमान वाटला होता?

आणि मग मला एक फिकट गुलाबी रंगाचा, कागदाचा छोटा तुकडा सापडला, ज्यावर लाल शाईने तिरकं लिहिलेलं होतं. ते माझ्या ममाचं मृत्युपत्र होतं, मोहम्मदच्या मदतीनं लिहिलेलं, ज्याच्यावर खालच्या बाजूला, तिने लहान मुलासारखं एकेक अक्षर अतिशय काळजीपूर्वक लिहून सही केली होती. तिने तिची बारा ब्रेसलेट्स ठेवली होती, ती विकून ते पैसे अशा व्यक्तीला द्यायचे होते, जी तिच्या वतीने मक्केला तीर्थयात्रेला जाईल; तिची लग्नातील अंगठी माझ्या बहिणीसाठी, अहलामसाठी; कानातल्यांचे दोन जोड – एक माझ्यासाठी आणि दुसरा फातिमासाठी – सोफा, गालिचा, कोच आणि कपाट वगैरे सगळं अहलामसाठी. तिच्या तलाकनंतर फक्त दोनच वर्षांनी तिने ते मृत्युपत्र केलं होतं. ती मरणार आहे, असं तिला वाटलं होतं का? तिने स्वतःचं आयुष्य संपण्याचा विचार केला होता का? मी प्रश्न केला पण कोणीही मला उत्तर देऊ शकलं नाही.

मला एक शर्नि हेलिओ, फ्रेंच हाय कमिशनरांचा, सरकारी आदेश सापडला, जो त्यांनी १९३४मध्ये लेबनानमधील लोकांसाठी दिला होता. ज्यामध्ये स्वतंत्र लेबनानच्या पहिल्या राष्ट्रीय सभेची निवड करण्यासाठी मत देण्यास सांगितलं होतं. प्रामाणिक आणि स्वच्छ निवडणूक असेल, याची ग्वाही दिली होती. या त्यांच्या भाषणाच्या कागदावर मोहम्मदने प्रेमपत्रात त्याचं हृदय ओतलं होतं.

'एवढी मोठी दुनिया माझं आयुष्य भरून टाकते आहे असं दिसत असलं, तरीही या आयुष्यात मी किती एकटा आहे, असा विचार केल्याशिवाय माझा एकही क्षण जात नाही आणि याला कारण आहे की, मी तुझ्यापासून खूप लांब आहे.

मी इथे असा बसलेलो असताना मिनिटं किती पटापट निसटून जातात. माझे डोळे त्यांच्यासाठी भावनांचे आणि कोमलतेची गाणी म्हणतात. आणि ती माझ्याकडे

बघतात. त्यांना जणू म्हणायचं असतं की, तू आत्ता समोर जे बघतो आहेस ती तर फक्त एक छोटी आवृत्ती आहे; माझ्या हृदयात काय आहे त्याची, माझ्या जिवलगा!

आपल्या दोन हृदयांच्या बाबतीत, ज्यातील प्रत्येक हृदय तीव्र उत्कटतेने भरलेलं आहे, मी दिवस मोजायचा प्रयत्न केला. माझी प्रियतमा, जिची मी पूजा करतो, भक्ती करतो, त्या तुला खूप मोठ्या काळाकरता लांब ठेवायचं ठरवलं आहे, त्या वेळी जेव्हा माझ्या यातना खरोखरीच खूप भयंकर असतील.'

त्या नाजूक कागदावर जेवढं प्रेम ओतलेलं होतं, मृत्यूसुद्धा तेवढ्याच प्रमाणात त्या फाटक्या आणि विखुरलेल्या कागदांवर सतत होताच. त्याचे लेखक, जे आता मृत्यू पावले होते, ते जितक्या वेळा प्रेमाबद्दल बोलत होते, मरणाबद्दलही तितक्या वेळा बोलत. पण तरीही त्यातून त्यांचा आदर्शवाद झळकत होता. ही ती पिढी होती, जिचा राजकारणावर, अरबवादावर, मातृभूमीवर आणि स्वातंत्र्यावर विश्वास होता. सुदैवाने लेबनानला ज्या संघर्षाने ग्रासलं होतं आणि जो अजूनही चालूच होता, तो संघर्ष, त्याच्या प्रिय कुटुंबीयांची हद्दपारी आणि त्याची मुलं जगाच्या सर्व कोपऱ्यांत स्थलांतरित झाल्यामुळे आलेलं विखुरलेपण बघण्यास मोहम्मद जिवंत नव्हता.

हे सर्व वाचल्यानंतर आणि मोहम्मदचं अस्तित्व लिखित शब्दांबरोबर किती बांधलेलं होतं, हे समजल्यानंतर तो माझ्या मनाला स्पर्श करून गेला आणि तरीही त्याने अशिक्षित ममाच्या ठसठशीतपणाला, ज्याने इतर खूप जणांचा आत्मविश्वास खच्ची केला होता, सहजपणे स्वीकारून तिच्यावर उत्कट प्रेम केलं होतं. त्या किराणा मालाच्या दुकानातील मुलाऐवजी – जो मोहम्मदचं मन तिच्यापर्यंत पोहोचवायचा – तेव्हा समजा मलाच त्याचं दूत होता आलं असतं तर? त्याने लिहिलं होतं – "मी तुला तलाक मिळवण्यासाठी मदत करायला हवी आहे की, तू असाच वेळ काढून मला मूर्ख बनविते आहेस?" हे सर्व शब्द माझ्यावर सोपवलेले असते. ही गोष्ट किती जबरदस्त होती, विशेषत: जेव्हा माझी ममा लिहू शकत नव्हती.

मी शेवटची वाचलेली गोष्ट हे एक पत्र होतं, माझ्या ममाने मोहम्मद कमालकडून माझ्यासाठी लिहून घेतलेलं; पण कधीही न पाठवलेलं. तिच्या कुवेतच्या लांबलेल्या भेटींपैकी एका भेटीमध्ये जेव्हा तिने लेबनीज टेलिव्हिजनवर मी 'द स्टोरी ऑफ झारा' पुस्तक प्रकाशित केल्यानंतर माझी मुलाखत पाहिली, त्या वेळी तिने ते पत्र लिहिलेलं होतं.

'भूतकाळातील गोष्टींवरून कोणत्याही गोष्टी मापू नकोस. तो खूपच मधुर होता. कारण माझ्या मनगटांना बांधणाऱ्या साखळ्यांना आणि शिक्षेची अंमलबजावणी करणाऱ्यांना मी आव्हान दिलं होतं. मी माझं स्वातंत्र्य परत मिळवलं होतं, त्या कुमारिकांकडून, ज्यांना कोणत्याही किमतीशिवाय विकलं होतं. पण माझ्यापेक्षा दैव

जास्त बलाढ्य होतं आणि त्याने मला चिरडून टाकलं. त्याने माझ्याकडचं सगळं हिरावून घेतलं. अक्षरश: सगळं काही. मी एक झाड बनले, ज्याची सगळी पानं काढून टाकली होती. ती पानं, जी त्यांच्या मित्रांच्या संगतीत, वाऱ्याच्या झुळकीबरोबर आणि घोंघावणाऱ्या वाऱ्याबरोबर या फरसबंदीवरून त्या फरसबंदीवर उड्या मारत होती. मी ते जहाज झाले आहे, ज्याला त्याचा किनारा दिसत नाही. जेव्हा मी तुझा सुंदर फोटो पाहिला आणि तुझा गोड, नादमधुर असा आवाज ऐकला, मला तुझ्या सौंदर्यातून माझं स्वत:चं सौंदर्य परत मिळालं आणि तुझी बुद्धीसुद्धा. त्या सोललेल्या झाडाला परत एकदा छोटी-छोटी पानं फुटायला लागली आहेत, आणि जोपर्यंत मी जिवंत आहे, तोपर्यंत माझ्यात ताकद आहे, ती तशीच सतेज राहील.'

ज्या क्षणी मी आमच्या संभाषणांचे, एकत्र भेटींचे कागद गोळा केले, कामाला लागायला तयार झाले, त्या क्षणी ममा एकदम जिवंत झाली. बैरुतमध्ये नव्हे, पर्वतांमध्ये नव्हे किंवा दक्षिणेतही नव्हे, तर या खेपेस माझ्या लंडनमधील घरात. ती तिचं आयुष्य माझ्यासाठी परत जगत होती. मी तिला पहिल्यांदा एका लहान मुलीच्या, किशोरीच्या, एका तरुण स्त्रीच्या, मग मध्यमवयीन स्त्रीच्या आणि शेवटी एका वृद्ध स्त्रीच्या रूपात पाहिलं. मी भावनांच्या, गोष्टींच्या, किश्श्यांच्या आणि उपमांच्या दुसऱ्याच एका दुनियेत फिरून आले. कधी डोळ्यांतून पाणी आणत, तर कधी हास्याच्या गडगडाटात. तिच्या मोकळेपणाने, लपवलेलं सर्व उघडपणे सांगण्याच्या तिच्या धैर्यामुळे मी चकित झाले होते. तिने जणूकाही एखाद्या खूप खोल-खोल असणाऱ्या विहिरीचं झाकण उघडलं होतं. जेव्हा-जेव्हा मी तिच्या आयुष्यातील एखाद्या विशिष्ट प्रसंगामुळे सुन्न झाले आणि पुढे जाणं मला शक्य झालं नाही, माझ्या ममाच्या माझ्या एका वहीवर चिकटवलेल्या फोटोने मला उभारी दिली. त्या फोटोमध्ये ती एका अधिकाऱ्याकडून चांदीचा कप घेत होती. जेव्हा माझ्या बहिणीला समर रिसॉर्ट पार्टीमध्ये 'नृत्याची राणी' म्हणून मुकुट घातला गेला होता, माझी ममा अगदी त्वरेने त्यांच्याकडे गेली आणि तिने तो कप जणू ते तिलाच देत आहेत, असं त्यांना भासवायला सांगितलं.

ज्या दिवशी मी तिची संस्मरणिका लिहायला सुरुवात केली, त्या दिवशी कॅनेडियन दूतावासाच्या बाहेर मी सील वाचवण्यासाठी निदर्शने करणाऱ्या निदर्शकांचे आवाज ऐकत होते. एक प्रवाशांची बस गेली. त्यामधील गाइडचे शब्द मला ऐकू येत होते, "तुमच्या उजवीकडे ९/११चं स्मारक आहे आणि डाव्या बाजूला इटलीचा दूतावास."

माझ्या नकळत मी पुटपुटले, "आणि इथे आहे हॅनन, तिच्या ममाबद्दल लिहीत असलेली – जिने प्रेम केलं, त्रास सहन केला, जी पळून गेली. ज्या जगामध्ये ती

जन्माला आली होती, त्यातील नियमांच्या आणि परंपरांच्या विरुद्ध जिने बंडखोरी केली आणि जिने तिच्या असत्यांचं आयुष्यभरासाठी उघड प्रामाणिकपणात रूपांतर केलं.

पहिल्या प्रकरणाची सुरुवात मी केली – *"मी बघते आहे माझ्या ममाला आणि तिच्या भावाला – माझा मामा कमीलला, माझ्या आजोबांच्या मागे पळताना."* अन् मी एकदम थबकले की, ममाने मला थांबवलं? मी तिचा आवाज ऐकला, जो आग्रह करत होता की, तिची कहाणी तिला स्वत:च सांगायची आहे. *तिला माझा आवाज नको होता. तिला तिच्याच हृदयाचं स्पंदन हवं होतं. तिच्या चिंता, तिचं हसणं, तिची स्वप्नं आणि दु:स्वप्नं. तिला तिचा स्वत:चा आवाज हवा होता. तिला आरंभाकडे परत जायचं होतं. हे पुस्तक माझ्या ममाने लिहिलं आहे. ही तीच आहे जिने तिचे पंख फैलावले. मी त्यात फक्त वारा भरण्याचं काम केलं, ज्यामुळे ती काळाच्या पडद्यामागचा भलामोठा प्रवास करून आली.*

■